AF762382

டாக்டர் கஃபீல்கான்

உத்தரப்பிரதேசத்தின் கோரக்பூரில் பிறந்தவர். கர்நாடகாவில் உள்ள மணிப்பாலில் கஸ்தூர்பா மருத்துக் கல்லூரியில் எம்.பி.பி.எஸ்ஸும், குழந்தைகள் மருத்துவத்தில் எம்.டி.யும் படித்தார். கேங்டாங்கில் உள்ள சிக்கிம் மணிபால் இன்ஸ்டிட்யூட் ஆஃப் மெடிக்கல் சயின்ஸஸில் உதவிப் பேராசிரியராக பணி புரிந்தார்.

பின்னர் கோரக்பூரில் உள்ள பாபா ராகவ் தாஸ் மருத்துவக் கல்லூரியில் விரிவுரையாளராகப் பணியில் சேர்ந்தார்.

பி.ஆர்.டி. மருத்துவக் கல்லூரியின் நேரு மருத்துவமனையில் 2017 ஆகஸ்டில் நடந்த மருத்துவத் துயரச் சம்பவத்தைத் தொடர்ந்து பணி இடைநீக்கம் செய்யப்பட்டார். கோரக்பூர் சிறையிலிருந்து விடுதலையானதும், டாக்டர் கஃபீல்கான், மிஷன் ஸ்மைல் பவுண்டேஷன் என்ற அமைப்பைத் துவக்கி, தனது குழுவினர், நண்பர்கள் உதவியோடு பணிபுரிகிறார். மருத்துவ உரிமைச் சட்டம் கோரி அனைவருக்கும் உடல்நலம் என்ற இயக்கத்தை துவக்கியுள்ளார். இந்தியாவின் மிக உட்புறப் பகுதிகளில் உள்ள மக்களுக்கும் மருத்துவ உதவிகள் தர 'டாக்டர்ஸ் ஆன் ரோட்' என்ற புதிய முயற்சியை ஆரம்பித்துள்ளார்.

2020 ஜனவரியில் அலிகார் முஸ்லிம் பல்கலைக்கழகத்தில் 'வெறுப்பைத் தூண்டும் வகையில் பேசினார்' என்ற குற்றச்சாட்டின் பேரில் தேசிய பாதுகாப்புச் சட்டத்தின்கீழ் கைது செய்யப்பட்டார். மீண்டும் ஏழு மாத சிறைவாசம்.

2020 செப்டம்பர் 1 அன்று அலகாபாத் உயர் நீதிமன்றம் அவர் மீதான குற்றச்சாட்டுகளை ரத்து செய்து, விடுதலை செய்தது.

பிஆர்டி மருத்துவக் கல்லூரி 2021 நவம்பர் 9 அன்று அவரை பணிநீக்கம் செய்தது. இந்நூல் எழுதப்பட்ட 2021 டிசம்பர் வரையிலும்கூட, மத்திய, மாநில அரசுகள் நடத்திய விசாரணைகளில் அவர்மீது எவ்வித ஊழலுக்கோ, மருத்துவ கவனமின்மைக்கோ எந்த ஆதாரங்களும் கண்டுபிடிக்கப்படவில்லை என்றாலும்கூட,

கீழமை நீதிமன்றங்களில் அவர் மீதான வழக்குகள் நடந்து கொண்டுதான் இருந்தன.

கோரக்பூர் மருத்துவமனை துயரச் சம்பவம்:

ஒரு மருத்துவரின் நினைவலைகள்

டாக்டர் கஃபீல் கான்

தமிழில் : ச.சுப்பாராவ்

பாரதி புத்தகாலயம்

Korakpur Maruthuvamanai Thuyara Sampavam (in tamil)
Dr. Kafeel Khan©
Translated by: C. Subbarao
Originally published under the titile *'The Gorakhpur Hospital Tragedy A Doctor's Memoir of a Deadly Medical Crisis'* by *Kafeel Khan, Published by Pan Macmillan, The Smithson, 6 Briset Steet, London.*
First Published: August, 2023
Published by
BHARATHI PUTHAKALAYAM
7, Elango Salai, Teynampet, Chennai - 600 018
Email: bharathiputhakalayam@gmail.com / www.thamizhbooks.com

கோரக்பூர் மருத்துவமனை துயரச் சம்பவம்
டாக்டர் கஃபீல் கான்©
தமிழில் : ச.சுப்பாராவ்
முதல் பதிப்பு: ஆகஸ்ட், 2023
வெளியீடு:
பாரதி புத்தகாலயம்
7, இளங்கோ சாலை, தேனாம்பேட்டை, சென்னை - 600 018.
தொலைபேசி : 044-24332424, 24330024 | விற்பனை : 24332924

விற்பனை நிலையங்கள்
அருப்புக்கோட்டை: கதவுஎண் 49 A/4 மெயின் ரோடு, தெற்கு தெரு - 9994173551
ஈரோடு: 39: 39 ஸ்டேட் பாங்க் சாலை - 9245448353
கரூர்: நாரத கானசபா அருகில் (TNGEA OFFICE) - 9442706676
காரைக்குடி : 12, 2 வது தெரு, கம்பன் மணிமண்டபம் பின்புறம் - 9443406150
கும்பகோணம்: 352, ரயில் நிலையம் எதிரில் - 9443995061
குன்னூர்: N.K.N வணிக வளாகம் பெட்போர்ட்
கோவை: 77, மசக்காளிபாளையம் ரோடு, பீளமேடு - 8903707294
சிதம்பரம்: 22A / 18B தேரடி கடைத் தெரு, கீழவீதி அருகில் - 9994399347
செங்கல்பட்டு: 1 D ஜி.எஸ்.டி சாலை - 044 27426964 | **சேலம்:** 15, வித்யாலயா சாலை
சேலம்: பாலம் 35, அத்வைத ஆஸ்ரமம் சாலை 0427 2335952
தஞ்சாவூர்: காந்திஜி வணிக வளாகம் காந்திஜி சாலை - 9655542400
திண்டுக்கல்: பேருந்து நிலையம் - 9942331105, 9976053719
திருச்சி: வெண்மணி இல்லம், கரூர் புறவழிச்சாலை - 9994289492
திருநெல்வேலி: நவஜீவன் டிரஸ்ட் வளாகம், 48-B/10, அம்பை ரோடு, வீரமாணிக்கபுரம் - 9442149981
திருப்பூர்: 447, அவினாசி சாலை - 9486105018
திருவண்ணாமலை: முத்தம்மாள் நகர் | **திருவல்லிக்கேணி:** 48, தேரடி தெரு - 9444428358
திருவாரூர்: 35, நேதாஜி சாலை - 9442540543 | **நாகர்கோவில்:** 699 கே.பி.ரோடு R.V.புரம் - 9443450111
நெய்வேலி: பேருந்து நிலையம் அருகில், - 9443659147
பழனி: பேருந்து நிலையம் அருகில் - 7010760693
பாண்டிச்சேரி : கிழக்கு கடற்கரைச்சாலை, இலாசுப்பேட்டை, 9486102777
பெரம்பூர்: 52, கூக்ஸ் ரோடு - 9444373716 | **மதுரை:** 37A, பெரியார் பேருந்து நிலையம் - 045 22324674
மதுரை: சர்வோதயா மெயின்ரோடு
வடபழனி: பேருந்து நிலையம் எதிரில் அடையார் ஆனந்தபவன் மாடியில் - 9444476967
விருதுநகர்: 131, கச்சேரி சாலை - 0456 2245300 | **வேலூர்:** பேஸ் III, சத்துவாச்சாரி - 9442553893

நினைத்த நூல்கள்... நினைத்த நேரத்தில்... BharathiTV | www.bookday.in
thamizhbooks.com 8778073949

அச்சு : பிரிண்டெக், சென்னை - 600 005.

ஆகஸ்டு 2017 கோரக்பூர் மருத்துவக் கல்லூரியில்
தம் உயிரை நீத்த அப்பாவிக் குழந்தைகளுக்கும்
அளவற்ற துயரையும், பெரும் துரோகத்தையும் தாங்கிக்
கொண்ட அந்த வீரமான பெற்றோர்களுக்கும்...

உள்ளடக்கம்

இச்சம்பவத்தில் தொடர்புடையோர்

என் குடும்பம்

அடீல், காசீஃப் – என் சகோதரர்கள்
அஹ்மர் – என் சகோதரி ஃபர்கண்டாவின் கணவர்
ஃபர்கண்டா (எ) ஃபாரோ, ஜுனத் – என் சகோதரிகள்
நுஷத் பர்வீன் – என் தாயார்
சமர் – சகோதரி ஜுனத்தின் கணவர்
ஷபிஸ்தா – என் மனைவி
ஜாப், ஜாயின் – எனது குழந்தைகள்
அப் – அண்ணன் அடீலின் மகள்
ஜசீர், ஜாரா – தங்கை ஃபாரோவின் மகள்கள்
ரித் – தங்கை ஜுனத்தின் மகள்

மருத்துவமனை

பல்வந்த், கிருஷ்ணா – ஆக்சிஜன் பைப் லைன் ஊழியர்கள்
டாக்டர் சதீஷ் சௌபே – பட்ட மேற்படிப்பு படித்துக் கொண்டிருக்கும் மருத்துவர் (Senior Resident) ஆகஸ்ட் 10ம் தேதி இரவு ஆக்சிஜன் பற்றாக்குறை பற்றி எனக்கு தகவல் தந்தவர்.
கஜானந்த் ஜெய்ஸ்வால் – ஜம்போ சிலிண்டர்கள் சப்ளைக்குப் பொறுப்பான தலைமை மருந்தாளுனர்.
டாக்டர் ராம்குமார் ஜெய்ஸ்வால் – பொறுப்பு முதல்வர்
டாக்டர் கணேஷ் குமார் – புது முதல்வர்
டாக்டர் சதீஷ் குமார் – மயக்கவியல் துறையின் தலைவர். பராமரிப்பிற்கு பொறுப்பானவர். ஆக்சிஜன் சப்ளைக்கு பொறுப்பான தொடர்பு அதிகாரி.
டாக்டர் கே.பி.குஷ்வாஹா – ஓய்வு பெற்ற முதல்வர்
டாக்டர். ராஜீவ் குமார் மிஸ்ரா – முதல்வர்
டாக்டர் மஹிமா மிட்டல் – குழந்தை மருத்துவத் துறையின் தலைவர்
டாக்டர் ஓ.என்.பாண்டே – நிதி அதிகாரி
சுதீர் பாண்டே – கணக்குப் பிரிவின் மூத்த எழுத்தர்
உதய் பிரதாப் ஷர்மா – இளநிலை கணக்கர்
டாக்டர். பூர்ணிமா சுக்லா – டாக்டர். ராஜீவ் கே.மிஸ்ராவின் மனைவி

டாக்டர்.ஏ.கே. ஸ்ரீவஸ்தவா – தலைமை கண்காணிப்பாளர்
டாக்டர். ராமசங்கர் சுக்லா – தலைமை மருத்துவக் கண்காணிப்பாளர்
சஞ்சய் திரிபாதி – மூத்த கணக்கர்

அரசாங்கம்

அனிதா பட்நாகர் ஜெயின் – உத்தரப் பிரதேச அரசின் மருத்துவக் கல்விக்கான கூடுதல் தலைமைச் செயலாளர்
அஷுதோஷ் டான்டன் – உ.பி. மருத்துவக் கல்வி அமைச்சர்
ஹிமன்ஷுகுமார் – உ.பி. அரசின் உணவுப் பாதுகாப்பு மற்றும் நிர்வாகத் துறையின் முதன்மை செயலாளர், விசாரணை அதிகாரி.
டாக்டர்.கே.கே.குப்தா – மருத்துவக் கல்வி மற்றும் பயிற்சிக்கான டைரக்டர் ஜெனரல்
ராஜீவ்குமார் – உ.பி.முதல்வரின் தலைமைச் செயலாளர்
ராஜீவ் ராடெலா – கோரக்பூர் மாவட்ட மாஜிஸ்திரேட்
சித்தார்த்நாத் சிங் – உ.பி.சுகாதாரத்துறை அமைச்சர்
யோகி ஆதித்யநாத் – உ.பி.முதலமைச்சர்

சிறை

பாலா – நேரு கூடத்தின் ரைட்டர்
சுரேஷ் தானி – சிறைக் கண்காணிப்பாளர்
சூர்யா பாண்டே – துணை ஜெயிலர்
டி.ராம் – ஓய்வு பெற்ற பொதுப்பணித்துறை ஊழியர்.

விசாரணைக் கைதி

ஆசீஷ் சிங் – துணை ஜெயிலர்
சைலேஷ் சிங் – மில்லினியம் கூடத்தின் ரைட்டர்
சுக்லா – ஜெயிலர்
வி.சிங் – பாராபன்சியைச் சேர்ந்த ஓய்வுபெற்ற ராணுவ வீரர்
மந்திரி ஜி – மஹாராஜ்கஞ்சைச் சேர்ந்த அரசியல்வாதி

மற்றவர்கள்

மணீஷ் பண்டாரி – புஷ்பா சேல்ஸ் நிறுவனத்தின் உரிமையாளர், நிர்வாக இயக்குனர்
டாக்டர் ஹர்ஜித் சிங் பாட்டி – டில்லியின் எய்ம்ஸ் ரெசிடண்ட் மருத்துவர் சங்கத்தின் முன்னாள் தலைவர்

நிகழ்வுகளின் கால வரிசை

2017

ஆகஸ்ட் 10: பி.ஆர்.டி. மருத்துவக் கல்லூரியின் நேரு மருத்துவமனையில் குழாய் வழி வரும் திரவ மருத்துவ ஆக்ஸிஜன் தீர்ந்து போகிறது.

ஆகஸ்ட் 11: உத்தரப் பிரதேச அரசாங்கம் தனது அதிகாரபூர்வ சமூக வலைதளங்களில் பிஆர்டியில் ஆக்ஸிஜன் பற்றாக்குறையால் இறப்புகள் நிகழவில்லை என்று சொல்கிறது.

ஆகஸ்ட் 13: மருத்துவமனையில் ஆக்ஸிஜன் பற்றாக்குறை ஏற்பட்ட ஐம்பத்திநான்கு மணி நேரத்தில் அறுபத்திமூன்று குழந்தைகள், பதினெட்டு பெரியவர்கள் இறக்கிறார்கள்.

ஆகஸ்ட் 22: பிஆர் மருத்துவக் கல்லூரி குழந்தைகள் மருத்துவத் துறையிலிருந்து என்னை இடைநீக்கம் செய்கிறது.

ஆகஸ்ட் 23: உ.பியின் மருத்துவக் கல்வித் துறை என் மீதும் வேறு எட்டுபேர் மீதும் இந்திய தண்டனைச் சட்டம் பிரிவுகள் *8 ,420 ,1203 ,308 ,409* ஊழல் தடுப்புச் சட்டம், இந்திய மருத்துவக் கவுன்சில் சட்டம் 15 ஆகிய பிரிவுகளின்கீழ் முதல் தகவல் அறிக்கையை பதிவு செய்கிறது.

ஆகஸ்ட் 28: நான் அலகாபாத் உயர் நீதிமன்றத்தில் முன் ஜாமீன் மனு தாக்கல் செய்கிறேன்.

செப்டம்பர் 2: உ.பியின் சிறப்பு அதிரடிப்படை என்னைக் கைது செய்து கோரக்பூர் சிறைக்கு அனுப்புகிறது.

2018

ஏப்ரல் 10: இந்திய மருத்துவக் கழகம் என்னை ஆதரிக்கிறது. சதியில் மாட்டிக் கொண்டவர் என்று கூறுகிறது.

ஏப்ரல் 18: ஆகஸ்ட் 10ம் தேதி இரவும், 11ம் தேதியும் நடந்தவற்றை விரிவாக பத்து பக்கக் கடிதமாக எழுதி, கோரக்பூர் மருத்துவமனை துயரச் சம்பவத்தில் நீதி வேண்டும் என்று கோருகிறேன்.

மே 19: நான் பி.ஆர்.டி மருத்துவக் கல்லூரி சென்று எனக்கு மீண்டும் பணி வழங்கும்படி கடிதம் தருகிறேன்.

ஜூன் 10: கோரக்பூரில் அடையாளம் தெரியாத நபர்களால் என் தம்பி காசிஃப் மூன்று முறை சுடப்படுகிறான்.

ஆகஸ்ட் 14: தகவல் அறியும் சட்டத்தின்கீழ் கேட்கப்பட்ட ஒரு கேள்வி மூலம் 2017 ஆகஸ்ட் 10 இரவு, 11ம் தேதிகளில் மருத்துவமனையில் ஆக்ஸிஜன் பற்றாக்குறை இருந்தது தெரிய வருகிறது. பிஆர்டி நிர்வாகத்தின் பதிலில் பிற மருத்துவமனைகளில் இருந்து சுமார் ஆறு உருளைகள் வாங்கப்பட்டன. நான் சொந்தமாக நான்கு உருளைகளுக்கு ஏற்பாடு செய்தேன் என்று தெரிவித்தது.

செப்டம்பர் 22: உ.பி.அரசாங்கத்தின் கொள்கைகளை விமர்சித்தேன். பகராயிச் மாவட்ட மருத்துவமனையில் ரகளை செய்தேன். வலுக்கட்டாயமாக நோயாளிகளுக்கு சிகிச்சை தர முயன்றேன் என்று குற்றம் சாட்டி உ.பி. போலீஸ் மீண்டும் என்னைக் கைது செய்து கோரக்பூர் சிறைக்கு அனுப்பியது. அன்றே, எனது அண்ணன் அடீலும் ஏமாற்று குற்றச்சாட்டில் கைது செய்யப்பட்டார். ஒரு மாதம் கழிந்து விடுவிக்கப்பட்டார்.

நவம்பர் 3: நான் சிறையிலிருந்து விடுவிக்கப்பட்டேன்.

2019

மார்ச் 7: எனது பணி இடைநீக்க உத்தரவை ரத்து செய்யக் கோரி நான் தொடுத்த ரிட் வழக்கில், என் மீதான துறை ரீதியான விசாரணையை 90 நாட்களுள் முடிக்க வேண்டும் என்று அலகாபாத் உயர் நீதிமன்றம் உ.பி.அரசுக்கு உத்தரவிட்டது.

ஏப்ரல் 15: முதன்மைச் செயலாளர் ஹிமன்ஷு குமார் தலைமையிலான விசாரணைக் குழு தனது அறிக்கையை சமர்ப்பித்தது. இந்தக் குழு மருத்துவ கவனக் குறைவு, ஊழல், கடமை வழுவுதல் ஆகிய அனைத்து குற்றச்சாட்டுகளிலிருந்தும் என்னை விடுவித்தது. பிரச்சனையை சமாளிக்க நான் எடுத்த முயற்சிகளைப் பாராட்டியது. ஆனால் 2016 ஆகஸ்ட் 8 வரை நான் சொந்த மருத்துவமனை வைத்திருந்தது 'தவறு' என்றது.

மே 10: நீதியரசர்கள் சஞ்சய் கிஷன் கௌல், இந்திரா பானர்ஜி அடங்கிய டிவிஷன் பெஞ்ச் எனது பணி நீக்கம் குறித்த விசாரணை விரைவில் முடிக்கப்பட வேண்டும் எனவும், எனக்கு சேர வேண்டிய இடைநீக்க கால ஊதிய நிலுவையை வழங்க வேண்டும் எனவும் உ.பி.அரசுக்கு உத்தரவிடுகிறது.

ஜூலை 31: பகராயிச் மாவட்ட மருத்துவமனையில் வலுக்கட்டாயமாக நோயாளிகளுக்கு சிகிச்சை தர முயன்றது. அரசு பணியில் இருக்கும்போது உ.பி. அரசின் கொள்கைகளை விமர்சித்தது ஆகிய காரணங்களுக்காக இரண்டாவது பணி இடைநீக்க உத்தரவு போடப்படுகிறது.

செப்டம்பர் 27: மருத்துவமனையின் துறை சார்ந்த விசாரணைக் குழு மருத்துவ கவனக் குறைவு, ஊழல், கடமை வழுவுதல் ஆகிய குற்றச்சாட்டுகளில் இருந்து என்னை விடுவிக்கிறது.

அக்டோபர் 4 : ஆகஸ்ட் 10 இரவு – 11ம் தேதிகளில் நிகழ்ந்த குழந்தைகள் மரணங்களில் எனது பங்கு குறித்து விசாரிக்க, உ.பி. அரசு புதிதாக ஒரு துறைசார் விசாரணைக்கு உத்தரவிடுகிறது,

டிசம்பர் 12: சர்ச்சைக்குரிய குடியுரிமைச் சட்ட திருத்தத்திற்கு எதிராக அலிகார் முஸ்லிம் பல்கலைக்கழக வளாகத்தில் நான் உரையாற்றினேன்.

2020

ஜனவரி 29: உ.பி. சிறப்பு அதிரடிப்படை எனது உரை மத ஒற்றுமையை குலைத்ததாகவும், ஒரு சட்ட ஒழுங்குப் பிரச்சனையை ஏற்படுத்தக் கூடும் என்றும் குற்றம் சாட்டி மும்பையில் வைத்து என்னைக் கைது செய்தது. நான் மதுரா சிறைக்கு அனுப்பப்பட்டேன்.

பிப்ரவரி 10: அலிகார் மாவட்ட நீதிமன்றம் என்னை விடுதலை செய்கிறது.

பிப்ரவரி 13: எனது குடியுரிமை திருத்த மசோதா எதிர்ப்புப் பேச்சிற்காக என் மீது தேசியப் பாதுகாப்புச் சட்டம் பாய்கிறது.

பிப்ரவரி 24: ஹீமான்ஷுகுமார் தலைமையிலான விசாரணைக் குழுவின் அறிக்கையின் சில அம்சங்களை நிராகரித்த உ.பி. அரசு ஒரு புது விசாரணைக்கு உத்தரவிடுகிறது.

செப்டம்பர் 1: தேசியப் பாதுகாப்புச் சட்டத்தின்கீழ் என்னை தடுப்புக் காவலில் வைத்த உ.பி. அரசின் உத்தரவை அலகாபாத் உயர் நீதிமன்றம் ரத்து செய்கிறது.

டிசம்பர் 17: அலகாபாத் உயர் நீதிமன்றம் என் மீதான தேசிய பாதுகாப்புச் சட்டத்தின் கீழான குற்றங்களை ரத்து செய்ததை மறுபரிசீலனை செய்யுமாறு உ.பி.அரசு வைத்த வேண்டுகோளை உச்ச நீதிமன்றம் நிராகரித்தது.

2021

ஜனவரி 30: உ.பி. அரசு எனது பெயரை குற்றவாளிகள் பட்டியலில் சேர்க்கிறது.

ஜூலை 3: எனது முதல் இடைநீக்க உத்தரவிற்கு எதிராக ரிட் மனுதாக்கல் செய்கிறேன்.

ஜூலை 29: புது விசாரணைக்கு உத்தரவிடுவதில் தாமதம் குறித்து உயர் நீதிமன்றம் கேள்வி எழுப்புகிறது. நான்கு வருடங்களாகியும் நான் இடைநீக்கத்திலேயே இருப்பதற்கு விளக்கமளிக்குமாறு உ.பி. அரசுக்கு உத்தரவிடுகிறது.

ஆகஸ்ட் 6: இரண்டாவது விசாரணை நடத்தும் தனது முடிவை திரும்பப் பெறுவதாகவும், மூன்று மாதங்களுக்குள் ஒழுங்கு நடவடிக்கைகளை முடித்து விடுவதாகவும் உ.பி. அரசு உயர்நீதி மன்றத்தில் தெரிவிக்கிறது.

ஆகஸ்ட் 27: டிசம்பரில் அலிகார் முஸ்லிம் பல்கலைக் கழகத்தில் எனது உரைக்காக என் மீது மேற்கொள்ளப்பட்ட கிரிமினல் நடவடிக்கைகளை உயர் நீதிமன்றம் ரத்து செய்கிறது.

செப்டம்பர் 9 : பகராயிச் மாவட்ட மருத்துவமனை வழக்கில் எனது இரண்டாவது இடை நீக்கத்திற்கு உயர் நீதிமன்றம் தடை விதிக்கிறது.

செப்டம்பர் 15 : தனது விசாரணையை ஒரு மாதத்திற்குள் முடிக்க வேண்டும் என்று உ.பி.அரசுக்கு உயர் நீதிமன்றம் உத்தரவிடுகிறது.

நவம்பர் 9 : உ.பி. மருத்துவக் கல்வித்துறை பிஆர்டி மருத்துவக் கல்லூரியிலிருந்து என்னை பணிநீக்கம் செய்கிறது.

முன்னுரை

ஒரு கனவும், ஒரு கொடுங்கனவும்

'மருத்துவமனைகளுக்கு ஆக்ஸிஜன் வழங்கப்படாதது ஒரு கிரிமினல் குற்றம். திரவ மருத்துவ ஆக்ஸிஜனை சரியாக வாங்கி தொடர்ந்து கிடைக்கும்படி பார்த்துக்கொள்ள வேண்டியவர்கள் நடத்திய இனப்படுகொலையாகவே இதைக் கருத வேண்டும் என வேதனையோடு குறிப்பிடுகிறோம்.'

- 2021 மே 4 அன்று அலகாபாத் உயர் நீதிமன்றத்தின் நீதிபதிகள் நீதியரசர்கள் சித்தார்த்தவர்மா மற்றும் அபிசித்குமார் ஆகியோரின் உத்தரவிலிருந்து..

2017 ஆகஸ்ட்டில், உத்தரப்பிரதேசம், கோரக்பூரில் உள்ள அரசு பாபா ராகவ் தாஸ் மருத்துவக் கல்லூரியில் மருத்துவ ஆக்ஸிஜன் தீர்ந்து போய் அறுபதுக்கும் மேற்பட்ட குழந்தைகள் இறந்ததைத் தொடர்ந்து நான் இடைநீக்கம் செய்யப்பட்டேன். எட்டு மாதங்களுக்கும் மேலாக சிறையில் அடைக்கப்பட்டேன். மருத்துவமனையில் ஆக்ஸிஜன் சப்ளை நின்று போனது என்பதை அதிகாரிகள் மறுத்தார்கள். உண்மையான குற்றவாளிகளை அடையாளம் காணத் தவறினார்கள். மாறாக, இறப்புகளுக்கு என் மீது பழி சுமத்தினார்கள். ஆகஸ்ட் 10 முதல் 12ம் தேதி வரை நான், மருத்துவமனையின் குழந்தைகள் மருத்துவப் பிரிவில் சிகிச்சை பெற்று வந்த குழந்தைகளுக்கு ஆக்ஸிஜன் வழங்கும் வழிவகை தேடி இரவு, பகலாக பாடுபட்டேன். இந்த இரண்டு, மூன்று நாட்களில் நடந்தவை என் வாழ்வின் வாழ்வா, சாவா என்ற பெரும் போராட்டத்திற்கு விரைவில் இட்டுச் சென்றன. எனது சுதந்திரத்திற்காக, மருத்துவம் பார்க்கும் எனது தொழிலைச் செய்ய, பரம்பரையாக நாங்கள் வசித்து வந்த, நான் பிறந்த கோரக்பூரில் வாழவும், வேலை பார்க்கவும், எல்லாவற்றிற்கும் போராட நேர்ந்தது.

ஒரு மருத்துவராகும் தகுதி பெற்று, மருத்துவத் தொழிலில் இறங்கிய சிறிது காலத்தில், தொழிலில் கவனக்குறைவு, அலட்சியம், ஊழல், மோசமான சட்டதிட்டங்கள், வழக்குகள் தந்த கசப்பான அனுபவங்கள் மூலம் நான் புதிய பாடம் கற்றுக்

கொள்ளப் போகிறேன் என்பது தெரியாது. கடந்த நான்காண்டுகளில் பல்வேறு பிரச்சனைகளை எதிர்கொண்ட பிறகுதான், நான் ஏன் இந்த பயங்கர துன்பங்களை சுமக்க நேர்ந்தது என்பதைப் புரிந்து கொண்டேன். எனக்காவும், இந்த சமூகத்திற்காகவும், நான் விழிப்புணர்வு மிக்கவனாக மாற விதிக்கப்பட்டேன் போலும்.

என் வாழ்வை நிரந்தரமாக புரட்டிப் போட்டுவிட்ட அந்த ஆகஸ்ட் 2017 சம்பவங்களுக்குப் பிறகு நான் மேற்கொள்ள நிர்பந்திக்கப்பட்ட அந்தக் கடுமையான பயணத்தை இந்நூல் ஆவணப்படுத்துகிறது.

காலஞ்சென்ற எனது தகப்பனார் ஷகீல்கான் மாநில பாசனத் துறையில் அரசிதழ் பதிவு பெற்ற அதிகாரியாக இருந்தவர். அவரும், என் தாயார் நுஜத் பர்வீனும் கோரக்பூரில் பரம்பரையாக வசித்து வந்த குடும்பங்களைச் சேர்ந்தவர்கள். அம்மா வழி தாத்தா கோரக்பூரைச் சுற்றி நிறைய நிலபுலன்கள் வைத்திருந்த நிலக்கிழார். அப்பா வழி தாத்தா இந்திய ரயில்வே துறையில் அரசிதழ் பதிவு பெற்ற அதிகாரி.

பழைய கோரக்பூரின் பசந்த்பூர் பகுதியில் உள்ள எங்கள் வீடு தாத்தா காலத்தில் களிமண், கூரை வீடாகத்தான் கட்டப்பட்டது. என் அம்மாதான் இன்று இருக்கும் செங்கல் கட்டிடமாகக் கட்டினார். பழைய கோரக்பூரின் எல்லா பகுதிகளையும் போலவே எங்கள் பகுதியிலும் தெருவெங்கும் பசுக்கள், எருமைகள், ஆடுகள், கழுதைகள், நாய்கள் திரியும். சிறுவர்களுக்கு தெரு கிரிக்கெட் விளையாடும் இடமாகவும் இருக்கும்.

சுற்றிலும் பல்வேறு ஜாதி, மதங்கள், வர்க்கங்களைச் சேர்ந்த குடும்பங்களோடு சேர்ந்து நான் வளர்ந்தேன். அது முற்றிலும் அரசாங்க ஊழியர்கள் வாழும் பகுதியுமல்ல. முஸ்லிம்கள் நிறைந்த பகுதியுமல்ல. என் நண்பர்கள், அண்டை வீட்டார் தலித்துகள், யாதவர்கள், கும்பார்கள், கிறிஸ்துவர்கள், பிராமணர்கள் என எல்லோரும் இருந்தார்கள். பால் வியாபாரிகள், ரிக்‌ஷாகாரர்கள், குயவர்கள், தெருவில் பலகாரம், இனிப்பு விற்பவர்கள் என்று எல்லா வீட்டுக் குழந்தைகளோடும் நான் விளையாடினேன். ஹோலியின்போது பெரிய கொண்டாட்டமாக இருக்கும்.

சட்டைகள் எல்லாம் கிழிந்து பல வர்ணக் குரங்குகள்போல் ஆட்டம் போடுவோம். ரம்ஜானுக்கு அக்கம் பக்கத்தினரை வீட்டிற்கு சாப்பிட அழைப்போம். தீபாவளிக்கு அவர்கள் தரும் இனிப்புகள் அவ்வளவு அதிகமாக இருக்கும். அதற்குப் பிறகு ஒரு வாரத்திற்கு பள்ளிக்கு டிபன் டப்பா முழுக்க தீபாவளி பலகாரம்தான் எடுத்துச் செல்வோம்.

ஐந்து வயதாக இருக்கும்போதுதான், நான் முதன்முதலாக 'இந்து', 'முஸ்லிம்' என்ற வார்த்தைகளை அறிந்தேன். இந்திராகாந்தியின் படுகொலையைத் தொடர்ந்து, அவர் பற்றியே எல்லோரும் பேசிக்கொண்டிருந்த போதுதான், நான் என் தாத்தாவிடம், 'அவர் இந்துவா? முஸ்லிமா?' என்று கேட்டேன்.

தாத்தா என் கண்களை உற்றுப் பார்த்தார். என் குழந்தைத்தனமான கேள்வி மத அடையாளம் பற்றியதல்ல, அவருக்கும் எங்களுக்குமான பொதுவான விஷயம் எது என்பதை அறியும் முயற்சி என்று அவருக்குப் புரிந்திருக்க வேண்டும்.

என்னை தன் அருகில் இழுத்து, 'தம்பி அவர் இந்து, முஸ்லிம், சீக்கியர், கிறிஸ்துவர் எல்லாம் தான், 'என்றார். இது எனக்கு திருப்தியளித்தது. அவரும் என் மற்ற நண்பர்கள் போல்தான் என்று நினைத்துக் கொண்டேன்.

1984ல் காந்தி குடும்பத்திற்கு முஸ்லிம்கள் மீதிருந்த பற்று, அல்லது ரகசியமான அவர்களது முஸ்லிம் பரம்பரை பற்றிய பொய் செய்தியாக இதை சமூக வலைதளங்களில் போட முடியாது. இன்று இந்தியாவில் வழமையாகி விட்ட வெறுப்புப்பரப்பல் அப்போது ஏற்பட்டிருக்க வில்லை.

1980களில் வளர்ந்த சிறுவனாக, என்னிடம் எதைச் சார்ந்தவன் என்று கேள்வி கேட்கப்பட்டதுண்டு. ஆனால் அது தேசிய அல்லது அடையாள அரசியல் சார்ந்ததல்ல. நாங்கள் உடன்பிறந்தோர் அறுவர். நான்கு சகோதரர்கள், இரு சகோதரிகள். நான் இரண்டாவது. பலகாரங்களுக்காக கடுமையாக சண்டை போட்டுக் கொள்வோம். ரம்ஜானுக்கும், பள்ளி சீருடைக்கும் வருடா வருடம் புத்தாடைகள் கிடைக்கும். செலவைக் குறைக்க ஒரே துணியை மொத்தமாக வாங்கி எல்லோருக்கும் அதில்தான் பேண்ட் சட்டை தைப்பாரகள். அரசு பொறியாளரான அப்பாவின் சம்பளத்தில் வாரம் ஓரிரு முறைதான் அசைவம். ஒவ்வொரு குழந்தைக்கும் ஒரு துண்டுதான் கிடைக்கும். ஒரு கூடுதல் துண்டுக்காக

தள்ளுமுள்ளு நடக்கும். வீட்டில் ஒரே ஒரு சைக்கிள்தான். அதை யார் நிறைய நேரம் ஓட்டுவது என்பதற்கு ஒரு சண்டை.

என் உடன்பிறந்தோரை விட நான் நிறம் சற்று அதிகம் என்பதை வைத்து என் உறவினர்கள் கேலி செய்வார்கள். ‘உன் அண்ணனுக்கு நிறைய நேரம் சைக்கிள் ஓட்டும் வாய்ப்பு கிடைப்பதற்கான நீ வருத்தப்படாதே தெருவில் கிடந்த உன்னை உன் அம்மா, அப்பா இரக்கப்பட்டு எடுத்து வந்து வளர்க்கிறார்கள். அதனால் கிடைப்பதை வைத்து சந்தோஷப்படு’, என்று கேலி செய்வார்கள்.

இது பொய்தானோ என்று சந்தேகமாக இருந்தாலும், சிறுவயது தானே. எனக்கு கோபம் வரும்போது, எனக்கு ஏதாவது மறுக்கப்படும் போது, அழுது ரகளை செய்வேன். ‘எனக்குத் தெரியும். தெருவில் இருந்து தூக்கி வந்த குழந்தை என்றுதான் இப்படிச் செய்கிறீர்கள்’ என்று அம்மாவை குறை கூறுவேன். அம்மா மிகவும் பொறுமையுடன், அன்பாக, என்னை சமாதானம் செய்வார்கள்.

ஒன்பதாவது படிக்கும் போது தப்ரீஸ் என்ற நண்பனோடு சர்க்கஸ் பார்க்கச் சென்றேன். அங்கு கரடி பயிற்சியாளர், ‘கோரக்பூரில் யாராவது எனது கரடியை அடக்க முடியுமா?’ என்று சவால் விட்டார். அப்போது நான் வெறும் ஐம்பது கிலோ எடைதான் என்றாலும் சவாலை ஏற்றேன். கரடி என்னை போல் பத்து மடங்கு அதிக எடை. என்னை கடுமையாக தாக்கியது. என் உடைகள் எல்லாம் கிழிந்து விட்டன. பெரும் போராட்டத்திற்குப் பிறகு, பயிற்சியாளரும், பிறரும், கரடியிடமிருந்து என்னைக் காப்பாற்றினர். பல மாதங்களுக்கு கரடியின் மூச்சுக் காற்றின் நாற்றத்தை என்னால் மறக்க முடியவில்லை. சிலர் இதை பைத்தியக்காரத்தனம் என்று கூறினாலும், நான் இப்போதும் இதை ஒரு வீரச்செயலாகவே நினைக்கிறேன். என் வாழ்வின் பல்வேறு சோதனைகளை எதிர்கொள்ளும் பலத்திற்கு இதுவும் ஒரு காரணம் என்றே நினைக்கிறேன்.

இந்த சம்பவத்தைத் தவிர, எனது குழந்தைப் பருவம் பெரும்பாலும் சாதாரணமாகக் கழிந்தது, குறை என்று சொன்னால், எங்கள் வீட்டில் படிப்பிற்குத் தந்த அநியாயமான முக்கியத்துவத்தைத் தான் சொல்ல வேண்டும். என் தந்தை ஒரு பொறியாளர் என்பதால் நாங்கள் படிப்பில் அக்கறையோடு இருக்கச் செய்தார். நான்

ஆங்கில வழிப் பள்ளியில் படித்தேன். ஆறாவது வந்த போது மஹாத்மா காந்தி இண்டர் காலேஜ் என்ற இந்தி வழி பள்ளிக்கு மாறினேன். இங்கு எனக்கு நிறைய நண்பர்கள் கிடைத்தார்கள்.

நீண்ட நேரம் படிப்பு, வாரம் ஒருமுறை தொலைக்காட்சி, அபூர்வமாக எங்கேனும் வெளியில் செல்வது, சாப்பிடுவது என்பதாகத்தான் எங்கள் குடும்பம் இருந்தது. என்னை விட ஒரு வயது சிறியவளான தங்கை ஃபர்கண்டா தான் எனக்கு உற்ற தோழி. சண்டைகளில் என்னை ஆதரிப்பாள். என் ஜோக்குகளுக்குச் சிரிப்பாள். என் ரகசியங்களைக் காப்பாற்றுவாள். தன் கணவர், குழந்தைகளோடு ஃபாரோ என்று எங்களால் அழைக்கப்படும் அவள் பெரிய படிப்பாளி. முனைவர் பட்ட ஆய்வு மேற்கொண்டாள்.

நானும் ஓரளவிற்கு நன்கு படித்தேன். பன்னிரண்டாம் வகுப்பு முடித்ததும் மருத்துவத்திற்கான ஒருங்கிணைந்த நுழைவுத் தேர்வை எழுதினேன். அதன் மூலம் ஜான்சி, அசம்கார், கோரக்பூர் ஆகிய உத்தரப்பிரதேச மருத்துவக் கல்லூரிகளில் எனக்கு இடம் கிடைத்தது. கர்னாடகாவில் உள்ள மணிபால் இன்ஸ்டிட்யூட் ஆஃப் மெடிக்கல் சயின்ஸஸிலும் இடம் கிடைத்தது. அந்த நுழைவுத் தேர்வில் நான் அகில இந்திய அளவில் முப்பதாவது ரேங்க் எடுத்திருந்தேன். வீட்டில் பெரிய விவாதத்திற்குப் பிறகு, நான் மணிபால் சென்று படிப்பதாக முடிவானது.

அங்கு படித்ததும், பின்னர் மணிபாலின் கஸ்தூர்பா மருத்துவமனையில் வேலை பார்த்ததும் தான் மருத்துவத் தொழில் பற்றிய எனது புரிதலுக்கு அடித்தளமாக அமைந்தது. அனைத்தையும் விட நோயாளிதான் முக்கியம் என்று கருத நாங்கள் பயிற்றுவிக்கப்பட்டோம். அவர்களது ஜாதி, மதம், பாலினம், பொருளாதார நிலை எதுவும் முக்கியமல்ல. அவர்களது நோயின் தன்மையும், அவர்களை எப்படி குணப்படுத்துவது என்பது மட்டும்தான் முக்கியம். என் வாழ்வில் மிகவும் அர்த்தமுள்ள, பெரிய ஞானத்தைத் தந்த காலகட்டம் அது.

எம்பிபிஎஸ் இரண்டாமாண்டு படிக்கும் போது, அப்பாவிற்கு உடல்நிலை சரியில்லாததுபோல் கனவு கண்டேன். 2003 மார்ச் 1 ம் தேதியன்று ஒரு முழு மருத்துவப் பரிசோதனை செய்து கொள்ளுமாறு அவருக்குக் கடிதம் எழுதினேன். துரதிருஷ்டவசமாக, இரண்டு நாட்கள் கழித்து அவர் காலமானார். நான் கோரக்பூர் போன பிறகுதான் நான் எழுதிய கடிதம் வந்து சேர்ந்தது.

சில காலம் நான் மிகவும் துக்கத்தில் இருந்தேன். இரவில் என் அப்பாவின் சமாதிக்குச் சென்று படுப்பேன். கிட்டத்தட்ட ஒரு மாதம் இவ்வாறு நடந்தது. தினமும் இரவு என் சகோதரர்கள் வந்து என்னை வீட்டிற்கு இழுத்துச் செல்வார்கள். என் தந்தை என்னை மருத்துவராக்க விரும்பினார். ஆனால் நான் மருத்துவர் ஆனதைப் பார்க்காமலேயே போய் விட்டார்.

படிப்பை முடித்ததும், நான் பல ஆண்டுகள், கேங்டாக்கில் உள்ள சிக்கிம் மணிபால் இன்ஸ்டிட்யூட் ஆஃப் மெடிகல் சயின்ஸஸில் பணி புரிந்தேன். அங்குதான் நான் மருத்துவர், மருத்துவ உதவியாளர் படிப்பு படிப்போருக்காக *'Manipal manual of clinical paediatrics'* என்ற எனது முதல் மருத்துவ நூலை எழுதினேன்.

நான் மருத்துவத் தொழிலை மேற்கொண்டதற்கு மிக முக்கியமான காரணமே குழந்தைகள் மீதான எனது பிரியம் தான். கேங்டாக்கில் இருந்தபோது நான் குழந்தை மருத்துவத் துறையில் கவனம் செலுத்த முடிவு செய்தேன்.

2015ல் நான் கோரக்பூர் திரும்பினேன். குடும்பத்தார் மனம் மகிழ டாக்டர் ஷபிஸ்தா கானை திருமணம் செய்துகொண்டேன்.

2016 ஆகஸ்ட் 8ம் தேதி நான் பிஆர்டி மருத்துவக் கல்லூரியின் குழந்தை மருத்துவத் துறையில் விரிவுரையாளராகச் சேர்ந்தேன். தேவையான உத்தரப் பிரதேச அரசுப் பணிக்கான தேர்வை எழுதி தேர்ச்சி பெற்றதும், நிரந்தர ஊழியராக நியமிக்கப்பட்டு, தகுதி காண் பருவத்தில் வைக்கப்பட்டேன். அதற்குமுன் 2016 மே 2லிருந்து சில மாதங்கள் நான் தேசிய ஊரக மருத்துவத் திட்டத்தின் ஒப்பந்தத் தொழிலாளர் திட்டத்தில் வேலை பார்த்தேன்.

பிஆர்டி வளாகத்தில் இருந்த நேரு மருத்துவமனை மிக முக்கியமான ஒன்றாகும். அக்கம்பக்க மாவட்டங்களான மஹாராஜ்கஞ்ச், பாஸ்தி, சோண்டா, பகாரிச், மாவோ, தேவ்ரியா, குஷிநகர் ஆகியவற்றிலிருந்து மட்டுமின்றி, பீஹாரின் பல நகரங்களிலிருந்தும், நேபாளத்திலிருந்தும் நிறைய நோயாளிகள் வருவார்கள்.

பிஆர்டியின் குழந்தை மருத்துவத் துறையில் சேர்ந்தபோது எனக்கு பெரிய அதிர்ச்சியாக இருந்தது. மணிப்பாலின் மிக சுத்தமான, மிக நேர்த்தியான மருத்துவமனையில் 12 ஆண்டுகள்

வேலை பார்த்த பிறகு, இங்குள்ள தீவிர சிகிச்சைப் பிரிவு ஒரு பொது வார்டு போல் இருந்ததைப் பார்த்து அதிர்ந்து போனேன். பெற்றோர்கள் இரவில் குழந்தைகளோடு தங்கினார்கள். வார்டுகளில் ஈக்கள் மொய்க்க கும்பலாக உட்கார்ந்து சாப்பிட்டார்கள். ஊழியர்கள் சிலர் கையுறை, முகக்கவசம் இன்றி வேலை பார்த்தார்கள். வேறு சிலர் தீவிர சிகிச்சை பிரிவிற்குள் செருப்புக்காலோடு திரிந்தார்கள். சமயங்களில் நோயாளிகளின் படுக்கையில் நாய்கள் உட்கார்ந்திருப்பதைப் பார்க்க முடியும். நோயாளிகளுக்கும் மருத்துவர், தாதிகளுக்கும் இருக்கும் விகிதாசாரத்திற்கும், உண்மையில் இருக்க வேண்டிய விகிதத்திற்கும் சம்பந்தமே இருக்காது. கடைசியாக எப்போது தீவிர சிகிச்சைப் பிரிவில் கிருமிநாசினி தெளித்து, நுண்கிருமிகள் அழிக்கப்பட்டன என்ற விவரமே தெரியவில்லை.

உ.பி.பப்ளிக் சர்வீஸ் விதிகளின் படி, நிரந்தரப் பணி நியமனம் பெற நான் இரண்டாண்டுகளுக்கு தகுதி காண் காலத்தல் இருக்க வேண்டியதாக இருந்தது. இதன் காரணமாக, நான் பணியில் சேர்ந்த சமயத்தில் எனக்கு எவ்வித நிர்வாக, நிதி அதிகாரங்களும் இல்லை.

ஊழியர்களுக்கு முகக்கவசம், கையுறை, காலணி உறை ஆகியவை மிக அவசியத் தேவைகளாக இருந்தன. நான் என் சொந்தப் பணத்தில் ஒரு கிருமி நாசினி தெளிப்பு இயந்திரமும், ஒரு மின்விசிறியும் குழந்தை மருத்துவ வார்டுக்கு வாங்கிப் போட்டேன். ஆரம்ப காலங்களில் என் சொந்தப் பணத்தில் பினாயில், விளக்குமாறுகள், குப்பைக்கூடைகள், கொசுபேட், ஹிட் ஸ்பிரே, பதிவேடுகள், நோட்டுகள், பேனாக்கள், ஃபைல்கள் எல்லாம் வாங்கிப் போட்டேன். பல மாதங்களாக சம்பளம் வழங்கப்படாது இருந்த துப்புறவுப் பணியாளர்கள், வார்டு பாய்களுக்கு பணம் தந்தேன். குழந்தை நோயாளிகளைச் சுற்றிப் பணி செய்வோர், சற்று உற்சாகத்தோடு பணி செய்வது அவசியம் என்பது என் கருத்து.

தகுதிகாண் காலத்தில் இருந்தபோது, உயரதிகாரிகளுக்கு பல்வேறு திட்டங்கள் பற்றிய முன்மொழிவுகளை அனுப்பினேன். பதிலே வராது. அல்லது நிதி இல்லை என்று பதில் வரும்.

நீண்டகாலமாக கோரக்பூரில் வசிப்பவன், ஒரு மருத்துவர் என்ற முறையில் ஆண்டுதோறும் மூளையழற்சி நோய் தீவிரமாகப்

பரவுவது பற்றி நான் அறிவேன். ஏஈஎஸ் எனப்படும் இந்த நோய் *(Acute Encephalitis syndrome AES)* – இந்த வருடாந்திரத் தொல்லை 1978லிருந்து உ.பியில் 25,000க்கும் மேற்பட்ட குழந்தைகளை பலி வாங்கியுள்ளது. ஒரு லட்சத்திற்கும் அதிகமானோரை நிரந்தரமாக ஊனமாக்கியுள்ளது.

ஏஈஎஸ் என்பது மூளை வீக்கத்தால் வரும் நோய். எந்த வயதினருக்கும், ஆண்டின் எந்தக் காலத்திலும் வரும். பதினைந்து நாட்களுக்குக் குறைவில்லாமல் கடும் காய்ச்சல் இருக்கும். நினைவு தப்புதல், குழப்பம், பேச இயலாமை, கோமா என மனநிலையில் பாதிப்பு வரும். சிலருக்கு சிலவகை வலிப்புகள் வரும்.

இந்நோய் பல்வேறு காரணங்களால் வரக் கூடியது. அதிக மரண விகிதம் (30-20 சதம்), அதிக நரம்பியல், மனநலப் பாதிப்புகள் (70-50 சதம்) கொண்ட நோய் என்பதால் இது ஒரு பெரிய பொது மருத்துவப் பிரச்சனையாகும். இதற்கு உடனடியான சிகிச்சை தேவைப்படும். மருத்துவத்தில் *ABCD* என்பார்கள். *AIRWAY, BREATHING, CIRCULATION, DRUGS* நோயாளியின் மூச்சுப் பாதையை சரிசெய்ய வேண்டும். மூச்சுவிட உதவியாக ஆக்சிஜன் வைக்க வேண்டும். ரத்த ஓட்டத்தை சீர்செய்ய வேண்டும். உரிய மருந்துகள் தரவேண்டும். இவையனைத்தையும் செய்தால்தான் நோயாளியைக் காப்பாற்ற முடியும்.

பொதுவாக இந்நோய் வசதி குறைவானவர்களைத்தான் அதிகம் தாக்கும். பெரும்பாலான ஏஈஎஸ் பாதிப்புக் குழந்தைகள் ஏழ்மையான, விளிம்புநிலை சமூகங்களைச் சேர்ந்தவர்களாகத்தான் இருப்பார்கள். மக்கள்தொகை, ஏழ்மை, ஊட்டச்சத்துக் குறைபாடு, சுத்தமான குடிநீர் கிடைக்காதது, தடுப்பூசி போதுமான அளவு போடாதது, சுகாதாரக் குறைவு, சுத்தக் குறைவு ஆகியவைதான் முக்கிய காரணங்கள். ஆங்கிலத்தில் *Seven ps – population, poverty, poor nutrituion, poor supply of safe drinking water. Poor vaccination, poor hygiene and poor sanitation* என்று மருத்துவர்கள் குறிப்பிடுவார்கள்.

இதில் மிக கடுமையான ஜப்பானிய மூளையழற்சி நோய் கொசுக்கள் மூலமாக பன்றிகளிடமிருந்து மனிதர்களுப் பரவுவதாகும். இதற்கு நம்மிடம் தடுப்பூசி உள்ளது. ஆனாலும் பாதிக்கப்பட்ட குழந்தைகளில் பெரும்பாலானோர் பொருளாதாரத்தில் அடித்தட்டில்

உள்ளவர்கள். கொசுக்கள் எப்படி ஏழைக் குழந்தைகள், பணக்காரக் குழந்தைகள் என்று வேறுபடுத்திப் பார்க்கின்றன என்று எனக்கு வியப்பாக இருக்கும். ஒருக்கால் தடுப்பூசி செலுத்துவதற்குப் பொறுப்பான ஊழியர்கள் இந்த விளிம்புநிலை மக்கள் வாழும் பகுதிகளுக்குச் செல்வதே இல்லையோ?

வார்டில், வெளி நோயாளிகள் பிரிவில் என் வேலைகளை முடித்த பிறகு நான் மூளையழற்சி நோய்க்கு கடைப்பிடிக்க வேண்டிய வழிமுறைகள் பற்றி வெண்டிலேட்டரை பொருத்துவது, நோயாளியின் உறவினரோடு பேசுவது, மருந்துகள் தருவது – தாதிகளுக்கு, இளம் மருத்துவர்களுக்கு கற்றுத் தருவேன். இதற்காக கற்றுத் தருதல், பேச்சுக் கலை தொடர்பாக ஒரு படிப்பிலும் சேர்நது படித்தேன்.

விரைவில் ஏஈஎஸ் குறித்த தகவல் பரிமாற்றத்திற்காக எனது சக ஊழியர்களை இணைத்து ஒரு வாட்ஸ்அப் குழு உருவாக்கினேன். ‘சேர்ந்து போராடி, ஏஈஎஸ்ஸை ஒழிப்போம்’ என்பது எங்கள் கோஷம். குழந்தைகள் தீவிர சிகிச்சைப் பிரிவில் நல்ல வெண்டிலேட்டர்கள், நவீன கருவிகளை வைத்து ஹைடிபண்டென்சி வார்டு என்பதை உருவாக்க, ஒரு மாதம் இரவு, பகலாக உழைத்தேன்.

2017 ஜூலை 9 அன்று உ.பிக்கு புதிதாய் தேர்ந்தெடுக்கப்பட்ட முதல்வரான யோகி ஆதித்யநாத் மருத்துவமனையைப் பார்வையிட வந்தார். அவர், மருத்துவக் கல்வி முதன்மைச் செயலாளர், மாவட்ட மாஜிஸ்திரேட், ஆணையர், இயக்குனர் ஆகியோர் முன்னிலையில், ஊழியர்கள், மருந்துகள், உபகரணங்கள் பற்றாக்குறை பற்றிப் பேசினேன். பேசி முடித்ததும், பல உறுதிமொழிகள் தரப்பட்டன. அதோடு, முதல்வர் கிளம்பும்போது, அவர் பின்னாலேயே ஓடி, ‘ஐயா, என்ஆர் ஹெச்எம் ஊழியர்களுக்கு கடந்த மூன்று நான்கு மாதங்களாக சம்பளம் தரப்படவில்லை’ என்று சொன்னேன்.

இது நடந்த அடுத்த வாரம் அந்த ஊழியர்களுக்கு சம்பளம் வழங்கப்பட்டது.

அடுத்தமுறை 2017 ஆகஸ்ட் 9 அன்று முதல்வர் மீண்டும் வந்தார். அவருடைய வருகைக்கு முன்பாகவே, மாவட்ட மாஜிஸ்திரேட்டும், பிஆர்டி மருத்துவக் கல்லூரி முதல்வரும் என்னை அழைத்து, முறை மீறி அவர் முன்பு நான் பேசக் கூடாது

என்று எச்சரித்தார்கள். போனமுறையே சம்பள பாக்கி பற்றி அவரிடம் நேரடியாகப் பேசி நான் நெறிமுறைகளை மீறிவிட்டேன். அதற்காக, அதிகாரிகளை கடிந்து கொண்டார்கள் போலும். நான் குறுக்கிட்டுப் பேசியதை எனது மேலதிகாரிகள் நல்லவிதமாக எடுத்துக்கொள்ளவில்லை.

அதற்கு சில நாட்களுக்குமுன், ஜூலை 31 அன்று நல்ல மழை. மருத்துவமனையில் ஏஈஎஸ் பாதிக்கப்பட்ட குழந்தைகள் நிரம்பி வழிந்து கொண்டிருந்த நேரம். அப்போது ஏ பி பி செய்தி நிறுவனம் மருத்துவமனையில் மருத்துவர்கள், தாதிகள் பற்றாக்குறை பற்றி நேர்காணல் செய்தது. நான் நான்கு – ஆறு மருத்துவர்களும், சில தாதிகளும் 400 குழந்தைகளுக்கு மருத்துவம் பார்க்க நேர்வதால், முறையான கவனம் செலுத்த முடியவில்லை என்று கூறினேன்.

2017 ஆகஸ்டில் நான் எனது துறையில் மிக இளம் விரிவுரையாளராக தகுதி காண் கட்டத்தில்தான் இருந்தேன். எனினும், அதற்கு முந்தைய எனது செயல்கள், அறிக்கைகள் வழியே கல்லூரியின் உயரதிகாரிகள், மாநில முதல்வர் ஆகியோரின் கவனத்தை ஈர்த்துவிட்டேன். இவையும், மருத்துவமனையில் ஏற்பட்ட மருத்துவ நெருக்கடியும் சேர்ந்து விரைவிலேயே என் வாழ்வே மாறப் போகிறது என்று அப்போது எனக்குத் தெரியாது.

தொடர்ந்த ஆண்டில் என் மீது கட்டவிழ்த்து விடப்பட்ட வெறுப்பையும், கொடுமையையும் நான் கற்பனை செய்திருக்கவே முடியாது. நான் பிறந்து, வளர்ந்த கோரக்பூர், என் வாழ்விற்காக, சுதந்திரத்திற்காக நான் முழு மூச்சுடன் போராட வேண்டிய போர்க்களமாக மாறக் கூடும் என்பதையும் நினைத்திருக்கவே முடியாது.

பாகம் ஒன்று

கடமை

1

பேரழிவை நோக்கி

எனது தொலைபேசி அடித்தபோது நள்ளிரவு இருக்கும். வழக்கம் போலவே எடுத்து, கண்ணைச் சுருக்கி யாரென்று பார்த்தேன். பிஆர்டி மருத்துவக் கல்லூரி ஏஈஎஸ் வாட்ஸ் அப் குழுவில் யாரோ ஒரு செய்தி அனுப்பியிருந்தார்கள். அது தந்த அதிர்ச்சியில் தூக்கம் முற்றிலும் கலைந்தது. அனுப்பியவர் நேரு மருத்துவமனையில் மூத்த பட்ட மேற்படிப்பு மாணவரான டாக்டர்.சதீஷ் சௌபே. குழந்தைகளுக்கான தீவிர சிகிச்சைப் பிரிவில் (NICU) ஆக்சிஜன் சப்ளை இல்லை. சிலிண்டர்களும் கைவசம் இல்லை' என்றது அத்தகவல்.

ஆக்சிஜன் இல்லையா? உடனடியாக என் மனக்கண்ணில் அந்த வார்டில் உள்ள குழந்தைகளின் உருவம் வந்து போனது. அந்த இளம் நோயாளிகளுக்கு என்ன ஆகுமோ என்று பதறியபடி, இருட்டிலேயே உடை மாற்றிக்கொண்டேன்.

அந்த சத்தத்தில் எழுந்துவிட்ட என் மனைவி, 'இந்த நேரத்தில் எங்கு கிளம்புகிறீர்கள்?' என்றாள் தூக்கக் கலக்கத்தோடு.

'முக்கியமான விஷயம் – நான் போக வேண்டும்.' வேகமாக உடை மாற்றினேன்.

'எப்போது பார்த்தாலும் வேலை, வேலை, வேலை. மருத்துவமனை, நோயாளிகள் பற்றித்தான் நினைக்கிறீர்கள். உங்கள் மகள் வளர்ந்து வருவது நினைவிருக்கிறதா? அவளோடு சிறிது நேரம் இருக்கப் பாருங்கள்!'

நான் அவளோடு வாதம் செய்ய விரும்பவில்லை. அன்று முழுவதும் வீட்டில்தான் இருந்தேன் என்பதை சொல்லிக் காட்டவும் விரும்பவில்லை. அவள் பதறுவாள் என்பதால் மருத்துவமனையில் ஏற்பட்டுள்ள பிரச்சனை பற்றியும் சொல்லவில்லை.

'நிஜமாகவே அவசரம் – ஒரு குழந்தைக்கு மிகவும் முடியவில்லை' என்று பொய் சொன்னேன்.

'சரி சீக்கிரம் வாருங்கள்.'

'போன உடனே, பார்த்துவிட்டு வந்து விடுவேன்.'

காரை நோக்கி நடந்தேன். வீட்டிலிருந்து மருத்துவமனை பத்து கி.மீ.தூரம். டிரைவரை அழைத்து, அவர் வரும் வரை காத்திருந்து, நேரத்தை வீணடிக்க நான் விரும்பவில்லை. அவர் என் வீட்டிற்கு வர அரைமணி நேரமாகும்.

மனதில் பல கேள்விகளோடு, நானே காரை ஓட்டிச் சென்றேன்.

தகவலில் குறிப்பிடப்பட்ட ஆக்சிஜன் பற்றாக்குறை பற்றி எனக்கு ஏன் ஓர் அறிகுறியும் தென்படவில்லை? காரணம் நான் 2017 ஆகஸ்ட் 10 அன்று விடுப்பில் இருந்தேன். ஓராண்டிற்குப் பிறகு எனது தங்கை ஓமனிலிருந்து வந்திருந்தாள். 9ம் தேதி மருத்துவமனையை பார்வையிட முதல்வர் வந்திருந்ததால் அதற்காக நாங்கள் கடுமையாக வேலை பார்த்திருந்தோம். எனவே குடும்பத்தோடு ஒருநாள் இருப்போம் என மறுநாள் நாள் விடுப்பு எடுத்திருந்தேன். வீட்டில் என் அம்மா, மனைவி, எனது 11 மாத மகள் ஜாப், என் சகோதரர்கள், அவர்களது குடும்பத்தினர் என்று எல்லோரும் இருந்தனர்.

குழந்தைகளோடு நான் மணிக்கணக்காக விளையாடினேன். சாப்பாடு முடிந்ததும் நீண்ட நேரம் தங்கை ஃபாரோவுடன் பேசிக் கொண்டிருந்தேன். வெகுநேரம் என் மகளுக்கு 'அப்பா!' என்று சொல்ல கற்றுத் தர முயன்று விட்டு அவளை தூங்க வைத்தேன்.

ஒருநாள் நான் இப்படி மருத்துவமனையை விட்டுவிட்டு வீட்டில் இருந்த நேரம், நூற்றுக்கணக்கான எங்கள் நோயாளிகளின் உயிருக்கே ஆபத்தான ஒரு பிரச்சனை வந்து விட்டது.

சாதாரண நேரங்களில்கூட, எந்த மருத்துவமனையிலும் ஆக்சிஜன் பற்றாக்குறை எனபது நோயாளிகளின் உயிருக்கே ஆபத்தாகி விடும். இப்போது பற்றாக்குறை ஒரு சிக்கலான நேரத்தில் ஏற்பட்டுள்ளது.. ஆகஸ்ட் மாதம் ஏஈஎஸ் உச்சத்தில் இருக்கும் நேரம்.

இப்படிப்பட்ட சந்தர்ப்பத்தில் நான் என்ன செய்ய முடியும்? யார்தான் என்ன செய்ய முடியும்? மருத்துவமனைக்குப் போனால் நிலைமை எப்படி இருக்கும்? விடைகளுக்காக தலையைப்

பிய்த்துக் கொண்டேன். முடிந்த அளவிற்கு அதிகமானோரின் உயிர்களைக் காக்க நான் அவசியம் அங்கு இருக்க வேண்டும் என்று மட்டும் தெரிந்தது. களின் ஸ்டியரிங்கை இறுக்கப் பற்றியபடி, அந்தக் குழந்தைகளுக்காக பிரார்த்தனை செய்தபடி என்னை தைரியப்படுத்திக் கொண்டேன்.

அல்லாவே, இரக்கம் காட்டுவீர்!

யாருமற்ற வீதிகளில் வேகமாக காரை ஓட்டிக்கொண்டே, மருத்துவமனை நண்பர்களை அழைக்க ஆரம்பித்தேன். வீட்டிலிருந்து கிளம்புவதற்கு முன்பே டாக்டர். சதீஷ் சௌபே, பணியில் இருந்த இளம் மருத்துவர்களிடமிருந்து பதட்டமான அழைப்புகள் வந்ததாகச் சொன்னார். மருத்துவமனையில் திரவ ஆக்சிஜன் தீர்ந்து விட்டது. கைவசமிருந்த ஐம்பது உருளைகளும் தீர்ந்து போய் விட்டன. நோயாளிகளை இழக்க ஆரம்பித்து விட்டோம்.

மருத்துவமனை போகும் வழியில் நான் நடத்திய உரையாடல்கள் நினைவில் அப்படியே உறைந்துள்ளன. அவை மிக விசித்திரமாக இருந்தன. வார்டுகளில் பணியில் இருந்த இளம் மருத்துவர்கள் தவிர நான் பேசிய பெரும்பாலானோர் எவரும் பிரச்சனையின் தீவிரத்தை புரிந்துகொண்டதாகவே தெரியவில்லை.

அன்று குழந்தைகள் தீவிர சிகிச்சைப் பிரிவில் (PICU) டாக்டர் சாக்ஷி, டாக்டர் அனில் என்ற இரு பட்ட மேற்படிப்பு மாணவ டாக்டர்கள் (Junior residents) பணியில் இருந்தார்கள்.

'என்ன ஆயிற்று?' என்று டாக்டர் அனிலிடம் கேட்டேன்.

'சார், மருத்துவமனையில் ஆக்சிஜன் இல்லை'.

'வேறு யாரிடமாவது தகவல் சொன்னீர்களா?'

'எல்லோருக்கும் தகவல் சொல்லி விட்டேன். சார்!' என்றார் டாக்டர் அனில். ' சீனியர் ரெசிடெண்ட், கன்சல்டண்ட்...'

'ஆக்சிஜன் தீர்ந்து போனதை எப்படி அறிந்தீர்கள்?'

'சார்! வெண்டிலேட்டர்கள் வேலை செய்யவில்லை. பீப் சத்தம் தர ஆரம்பித்து விட்டன. மத்திய பைப் லையனுக்கு பொறுப்பான பல்வந்த் குப்தாவை அழைத்தேன். அவர் திரவ ஆக்சிஜன் தீர்ந்து போய் விட்டது என்றார். ஜம்போ சிலிண்டர்களில் போதிய அழுத்தம் இல்லை. அவையும் இப்போது தீர்ந்து விட்டன. சார்....'

அடுத்த விஷயத்தை சொல்ல முயன்றபோது அவர் குரல் நடுங்கியதை உணர்ந்தேன்.

'என்ன?' என்றேன்.

'மூன்று குழந்தைகள் இறந்துவிட்டார்கள்.'

நான் காரின் வேகத்தை அதிகரித்தேன். பல்வந்த் குப்தாவின் எண்ணை வாங்கிக் கொண்டு இந்த அழைப்பை முடித்தேன்.

அடுத்து பல்வந்த்தை அழைத்தேன். சுருக்கமாகப் பேசினாலும், தகவல்கள் கிடைத்தன.

'என்ன நடந்தது, பல்வந்த்? விளக்கமாகச் சொல்லுங்கள்.'

'சார், இரவு 7.30.க்கு திரவ ஆக்சிஜன் அழுத்தம் குறைவாக இருப்பதைக் காட்டும் எச்சரிக்கை மணி ஒலித்தது. எனவே, மாற்று பைப் லைனில் நான் 52 கையிருப்பு சிலிண்டர்களை வைத்தேன். ஆனால், இரவு 11.30 மணியளவில் அவையும் தீர்ந்து விட்டன. மருத்துவமனையில் ஆக்சிஜன் இல்லை என்று எல்லோருக்கும் தகவல் தந்தேன். பணியில் இருந்த மருத்துவர்களுக்கும் தகவல் தந்தேன். காலையிலேயே ஆக்சிஜன் தீரப்போகிறது என்று டாக்டர் மஹிமா மிட்டலுக்கும் (குழந்தை மருத்துவப் பிரிவுத் தலைவர்), டாக்டர் சதீஷ் குமாருக்கும் (மயக்கவியல் துறைத் தலைவர்) கடிதம் எழுதினேன். அவர்கள் என் கடிதத்தை கல்லூரி முதல்வருக்கு அனுப்பி வைத்தார்கள்.'

'சரி, அடுத்த சிலிண்டர் எப்போது வரும்?'

'சார்! இம்ப்பீரியல் கேஸ் பைசா பாத்திலிருந்து ஒரு லாரியில் ஜம்போ சிலிண்டர்களை அனுப்பியுள்ளது. அது எப்போது இங்கு வந்து சேரும் என்று தெரியவில்லை.'

'லாரி எப்போது கிளம்பியது என்று தெரியுமா?'

'சார்! மாலையில் கிளம்பியிருக்க வேண்டும். டாக்டர் ராஜீவ் மிஸ்ரா சார் (முதல்வர்) சப்ளையர்களிடம் பேசியிருப்பார் என்று நினைக்கிறேன். ஆனால் இன்னும் வரவில்லை.'

அதிகாரப் படிநிலைகளை புரிந்து கொள்ள நான் அவரிடம் பல கேள்விகளைக் கேட்டேன்.

அவர் வெறுத்துப்போன குரலில், ஆனால் பொறுமையாக பதில் கூறினார்.

'ஆமாம் சார்! நான் எல்லோருக்கும் தகவல் சொல்லிவிட்டேன். காலையிலேயே எழுத்துபூர்வமாக இந்த தகவலை தந்து விட்டேன். இரவு 7.30க்கு ஆக்சிஜன் தீர்ந்தபோது, நம்மிடம் 52 உருளைகள் தான் உள்ளன. அவையும் சீக்கிரம் தீர்ந்து விடும். ஏதாவது செய்யுங்கள் என்று சொல்லி விட்டேன்.'

'அதற்கு அவர்கள் என்ன சொன்னார்கள்?'

'பார்க்கிறோம் என்றார்கள்.'

'திரும்ப அவர்கள் உங்களை அழைத்தார்களா?'

'இல்லை, சார்! யாரும் வரவில்லை. பட்ட மேற்படிப்பு படிக்கும் மாணவ டாக்டர்கள் தான் என்னிடம் பேசிக் கொண்டிருக்கிறார்கள்.

பிஆர்டி மருத்துவக் கல்லூரியில் குழந்தை மருத்துவத் துறையின் விரிவுரையாளர் என்ற வகையில், அதிகார படிநிலையில் நான் கடைசியில் இருந்தேன். துறைத் தலைவர், அவருக்கு அடுத்து இரண்டு மூத்த பேராசிரியர், பிறகு இரண்டு இணைப் பேராசிரியர்கள் என்று எனக்கு மேல் பலர் இருந்தார்கள். நான் தகுதி காண் கட்டத்தில் இருந்ததால் எனக்கு நிர்வாக, நிதி அதிகாரங்கள் தரப்படவில்லை. விரிவுரையாளர் அல்லது துணை பேராசிரியர் என்ற பதவியில் ஒப்பந்த அடிப்படையில் நியமிக்கப்பட்ட மருத்துவர்களும் இருந்தார்கள். குழந்தை மருத்துவத்தில் எம்.டி. அல்லது பட்டயப் படிப்பு படித்துக்கொண்டிருந்த ஜூனியர் ரெசிடண்ட்கள் பலரும், மூன்று சீனியர் ரெசிடண்ட்களும் இருந்தார்கள்.

என்ன நடந்தாலும் சரி, நாம் தலையிடுவது என்று முடிவு செய்தேன். மனக்கண்ணில், தீவிர சிகிச்சைப் பிரிவில் சிறு குழந்தைகள் மூச்சுத் திணறும் காட்சி வந்து போனதும், நான் புதிதாய் பணியில் சேர்ந்த இளம் மருத்துவர் என்பதை மறந்தேன்.

குழந்தை மருத்துவத் துறையின் தலைவர் டாக்டர் மஹிமா மிட்டலின் எண்ணை அழைத்தேன். பத்து, பதினோரு முறை மணி அடித்த பிறகு, அவர் எடுத்தார்.

'மாலை வணக்கம் அம்மா... இவ்வளவு நள்ளிரவில் அழைப்பதற்கு மன்னிக்கவும். டாக்டர் சௌபேயின் தகவலைப்

பார்த்தீர்களா?'

அவரிடமிருந்து எந்த பதிலும் இல்லை. ஒரு கணம் அவர் லைனில்தான் இருக்கிறாரா என்றே சந்தேகமாக இருந்தது. நான் மூச்சு விடாமல் பேசுவதை தொடர்ந்தேன்.

'அம்மா, நம்மிடம் திரவ ஆக்சிஜன் தீர்ந்து விட்டது. கையிருப்பில் இருந்த ஜம்போ சிலிண்டர்களும் தீர்ந்து விட்டன. பைசாபாத்திலிருந்து வரும் இம்ப்பீரியர் கேஸ் லாரியும் வந்து சேரவில்லை. மருத்துவமனையில் எங்குமே ஆக்சிஜன் இல்லை. வெண்டிலேட்டர்கள் பீப் எழுப்புகின்றன.

'ஆமாம், தெரியும். நீங்கள் முதல்வரிடம் சொல்லுங்கள்' என்றார் அவர் ஒரு வழியாக.

'சரி அம்மா!' என்று அவர் சொன்னதைச் செய்தேன்.

முதல்வரை பலமுறை அழைத்தேன். ஆனால் அவரது போன் கிடைக்கவே இல்லை. என்ன செய்வது என்று தெரியாமல், மீண்டும் துறைத் தலைவரை அழைத்தேன்.

'அம்மா, முதல்வர் போனை எடுக்கவில்லை.'

'அப்படியானால் பொறுப்பு முதல்வரிடம் பேசுங்கள்.'

எனக்கு குழப்பமாகி விட்டது. பொறுப்பு முதல்வரா? எங்களுக்கு பொறுப்பு முதல்வர் இருப்பதே எனக்குத் தெரியாது!

'அம்மா! புரியவில்லை. நம் முதல்வர் சார்! எங்கே?'

'அவர் ஆய்விற்காக ரிஷிகேஷில் உள்ள எய்ம்ஸ்க்குப் போயிருக்கிறார். டாக்டர் ராம் குமார் ஜெய்ஸ்வால் தான் பொறுப்பு முதல்வர். அவரிடம் பேசுங்கள்.' என்றார் அவர்.

'ஆனால், அம்மா, அவரை எனக்குத் தெரியாது. தயவு செய்து நீங்கள் அவரிடம் பேசுகிறீர்களா?

'அவர் கண் மருத்துவத்துறையின் தலைவர்.'

'ஆனால் என்னிடம் அவரது எண் இல்லையே, அம்மா! '

'நான் அனுப்புகிறேன்.'

'அம்மா, நீங்கள் மருத்துவமனைக்கு வருகிறீர்களா?

'பார்க்கலாம்' என்று போனை வைத்து விட்டார்.

காரை ஓட்டிக் கொண்டே துறைத் தலைவர் அனுப்பிய எண்ணை வைத்து டாக்டர்.ராம்குமார் ஜெய்ஸ்வாலை அழைத்தேன். என் மூளை பல திசைகளிலும் சுழன்று கொண்டிருந்தது. என்ன நடக்கிறது? துறைத் தலைவர் ஏன் பட்டும்படாமல் பேசுகிறார்? முதல்வர் எங்கே? மூத்த மருத்துவர்கள், அதிகாரிகள் பலர் மருத்துவமனை வளாகத்திலேயே வசித்தாலும், ஏன் யாரும் வரவில்லை? மைய ஆக்சிஜன் சப்ளையே நின்றுவிட்டால், மருத்துவமனை முழுவதுமே பிரச்சனைதானே? எங்கள் துறையில் நடப்பது போல எல்லா துறையிலும் நடக்குமே! இது 950 படுக்கைகள் கொண்ட மூன்றாம் நிலை பராமரிப்பு மருத்துவமனை. எனக்கு என்ன செய்வது என்று தெரியவில்லை.

பொறுப்பு முதல்வரிடம் என்னை அறிமுகம் செய்துகொண்டு, நிலைமையை விளக்கினேன். துறைத் தலைவரிடம் பேசியதையும், அவர் பொறுப்பு முதல்வரிடம் பேசச் சொன்னதையும் கூறினேன்.

அவர், ‘சரி, டாக்டர் ராஜீவ் மிஸ்ராவிடம் முயற்சி செய்து பேசுங்கள். நானும் பார்க்கிறேன். ஆக்சிஜன் சப்ளைக்குப் பொறுப்பான, மயக்கவியல் துறைத் தலைவர் டாக்டர், சதீஷிடமும், உங்கள் துறைத் தலைவரிடமும் நான் பேசுகிறேன்’ என்றார்.

எந்த கருணையுமின்றி, வறட்டுத்தனமாக அவர் பேசியதன் சாரம் இதுதான்.

நான் திரும்பவும் துறைத் தலைவரை அழைத்து, ‘பொறுப்பு முதல்வர் உங்களிடம் பேசுவார்’ என்று தெரிவித்தேன்.

‘நான் கட்டாயம் அவரிடம் பேசுகிறேன். நீங்களும் முதல்வரை தொடர்ந்து அழைத்துப் பாருங்கள்.’

‘அம்மா, நீங்கள் டாக்டர். சதீஷிடம் பேசினீர்களா?’

‘பேசுகிறேன்’.

’ஆனால், அம்மா, நீங்கள் வருகிறீர்களா?’

‘பார்க்கலாம். இதற்கிடையில், ரெசிடண்ட்களிடம் வெண்டிலேட்டர்களை எடுத்துவிட்டு, மாற்று ஏற்பாடு செய்யும் வரை ஆம்பு செய்யச் சொல்லுங்கள் (Ambu)’ என்றார்.

நான் அதிர்ந்து போனேன். தூக்கத்தில் உளறுகிறாரா?

ஆம்பு பேக் என்பது Bag valve mask என்று அழைக்கப்படும் சுவாசத்திற்கு உதவும் கருவியாகும். ஆம்புலன்ஸில் அல்லது நோயாளிக்கு ஆக்சிஜன் சிலிண்டரை பொருத்தும் வரையிலான இடைப்பட்ட காலத்திற்குப் பயன்படுத்துவது. பயிற்சியுள்ள மருத்துவ ஊழியர்களுக்கே அதை நீண்ட நேரம் பயன்படுத்துவது கடினம்.

ஆச்சிஜன் சப்ளை பழைய படிக்கு எப்போது வரும்? ஆக்சிஜன் தேவைப்படும் அத்தனை குழந்தைகளின் குட்டி நுரையீலுக்குள்ளும் ஆக்சிஜனை கையால் பம்ப் செய்து அனுப்ப பயிற்சி பெற்ற மருத்துவர், தாதிகளை போதுமான அளவிற்கு எங்கிருந்து வரவழைப்பது? இப்படியொரு அறிவுரையை போகிற போக்கில் என் மீது எறிந்ததை நினைத்து எனக்கு பேச்சே வரவில்லை.

மருத்துவமனையை நெருங்குவதற்கு சில கணங்களுக்குமுன், என்னை நானே தைரியப்படுத்துக் கொண்டேன். ஆக்சிஜன் தீரப் போகிறது என்று பல்வந்த் காலையிலேயே உயரதிகாரிகளிடம் எழுத்துபூர்வமாகத் தெரிவித்து விட்டார். குட்டி டாக்டர்கள் பெரிய டாக்டர்களுக்குத் தகவல் தெரிவித்த பிறகும், யாரும் வரவில்லை. ஜம்போ சிலிண்டர்களுடன் பைசாபாத்திலிருந்து லாரி வந்து கொண்டிருக்கிறது. எப்போது வரும் என்று தெரியவில்லை. பைசாபாத்திலிருந்து வர மொத்தமாகவே 4-5 மணி நேரம்தான் ஆகும். மருத்துவமனை அருகில் செல்லும்போது, என் பதட்டம், உயரதிகாரிகளின் இயந்திரத்தனமாக பதில் எல்லாம் சேர்ந்து ஒரு அப்பட்டமான உண்மையை உணர்த்தின.

மருத்துவமனையில் நான்தான் நடவடிக்கை எடுக்க வேண்டும்.

மருத்துவமனை வாயிலிலேயே அலறல் ஒலிகள் கேட்டன. காரை நிறுத்திவிட்டு உள்ளே நுழையும்போது, தாய்மார்களின் அழுகையும், சாபங்களும் அந்த நள்ளிரவின் அமைதியைக் கிழித்தன.

பெரும் குழப்பத்தை நோக்கி நடந்தேன். ஒவ்வொரு அடியும் கற்பனை செய்ய முடியாத துன்பம், சோகத்தை நோக்கி என்னை இட்டுச் சென்றது.

2

டாக்டர், என் குழந்தையைக் காப்பாற்றுங்கள்!

மருத்துவமனையில் வார்டு 100 ,12 ,6 மற்றும் குழந்தைகளுக்கான தீவிர சிகிச்சைப் பிரிவு ஆகியவை குழந்தை மருத்துவப் பிரிவைச் சேர்ந்தவை. இங்கேதான் நான் பணியாற்றினேன். நூறு படுக்கைகள் கொண்டதால் வார்டு எண் 100 என்று காரணப் பெயர் பெற்ற அந்த வார்டு 2013 தேசிய கிராமப்புற சுகாதாரத் திட்டத்தின் கீழ் உருவாக்கப்பட்டது. 100வது வார்டு இருந்த கட்டிடம், அதற்கான உபகரணங்களை மத்திய அரசு தந்தது. மருந்துகள், பராமரிப்பு ஆகியவை மாநில அரசின் பொறுப்பு. மொத்தமாக எங்கள் துறையில் 216 படுக்கைகள் இருந்தன. எனினும், எங்கள் துறைக்கு நோயாளிகள் அதிகம். ஏஈஎஸ் பரவும் காலத்தில் 400க்கும் மேற்பட்ட நோயாளிகள் இருப்பார்கள். சுமார் 200 சதுர கி.மீ. சுற்று வட்டாரத்தில் முழுமையான வசதிகள் கொண்ட ஒரே பெரிய மருத்துவமனை எங்கள் மருத்துவமனை என்பதால் எப்போதுமே கூட்டம் நிரம்பி வழியும்.

ஒரு சாதாரண இரவில் நான் ஒரு நோயாளியைப் பார்க்கப் போகும்போது நாற்காலியில், நடைபாதைகளில் நோயாளிகளை கவனித்துக்கொள்ள துணை வந்தவர்கள், தூங்கிக் கொண்டிருப்பவர்கள். காவலாளிகள் தம் இடங்களில் இருப்பார்கள். செவிலியர்கள் தம் பணியில் ஈடுபட்டிருப்பார்கள்.

அன்றிரவு நான் வார்டு 100 ஐ நோக்கி ஓடினேன். வாசலிலேயே 8-10 வயதுள்ள ஒரு சிறுமியின் துவண்ட உடலை சுமந்தபடி ஒரு சிறு கும்பல் நின்று கொண்டிருந்தது.

'என் செல்லமே! என் செல்லமே!' என்று கதறியபடி மூன்று பெண்கள் ஒருவரை ஒருவர் தாங்கிக்கொண்டிருந்தார்கள். அந்த குழந்தை இறந்து விட்டதா அல்லது மயங்கி இருக்கிறதா என்று தெரியவில்லை. அவர்கள் அழுதுகொண்டிருந்தார்கள். நான்

கோட்டு அணியவில்லை. ஆனால் கையில் ஸ்தெதாஸ்கோப் இருந்தது. அவர்கள் சட்டென்று என்னை டாக்டராக அடையாளம் காணாவிட்டாலும், அவர்கள் பார்த்த பார்வை இன்றளவும் என்னை வேதனைப்படுத்துகிறது. அவர்கள் கண்களில் வலியோடு, ஆதரவற்று நிற்கும் முகபாவனையோடு இருந்தது என் நினைவில் என்றும் ஆழமாய் பதிந்து நிற்கிறது. அவர்களின் துக்கத்திற்கு என்னையறியாது என் உடல் நடுங்கியது.

தீவிர சிகிச்சைப் பிரிவிற்கு வெளியே, பெற்றோர்கள் கூட்டம் கூட்டமாக நின்று, உள்ளே எட்டிப் பார்க்க முயற்சி செய்து கொண்டிருந்தார்கள். இதுபோன்ற செயல்களைத் தடுக்க வேண்டிய காவலாளிகளை எங்கும் காண முடியவில்லை. தீவிர சிகிச்சைப் பிரிவில் கூட்டத்தை விலக்கிக்கொண்டு உள்ளே நுழையும்போது ‘என் குழந்தை!’ ‘என் செல்லம்!’ என்று அவர்கள் கதறுவது காதில் விழுந்தது. அவர்களது துயரத்தால் நான் ஆடிப் போனேன். உடல்நலம் குன்றிய குழந்தைகளைத் தூக்கிக்கொண்டு நீண்ட தூரம் பயணம் செய்து வந்தவர்கள். எங்கள் மருத்துவமனைதான் அவர்களது நம்பிக்கை. அந்த நம்பிக்கையை காப்பாற்ற வேண்டுமே என்று நான் பதறினேன்.

உள்ளே, எப்போதும் அமைதியாக இருக்கும் அந்த அறையில் ஒரே கூச்சல். தம் குழந்தையின் நிலை கண்டு கோபத்தில் சத்தம் போடுவோர், இறந்த குழந்தையைப் பார்த்துக் கதறுவோர், ஆக்சிஜன் இல்லாததால் வெண்டி லேட்டர்கள் எழுப்பும் எச்சரிக்கை ஒலி, அங்குமிங்கும் ஓடும் மருத்துவர்கள் என்று ஒரே கூச்சலும், குழப்பமுமாக இருந்தது.

செவிலியர் சௌம்யா என்னைப் பார்த்து ஓடி வந்தார். ‘சார்!, சார்!’ தயவுசெய்து உதவுங்கள்! எங்களுக்கு என்ன செய்வது என்றே தெரியவில்லை!’ என்றார். அழுதுவிடுவார் போலிருந்தது.

மருத்துவர்கள் அனிலும், சாக்ஷியும் எங்கே? என்று கேட்டேன்.

‘3வது அறையில் இருக்கிறார்கள் சார்!’

நான் 4 ,3 அறை நோக்கிப் போகும்போது அறை 2 ,1ல் பெரிய கூட்டம். எல்லோரும் அலறிக்கொண்டிருந்தார்கள். வெண்டிலேட்டர், மானிட்டர்களின் பீப் ஒலி. இப்போதும் சமயங்களில் என் கனவுகளில் இவற்றை நான் கேட்கிறேன்.

டாக்டர் அனிலும், டாக்டர் சாக்ஷியும் என் அருகில் வந்தார்கள்.

'என்ன செய்வது சார்? எல்லா வெண்டிலேட்டர்களும் நின்று விட்டன. ஏற்கனவே எட்டு குழந்தைகள் இறந்து விட்டார்கள்.'

அவர்கள் முகத்தில் பெரும் அச்சமும், வேதனையும். அந்த இரவு அவர்களது பயிற்சியை அதீதமாகச் சோதித்து விட்டது. அவர்கள் இப்படியான ஒரு சூழ்நிலைக்கு முற்றிலும் தயாராக இருந்திருக்கவில்லை.

இந்த சூழலை எப்படி சமாளிப்பது என்று வேகமாகச் சிந்தித்தேன்.

'இரவு 7.30க்கு ஆக்சிஜன் தீரும்போது இரவு டியூட்டியில் இருந்த பெரிய மருத்துவர் யார்?' என்று கேட்டேன்.

'டாக்டர் சர்மா '.

'அவரிடம் சொன்னீர்களா?'

'சொன்னோம்' என்றார் டாக்டர் அனில்.

'ஏதாவது ஏற்பாடு செய்கிறேன்' என்றார் அவர். இப்போது நமது போன் அழைப்பை எடுக்க மாட்டேன் என்கிறார்' என்றார் டாக்டர் சாக்ஷி.

'அம்மாவிடம் சொன்னீர்களா?' என்றேன். துறைத் தலைவர் டாக்டர் மகிமாவிற்கு இவர்கள் மூலம் தகவல் சென்றதை உறுதி செய்து கொள்வதற்காகக் கேட்டேன்.

'ஆமாம் சார்!. நாங்கள் பேசிய எல்லோரும் ஏதேனும் செய்வதாகச் சொன்னார்கள். ஆனால், யாரும் வரவில்லை. இப்போது போனையும் யாரும் எடுப்பதில்லை. இந்த இரவை எப்படி நாம் கடக்கப் போகிறோமோ... தெரியவில்லை..' பேசும் போதே துக்கத்தில் அவர் நா தழுதழுத்தது.

'அமைதியாக இருங்கள். இப்போது நீங்கள் எத்தனை பேர் டியூட்டியில் இருக்கிறீர்கள்?'

'நாங்கள் ஆறு பேர்'.

'அப்படியானால் ஜூனியர் டாக்டர்கள், செவிலியர்கள் எல்லோரையும் கூப்பிடுங்கள். அடுத்து என்ன செய்யலாம் என்று முடிவெடுக்க வேண்டும். நம்மிடம் எத்தனை நோயாளிகள் இருக்கிறார்கள்?

'கிட்டத்தட்ட 313 சார்! ஏற்கெனவே சிலரை இழந்து விட்டோம்.'

'இதில் எத்தனை பேர் வெண்டிலேட்டரில் இருக்கிறார்கள்?'

'சுமார் ஐம்பது பேர். பிறந்த குழந்தைகளுக்கான தீவிர சிகிச்சைப் பிரிவில் எண்பது குழந்தைகளில் பதினாறு வெண்டிலேட்டரில் உள்ளன. இங்கேயே மாட்டிக்கொண்டதால் அங்கு போய் பார்க்க முடியவில்லை. அங்கும் இரண்டு டாக்டர்களும், நான்கு நர்ஸுகளும் இருக்கிறார்கள். பிறகு அவசர சிகிச்சைப் பிரிவில் ஆறு... சார்!...' பேச முடியாது துக்கம் தொண்டையை அடைத்தது அவருக்கு. ' என்னால் யாரையும் கவனிக்க முடியவில்லை. ஆக்சிஜன் இல்லாமல் குழந்தைகள் நிலைமை மோசமாகி வருகிறது. ஆக்சிஜன் குறைவால் மூளை பாதிக்கப்பட்டு சிலருக்கு வலிப்பு வந்து விட்டது.'

நான் அவரது தோளைப் பற்றினேன். 'புரிகிறது. எத்தனை நர்ஸுகள் டியூட்டியில் இருக்கிறார்கள்?'

'சுமார் இருபத்தி நான்கு பேர்.'

'எல்லோரையும் அழையுங்கள். மேற்படிப்பு படிக்கும் மாணவர்கள், வார்டு பாய்கள், துப்புரவுப் பணியாளர்கள், அனைவரையும் ஒவ்வொரு உயிரையும் காப்பாற்ற நாம் கடுமையாக வேலை பார்க்க வேண்டும்.' 'ஒவ்வொரு உயிரையும்' திரும்பவும் சொன்னேன். இருவரும் உற்சாகமாக தலையசைத்தார்கள்.

சில நிமிடங்களில் எல்லோரும் கூடி விட்டார்கள். குழந்தைகளின் உடல்நிலை மோசமாகி வரும் சூழலில், பதறும் பெற்றோர்கள் கூட்டத்திற்கு மத்தியில் அந்த இரவைக் கடக்க என்ன செய்யலாம் என்ற ஆலோசனைகளைச் சொன்னேன்.

'உங்கள் பதட்டத்தை காட்டிக்கொள்ளாதீர்கள். கூடுமானவரை அமைதியாக இருங்கள்,' என்றேன், அவர்களது பதட்டமான முகங்களைப் பார்த்தபடி.

'பெற்றோர்களிடம் பொறுமையாக நடந்துகொள்ளுங்கள். இது ஒரு போர்க்களம் போன்றது. நாம் ஒவ்வொரு குழந்தையின் உயிருக்கும் போராட வேண்டும். பெற்றோர்கள் உணர்ச்சி வசப்பட்டு இருப்பாரகள். அவர்களிடம் முரட்டுத்தனமாக நடந்து கொள்ளாதீர்கள். அவர்களிடம் குரலை உயர்த்திப் பேசாதீர்கள்.'

யாரும் பதில் பேசவில்லை. தன் கண் முன்னே, தன் குழந்தை செத்துக் கொண்டிருப்பதைப் பார்க்கும் பெற்றோர்களை கையாள்வது மிக மிக கடினமானது என்று எனக்குத் தெரியும்.

'நம்மிடம் எத்தனை ஆம்பூ பைகள் உள்ளன? அவை அனைத்தையும் சேகரித்தால்தான் வெண்டிலேட்டரில் உள்ள குழந்தைகளை காப்பாற்ற முடியும். அதை எப்படி பயன்படுத்துவது என்று செய்து காட்டுகிறேன். சில பெற்றோர்களுக்குக்கூட அதை கற்றுத் தந்து, தம் குழந்தைகளுக்குச் செய்யச் சொல்லலாம்' என்றேன்.

பலருக்கு ஆம்பு பையை பயன்படுத்தத் தெரியாது. அதை கையால் இயக்கி ஆக்சிஜனை நோயாளிக்கு தர முடியுமா என்ற சந்தேகத்தோடு அவர்கள் ஒருவரையொருவர் பார்த்துக் கொண்டார்கள்.

'சரி, நான் செய்து காட்டுகிறேன்' என்று ஒரு குழந்தையிடம் அழைத்துச் சென்றேன். குழந்தையோடு இணைக்கப்பட்டிருந்த வெண்டிலேட்டரை எடுத்துவிட்டு ஆம்பூப் பை சுவாசத்தை குழந்தைக்கு அளிப்பதை செய்து காட்டினேன். எல்லோரும் பக்கத்தில் நின்று, கவனமாகப் பார்த்துக்கொண்டார்கள். நான் மற்ற உத்தரவுகளைத் தந்தேன்.

'ஒவ்வொரு கேபினிலும் மருந்துகள் தவிர ஒரு நர்ஸ். நோயாளியின் அளவுருக்களை *(Parameters)* கண்காணிக்க ஒரு டாக்டர். மற்ற அனைவரும் ஆக்சிஜன் சப்ளை வரும்வரை ஆம்பூ பை சுவாசம் தர வேண்டும். புரிந்ததா?

எல்லோரும் கோரசாக, 'சரி சார்!' என்று சொல்லிக் கலைந்தார்கள்.

'இது நீண்ட இரவாக இருக்கப் போகிறது. இப்போது தேவைப்படும் குழந்தைகளுக்கு ஆம்பூ பையை எடுத்துச் செல்லுங்கள். நீங்கள் செய்வது அனைத்தையும் குறித்து வைக்க மறந்து விடாதீர்கள். உங்கள் ஒவ்வொரு செயலையும் எழுதி வையுங்கள். உண்மையை எழுதுங்கள். மாற்றி எழுத வேண்டாம். ஏதாவது பிரச்சனை என்றால் உடனடியாக எனக்குத் தகவல் தாருங்கள்.'

இதோடு எல்லோரும் நோயாளிகளை நோக்கிச் சென்றார்கள்.

நோயாளிகளின் நிலையை, செய்யப்படும் மருத்துவத்தை தொடர்ந்து கண்காணிக்க வேண்டியதாக இருந்தது. எல்லா தீவிர சிகிச்சை பெறும் குழந்தைகளையும் சென்று பார்த்தேன். அங்கிருந்த மருத்துவர் ஒவ்வொருவர் பற்றிய விவரங்களையும் கூறினார். பலரின் நிலை மோசமாகிக் கொண்டிருந்தது.

'சார்! 8 வயதான வினிதாவுக்கு ஐந்து நாட்களாக காய்ச்சல், மூன்று நாட்களாக வாந்தி, இரண்டு நாட்களாக நினைவு தடுமாறுதல், ஐந்தாம் நாள் பலமுறை வலிப்பு, நாள் முழுக்க மயக்கம் ஆகிய அறிகுறிகளோடு வந்தாள். கால்சியம் கலந்த ஐசோடோனிக் திரவம் தந்தோம். பெனோபைப்ரேட் ஊசி, மீடாஜோலம் எஸ்ஓஎஸ், அசிக்ளோவிர், வான்கோமைசின், அமிகாசின், செஃப்ட்ரியாக்சோன் தந்தோம். இப்போது வலிப்பு வரவில்லை. காய்ச்சல் இல்லை. ஆனால் முக்கிய அறிகுறிகள் குறைந்து வருகின்றன.

எனக்கு கூடுதல் தகவல்கள் தேவைப்பட்டன. எந்தெந்த அறிகுறிகள்? எலக்ரோ லைட்ஸ் எவ்வாறு உள்ளன? நான் தொடர்ந்து செய்ய வேண்டியவை, தர வேண்டிய மருந்துகளைச் சொன்னேன்.

எனது பயிற்சியும், படிப்பும் தொடர்ந்து வரும் பிரச்சனைகளுக்கு தீர்வு சொல்லிக் கொண்டே இருந்தன என்றாலும், மோசமான உடல் நிலையில் இத்தனை குழந்தைகளைப் பார்க்கும் போது மனம் கனத்தது. நான் ஒவ்வொரு நோயாளியாகப் பரிசோதித்தேன். அவர்களுக்கு என்ன மருந்து தரப்படுகிறது. யாருடைய நிலை மோசமாக உள்ளது. அது எந்த அளவிற்கு மோசமாக உள்ளது. எந்த நோயாளிக்கு திரவம் செலுத்த வேண்டும். ஆக்சிஜன் பற்றாக்குறைக்கு எந்தெந்த மாதிரியான மருத்துவம் செய்ய வேண்டும் என்று அறிந்துகொள்வது அவசியமாக இருந்தது.

ஒரு குழந்தை இறந்து போனது என்று தெரிந்தால், உடனே அந்த உடலை முறையாக சுத்தம் செய்து, அதோடு இணைக்கப்பட்டிருக்கும் கருவிகளை நீக்கி, ரத்தக் கறைகளைத் துடைத்து சுத்தம் செய்யச் சொன்னேன். பெற்றோர்களிடம் மிகவும் கனிவோடு, அவர்களது உணர்வுகளைப் புரிந்துகொண்டு, மென்மையாக விஷயத்தை அவர்களிடம் சொல்லச் சொன்னேன்.

ஒவ்வொரு நோயாளியையும் பரிசோதித்தேன். அவர்களது நோயின் வரலாற்றைத் தெரிந்துகொண்டேன். ஆனால் அடுத்து

எந்த மாதிரியான அவசர நிலை வருமோ என்று தெரியாமல் இருந்தது.

திடீரென மூன்று வயதுக் குழந்தை ஒன்றிற்கு உடல்நிலை மோசமானது. எல்லோரும் அந்தப் படுக்கைக்கு ஓடினோம். ஒரு இளம் மருத்துவர் செயற்கை சுவாசத்தை ஆரம்பித்தார். குழந்தையின் வாயிலிருந்தும், மூக்கிலிருந்தும் ரத்தம் வந்தது. செயற்கை சுவாசம் வேலை பார்க்கவில்லை. மிகவும் தாமதமாகி விட்டது. அவளை எங்களால் காக்க முடியவில்லை. நுரையீரலில் ரத்தக்குழாய் வெடித்து விட்டது போலும். வாயிலிருந்து புதிதாய் நுரைத்த ரத்தம்.

நாங்கள் அழுது விட்டோம். பெற்றோர், நர்ஸுகள், டாக்டர்கள் எல்லோரும். என் கண்களிலும் நீர். மரணத்தால் மட்டுமல்ல... எதுவும் செய்ய முடியாத நிலை, வெறுப்பு, அச்சத்தால் வெல்லற்கரிய ஒரு ராட்சத எதிரியோடு நாங்கள் போராடிக் கொண்டிருந்தோம். ஆனால் அந்தப் போருக்குத் தேவையான முக்கியமான ஆயுதமான ஆக்சிஜன் எங்களுக்கு மறுக்கப்பட்டது.

குழந்தை எதனால் இறந்தது என்று அதன் பெற்றோருக்கு விளக்கம் தர வார்த்தைகளைத் தேடுவது அவ்வளவு கடினமாக இருந்தது.

வார்த்தைகளின்றி, அந்தப் பெற்றோரை அணைத்துக்கொண்டு, என் பணிக்காக நகர்ந்தேன். காப்பாற்ற வேண்டிய குழந்தைகள் நிறைய இருந்தார்கள். ஒவ்வொரு படுக்கையாக நகரும்போது, இதயம் கனத்தது.

பெற்றோர்கள் இப்போது கேள்விகளால் துளைக்க ஆரம்பித்து விட்டார்கள். பைசாபாத்திலிருந்து வர வேண்டிய ஆக்சிஜன் என்ன ஆனது? இன்னும் எவ்வளவு நேரம் ஆகும்? அதுவரை என்ன செய்வது?

அவர்களை சமாதானப்படுத்திவிட்டு 12ம் வார்டுக்குச் சென்றேன். அங்கே வெண்டிலேட்டரில் இருந்தவர்கள் குறைவுதான். பலரும் நல்ல நிலையில் இருந்தனர். அங்கும் பெற்றோர்கள் கூட்டம் அதிகம். ஆக்சிஜன் சரிவர இல்லாததால் சில குழந்தைகளின் நிறம் நீலமாக மாறிக்கொண்டிருந்தது.

‘இவர்களை வெண்டிலேட்டரிலிருந்து எடுத்து ஆம்பூ கொடுங்கள்’ என்று அங்கிருந்த டாக்டரிடம் கூறினேன். துப்புரவுப்

பணியாளரை 6ம் வார்டிலிருந்து சிறு ஆக்சிஜன் உருளைகளை எடுத்து வரச் சொன்னேன். அங்கிருந்த ஊழியர்களிடம் ஆக்சிஜன் வரும் வரை எப்படிச் சமாளிப்பது என்று சொன்னேன்.

'புது நோயாளிகளை சேர்ப்பதை தவிருங்கள். பக்கத்து மருத்துவமனைகளுக்குப் போகச் சொல்லுங்கள்' என்றேன். தொலைதூரத்திலிருந்து உடம்பு சரியில்லாத குழந்தையை அழைத்து வரும் ஏழைப் பெற்றோருக்கு இது எவ்வளவு சிரமம் என்று உடனே உணர்ந்தேன். 'ஆனால், குழந்தைக்கு மிகவும் முடியவில்லை என்றால் அவர்கள் வேறு இடம் போக விரும்பவில்லை என்றால், இங்கேயே சேர்த்துக்கொள்ளுங்கள்' என்றேன்.

நோயாளிகளின் நிலையில் ஏற்படும் மாற்றங்களுக்குத் தகுந்தாற் போல், சில நிமிடங்களுக்கு ஒருமுறை நிலைமையை ஆராய்ந்து, அதற்கேற்றாற் போல் திட்டமிட வேண்டியதாக இருந்தது.

அந்த நேரத்தில், அங்கு முடிவெடுக்கும் அதிகாரம் படைத்த நபராக பெற்றோர்கள் என்னைத்தான் பார்த்தார்கள்.

12ம் வார்டைப் பார்த்துவிட்டு, பிறந்த குழந்தைகளுக்கான தீவிர சிகிச்சைப் பிரிவிற்குப் போனேன். அங்கு வெளிநபர்கள் யாரையும் அனுமதிப்பது இல்லை என்பதால் ஓரளவு அமைதியாக இருந்தது. எனினும் வார்டுக்கு வெளியே நிறைய பெற்றோர்கள் கூடியிருந்தார்கள்.

குழந்தைகளின் உடல் வெப்ப நிலையை சீராக வைத்திருக்க உதவும் கருவியான வார்மர் பதினாறு இருந்தன. ஆனால் சுமார் 70-80 குழந்தைகளுக்கு அது தேவைப்பட்டதால், ஒவ்வொன்றிலும் நான்கைந்து குழந்தைகளை வைத்திருந்தனர். அங்கு நிலைமை எப்படி என்று விசாரித்தேன். ஏள்கெனவே ஐந்து குழந்தைகள் இறந்து விட்டன. மேலும் பன்னிரண்டு குழந்தைகளுக்கு ஆக்சிஜன் உடனடியாகத் தேவைப்பட்டது. ஒரு குழந்தை முழுவதும் நீலநிறமாக மாறி இறந்து போனது.

'இறந்த குழந்தைகளை ஒப்படைக்க ஏற்பாடு செய்யுங்கள். நான் அந்தப் பெற்றோர்களிடம் பேசுகிறேன்' என்றேன். அங்கு பெரும்பாலான குழந்தைகளுக்கு ஆக்சிஜன் தேவைப்பட்டது.

அவர்களிடம் பேசியபோது, ஆக்சிஜன் இல்லாதது பற்றி அவர்களுக்கு ஏற்கெனவே தெரியும் என்பதை அறிந்தேன்.

‘கவலைப்பட வேண்டாம். ஜம்போ சிலிண்டர்கள் வந்து கொண்டிருக்கின்றன. எந்த நிமிடத்திலும் அவை வந்து விடும்’ என்றேன்.

‘என் குழந்தை நன்றாக உள்ளதா?’ என்றார் ஒருவர்.

‘டாக்டர், என் குழந்தையை காப்பாற்றுங்கள்’ என்றார் மற்றொருவர்.

நான் எல்லோரையும் சமாதானம் செய்ய முயன்றேன். ‘ஒவ்வொரு உயிரையும் காப்பாற்ற, எங்களால் இயன்ற அனைத்தையும் செய்கிறோம். கடவுளை வேண்டுங்கள். கடவுளை வேண்டுங்கள்’ என்றேன் ஆவேசமாக.

‘நீங்கள் இங்கே காத்திருக்க வேண்டாம். ஏதாவது தகவல் என்றால் மைக்கில் சொல்கிறோம். மைக்கில் உங்கள் பெயர் சொல்லி அழைத்தால் மட்டும் வந்தால் போதும்’ என்றேன்.

அந்த இடத்தில் கும்பல் சேர்வதைத் தடுக்க நினைத்தேன். ஆனால் அவர்களே என்னைக் கேள்விகளால் துளைத்தார்கள்.

‘குழந்தையை வேறு மருத்துவமனைக்குக் கொண்டுசெல்ல விரும்பினால் விடுவீர்களா?’

‘தாராளமாக அழைத்துச் செல்லலாம்’ என்றேன்.

பேசிக்கொண்டிருக்கும்போது மூன்று, நான்கு தாய்மார்கள் என் கால்களைப் பிடித்துக்கொண்டு’ ‘என் குழந்தையைக் காப்பாற்றுங்கள்’ என்று கெஞ்ச ஆரம்பித்தார்கள்.

‘தயவுசெய்து, எங்களால் இயன்றவை அனைத்தையும் செய்கிறோம் என்பதைப் புரிந்து கொள்ளுங்கள்’ என்றபடி மெதுவாக என் கால்களை விடுவித்துக்கொள்ள முயன்றேன்.

‘சார்! கல்யாணமாகி 13 வருடம் கழித்துப் பிறந்த குழந்தை’ என்றாள் ஒரு பெண். அவளது கண்ணீர் நிறைந்த கண்களால் அவள் கெஞ்சியதைப் பார்த்து நான் கலங்கிப் போனேன்.

‘நான்கு பையன்களுக்கு நடுவில் இவள் ஒரே பெண் குழந்தை’ என்று அழுதாள் ஒருத்தி.

‘மூன்று பெண்களுக்குப் பிறகு, எத்தனையோ வேண்டுதல்கள் மூலம் பிறந்த பையன்’ என்றாள் மற்றொருத்தி.

பலதரப்பட்ட மக்கள் வாழும் பகுதியில் பிறந்து வளர்ந்ததால், இந்த மக்களின் அன்றாடப் பாடுகள் எனக்கு நன்றாகத் தெரியும். என் மீது அவர்கள் இத்தனை நம்பிக்கை வைத்திருக்கும் போது, என்னால் உதவ முடியாமல் இருப்பதை நினைத்து வெறுப்பாக இருந்தது.

கண்களை கண்ணீர் மறைக்க அங்கிருந்து வெளியே வந்தேன். இப்போது எனக்கு முன்னால் இருந்தது ஒரே வேலைதான். மூச்சுத் திணறும் இந்தக் குழந்தைகளுக்கு ஆக்சிஜன் ஏற்பாடு செய்தல்.

இந்தத் தாய்மார்கள் தம் குழந்தைகளைக் காப்பாற்றுமாறு கெஞ்சும்போது, நான் என் மகளை நினைத்துக் கொண்டேன். அவளது உயிர் ஊசலாடினால், நானும் இப்படித்தானே கெஞ்சுவேன்? இந்த எண்ணம் எனது உறுதிக்கு வலு சேர்த்தது. இன்று இரவு முழுக்க ஆனாலும் சரி, எப்படியாவது ஆக்சிஜனை தேடிக் கண்டுபிடித்து, இந்தக் குழந்தைகளுக்குத் தருவேன்.

3

ஆக்சிஜன் வேட்டை

உயிர் காக்கும் மருந்தான மருத்துவ ஆக்சிஜன் அத்தியாவசிய மருந்துகளுக்கான தேசியப் பட்டியலில் உள்ளது. உலக சுகாதார நிறுவனத்தின் அத்தியாவசிய மருந்துகள் பட்டியலிலும் உள்ளது. மருத்துவமனையின் அன்றாடப் பணிகளை வழக்கமாகச் செய்யும் ஒரு மருத்துவனான எனக்கு ஆக்சிஜன் சப்ளை குறித்த நுட்பமான விவரங்கள் எதுவும் தெரியாது. வழக்கமாய் கிடைக்கும் ஒன்று என சாதாரணமாக நினைக்கப்பட்டது. தண்ணீர், மின்சாரம்கூட இல்லாமல் போகும். ஆனால், ஆக்சிஜன் அப்படி ஆகாது.

2017 ஆகஸ்ட் 10-11 இரவு மிக மோசமான நிலையில் உள்ள நோயாளிகளுக்கு தொடர்ந்து ஆக்சிஜன் கிடைப்பது எவ்வளவு முக்கியம் என்று ஒவ்வொரு நிமிடமும் எனக்கு உணர்த்தியது. எனக்குத் தெரிந்த எல்லா வழிமுறைகளிலும் ஆக்சிஜன் பெற நான் மணிக்கணக்காகப் போராடினேன். சிலிண்டர்களை திருப்பித் தந்து விடுவேன் என்று சத்தியம் செய்தேன். கெஞ்சிக் கூத்தாடினேன்.

6ம் வார்டை பார்வையிட்டு முடித்தேன். அங்கு குழந்தைகள் ஓரளவு நல்ல நிலையில் அமைதியாக உறங்கிக் கொண்டிருந்தார்கள். அங்கிருந்த டாக்டர்கள், நர்ஸ்களிடம் 'ஆக்சிஜன் பற்றிக் கவலைப்படாமல் வேலையைத் தொடருங்கள்' என்றேன்.

'பைசாபாத்திலிருந்து ஜம்போ சிலிண்டர்கள் சீக்கிரமாக வந்து விடும்' என்றேன்.

பிறகு 100வது வார்டிற்குப் பின்பக்கம் இருந்த ஆக்சிஜன் சப்ளை கண்காணிப்பு அறைக்குச் சென்றேன். அங்கே ஒருவர் மட்டுமே இருந்தார். ஆக்சிஜன் பைப்லைனை நிர்வகிக்கும் பல்வந்த். அப்போதுதான் அவரை நான் முதன் முறையாகப் பார்க்கிறேன். அவருக்கு நான் ஒருமணி நேரத்திற்கு முன் அவரிடம் பேசிய யாரோ ஒரு டாக்டர்.

என்னை அறிமுகம் செய்து கொண்டு, ஆக்சிஜன் எவ்வாறு வழங்கப்படுகிறது என்று காட்டுமாறு வேண்டினேன். சப்ளை

எவ்வாறு நிர்வகிக்கப்படுகிறது என்பதைப் புரிந்துகொள்ள நினைத்தேன்.

ஒவ்வொன்றிலும் 16 சிலிண்டர்கள் கொண்ட நான்கு வரிசைகளை அவர் காட்டினார். மையத்தில் இருந்த ஆக்சிஜன் மீட்டர் பூஜ்யத்தைக் காட்டியது. திரவ ஆக்சிஜன் தீர்ந்து போன பிறகு, இந்த சிலிண்டர்களும் தீர்ந்து விட்டன. இரவு 11.30க்கு எல்லா ஆக்சிஜனும் தீர்ந்து விட்டன.

'இந்த 16 சிலிண்டர் ஆக்சிஜன் முக்கால்மணி நேரத்திலிருந்து ஒரு மணி நேரத்திற்குள் தீர்ந்து விடும். ஒரு 16 வரிசை சிலிண்டர் தீர்ந்ததும், அடுத்த வரிசையை திறந்து விடுவோம். உடனடியாக, தீர்ந்து போன சிலிண்டர்களை எடுத்துவிட்டு, புது சிலிண்டர்களை வைத்து, இந்த வரிசையை தயார் நிலையில் வைப்போம். இது அவசரகால வழிமுறை. திரவ ஆக்சிஜன் சப்ளை வழக்கமாக நடந்துகொண்டிருக்கும் போது இதைப் பயன்படுத்த மாட்டோம். இங்கு இது மாதிரி மூன்று சப்ளை லைன்கள் உள்ளது. ஒவ்வொன்றும் எட்டுமணி நேரத்திற்கு இயங்கும்.'

'புரிகிறது. ஆனால் இந்த சிலிண்டர்களை நிரப்ப வேண்டுமே. கிடைக்குமா என்று பார்ப்போம்' என்றேன்.

நான் பக்கத்து மருத்துவமனைக்குப் போனபோது நள்ளிரவைத் தாண்டிவிட்டது. 'மேனேஜரிடம் பேச வேண்டும் என்று காவலாளியிடம் சொன்னேன்.' அலுவலக ஊழியர்கள் யாரும் இல்லை, டியூட்டி டாக்டரிடம் பேசுங்கள் என்றார் அவர்.

நான் டியூட்டி டாக்டரிடம் என்னை அறிமுகம் செய்து கொண்டேன். எங்கள் மருத்துவமனையின் நிலையைச் சொன்னேன். 'தயவு செய்து எனக்கு ஜம்போ சிலிண்டர்கள் கொடுங்கள்' என்றேன்.

'சரி, ஆனால் சிலிண்டர் தருவதற்கெல்லாம் எனக்கு அதிகாரம் கிடையாது. நீங்கள் மருத்துவமனை உரிமையாளரிடம் தான் பேச வேண்டும்'.

'சரி, அவரது எண்ணை தயவு செய்து கொடுங்கள்.'

டாக்டர் எண்ணைத் தந்தார். நான் உரிமையாளரை அழைத்து நிலைமையைக் கூறினேன்.

அவர் மரியாதையாகப் பேசினார். ஆனால், தூக்கக் கலக்கத்தில் இருந்தார். 'எங்களிடம் நிறைய சிலிண்டர்கள் இல்லை. இங்கும் ஆக்சிஜன் தேவைப்படும் நோயாளிகள் இருக்கிறார்கள். அதிகபட்சமாக என்னால் மூன்று சிலிண்டர்கள் தர முடியும். ஆனால் காலையில் காலி சிலிண்டரை கொண்டு வந்து தந்துவிட வேண்டும். தாமதம் செய்யக் கூடாது. புரிகிறதா?' என்றார்.

'நல்லது. காலையில் மூன்று காலி சிலிண்டரையும் உறுதியாகத் திருப்பித் தந்து விடுகிறேன்' என்றேன்.

சிலிண்டரை காரில் ஏற்றிக்கொண்டு வந்து, பல்வந்திடம் தந்தேன். 'மூன்றும் சேர்ந்து பதினைந்து, இருபது நிமிடங்களுக்குத் தாங்கும்' என்றார் அவர்.

'ஆனால் என்ன செய்வது? காரில் மூன்று, நான்கு சிலிண்டர்களுக்கு மேல் ஏற்றி வர முடியாதே?' என்றேன். சில நிமிடங்களுக்கு வேறு என்ன செய்யலாம் என்பது பற்றி விவாதித்தோம்.

'மினி லாரியோ, வேனோ இருந்தால், அதிக சிலிண்டரை ஏற்றி வரலாம். ஆனால் நடுஇரவில் லாரியை எப்படிப் பிடிப்பது' என்றேன்.

'ஒரு சின்ன லாரி வைத்து ஓட்டுபவரை எனக்குத் தெரியும்' என்றார் பல்வந்த்.

'அப்படியானால் அவரை கூப்பிடுங்கள்'.

அவரிடம் போனில் பேசிய பல்வந்த், 'சார்! அவர் வருவார். ஆனால் அவருக்கு உடனே பணம் தர வேண்டும். காலேஜிலிருந்து பணம் தரும்வரை காத்திருக்க முடியாது என்கிறார். என்ன சொல்ல?' என்றார்.

'உடனே வரச்சொல்லுங்கள். நான் பணம் தருகிறேன்' என்றேன்.

மிக அவசரம் என்று சொன்னதும், டிரைவர் வேனோடு ஐந்து, பத்து நிமிடங்களுக்குள் வந்தது எனக்கு இன்ப வியப்பாக இருந்தது. மருத்துவமனைக்குப் பக்கத்தில்தான் வசிக்கிறார் போலும்.

அக்கம்பக்கத்தில் உள்ள பல சிறிய, பெரிய மருத்துவமனைகளுக்குச் சென்று கிடைக்கும் சிலிண்டர்களை எல்லாம் தூக்கிவர வேண்டும் என்றேன். 'சரி' என்றார். நாங்கள் உடனே கிளம்பினோம்.

அடுத்த இரண்டுமணி நேரத்தில் நாங்கள் ஆறு அல்லது எட்டு மருத்துவமனைகளுக்குச் சென்றோம். எல்லா இடத்திலும் ஒரே கதைதான்.

சிலிண்டர் கேட்பேன். தாராளமாகத் தருவார்கள். ஆனால் காலி சிலிண்டர் திரும்ப வருமா என்று பயப்படுவார்கள். திருப்பித் தருவதாக உறுதி கூறுவேன். புது சிலிண்டர்களை மருத்துவமனையில் இறக்கும் போது, காலி சிலிண்டர்களை எடுத்துச் சென்று உரிய இடத்தில் திருப்பித் தருவோம்.

டியூட்டியில் இருந்த டாக்டர்கள், உரிமையாளர்கள், நிர்வாகிகள் என்று எல்லோரிடமும் பேசினேன். நள்ளிரவு என்றாலும் ஆறு சிலிண்டர்களுக்குமேல் ஏற்பாடு செய்து விட்டேன்.

இரவு 1 மணிக்கு வார்டுகளை சுற்றிப் பார்த்துவிட்டு, ‘ஆக்சிஜனுக்கு ஏற்பாடு செய்து கொண்டிருப்பதால் கவலை வேண்டாம்’ என்று டாக்டர்கள், நர்ஸுகளுக்கு தைரியம் கூறினேன்.

திடீரென்று பைசாபாத்திலிருந்து ஜம்போ சிலிண்டர்கள் இன்னும் வரவில்லையே என்பது நினைவுக்கு வந்தது. பல்வந்திடமிருந்து இம்பீரியல் கேஸ் லிமிடெட்டின் அந்த டிரைவர் எண்ணை வாங்கி அழைத்தேன்.

‘எங்கே இருக்கிறீர்கள்? ஏன் இவ்வளவு தாமதம்?

‘நான் கலிலாபாத்தில் இருக்கிறேன்’ என்றார் அவர். அப்படியானால் அவர் வர இன்னும் நாற்பது நிமிடங்கள் ஆகும்.

‘வேகமாக வாருங்கள். இவ்வளவு தாமதம் ஆகி இருக்கக் கூடாது. இங்கே நாங்கள் அவசரத்தில் இருக்கிறோம்.’

பிறகு, திரும்பவும் ஆக்சிஜன் தேடிப் போனேன். ஒரு மருத்துவமனையில் நான்கு, மற்றதில் எட்டு என்று கிடைத்தது. சில இடங்களில் உடனே பணம் தரச் சொன்னார்கள்.

திரும்பவும் வார்டுகளை பார்வையிட்டேன். உள்ளே சில பெற்றோர்கள் ஆம்பூ செய்து கொண்டிருந்தார்கள். ஆனால் அவர்களால் அதை முறையாகச் செய்ய முடியவில்லை. இப்போது சிறிது ஆக்சிஜன் கிடைப்பதால், குழந்தைகளை வெண்டிலேட்டருக்கு மாற்றச் சொன்னேன். ஆனால் சிலிண்டர்களில் அழுத்தம் குறைவு என்பதால், வெண்டிலேட்டரில் ஆக்சிஜன் வரவில்லை. ஆனாலும் ஒன்றுமே இல்லாததற்கு இது பரவாயில்லை.

நான் மருத்துவமனை வந்து நிறைய நேரம் ஆகிவிட்டது. ஊழியர்கள் எல்லோரும் ஆக்சிஜன் பிரச்சனை காரணமாக நிற்காமல் ஓடிக் கொண்டிருந்தார்கள். பலர் இரவு சாப்பிடவில்லை. நான் பணம் கொடுத்து ஒரு வார்டு பாயை எல்லோருக்கும் டீ வாங்கி வரச் சொன்னேன். அவன் சிரித்தபடி டீ வாங்க ஓடினான்.

திரும்பவும் பல்வந்தைப் போய்ப் பார்த்தேன்.

'எப்படிப் போகிறது பல்வந்த்? அந்த ஐஜிஎல் டிரைவரிடம் பேசி ஒருமணி நேரம் இருக்குமே? ஏன் இன்னும் லாரி வரவில்லை?. என்னவென்று கேளுங்கள்.'

'இப்போதுதான் பேசினேன். பாங்க் ரோடில் இருக்கிறாராம். சீக்கிரம் வந்து விடுவேன் என்றார்.'

'ஆனால் பாங்க் ரோடுக்கு எதற்குப் போக வேண்டும்? ஹைவேயிலிருந்து நம் கல்லூரி ரோடிற்கு நேராக வர வேண்டியது தானே?' இந்த கடைசி நேரச் சிக்கலால் நான் திகைத்தேன்.

பல்வந்த் நொந்து போயிருந்தார். 'அவர்களுக்கு வழி தெரியவில்லை.'

நல்லவேளையாக, எங்கள் லாரி டிரைவர் ரெடி கேஷ் தந்தால் சிலிண்டர் தரக்கூடிய ஒருவரை எனக்குத் தெரியும் என்றார்.

நான் அவரிடம் ரூ.10,000/-தந்தேன். பணத்தைக் கையில் வைத்துக்கொண்டு, 'சார்! இதில் ரூ.2,000 எனக்கு எடுத்துக் கொள்கிறேன். சரியா?' என்றார். அவர் பதட்டம் எனக்குப் புரிந்தது.

'சரி, சரி. உங்களுக்கு 2,000 எடுத்துக்கொள்ளுங்கள். ஆனால், பாக்கி பணத்துக்கு எவ்வளவு சீக்கிரம் முடியுமோ, அவ்வளவு சீக்கிரம் சிலிண்டர் வாங்கி வாருங்கள், அவர் வேகமாக காலி சிலிண்டர்களை ஏற்ற ஆரம்பித்தார்.

நான் திரும்ப வார்டுகளுக்குப் போனேன். பிரசவ வார்டிலும், மருத்துவ வார்டிலும் ஆக்சிஜன் பிரச்சனை வந்துவிட்டது. சரி, நூறடி உயர திரவ ஆக்சிஜன் டாங்க் காலியான பிறகு அவர்கள் மட்டும் எப்படித் தப்பிக்க முடியும்? அங்கும் மூத்த மருத்துவர் யாரும் இல்லை. இளைய மருத்துவர்கள்தான் பார்த்துக் கொண்டிருந்தார்கள். மருத்துவ வார்டிலும் அதே நிலைதான்.

மூத்த மருத்துவர்களுக்கு தகவல் தந்தீர்களா என்று அவர்களிடம் கேட்டேன்.

‘ஆமாம் சார்! ஆனால் யாரும் வரவில்லை.’

‘சரி, என்ன செய்வதாக இருக்கிறீர்கள்?’

‘சார்!, ஒன்றும் தெரியவில்லை. ஏற்கெனவே பத்து நோயாளிகளை இழந்து விட்டோம். இன்னும் பத்து பேர் நிலைமை மோசமாக இருக்கிறது.’

‘சரி, என்ன செய்ய முடியும் என்று பார்க்கிறேன். சில சிலிண்டர்களுக்கு ஏற்பாடு செய்துள்ளேன்.’

மருத்துவமனையின் அவசர சிகிச்சைப் பிரிவிலும் இதே பிரச்சனைதான்.

நள்ளிரவில் ஒரு ஆட்டோ, லாரி மீது மோதிவிட்டது. கடுமையான காயங்களோடு ஏழெட்டு பேர் வந்திருந்தார்கள். சிலர் நிலைமை மிக மோசமாக இருந்தது.

அங்கிருந்த மருத்துவர்களிடம் ‘எப்படி சமாளிக்கிறீர்கள்?’ என்று கேட்டேன். அவர்களது தீவிர சிகிச்சைப் பிரிவு விபத்துப் பிரிவிற்குப் பக்கத்தில் இருந்தது. அங்கும் வெண்டிலேட்டர்கள் அலறிக் கொண்டிருந்தன. ஆனால், குழந்தை மருத்துவப் பிரிவு போலின்றி, இங்கு மரண அமைதி நிலவியது.

அங்கிருந்த மருத்துவர்கள், என்ன காரணத்தாலோ, எனக்கு சரியாகப் பதில் சொல்லவில்லை. அவர்களது வெறுப்பை என்னால் புரிந்துகொள்ள முடிந்தது. அங்கிருந்த காலி சிலிண்டர்களை லாரிக்கு அனுப்பினேன்.

‘எவ்வளவு சிலிண்டர் முடியுமோ, அவ்வளவு வாங்கி வாருங்கள்’ என்று லாரி டிரைவரிடம் சொன்னேன்.

ஒரு வழியாக ஐஜிஎல் லாரி இரவு சுமார் 2 மணியளவில் வந்தபோதுதான் பெரிய ஏமாற்றம் ஏற்பட்டது. நாங்கள் நினைத்ததுபோல் 250 சிலிண்டர்கள் இல்லாமல் 50 தான் வந்திருந்தது.

கோபத்தில் நான் டிரைவரிடம் கத்த, அவர், ‘சார்! வெறும் 50 சிலிண்டருக்குத்தான் ஆர்டர் போட்டிருந்தார்கள். நீங்கள் சொன்னால் கூடுதலாகக் கொண்டுவருகிறேன்’ என்றார்.

‘என்ன சொல்கிறீர்கள்? பைசாபாத்துக்குப் போய் கொண்டு வருவீர்களா? அதற்கு ஒரு முழு நாள் ஆகிவிடுமே?’

‘சார்! எவ்வளவு முடியுமோ, அவ்வளவு சீக்கிரம் வந்து விடுவேன்’ என்றார். அவர் இந்த முறை வழி தவறாது என்பதால்.

‘சரி, குறைந்தது 250 சிலிண்டர்களாவது கொண்டு வாருங்கள்.’

பல்வந்திடம் தகவல் சொல்லப் போனேன். ஆக்சிஜன் அறையில் இருவரும் அடுத்து என்ன செய்வது என்று தெரியாமல் நின்றோம்.

அதற்குள் நான் அனுப்பிய லாரி டிரைவர் ‘உள்ளூர் சப்ளையரான மோடி கேஸ் நிறுவனம் எங்களுக்கு சிலிண்டர் தர மறுத்து விட்டது’ என்று திரும்பி வந்தார்.

‘ஏன்? அவரது நம்பரைக் கொடுங்கள். நான் பேசுகிறேன்’.

இரண்டு ரிங்குகளுக்கு பிறகு மோடி கேஸ்காரரர் எடுத்தார்.

‘மோடிஜி, எங்களுக்கு இங்கு கடும் பற்றாக்குறை. நீங்கள் தான் உதவ வேண்டும்’ என்று பிரச்சனையை அவருக்கு விளக்கினேன்.

‘சார்! அது சாத்தியமில்லை. முதலில் நீங்கள் உங்கள் முதல்வரிடம் சொல்லி அலகாபாத் ஐஜிஎல் ஒப்பந்தத்தை ரத்து செய்யுங்கள். நான் உங்களோடு ஒப்பந்தம் போடுகிறேன். அதன் பிறகுதான் உங்களுக்கு நான் சப்ளை செய்ய முடியும்’ என்றார்.

‘நான் முதல்வரை தொடர்பு கொள்ள முயற்சி செய்து கொண்டே இருக்கிறேன். அவரது போனை பிடிக்க முடியவில்லை. தயவு செய்து சில சிலிண்டர்களை அனுப்ப முடியுமா?’ என்று கெஞ்சினேன்.

‘அலகாபாத் ஐஜிஎல் ஒப்பந்தம் ரத்தாகும் வரை என்னால் தர முடியாது. உள்ளூரை விட்டு விட்டு, எவ்வளவோ தொலைவில் இருக்கும் அலகாபாத்தில் உள்ள யாரோ ஒருவருக்கு ஏன் அவர் ஒப்பந்தம் தர வேண்டும்?’

எனக்கு தலையை சுவரில் முட்டிக்கொள்ள வேண்டும்போல் இருந்தது. ஆனால் தொடர்ந்து வற்புறுத்தினேன். ‘இதோ பாருங்கள். எனக்கு இந்த ஒப்பந்தங்கள் பற்றி எல்லாம் எதுவும் தெரியாது. நான் வெறும் மருத்துவர்.’

'சார்! நீங்கள் டாக்டர் என்று தெரிகிறது. நாங்களும் முன்பு இது மாதிரி அவசர காலங்களில் உதவி செய்தவர்கள் தான். போன முறை இந்த மாதிரி ஒரு சிக்கல் வந்தபோது, பட்டப்பகலில் 200 – 250 சிலிண்டர்கள் தந்தோம். ஆனாலும், முதல்வர் ஒப்பந்தத்தை அவர்களுக்குத் தந்து விட்டார்.'

எனது ஏமாற்றம் அதிகரித்துக்கொண்டே போனது. அதே சமயம் அவரது பிடிவாதமும் அதிகரித்துக்கொண்டே போனது மாதிரி இருந்தது.

'பாருங்கள். இது பற்றி எனக்கு ஒன்றும் தெரியாது. இந்த ஒரு ராத்திரிக்கு உதவுங்கள்... குழந்தைகள் இறந்துகொண்டிருக்கிறார்கள்.'

'இல்லை சார்!... இந்த முறை நான் தருவதாக இல்லை.' அவர் போனை வைத்து விட்டார்.

நாங்கள் சிலிண்டர் வேட்டையைத் தொடர்ந்தோம். கிடைத்ததைப் பயன்படுத்தினோம். நோயாளிகளை தொடர்ந்து கண்காணித்து, செய்ய வேண்டியதைச் செய்தோம்.

விடியல் நேரம், பெற்றோர்கள் பொறுமை இழந்துவிட்டது தெரிந்தது. நான்கைந்து பேர் ஒரு டாக்டரை அடிக்கப் போய் விட்டார்கள். அதைப் பார்த்த ஒரு நர்ஸ் என்னைத் தேடி ஓடி வந்தார்.

நான் அங்கு போனதும், பெற்றோர்கள் ஓடி வந்து, என் சட்டையைப் பிடித்தார்கள்.

'ஆக்சிஜன் இல்லாமல் என் குழந்தை இறந்து போனது.'

'என் குழந்தையை உன்னால் திரும்பத் தர முடியுமா? நீங்களெல்லாம் டாக்டர்களா இல்லை அரக்கர்களா?'

'என் குழந்தையின் மரணத்திற்கு யார் பொறுப்பு?'

எல்லோருமே வெறுப்பில், ஆத்திரத்தில், துக்கத்தில் இருந்தார்கள். எல்லோரும் ஒரே நேரத்தில் சத்தம் போட்டார்கள். சட்டையைப் பிடித்து இழுத்து, இரண்டு மூன்று முறை தள்ளி விட்டார்கள். நான் பயத்தை, கோபத்தைக் காட்டாமல், அமைதியாக இருக்க முயன்றேன்.

'உங்கள் வேதனை எனக்குப் புரிகிறது' என்று அவர்கள் முன் கை கூப்பி நின்றேன். 'நாங்கள் மருத்துவர்கள். உங்கள்

குழந்தைகளைக் காப்பாற்ற எங்களால் முடிந்த அனைத்தையும் செய்ய முயற்சி செய்கிறோம். இரவு முழுவதும் ஆக்சிஜன் வாங்க நாங்கள் ஏற்பாடு செய்து கொண்டிருக்கிறோம்.'

'இல்லை, இல்லை' என்ற அவர்களது கூச்சலில் என் குரல் காணாமல் போனது. நாங்கள் உங்களைக் கொன்று விடுவோம். வெண்டிலேட்டர்கள் இரவு முழுவதும் கத்திக் கொண்டிருக்கின்றன. இந்த பற்றாக்குறை எதனால்? ஏன் இவ்வளவு குழந்தைகள் இறந்தார்கள்? எங்களை ஏன் ஆம்பூ பைகளை பயன்படுத்தச் சொல்கிறீர்கள்? என்ன நடக்கிறது என்று எங்களுக்குப் புரியாது என்று நினைக்கிறீர்களா?'

கேள்விகள் வந்து கொண்டே இருந்தன. மற்ற மூத்த மருத்துவர்கள் எங்கே? மருத்துவமனையின் கண்காணிப்பாளர் எங்கே? முதல்வர் எங்கே?

'நாங்கள் அவர்களிடம் பேச வேண்டும் - இப்போதே!

அவர்களை சமாதானப்படுத்த நான் அன்று கெஞ்சியதைப் போல என்றுமே பேசியதில்லை. பிறகு, ஏதோ மாயாஜாலம் போல் அவர்கள் மெதுவாக வார்டைவிட்டு அகன்றார்கள்.

டாக்டர்களும், நர்ஸுகளும் மிகவும் அச்சத்தில் இருந்தார்கள். நான் அவர்களை உற்சாகப்படுத்த வேண்டியதாக இருந்தது.

'நீங்கள் மிகப்பெரிய பணியைச் செய்திருக்கிறீர்கள். இதைத் தொடர்வோம். அவர்கள் கோபப்படுவது இயல்பானதுதான். ஆனால், நம்மால் இயன்றதைச் செய்கிறோம் என்பதை உணர்ந்து விட்டார்கள்' என்றேன். என்னால் முடிந்த அளவிற்கு அவர்களுக்கு தைரிய மூட்டினேன்.

என் வாழ்வின் மிக நீண்ட இரவு முடியும் தருவாயில் இருந்தது. ஆனால் அது அவிழ்த்து விட்ட பயங்கரங்கள். அவ்வளவு விரைவில் முடியப்போவதில்லை.

4

விடியல், மரணம், முடிவுகள்

பிஆர்டி மருத்துவக் கல்லூரி வாயிலில் பெற்றோர்களின் கூட்டம், லாரியில் ஆக்சிஜன் வந்துகொண்டிருப்பது, ஆக்சிஜன் இல்லாததால் உயிரிழப்பு பற்றிய பேச்சுகள் எல்லாம் கவனிக்கப்படாது போகவில்லை.

நான் குழந்தை மருத்துவப் பிரிவின் மருத்துவர்கள். ஊழியர்களுடன் ஆலோசனை நடத்தினேன்.

விஷயம் மருத்துவமனைக்குள்ளேயே இருக்கவேண்டியதன் அவசியத்தை அவர்கள் அறிவார்கள் என்பதை உறுதி செய்து கொள்ள, 'மருத்துவமனைக்கு வெளியே இதுபற்றி யாரிடமும் யாரும் பேசவில்லை அல்லவா?' என்று கேட்டேன்.

'இல்லை சார்! ஆனால் உள்ளூர் செய்தியாளர்கள் சிலர் ஏற்கெனவே வந்து விட்டார்கள்' என்றார் ஒரு மருத்துவர்.

'என்னது? யார் அவர்களுக்குச் சொன்னது?' என்றேன். எனினும், அந்தக் கேள்வியைக் கேட்கும்போதே, அது அந்த மருத்துவரின் அதிகார எல்லைக்குள் இருப்பதல்ல என்பது எனக்குத் தெரிந்தது. செய்தியாளர்களுக்கு தகவல் சேகரிக்க பல வழிகள் இருக்கும்.

அந்த மருத்துவர் நான் நினைத்ததைத்தான் சொன்னார். 'தெரியவில்லை சார்! எங்களிடமிருந்து ஒரு தகவலும் வெளியில் போகவில்லை' என்றார். அவர் தோளைத் தட்டி உற்சாகப்படுத்தி விட்டு, அடுத்த வேலைக்குச் சென்றேன்.

ஆகஸ்ட் 11ம் தேதி விடிந்தபோதும், எங்களது ஆக்சிஜன் தேவைக்கு மிகவும் குறைவாகவே நாங்கள் ஆக்சிஜன் சேகரித்திருந்தோம்.

இரவு போலின்றி, இப்போதாவது நல்ல பதில் கிடைக்கும் என்ற நம்பிக்கையோடு நான் எனது மூத்த மருத்துவர்களுக்கும், மருத்துவமனை நிர்வாகிகளுக்கும் மீண்டும் தொலைபேசியில்

பேசினேன். முதலில் தலைமை மருத்துவக் கண்காணிப்பாளர் டாக்டர். ராம்ஷங்கர் சுக்லாவிற்கு.

'நான் வருகிறேன்' என்றார் அவர்.

ஆனால் வரவில்லை.

அடுத்து, ஆக்சிஜன் சப்ளைக்கு பொறுப்பானவரான மயக்கவியல் மருத்துவர் டாக்டர். சதீஷ்குமாருக்கு. 'குட் மார்னிங் சார்!. நான் டாக்டர் கஃபீல்.'

'குட்மார்னிங்' சொல்லுங்கள் கஃபீல்! என்ன விஷயம்?'

எனது வியப்பை உதறிவிட்டு, இரவு நடந்தவை முழுவதையும் விரிவாகக் கூறினேன். கவனமாகக் கேட்டார். கவனமாகக் கேட்பது எனக்குத் தெரியவேண்டும் என்ற நடுநடுவே 'உம்' கொட்டினார். பிறகு நீண்ட மௌனம். நான் பதிலுக்குக் காத்திருந்தேன்.

'பாருங்கள், கஃபீல்! நான் இப்போது லக்னோ போய்க் கொண்டிருக்கிறேன். 12ம் தேதி என் மகளின் பட்டமளிப்பு விழா. அதில் கலந்துகொள்வதற்காக லக்னோவிலிருந்து மும்பைக்கு விமானத்தில் செல்கிறேன்.

'சை' என்றேன் நான். 'சரி சார்!' என்றேன் வெறுப்பாக

அப்போது ஒரு இளைய மருத்துவர் வந்து, 'சார்! உள்ளூர் பத்திரிகையைச் சேர்ந்த ஒருவர் எங்களை படம் எடுத்தார். நாங்கள் அவர்களிடம் பேசவில்லை. அவர்களை அப்புறப்படுத்துமாறும், யாரையும் தீவிர சிகிச்சைப் பிரிவிற்குள் விடவேண்டாம் என்று காவலாளிகளிடம் சொன்னேன்' என்றார்.

'நல்ல காரியம் செய்தீர்கள்' என்றேன்.

'ஆனால், அவர்கள் ஆக்சிஜன் அறைக்குப் போய் பல்வந்திடம் பேசினார்கள். சப்ளை அமைப்பையும் பார்த்தார்கள்.'

அதற்குள் சிலர் ஆயிரக்கணக்கான டன் திரவ ஆக்சிஜன் கொள்ளவு உள்ள சுமார் 100 அடி உயரமுள்ள ஆக்சிஜன் டாங்க்கைப் பார்த்துவிட்டார்கள். உள்ளூர் பத்திரிகைகள் நேற்றைய இரவின் சம்பவங்களைப் புலனாய்வு செய்ய ஆரம்பித்து விட்டன. வேறு சில வார்டுகளுக்கும் நாங்கள் தேவைக்கு ஏற்ப சிலிண்டர்கள் தந்திருந்தோம். திரும்பவும் ஐஜிஎல் டிரைவரிடம் பேசத் தீர்மானித்தேன். நான் அழைத்தபோது அவர் திரும்ப வந்து

கொண்டிருந்தார். அவர் வந்து சேர மூன்று, நான்கு மணி நேரம் ஆகலாம்.

திரும்பவும், அடுத்து செய்யவேண்டியதை யோசித்து, எங்கள் துறைத் தலைவரை அழைத்தேன். இந்த முறை அவர் அழைப்பை ஏற்றார். அவர் ஐஜிஎல் சிலிண்டர்கள் வரும் வரை வெண்டிலேட்டரில் இருந்த குழந்தைகளுக்கு ஆம்பூ செய்யச் சொன்னார். என்னால் அதை நம்ப முடியவில்லை.

என் மனம் பல வழிகளையும் யோசித்தது. மூச்சுத் திணறும் குழந்தைக்கு ஆம்பூ செய்யுமாறு அதன் பெற்றோரிடம் எப்படிச் சொல்வேன்? எப்படி அவர்களால் பதட்டப்படாமல் ஆம்பூக் கருவியை கையால் இயக்க முடியும்? இப்படி இரக்கமின்றி வழிகாட்டுதல் தருவோருக்கு இந்த குழந்தைகளின் உயிர் முக்கியமானதாகத் தெரியவில்லையா? அவர்கள் ஏழைகள், அதிகார மற்றவர்கள் என்பதாலா?

இந்த யோசனைகளை உதறித் தள்ளிவிட்டு, இருக்கும் நிலைமையில் கவனம் செலுத்த முடிவு செய்தேன். தீர்வு எளிமையானதுதான். எங்களுக்கு ஆக்சிஜன் வேண்டும். திரும்பவும் அக்கம் பக்கத்து மருத்துவமனைகளுக்குச் சென்று, கெஞ்சிக் கூத்தாடி மேலும் பதினாறு சிலிண்டர்கள் வாங்கி வந்தோம். ஆனால் இது போதாது என்று எனக்குத் தெரியும்.

மருத்துவமனையில் நிலைமை வேகமாக மோசமாகிக் கொண்டிருந்தது. 100வது வார்டுக்கு முன்பு பத்து, பன்னிரண்டு பெண்கள் பெரும் குரலில் அழ ஆரம்பித்தார்கள். எதுவும் அவர்களது துக்கத்தைத் தணிக்காது என்பது தெளிவு.

ஆக்சிஜன் இல்லாததால் மீண்டும் ஆம்பூ சிகிச்சையை ஆரம்பிக்குமாறு வேறு வழியில்லாமல் கூறினேன். எல்லா வெண்டிலேட்டர்களும், பீப், பீப் என்று அலற, பெற்றோர்கள் சத்தமாகக் கதறினார்கள். அவர்களது துயரை, ஈடுசெய்ய முடியாத இழப்பை, நினைத்து நான் கலங்கினேன்.

வலிப்பு வந்த ஒரு குழந்தைக்கு உடனடியாக பல அவசர சிகிச்சைகள் தந்து, அதை சரி செய்தால், மற்றொரு குழந்தையின் ஈசிஜி நேர்கோடாகக் காட்டியது. அதற்கு ஆம்பூ செய்தவாறு, பரிசோதித்தால், இதயத் துடிப்பே இல்லை.

'சிஸ்டர்! அட்ரோபின், அட்ரினலின் ஊசி போடுங்கள்' என்று கத்தியபடி, திரும்ப இதயத் துடிப்பை பரிசோதித்தேன். அதன் கண்கள் நிலைகுத்தி விட்டன. அது இறந்து விட்டது.

என்னையறியாது பெரும் கதறல் என் தொண்டையிலிருந்து எழுந்தது. பைத்தியம் போல் அழுதேன். என்னையறியாது இப்படி நான் வெடித்து அழுதது பற்றி எனக்கே வியப்பாக இருந்தது. சில நிமிட இடைவெளியில் நான் பார்க்க நேர்ந்த அதீத உணர்ச்சிபூர்வமான சம்பவங்களை என்னால் தாங்கமுடியவில்லை என்பது புரிந்தது.

எனக்குள் ஒரு குரல் அமைதி கொள்ளுமாறு கூறியது. மன்னிப்புக் கோரியபடி மருத்துவர்கள் அறைக்குச் சென்றேன். சற்று நிதானம் பெற, கண்களை மூடி உட்கார்ந்தேன். இதயம் கனத்தது. வெண்டிலேட்டரில் இருக்கும் நிலைமை மோசமான நோயாளிகளைப் பற்றி மனது படபடத்தது.

சற்று நிதானப்படுத்திக்கொண்டு முகம் கழுவினேன். தலையில் குளிர்ந்த நீரை ஊற்றிக்கொண்டேன். தலையைத் துடைத்துக் கொண்டபோது ஒரு புதிய உறுதி ஏற்பட்டது. அடுத்து என்ன செய்வது என்று தெரியாத போதும், எனது கண்காணிப்பில் இனிமேலும் இறப்புகளை அனுமதிக்கக் கூடாது என்று தோன்றியது.

விருப்பப்பட்டால், தம் குழந்தைகளை வேறு மருத்துவமனைக்குக் கொண்டுசெல்ல பெற்றோர்களை அனுமதிக்கலாம் என்று முடிவு செய்தேன். இதனால் குழப்பங்கள் ஏற்படும் என்று தெரியும். ஏற்கெனவே பதட்டத்தில் இருக்கும் மக்கள் இதனால் மேலும் கோபமடைவார்கள். எங்களை தாக்கவும் செய்யலாம். ஆனால், வேறு மருத்துவமனை போல் உயிர் பிழைக்க வாய்ப்பு இருக்கிறது என்றால், அதை ஏன் மறுக்க வேண்டும்?

திரும்பி வந்ததும், எட்டு வயதுக் குழந்தை ஒன்று இறந்து போனது தெரிந்தது.

'உடலை கவனமாக சுத்தம் செய்யுங்கள்' என்றேன். உடலிலிருந்து பல்வேறு குழாய்களை அப்புறப்படுத்தும் போது கவனமாக இருக்க வேண்டும். 'உடலில் எங்கேனும் சிறிது ரத்தக்கறை இருந்தாலும், தவறான அபிப்ராயம் ஏற்பட்டு விடும். நாம் அக்கறையின்றி, குழந்தையை காயப்படுத்திவிட்டதாக நினைப்பார்கள்' என்றேன்.

அப்போது ஒரு நர்ஸ் ஓடி வந்து, 'மக்கள் கூட்டம் பிறந்த குழந்தைகளுக்கான தீவிர சிகிச்சைப் பிரிவிற்குள் நுழைந்து விட்டது' என்றார்.

நான் அங்கு ஓடினேன். அங்கு உள்ளே பத்து, பன்னிரண்டு பேர் இருந்தார்கள். நான் அவர்களை வெளியே வரச்சொன்னேன்.

வெளியே வந்து வேறு மருத்துவமனை எடுத்துச் செல்வது பற்றிச் சொன்னேன். யாருடைய கண்களையும் நேரில் பார்க்காமல் பேசினேன்.

'இப்போது என்ன மருத்துவம் செய்கிறீர்கள்? உங்கள் சீனியர் எங்கே?'

'சார்!, எங்களால் முடிந்ததை செய்துவருகிறோம். இரவு முழுக்க நாங்கள் எப்படிப் பாடுபட்டோம் என்பதை நீங்களே பார்த்தீர்கள் அல்லவா...'

'அது சரிதான். உங்களோடு எங்களுக்கு எந்தப் பிரச்சனையும் இல்லை. ஆனால் ஆக்சிஜன் ஏன் இல்லாமல் போனது?' ஒரு தந்தை உரக்கக் கத்தினார். அவரது கோபம் நியாயமானதுதான். அந்தப் பெற்றோருக்குச் சொல்ல என்னிடம் பதில் இல்லை. அவர்கள் ஆத்திரம் தீர கத்தி முடிக்கும் வரை மௌனமாக இருந்தேன். பிறகு மாற்றுவழியைச் சொன்னேன்.

எங்களால் இயன்ற அனைத்தையும் செய்கிறோம். ஒவ்வொரு குழந்தையையும் காப்பாற்ற முயற்சி செய்கிறோம். அதனால்தான் வேறு மருத்துவமனைக்குச் செல்ல நினைப்போர் தம் குழந்தையை அழைத்துச் செல்லலாம் என்று சொல்கிறோம்.'

அவர்களுக்கு இதைக் கேட்கப் பிடிக்கவில்லை. ஆனால் அது பற்றி யாரும் வாதம் செய்யவில்லை.

இப்போது வெளியே மேலும் நிறைய செய்தியாளர்கள் வந்து சேர்ந்துவிட்டார்கள். சிலர் டாக்டர்கள், காவலாளிகளுடன் வாதிட்டுக்கொண்டிருந்தார்கள். 'என்ன நடக்கிறது என்று நாங்கள் பார்க்க வேண்டும்' என்று சிலர் கத்துவது எனக்குக் கேட்டது. ' இது அரசாங்க மருத்துவமனை. மக்களுக்கு எப்படி மருத்துவம் தரப்படுகிறது என்பதை நாங்கள் அறிய வேண்டும்.'

சிலர் எப்படியோ உள்ளே நுழைந்து, புகைப்படங்கள் எடுத்தார்கள்.

பல்வந்த்தோடு நான் இரவு முழுவதும் ஆக்சிஜனுக்கு அலைந்து கொண்டிருப்பதால், விஷயம் மருத்துவமனை ஊழியர்கள் அனைவருக்கும் தெரிந்துவிட்டது. ஆக்சிஜன் நிர்வாகத் துறையில் உள்ள அனூப் எனும் ஒப்பந்த சேவை ஊழியர் பாலாஜி கேஸ் லிமிடெட் என்ற நிறுவனத்தின் எண்ணைத் தந்தார். நான் அவர்களை உடனே அழைத்தேன்.

'ஹலோ, நான் பிஆர்டி யிலிருந்து டாக்டர். கஃபீல். உங்கள் எண் அனூப் மூலம் கிடைத்தது. இங்கு எங்களுக்கு ஆக்சிஜன் கடும் தட்டுப்பாடு. எங்களுக்கு குறைந்தபட்சம் 200 ஜம்போ சிலிண்டர்கள் தேவைப்படும். உங்களால் உடனடியாகத் தர முடியுமா?'

'உங்கள் சிலிண்டர்களை ரீஃபில் செய்து தருகிறேன். சிலிண்டருக்கு ரூ.350 ஆகும். ரொக்கமாகத் தந்துவிட வேண்டும்.' தொகை என் மனதில் பதிய சற்று இடைவெளி விட்டார். 'உங்களுக்கே தெரியும் சார்! அரசாங்க வேலை என்றால் பணத்தை வாங்க நீண்டகாலம் ஆகும்...'

'அப்படியானால், நான் ரொக்கமாகத் தந்து விடுகிறேன். காலி சிலிண்டர்கள், பணம் எல்லாவற்றையும் கொடுத்து விடுகிறேன். எவ்வளவு சீக்கிரம் முடியுமோ, ரீஃபில் செய்து அனுப்புங்கள்' என்றேன். வார்டு பாய் ஒருவரிடம் எனது ஏடிஎம் அட்டையைத் தந்து 20,000 எடுத்துக்கொண்டு பாலாஜி கேஸ் அலுவலகம் போகச் சொன்னேன்.

காலை 9.30 மணியளவில் மேலும் 50 ஜம்போ சிலிண்டர்களுடன் ஐஜிஎல் லாரி வந்தது. எனக்குக் கடும் கோபம். 'எங்களுக்கு தினமும் சுமார் 250 சிலிண்டர்கள் தேவை என்று தெரிந்துகொண்டே 50 மட்டும் கொண்டுவந்தால் என்ன அர்த்தம்?' என்று கத்தினேன். மற்ற வார்டுகளுக்கெல்லாம் என்ன செய்வது?

டிரைவர் பதில் எதுவும் சொல்லாமல் நின்றது என் கோபத்தை அதிகப்படுத்தியது. 'இந்த முறை நீங்கள் பைசாபாத் போக வேண்டாம். லோக்கல் சப்ளையர்களிடமிருந்து சிலிண்டர் வாங்கி வர உங்கள் லாரி தேவைப்படும்' என்றேன்.

அவர், 'இல்லை சார்!... நான் போக வேண்டும்...' என்றார் மெல்லிய குரலில்.

ஆழ்ந்து மூச்சுவிட்டு, என்னை அமைதிப்படுத்திக்கொண்டு, ‘ஒரு டிரிப்பிற்கு உங்களுக்கு எவ்வளவு கிடைக்கும்?’ என்றேன்.

‘ரூ.2000/-

‘அதை நான் தருகிறேன். டீஸலுக்கும் பணம் தருகிறேன். உங்களுக்கு டீச் செலவுக்கும் தருகிறேன். எங்களுக்கு உதவுங்கள்.’

அவர் 'சரி'யென்றார்.

கலிலாபாதில் இருக்கும் மயூர் கேஸஸ் என்ற நிறுவனத்திடம் கேட்டோம். அவர்களும் எங்கள் சிலிண்டர்களை நிரப்பித் தருவதாகச் சொன்னார்கள். உடனே சுமார் ஐம்பது காலி சிலிண்டர்களுடன் அந்த டிரைவரை அங்கு அனுப்பினேன். கூடவே அனூப்பையும் அனுப்பினேன்.

கோரக்பூர் மருத்துவமனைகள் சங்கத்தின் தலைவரான டாக்டர். காலித் அப்பாசி என்பவரைத் தொடர்புகொண்டு, எங்கள் நிலைமையை விளக்கி, உதவி கோரினேன். ‘என்னால் என்ன செய்ய முடியும் என்று பார்க்கிறேன்’ என்றார் அவர்.

காலை பத்து மணிக்கு திரும்பவும் முதல்வர் டாக்டர். ராஜீவ்,கே.மிஸ்ராவை அழைத்தேன். நல்லவேளையாக போனை எடுத்தார். நேற்றிரவு முதல் நடந்த அனைத்தையும் அவரிடம் கூறினேன். உண்மையில் குழந்தைகள் நல வார்டில் நடந்தவை கதையின் ஒரு பகுதிதான். குழந்தைகள் நல வார்டில் நிகழ்ந்த 23 மரணங்களோடு மருத்துவ வார்டில் 18 மரணங்கள் நிகழ்ந்திருந்தன. நிலைமையின் கடுமையை அவருக்கு புரிய வைக்க முயன்றேன். ‘சார்! ஐஜிஎல் ஒவ்வொரு முறையும் 50 சிலிண்டகள்தான் அனுப்புகிறது. ஐஜிஎல் ஒப்பந்தத்தை ரத்து செய்து தனக்கு ஒப்பந்தம் தந்தால்தான் சிலிண்டர் தர முடியும் என்று உள்ளூர் மோடி கேஸ் நிறுவனம் சொல்கிறது.’

முதல்வர் சம்பந்தப்பட்ட அனைவரிடமும், மாவட்ட மாஜிஸ்திரேட்டிடமும் பேசுவதாக உறுதியளித்தார்.

அவரது ஆணித்தரமான வார்த்தைகளைக் கேட்டதும், இரவுச் சம்பவங்கள் தந்த அதிர்ச்சி சற்று குறைந்ததுபோல் இருந்தது.

இரவு முழுக்க பணிபுரிந்த எல்லோரும் வீடு செல்ல விரும்பினார்கள். 'இருங்கள்' என்ற எனது வேண்டுகோளை சிலர் ஏற்றார்கள். சிலர் வீடு சென்றார்கள். அடுத்து, நான் எல்லோருக்கும்

காலை உணவு வாங்கிவரச் சொன்னேன். வேகமாகச் சாப்பிட்டு விட்டு, வேலைக்குத் திரும்பினோம். நான் ஒவ்வொரு நோயாளியாகப் பார்வையிட்டேன். சில குழந்தைகளின் நிலை முன்பைவிட மோசமாக இருந்தது. நான் அவர்களது பெற்றோர்களுக்கு ஆறுதல் கூறினேன்.

இப்போது மேலும் சில மருத்துவர்கள் வந்து, அவரவர் துறைகளில் வேலையை ஆரம்பித்தார்கள். எங்கள் துறைத் தலைவர் டாக்டர். மஹிமா மிட்டல் மதியம் 1 மணி ஆகியும் வரவில்லை.

நிலைமையை விளக்க, பொறுப்பு முதல்வர் டாக்டர்.ஜெய்ஸ்வால், தலைமை கண்காணிப்பாளர் டாக்டர் ஏ.கே.ஸ்ரீவஸ்தவா ஆகியோரை அழைக்க முடிவு செய்தேன். விரைவில் அவர்கள் மருத்துவ வார்டுக்கு வந்தார்கள். அடுத்து குழந்தைகள் வார்டுக்கு வருவதாகச் சொன்னார்கள். அவர்களுக்காகக் காத்திருந்தபோது, குழந்தை மருத்துவ வார்டுகளுக்கு வெளியே நிறைய உள்ளூர் செய்தியாளர்கள் கூடியிருப்பதைப் பார்த்தேன். என்னைப் பார்த்ததும், ' சார்!, சார்!, என்ன நடக்கிறது? ' என்று யாரோ கேட்டார்கள்.

'நேற்றிரவு எத்தனை குழந்தைகள் இறந்தன?' என்றார் மற்றொருவர்.

'ஆக்சிஜன் பற்றாக்குறை இப்போதும் இருக்கிறதா?'

'பற்றாக்குறை எதனால் ஏற்பட்டது? உங்கள் மூத்த மருத்துவர்கள் எங்கே? முதல்வர் கண்காணிப்பாளரெல்லாம் எங்கே?'

மருத்துவமனை முழுக்க ஆக்சிஜன் பற்றாக்குறை இருக்கும் போது, ஏன் எல்லோரும் குழந்தைகள் மருத்துவத்துறை முன்பு கூடியுள்ளார்கள் என்று வியந்தேன். ஆனால் அந்த நேரம் அதைவிட முக்கியமான கவலைகள் இருந்ததால், அவர்களது கேள்வியை ஒதுக்கித்தள்ளிவிட்டு, என் வேலைகளைத் தொடர்ந்தேன்.

ஆக்சிஜன் ஏற்பாடு செய்வதில் முக்கிய பிரச்சனை சிலிண்டர்களை எடுத்து வரும் அளவிற்கு பெரிய லாரி இல்லாததுதான். பல்வந்தின் நண்பரின் லாரி சிறியது. அதிகபட்சம் அதில் 20-15 சிலிண்டர் தான் கொண்டுவர முடிந்தது. பெரிய லாரி ஏற்பாடு செய்வது பற்றி கணினி இயக்கும் ஊழியர் தர்மேந்திரகுமாரிடம் கேட்டேன்.

'சார்!, லாரி வாடகைக்கு எடுக்க அதிகச் செலவாகும். அந்தப் பணத்துக்க கூடுதலாக சில சிலிண்டர்களாவது வாங்கலாம். நம்

மருத்துவமனைக்கு அருகே சஷஸ்த்ர சீமா பல் (துணை ராணுவப்படை) முகாம் உள்ளது. அவர்களைக் கேட்டால், உதவி செய்வார்கள்.

முதல்வரிடம் பேசும்போது, அவர் கோரக்பூர் மாவட்ட மாஜிஸ்திரேட்டிடம் பேசுவதாகச் சொல்லியிருந்தார். அவர் அருகில் உள்ள பல மருத்துவமனைகளுக்கும் ஆக்சிஜன் கேட்டுப் பேசியிருக்கிறார்.

திடீரென்று தெரியாத எண்ணிலிருந்து எனக்கு அழைப்பு வந்தது. ‘டி.எம். சார்! உங்களிடம் பேச விரும்புகிறார்’ என்றார் ஒருவர். போனில் மாவட்ட மாஜிஸ்திரேட் ராஜீவ் ரௌடெலா பேசினார்.

‘உங்கள் துறைத் தலைவர் எங்கே? ஏன் அவர் என் அழைப்பை எடுக்க மாட்டேன் என்கிறார்’ என்று அவர் கேட்டார்.

‘தெரியவில்லை சார்!’, என்றேன் உண்மையாக.

‘சரி, இப்போது நிலைமை எப்படி இருக்கிறது?’

‘சார்!, ஏற்கெனவே 23 குழந்தைகள் இறந்து விட்டார்கள். இன்னும் பலர் ஆபத்தான நிலையில் இருக்கிறார்கள். நான் குழந்தைகள் வார்டிலேயே பரபரப்பாக இருந்து விட்டதால், மற்ற வார்டுகளின் நிலை தெரியவில்லை.’

‘சரி, நான் மோடி கேஸ்காரர்களிடம் பேசிவிட்டேன். அவர்கள் ஆக்சிஜன் சிலிண்டர் அனுப்புவார்கள். உங்களுக்கு எவ்வளவு வேண்டும்?’

‘எங்களுக்கு ஒரு நாளைக்கு குறைந்தபட்சம் 250 சிலிண்டர்கள் வேண்டும், சார்!.’

‘புஷ்பா சேல்ஸ்காரர்களிடம் பேசினீர்களா?’

‘இல்லை சார்! என்னிடம் அவர்களது எண் இல்லை. ஆனால், முதல்வரோ அல்லது கண்காணிப்பாளரோ அவர்களிடம் பேசியிருப்பார்கள் என்று நினைக்கிறேன்.’

‘இந்தப் பிரச்சனை எதனால் ஏற்பட்டது?’

‘சார்! உண்மையிலேயே, எனக்கு எப்படித் தெரியும் நான் குழந்தை நல மருத்துவர்... இருப்பதிலேயே மிகக்குறைந்த

அனுபவம் உள்ளவன். கடந்த ஆண்டுதான் வேலையில் சேர்ந்தேன். நேற்று இரவுதான் ஒரு பிரச்சனை இருக்கிறது என்பதே தெரியும்.'

'நல்லது. நடப்பவை பற்றி அவ்வப்போது எனக்குத் தகவல் கொடுங்கள்' என்றார்.

'சரி, சார்!' என்றேன், இவரிடம் என்ன தகவல் தரவேண்டும் என்று வியந்தபடி.

எஸ்எஸ்பி அலுவலகத்தில், கணினி அறையில் இருந்த மூன்று, நான்கு பேரிடம் விஷயத்தைச் சொன்னோம்.

அவர்கள் 'எங்கள் டிஐஜியிடம் பேசுங்கள்' என்றார்கள்.

பதினைந்து நிமிங்களுக்குப் பிறகு, டிஐஜி எங்களை அழைத்தார்.

பெரிய அறையில் ஒரு மூத்த அதிகாரி ராணுவ சீருடையில் அமர்ந்திருந்தார். அவர்களில் முந்தைய அதிகாரிகளின் படங்கள். எல்லைப் பகுதிகளின் படங்கள்.

'சொல்லுங்கள் டாக்டர்!' என்றார் டிஐஜி.

'சார்! நேற்றிரவு எங்கள் மருத்துவமனையில் ஆக்சிஜன் தீர்ந்து போய் பெரிய பிரச்சனையாகி விட்டது. குழந்தைகள் இறந்து கொண்டிருக்கிறார்கள். 100-200 சிலிண்டர்களை ஏற்றிச் செல்லுமளவு பெரிய லாரியைக் கொடுத்து உதவினால் நல்லது.'

நாங்கள் சொல்வதை கவனமாகக் கேட்ட அவர், 'இதை ஒரு விண்ணப்பமாக எழுதிக் கொடுங்கள். நான் லாரி தருகிறேன்' என்றார்.

நான் அவர் எதிரிலேயே விண்ணப்பம் எழுதி, கையெழுத்திட்டுத் தந்தேன். பத்து நிமிடங்களில் ஒரு லாரியைத் தந்தார். கேட்டுப் பார்க்கலாமே என்று 'சார்! உங்கள் வளாகத்தில் ஒரு மருத்துவமனை இருக்கிறதே... உங்களிடம் உள்ள சிலிண்டர்களை தர முடியுமா?' என்றேன்.

'எங்கள் மருத்துவமனை மிகவும் சிறியது. எங்களால் சிலிண்டர்களை தரமுடியாது. சிலிண்டர்களை ஏற்றி, இறக்க எங்கள் வீரர்களை உங்களோடு அனுப்புகிறேன்' என்றார் புன்னகையுடன்.

நாங்கள், எஸ்எஸ்பி லாரி பின்தொடர மருத்துவமனை வந்தோம்.

5

ரகளை ஆரம்பம்

ஆகஸ்ட் 11-10 தேதிகளில் ஆக்சிஜனுக்கான போராட்டத்திற்குப் பிறகு மறுநாள் வேறுவிதமான சோதனை ஏற்பட்டது. நம் நாட்டில் பதவியில் இருப்போருக்கு மருத்துவத் துறையிலும்கூட இயல்பாகவே வரக்கூடிய திமிர், அலட்சியம் ஆகியவற்றை எதிர்த்து நான் போராட நேர்ந்தது. உடல் ரீதியாகவும், மன ரீதியாகவும் இமாலய முயற்சி தேவைப்படும் ஒரு சூழ்நிலையில் நாங்கள் இருந்தோம். 'அமைப்பு' என்னை பல விதங்களிலும் சோதிக்கப் போவதன் ஆரம்பம் இது என்பது எனக்கு அப்போது தெரியாது.

பெருவாரியான மக்களை பாதிக்கக்கூடிய விஷயங்களைச் செய்து, மக்கள் பிரச்சனைகளைத் தீர்க்க எதுவுமே செய்யாது, தான் மட்டும் முன்னேறும் அரசியல்வாதிகளின் துன்புறுத்திக் கேவலப்படுத்தும் பண்பும் எனக்குப் புரிய வந்தது.

எஸ்எஸ்பி அலுவலத்திலிருந்து நான் 100 வது வார்டுக்குத் திரும்பிய போது மருத்துவமனை வாசலில் இருந்த செய்தியாளர் கூட்டம் அதிகரித்திருந்தது. அவர்கள் என்னை கேள்விகளால் துறைத்தெடுத்தனர்.

'மருத்துவமனையில் ஆக்சிஜன் கொஞ்சம் கூட இல்லையா?'

'ஆம். திரவ ஆக்சிஜன் தீர்ந்து விட்டது. ஆனால் ஜம்போ ஆக்சிஜன் சிலிண்டர்களை வைத்து சமாளித்து வருகிறோம்.'

'எத்தனை குழந்தைகள் இறந்துள்ளனர்? திரவ ஆக்சிஜன் எப்போது வரும்?' முடிவற்ற கேள்விகள்.

'இதற்கெல்லாம் பதில் தரும் தகுதி எனக்கு இல்லை. முதல்வர் அல்லது எங்கள் துறைத் தலைவரிடம் கேளுங்கள்' என்றேன்.

'ஆனால், அவர்கள் எங்கே?' என்று கோபமான கேள்வி எழுந்தது.

நான் மேற்கொண்டு எதுவும் பேசாமல், உள்ளே சென்று குழந்தைகளைப் பரிசோதிக்க ஆரம்பித்தேன். காலையிலிருந்து,

ஆக்சிஜனை ஏற்பாடு செய்து தந்துகொண்டே இருந்தபோதும், மேலும் ஐந்து குழந்தைகள் இறந்து விட்டார்கள். இப்போது வெள்ளிக்கிழமை மதியம், நான் வியாழன் இரவிலிருந்து வேலை பார்த்துக்கொண்டிருந்தேன். எனக்கு கோபமாக, எரிச்சலாக, வெறுப்பாக இருந்தது. ஆனால் உடல்நலம் மோசமாகிக் கொண்டிருந்த குழந்தைகளின் பெற்றோர்களின் மனநிலைக்கு முன் எனது மனநிலை ஒன்றுமேயில்லை. அவர்களது ஆத்திரம் அதிகரித்துக் கொண்டே சென்றது. நான் அவர்களை சமாதானம் செய்ய முயன்றேன்.

சிறிது நேரத்தில், எங்கள் துறையின் பேராசிரியர் டாக்டர். அனிதா மேத்தா என்னை அழைத்தார். ‘எங்கே இருக்கிறீர்கள்?’ என்றார்.

‘அம்மா! நான் வார்டில் இருக்கிறேன். நேற்றிரவிலிருந்து இங்கு இருக்கிறேன். ஆக்சிஜன் பிரச்சனைக்காக வந்தேன். தயவுசெய்து நீங்கள் வந்து உதவுங்கள். யாரும் வரவில்லை.’

‘என்ன? என்ன பிரச்சனை?’ என்றார் அவர், நான் ஏதோ குண்டுவெடிப்பு பற்றி சொல்வதுபோல்.

‘திரவ ஆக்சிஜன் அம்மா’ என்றேன் நான். ‘நேற்று இரவு 7.30 வாக்கில் தீர்ந்து போய் விட்டது.’

‘யாருமே என்னிடம் சொல்லவில்லையே!’ என்றார் அவர், நான் ஏதோ குண்டுவெடிப்பு பற்றி சொல்வது போல்.

‘திரவ ஆக்சிஜன் அம்மா’ என்றேன் நான். ‘நேற்று இரவு 7.30 வாக்கில் தீர்ந்து போய் விட்டது.’

‘யாருமே என்னிடம் சொல்லவில்லையே!’ என்றார் அவர் அதிர்ச்சியோடு. டாக்டர்.மஹிமா காலையில் வந்து, தனக்கு ஸ்வைன் ஃப்ளு என்பதால் டியூட்டி பார்க்க முடியவில்லை என்றார்கள். தான் விடுப்பில் செல்வதாகச் சொல்லி, என்னிடம் பொறுப்பைத் தந்தார்கள். பிறகு வீட்டிற்குச் சென்றுவிட்டார்கள். என்னிடம் இது பற்றி ஒன்றுமே சொல்லவில்லை!’

எனக்குத் தலை சுற்றியது.

‘அம்மா! இங்கே நிலைமை பயங்கரமாக உள்ளது. ஹெச்ஓடி மேடம் உங்களிடம் என்ன சொன்னார்களோ தெரியாது. உண்மை என்னவென்றால், கடந்த 24 மணிநேரத்திற்குள் 23 குழந்தைகள் இறந்து விட்டார்கள். ஆக்சிஜன் இல்லாமல் மருத்துவமனை முழுவதும் பிரச்சனை’ என்றேன்.

'சரி, நான் வார்டுகளுக்கு வருகிறேன்' என்றார் அவர். அவர் குரல் கோபமாக இருந்தது.

இதற்கிடையில் மருத்துவமனையில் எல்லா இடங்களிலும் இருந்த காலி சிலிண்டர்களைச் சேகரித்து, ஏழு, எட்டு ராணுவ வீரர்கள் உதவியுடன் எஸ்எஸ்பி லாரியில் ஏற்றினோம். சுமார் 120 ஜம்போ சிலிண்டர்களை சேகரித்திருந்தோம்.

இந்த முறை மோடி கேஸிலிருந்து ஆக்சிஜன் வாங்கிவர இருந்தோம். மாஜிஸ்திரேட் அவர்களிடம் பேசிவிட்டதாகச் சொல்லியிருந்தார்.

நிலைமை மோசமாக இருந்ததால் ஆக்சிஜன் சேகரிப்பிற்கு அதிக ஆட்களின் உதவியைப் பெற நினைத்தேன். எனவே மாவட்ட மருத்துவமனையின் தலைமை மருத்துவ அதிகாரி, தலைமை மருத்துவக் கண்காணிப்பாளர், சுகாதாரத்துறை கூடுதல் இயக்குனர் (கோரக்பூர் மண்டலம்) ஆகியோரை தொடர்பு கொண்டு எங்கள் பிரச்சனையைக் கூறினேன்.

'தயவு செய்து மாவட்ட மருத்துவமனையிலிருந்து சில சிலிண்டர்களை அனுப்புங்கள். பெரிய உதவியாக இருக்கும்' என்றேன்.

அவர்கள் எனது கோரிக்கையை ஒரு பொருட்டாகவே ஏற்காதது எனக்கு வியப்பாக இருந்தது. தலைமை அதிகாரி கண்காணிப்பாளரை, அழைக்கச் சொன்னார். கண்காணிப்பாளர், 'என்னால் 3-4 சிலிண்டர்கள்தான் தர முடியும்' என்றார்.

சுகாதாரத் துறை கூடுதல் இயக்குனர், 'நான் இப்போது ஒரு கூட்டத்தில் இருக்கிறேன். பிறகு அழைக்கிறேன்' என்றார். ஆனால் அவர் அழைக்கவே இல்லை.

இவர்களிடம் இறப்பு எண்ணிக்கையைச் சொல்லாமல் விட்டுவிட்டேனோ என்று யோசித்தேன். சூழ்நிலையின் கடுமையை நான் சரியாக விளக்கவில்லையா? எனக்கு பைத்தியம் பிடித்துவிட்டதா? இல்லை, அவர்களுக்கா?

இப்போது வெள்ளிக்கிழமை ஆகிவிட்டதால், என் மனைவி மாற்று உடைகளை கொடுத்துவிட்டிருந்தார். மருத்துவர்களுக்கான ஓய்வறையில் கை, கால் கழுவி, அங்கேயே வெள்ளிக்கிழமை தொழுகையைச் செய்தேன். ஒரே பிரார்த்தனைதான் மீண்டும், மீண்டும். அல்லா! இனியும் யாரும் இறக்கக் கூடாது. இரக்கம் காட்டுவீர் எம் இறைவா! தயவு செய்து இரக்கம் காட்டுவீர்...'

ஆனால் அன்று முழுக்க இறப்பின் கோரத்தாண்டவம் தொடர்ந்தது.

அரைமணி நேரத்திற்கு ஒருமுறை ஒரு சிறிய உயிரற்ற உடல் வெளியேறிக்கொண்டே இருந்தது.

பிஆர்டியில் நர்ஸுகளுக்கு மூன்று ஷீப்ட்கள் உண்டு. இரவு டியூட்டி 8 மணிக்குத் துவங்கி, காலை 8 மணி வரை. எனினும் அன்று இரவு வந்தவர்களைதான் அப்படியே பணியில் தொடரும்படி கேட்டுக்கொண்டேன். ஒரு சிலர் போய்விட்டார்கள். ஆனால், பெரும்பாலானோர் இருந்தார்கள். மதியம் 2 மணிக்கு கிளம்புபவர்களையும் நான் இந்த ஆக்சிஜன் பிரச்சனை தீரும்வரை இருக்கச் சொன்னேன்.

ஒரு மூத்த நர்ஸ், ‘கவலைப்படாதீர்கள் டாக்டர்! எங்களுக்குத் தெரியும். நாங்களும் அம்மா, அக்காக்கள் தான்’ என்றார்.

ஷிப்ட் முடிந்த டாக்டர்களையும் இருக்கச் சொன்னேன். அவர்களும் 'சரி' என்றார்கள்.

2 மணியளவில், வாசலில் சிறு கூட்டம். எல்லோரும் அழுதுகொண்டு, கூச்சலிட்டார்கள். 6-8 மாதக் குழந்தையைத் தூக்கிக்கொண்டு ஒரு பெண். குழந்தை மூச்சுத் திணறிக் கொண்டிருந்தது.

நான் அவர்களிடம் ஓடிச் சென்று, 'என்ன பிரச்சனை?' என்று கேட்டேன். ‘மருத்துவமனையில் அனுமதிக்க டாக்டர் மறுக்கிறார். வேறு மருத்துவமனை போகச்சொல்கிறார்கள். நாங்கள் வெகு தூரத்திலிருந்து வருகிறோம். குழந்தை செத்துக்கொண்டிருக்கிறது. டாக்டர்! தயவு செய்து என் குழந்தையைக் காப்பாற்றுங்கள்’ என்று கதறினாள் அந்தத் தாய். கண்களில் நீர் வழிய, கை கூப்பி, என்னைக் கெஞ்சும் பார்வை பார்த்தாள் குழந்தையின் தாய்.

நான் குழந்தையை வாங்கிக்கொண்டேன். குழந்தை உயிரோடு இருந்தாலும், மூச்சுத் திணறிக்கொண்டிருந்தது. உடல் நீலமாக மாறிக்கொண்டிருந்தது. நான் வார்டுக்குள் ஓடினேன். குழந்தைக்கு ஒரு மானிட்டரை இணைக்கும்படி ஒரு நர்ஸிடம் கத்தினேன். இரத்தத்தில் ஆக்சிஜன் அளவு 60 சதம் இருந்தது. இதயத் துடிப்பு நிமிடத்திற்கு 56. நான் மூச்சுக்குழாயில் டியூபைச் சொருகி, வெண்டிலேட்டருடன் இணைத்தேன். நரம்பு வழியாக மருந்துகள் ஏற்ற ஆரம்பித்தேன்.

மருத்துவமனை சேர்க்கைக்கான உத்தரவில் கையெழுத்திட்டேன். குழந்தையின் நிலை சற்று சீரடைவதைப் பார்த்ததும், அடுத்து செய்ய வேண்டியவற்றை இளைய மருத்துவருக்குச் சொன்னேன்.

நல்லவேளையாக, பூமிகா என்ற அந்தக் குழந்தை உயிர் பிழைத்தது. இப்போது அவளுக்கு நான்கு வயது. அவளைக் தூக்கிய கணம்தான். நான் மேலும் மனஉறுதி பெற்ற கணம்.

நான் முதல்வர் அலுவலகம் சென்று, முதல்வரின் செயலாளர் திருமதி,ஷோபாவிடம் எனது உணர்வுகளைக் கொட்டினேன். அவர் என்னை அமைதிப்படுத்தினார்.

'எப்படி எல்லாவற்றையும் நான் ஒருவனே பார்ப்பது? ஏற்கெனவே முப்பது குழந்தைகளுக்குமேல் இறந்து விட்டார்கள். நிலைமையை சமாளிக்க மூத்த மருத்துவர்கள், அதிகாரிகள் யாராவது என்னோடு இருக்க வேண்டாமா?' என்றேன்.

மாஜிஸ்திரேட் அழைத்த பிறகும், பல சாக்குப் போக்குகள் சொல்லிக்கொண்டிருந்த மோடி கேஸ் நிறுவத்தினர், ஒரு வழியாக மதியம் 2.30 மணியளவில் நாங்கள் அனுப்பிய சிலிண்டர்களை நிரப்ப ஆரம்பித்தார்கள். இந்த முக்கியமான வேலைக்கு எஸ்எஸ்பி ராணுவ வீரர்கள் பேருதவியாக இருந்தார்கள்.

நான் வார்டுக்கு வந்து, இந்த நல்ல செய்தியை அனைவரிடமும் கூறினேன்.

ஓய்வின்றி வேலை செய்துகொண்டிந்த அனைவரும், 'சார்! எல்லோருமே களைத்துப் போயிருக்கிறோம். ஒன்றும் சாப்பிடவில்லை. பயங்கரப் பசி என்றார்கள். அவர்களிடம் மன்னிப்புக் கேட்டுவிட்டு உடனடியாக, குளிர்பானங்கள், ஸ்நாக்ஸ் வாங்கிவரச் சொன்னேன்.

100வது வார்டிலிருந்து 12வது வார்டு, திரும்ப 100வது வார்டு, அங்கிருந்து அவசர சிகிச்சைப் பிரிவு, அங்கிருந்து தீவிர சிகிச்சைப் பிரிவு என்று மாறி மாறி ஓடிக்கொண்டே இருந்தேன்.

வாய்ப்புக் கிடைக்கும்போதெல்லாம் மருத்துவர்கள், நர்ஸுகள், வார்டு பாய்களிடம் பேசினேன். 'பதறாதீர்கள். அது எல்லோருடைய தைரியத்தையும் கெடுத்து விடும். சூழ்நிலையை மோசமாக்கி விடும். நமது மனிதாபிமானத்தைக் காட்ட இதுதான் சரியான நேரம். ஒவ்வொரு உயிரையும் காப்பாற்ற நாம் முயற்சிக்க வேண்டும். அடுத்து என்ன நடந்தாலும் சரி, நாம் அங்கீகரிக்கப்படுவோம். உங்கள் பதவி உயர்வுக்கு உதவும்படி சான்றிதழ்களும், பரிசுகளும் கிடைக்கும்.

எனது உற்சாகமளிக்கும் பேச்சு அவர்களுக்கு உத்வேகம் தந்ததா, இல்லை அவற்றை எனக்கு நானே சொல்லிக்கொண்டேனா என்று தெரியவில்லை. ஏனென்றால், அந்த இரவின் சம்பவங்களால் எல்லாருமே ஒரே அளவில் பாதிக்கப்பட்டிருந்தோம். இவ்வளவு பாடுபட்ட பிறகும், அரைமணி நேரத்திற்கு ஒரு குழந்தை இறந்து கொண்டிருந்தது பெரும் வேதனையாக இருந்தது. என் சக ஊழியர்கள் எதிர்வினையாற்றாதது, அவர்கள் உடல்மொழியில் இருந்த தோல்வியின் சாயல் ஆகியவற்றை நான் கண்டுகொள்ளவில்லை.

100வது வார்டு நர்ஸான ரஜினி, இதுவரை எழுதாத அளவிற்கு அதிகமாக ஆவணங்களை, சான்றிதழ்களை எழுதிக்கொண்டிருந்தாள். மதியம் 2 மணி ஷிப்ட்டுக்கு வந்தவர்களிடம், 'இன்று இரவு முழுக்க வேலை பார்க்க நேரிடும் என்று வீட்டில் சொல்லி விடுங்கள்' என்று சொல்வதில் எனக்கு உதவினாள்.

இதனிடையே இந்த ஆக்சிஜன் பிரச்சனை மர்மத்தைப் புரிந்து கொள்ள மற்றொரு தகவல் கிடைத்தது. மருத்துவமனைக்கு திரவ ஆக்சிஜன் தந்துகொண்டிருந்த புஷ்பா சேல்ஸின் முகவரி தொடர்பு எண்ணை அனூப் எனக்குத் தந்தார். அது எனது பொறுப்போ, அதிகார வரம்பிற்கு உட்பட்டதோ இல்லை என்றாலும்கூட, நான் அவரை அழைத்தேன். ஆக்சிஜன் எப்போது வரும் என்பதை அறியும் பதட்டத்தில் இருந்தேன். 'ஹலோ! நான் பிஆர்டி மருத்துவக் கல்லூரியிலிருந்து பேசுகிறேன். நீங்கள் ஏன் எங்களுக்கு திரவ ஆக்சிஜன் தரவில்லை?' என்று நேரடியாக அவரைக் கேட்டேன்.

அவரும் எனக்கு நேரடியாக பதில் தந்தார். அது எனக்கு கடும் அதிர்ச்சியைத் தந்தது. மூச்சே நின்றுவிடும்போல் இருந்தது. 'சார்! உங்களிடமிருந்து எங்களுக்கு ரூ.68 லட்சம் வரவேண்டும். நாங்களும் பலமுறை நினைவூட்டல்களை அனுப்பி விட்டோம். ஆனால் யாரும் பணம் தருவதாக இல்லை. இந்த நிலுவைத் தொகை தரப்படும் வரை நாங்கள் ஆக்சிஜன் தரப் போவதில்லை.'

நான் ஆழமாக மூச்சை இழுத்துவிட்டு, ஒரு புதிய தந்திரத்தைக் கையாண்டேன்.

'முதல்வர் ரிஷிகேஷிலிருந்து திரும்பி வந்ததும், உங்களுக்கு பணம் பட்டுவாடா செய்து விடுவோம் என்று உறுதியளிக்கிறேன். ஆனால் இப்போது நீங்கள் ஆக்சிஜன் தரவேண்டும். நிறைய குழந்தைகள் இறந்து போய் விட்டார்கள். இல்லாவிட்டால் நான்

உங்களை இந்த அளவிற்கு கெஞ்ச மாட்டேன். தயவு செய்து உயிர்ப் பிரச்சனையில் பணம் ஒரு தடையாக இருந்துவிட வேண்டாம்!'

'இல்லை சார்! என்ன ஆனாலும் சரி, நாங்கள் திரவ ஆக்சிஜன் அனுப்பப் போவதில்லை. எங்களுக்கு வரவேண்டிய தொகை, வரும் வரை சப்ளை செய்ய மாட்டோம்.'

நான் வார்டுக்கு வந்து பெற்றோர்களுடன் பேசினேன். அவர்களோடு சேர்ந்து நானும் அழுதேன். ஆறுதல் சொல்வோர், ஆறுதல் பெறுவோர் இருவருக்குமே உணர்ச்சிமயமான தருணங்கள் அவை.

துறைத் தலைவராக பொறுப்பு தரப்பட்ட டாக்டர். அனிதா மேத்தா வார்டுகளை சுற்றிப் பார்த்தார். யாரையோ தொலைபேசியில் அழைத்து அவரோடு கடும் வாக்குவாதம் புரிந்தார். அது துறைத் தலைவரோடுதான் என்று நான் நினைத்தேன். வாக்குவாதம் எப்படி முடிந்தது என்று தெரியவில்லை. ஆனால் டாக்டர் அனிதா என்னிடம் வந்து, 'துறைத் தலைவர் சீக்கிரம் வந்து விடுவார். நான் கிளம்புகிறேன்' என்றார்.

ஒரு வழியாக, துறைத் தலைவர் மதியம் 3 மணிக்கு வந்தார். அவரோடு தலைமை மருத்துவக் கண்காணிப்பாளர் டாக்டர் ராமசங்கர் சுக்லாவும் வந்தார். முதல்நாள் இரவு நடந்தவற்றை அவரிடம் சொன்னேன். விவரங்களைக் கேட்டுக்கொண்டார். பிறகு அவரும் டாக்டர் சுக்லாவும் செமினார் அறையில் உட்கார்ந்து விவாதித்தார்கள். நடுவில் நான் உள்ளே நுழைந்ததும், அவர் உடனடியாக, 'கஃபீல், இப்போது கைவசம் எத்தனை சிலிண்டர்கள் உள்ளன? நேற்றிலிருந்து எவ்வளவு வந்துள்ளன என்று பாருங்கள்' என்றார்.

'அம்மா, அதை நான் இங்கிருந்தே சொல்லி விடுவேன்' என்றேன் நான். ' திரவ ஆக்சிஜன் இரவு 7.30க்குத் தீர்ந்து போனது. கைவசம் இருந்த சிலிண்டர்கள் 11.30 மணியளவில் தீர்ந்து விட்டன. 11.30 முதல் 1.30 வரை ஆக்சிஜன் இல்லை. அக்கம்பக்கத்து மருத்துவமனையிலிருந்து சில சிலிண்டர்கள் வாங்கினாலும், அவை போதவில்லை.' நான் உள்ளூர் நிறுவனங்களிடமிருந்து ஆக்சிஜன் வாங்க பட்ட கஷ்டங்களை விளக்க ஆரம்பிக்கும் போது, அவர் இடைமறித்து, என்னைப் போகச் சொல்லி விட்டார்.

இந்த சிறு சந்திப்பிற்குப் பிறகுதான் ஆக்சிஜன் பெற நாங்கள் எடுத்த அத்தனை முயற்சிகளையும் பதிவு செய்து வைப்பதன்

அவசியத்தை உணர்ந்தேன். ஆக்சிஜன் அறைக்குப் போனேன். பல்வந்த் வீட்டுக்குப் போய் விட்டார். அவருக்குப் பதில் மற்றொருவரான கமலேஷ் இருந்தார். நான் அவரிடம் லாக்புக்கைக் காட்டச் சொன்னேன். அவர்களிடம் லாக்புக்கே இல்லை என்பதை அறிய அதிர்ச்சியாக இருந்தது.

'அப்படியானால் எங்கிருந்து, எத்தனை சிலிண்டர்கள் வந்தன என்று எப்படித் தெரியும்?' என்று கத்தினேன்.

அவர் ஒரு பதிவேட்டை எடுத்துக் காட்டினார். அதன் பின்புறம் அன்றிரவு முழுக்க நாங்கள் சேகரித்த சிலிண்டர்களின் எண்ணிக்கை எழுதப்பட்டிருந்தது. அவற்றின் எண்களும் குறிக்கப்பட்டிருந்தன. எல்லா ஜம்போ சிலிண்டர்களுக்கும் ஒரு பிரத்யேக எண் உண்டு. அவர்களிடம் தகவல்களை குறித்து வைக்க முறையான ஏற்பாடு இல்லை என்பது மிகவும் கவலைக்குரிய விஷயம் என்றாலும், இந்த தகவல்கள் இருந்தது நிம்மதியாக இருந்தது.

துறைத் தலைவரிடம் வந்து எல்லா விவரங்களும் இருப்பதாகக் கூறினேன். அவர் ஏதோ வேறு யோசனையில் இருந்தபடி, 'சரி' - என்று சொல்லிவிட்டு வெளியே சென்றார்.

குழந்தைகள் மருத்துவத் துறையின் எழுத்தர்களான பாண்டேஜியும், புருஷோத்தமும், துறைத் தலைவரும், டாக்டர் சுக்லாவும் முதல்வருக்கு அனுப்ப ஒரு கடிதத்தை தயார் செய்ததாகச் சொன்னார்கள். *11.8.2017* தேதியிட்ட *NO 1075/BRG/MC/nechi-17* என்ற எண் கொண்ட அக்கடிதம், மருத்துவமனையில் திரவ ஆக்சிஜன் முற்றிலுமாகத் தீர்ந்துவிட்டது என்றும், ஆக்சிஜன் வழங்கும் நிறுவனம் ஆக்சிஜன் தர மறுக்கிறது என்றும் கூறியது. மருத்துவமனையில் சிகிச்சை பெறும் நோயாளிகளின் உயிரைக் காக்க கோரக்பூர் மாவட்ட மாஜிஸ்திரேட், ஆணையர் ஆகியோரின் உதவியோடு, உடனடியாக, தடையின்றி ஆக்சிஜன் கிடைக்க அவர் ஏற்பாடு செய்ய வேண்டும் என்று அக்கடிதம் கோரியது.

'பிரமாதம். ஆனால் உடனடி ஆக்சிஜன் தேவைக்கு என்ன செய்வது? நோயாளிகளை எப்படிப் பராமரிப்பது? இந்த அவசரச் சூழ்நிலையை இவர்கள் எப்போது புரிந்துகொள்ளப் போகிறார்கள்?' என்றேன் நான்.

எழுத்தர்கள் செய்வதறியாது நின்றார்கள். 'டாக்டர். கஃபீல், ஆவணங்களில் நாம் சரியாக இருப்பது மிக முக்கியம். பின்னர் ஏதேனும் நடந்தால், நாம் மாட்டிக் கொள்வோம்' என்றார்கள்.

நான் அவர்கள் அலுவலகம்விட்டு வெளியே வந்தேன். அவர்களிடம் முறையான பதிலை எதிர்பார்ப்பதில் அர்த்தமில்லை.

இப்போது மோடி கேஸ் ஜம்போ சிலிண்டர்களை நிரப்ப ஆரம்பித்துவிட்டதால், நிலைமை சற்று சீராக ஆரம்பித்தது.

நான் கலீலாபாத்தில் மயூர் கேஸஸ் நிறுவனத்திற்குப் போயிருந்த அனூப்பை அழைத்தேன்.

'அனூப்! ஏன் இவ்வளவு நேரமாகிறது?'

'சார்!, அவர்கள் இன்னும் நம் சிலிண்டர்களை நிரப்பவில்லை' என்றார் அவர். 'ஏதோ சாக்குப் போக்கு சொல்லிக் கொண்டிருக்கிறார்கள். அதுதான் காத்திருக்கிறோம்.' நான் சற்று வேகப்படுத்துவற்காக, நிறுவனத்தின் முதலாளியிடம் பேசுவதாகச் சொன்னேன். ஆனால் அவர் என்னோடு பேச மறுத்தார்.

உள்ளூரின் மூன்று முக்கிய நிறுவனங்களும் இந்தப் பிரச்சனையில் எங்களுக்கு உதவத் தயாராக இல்லை என்று தெரிந்தது. மோடி கேஸ் மாவட்ட மாஜிஸ்திரேட் கடிந்துகொண்டதற்குப் பிறகுதான் சிலிண்டர்களை நிரப்ப ஆரம்பித்தது. சிலிண்டர் தந்து உதவுவதாகச் சொன்ன பாலாஜி கேஸ், என் தொலைபேசி அழைப்புக்களை எடுக்க மறுத்தது. இப்போது, நாங்கள் பணம் தரத் தயார் என்று லாரியோடு அவர்கள் நிறுவனத்தின் வாசலில் ஆறுமணி நேரமாக நின்றுகொண்டிருந்தாலும் மயூர் கேஸஸ் சிலிண்டர்களை நிரப்ப மறுக்கிறது.

நான் மாஜிஸ்திரேட் என்னை அழைத்த எண்ணை அழைத்தேன். அவரது உதவியாளர் போனை எடுத்தார். அவரிடம் நிலைமையைச் சொன்னதும், அவர் உதவுவதாக உறுதியளித்தார். அடுத்த ஐந்தாவது நிமிடம், உங்களுக்கு எந்த மாதிரியான உதவி வேண்டும் என்று கேட்டு கலீலாபாத் மாவட்ட மாஜிஸ்திரேட் அலுவலகத்திலிருந்து அழைப்பு வந்தது. நான் சிலிண்டர் நிரப்ப எங்கள் லாரி மயூர் கேஸஸ் வாசலில் நிற்பதைச் சொன்னேன். மயூர் உரிமையாளருடன் மாஜிஸ்திரேட் பேசிய பிறகுதான், எங்கள் சிலிண்டர்களை நிரப்ப ஆரம்பித்தார்கள்.

அப்படியும், ஏழு சிலிண்டர்கள் மட்டுமே நிரப்ப முடிந்தது. தொழிற்சாலையில் ஆக்சிஜன் தீர்ந்துவிட்டது. மூடும் நேரமாகி விட்டது என்று புதுக் காரணம் சொன்னார்கள். அனூப் இந்த தகவலைச் சொன்னபோது, பெரும் களைப்பு அலையாய் என் மீது மோதியது.

'சரி அனூப்! அந்த ஏழையாவது எடுத்துவாருங்கள்' என்று தான் சொல்ல முடிந்தது.

மாலை 6 மணிக்கு திடீரென்று பொறுப்பு முதல்வர் டாக்டர். ஜெய்ஸ்வாலிடம் இருந்து தொலைபேசி அழைப்பு வந்தது.

'கஃபீல்! சில செய்தியாளர்கள் இந்த ஆக்சிஜன் பிரச்சனை பற்றிய விபரங்களைக் கேட்கிறார்கள். நான் என்ன சொல்வது?' என்றார்.

எனக்கு ஆத்திரம் ஜிவ்வென்று ஏறியது. 'சார்!, நீங்கள் எங்கே இருக்கிறீர்கள்?' என்றேன்.

'என்னுடைய கிளினிக்கில்' என்றார் நான் பிரமிக்கும் விதமாக.

கோபத்தில் கத்திவிட வேண்டும்போல் இருந்தாலும், அமைதியாகப் பேச முயன்றேன். 'சார்! நேற்று இரவிலிருந்து நான் உங்களை அழைத்துக் கொண்டிருக்கிறேன். நீங்கள் வார்டுகளுக்கு வரவே இல்லை. இப்போது உங்கள் சொந்த கிளினிக்கில் இருக்கிறீர்கள்! முப்பத்தியைந்து குழந்தைகளும், பதினெட்டு பெரியவர்களும் இறந்து விட்டார்கள் என்பது தெரியுமா சார்! உங்களுக்கு? நீங்கள் செய்வது ஒன்றும் சரியில்லை. பல தலைகள் உருளப் போகின்றன' என்று சொல்லி, போனை வைத்து விட்டேன்.

மணிப்பாலில் மருத்துவம் படிக்கும்போது இப்படியொரு பிரச்சனையை நான் சந்தித்ததில்லை. கோரக்பூரில்கூட 2017 ஆகஸ்ட் 10ம் தேதி வரை ஆக்சிஜன் டேங்க் எங்கே உள்ளது, யார் ஆக்சிஜன் சப்ளை செய்கிறார்கள் என்று எதுவும் தெரியாது.

இப்போது 'டைம்ஸ் ஆஃப் இந்தியா', 'ஹிந்துஸ்தான் டைம்ஸ்', 'இந்தியன் எக்ஸ்பிரஸ்', 'தைனிக் ஜாக்ரண்' என்று பெரிய பத்திரிகைகளின் செய்தியாளர்கள் வந்துவிட்டார்கள். அவர்கள் பதில் வேண்டும் என்று வற்புறுத்திக்கொண்டே இருந்தார்கள்.

நேற்றிலிருந்து கண்ணிலேயே தட்டுப்படாது இருந்த மூளையழற்சி நோய்க்கான பொறுப்பதிகாரி இப்போது வார்டில் தோன்றினார். துறைத் தலைவரும், முகக்கவசம் அணிந்து பரபரப்பாக ரவுண்ட்ஸ் போய்க்கொண்டிருந்தார்.

இரவு உள்ளூர் நாடாளுமன்ற உறுப்பினர் தமது பாதுகாவலர், முப்பது, நாற்பது ஆதரவாளர்கள் புடை சூழ வந்தார். மருத்துவர்களிடம் தம்மை குழந்தைகள் நல வார்டிற்கு அழைத்துச் செல்லச் சொன்னார். வந்து, சில பெற்றோர்கள், சில மருத்துவர்கள்,

துறைத் தலைவர் ஆகியோரிடம் பேசினார். ஆனால் ஆக்சிஜன் அறைக்குப் போகவில்லை.

தேர்ந்த அரசியல்வாதியான அவர் போகும் இடங்களுக்கெல்லாம் செய்தியாளர்கள் பின்தொடர்வதை அனுமதித்தார். அவர்களிடமும் பேசினார். அவர்தான் ஆக்சிஜன் பற்றாக்குறை பற்றி ஊடகங்களிடம் பேசிய முதல் அரசியல்வாதி. அவர் பேசியவை 'ஆஜ் தக்', 'ஏபிபி', 'என்டிடிவி' உள்ளிட்ட பல சேனல்களில் ஒளிபரப்பாகின. எனினும் அவர் ஆக்சிஜன் பிரச்சனைக்கு எவ்வகையிலும் உதவவில்லை.

அவரது நேர்காணல் பெரும் தாக்கத்தை ஏற்படுத்தியது. ஒரு மணி நேரத்திற்குள், எங்கிருந்தோ மக்கள் குவிய ஆரம்பித்தார்கள். மருத்துவமனையின் மைதானத்தைப் பார்த்தால் 2010ல் வந்த ஹிந்திப் படமான 'பீப்லி' (லைவ்) படத்தின் ஒரு காட்சி போல இருந்தது. நாட்டின் அத்தனை செய்தி ஊடகங்களின் வெளிப்புறப் படப்பிடிப்பு வாகனங்களும் அங்கு வரிசையாக நின்றன.

கோரக்பூர் மாஜிஸ்திரேட்டும், தலைமை மருத்துவ அதிகாரியும் ஏராளமான போலீசாருடன் வந்தார்கள். அவர்கள் வந்ததும் மருத்துவக் கல்லூரியின் கதவுகள் மூடப்பட்டன.

கோரக்பூர் மாவட்ட மாஜிஸ்திரேட் சில அதிகாரிகளோடு இரவு சுமார் 7.30க்கு வந்தார். அவர் கோபமாக இருந்தார். துறைத் தலைவர், கண்காணிப்பாளர், தலைமை மருத்துவக் கண்காணிப்பாளர், பொறுப்பு முதல்வர் ஆகியோருடன் கதவைப் பூட்டிக்கொண்டு ஆலோசனை நடத்தினார். பதினைந்து நிமிடங்கள் சூழ்நிலை பற்றி விவாதித்த பிறகு சில விவரங்களைக் கேட்க என்னை அழைத்தார்கள். இம்முறை அனைத்தும் குறித்துக் கொள்ளப்பட்டன.

மாவட்ட மாஜிஸ்திரேட் அலுவலகத்திலிருந்து வந்த அதிகாரிகள் அலுவலக கணினிகளின் பொறுப்பை எடுத்துக்கொண்டார்கள். ஊழியர்களை அழைத்து தமது உத்தரவு இல்லாமல் யாருக்கும் இறப்புச் சான்றிதழ் தரக் கூடாது என்று சொன்னார்கள். பெற்றோர்கள் உட்பட எவரையுமே குழந்தைகளுக்கான தீவிர சிகிச்சைப்பிரிவு, பிறந்த குழந்தைகளுக்கான தீவிர சிகிச்சைப் பிரிவு ஆகியவற்றில் உள்ளே அனுமதிக்கவில்லை. அடுத்த உத்தரவு வரும் வரை யாரும் மருத்துவக் கல்லூரி வளாகத்தைவிட்டு வெளியே செல்லக்கூடாது என்று சொன்னார்கள். யாரும் ஊடகங்களிடம் பேசக்கூடாது. ஒரு மணி நேரத்திற்குள் மருத்துவமனையும், குழந்தைகள் நலத் துறையும் கடுமையாக

பாதுகாக்கப்பட்ட பகுதிகளாக மாறி விட்டன. எல்லா சேனல்களிலும் பிஆர்டி பற்றி ஃப்ளாஷ் செய்தி ஓடுவதாக யாரோ சொன்னதைக் கேட்டேன். மருத்துவக் கல்வியின் டைரக்டர் ஜெனரல் டாக்டர். கே.கே.குப்தா, மருத்துவக் கல்விக்கான கூடுதல் தலைமைச் செயலாளர் டாக்டர். அனிதா பட்நாகர் ஜெயின் ஆகியோர் லக்னோவிலிருந்து, டாக்டர், மிட்டலை அழைத்துப் பேசினார்கள்.

பிரச்சனை குறித்து நான் நன்றாக விளக்குவேன் என்று துறைத் தலைவர் மாவட்ட மாஜிஸ்திரேட்டிடம் சொன்னார். நான் அவர்களிடம் கடந்த இருபத்திநான்கு மணிநேரத்தில் நடந்த அனைத்தையும் கூறினேன். நான் சொல்லி முடித்ததும், மாவட்ட மாஜிஸ்திரேட் வாசலில் நின்ற ஊடகங்களிடம் பேச முடிவு செய்தார்.

ஊடகத்தினரை செமினார் அறைக்கு அழைத்தார்கள். எத்தனை ஆக்சிஜன் சிலிண்டர்கள் கொண்டுவரப்பட்டன. எங்கிருந்து, எத்தனை குழந்தைகள் இறந்தன. அவர்களது பெயர்கள், பாலினம், வயது, தந்தை பெயர், இறப்பிற்கான காரணம் என எல்லா தகவல்களையும் திரட்டச் சொன்னார். 'இறப்புக்குக் காரணம் ஆக்சிஜன் பற்றாக்குறை என்று சொல்லக்கூடாது' என்று எங்களுக்குச் சொன்னார்கள். இப்போது, அதிகார வர்க்கம் பிரச்சனையை கையில் எடுத்துக் கொண்டது.

ஊடகங்களிடம் பேசிய மாவட்ட மாஜிஸ்திரேட், 'ஆக்சிஜன் பற்றாக்குறை இல்லை' என்று தெளிவாகச் சொன்னார். 'ஏற்பட்ட இறப்புகள் வேறு பல நோய்களின் காரணமாக ஏற்பட்டவை' என்றார். ஆக்சிஜன் சப்ளைக்கான பணப்பட்டுவாடா குறித்த எல்லாக் கேள்விகளையும் பதில் சொல்லாமல் தவிர்த்தார்.

'ஆமாம், திரவ ஆக்சிஜன் சப்ளை தடைப்பட்டது. ஆனால் ஜம்போ சிலிண்டர்கள் வைத்து சப்ளை சரிசெய்யப்பட்டது. கடந்த 24 மணிநேரத்தில் நாங்கள் சுமார் 250 சிலிண்டர்கள் ஏற்பாடு செய்தோம்' என்று அவர் அறிவித்தார். மதியம் தனது அலுவகத்திலிருந்து அவர் ஊடகங்களிடம் பேசியதிலிருந்து இது முற்றிலும் மாறுபட்டது. அப்போது அவர், நீண்ட நேரமாக ஆக்சிஜன் பற்றாக்குறை இருந்ததை ஒப்புக்கொண்டிருந்தார். 'பிஆர்டியில் நேற்று இரவிலிருந்து ஆக்சிஜன் சப்ளையில் பிரச்சனை இருக்கிறது என்று எங்களுக்கு தகவல் வந்துள்ளது. வாங்கிய ஆக்சிஜனுக்கு பணம் வழங்கப்படாததால், சப்ளை

செய்யும் நிறுவனம் சப்ளையை நிறுத்தியதே இதற்குக் காரணம்' என்று அப்போது கூறியிருந்தார்.

'இப்போது 50 ஆக்சிஜன் சிலிண்டர்கள் உள்ளன. விரைவில் 100 முதல் 150 சிலிண்டரைகள் வரை வர இருக்கின்றன' என்றார் அவர்.

ஐந்து பேர் கொண்ட விசாரணைக் குழு ஒன்று அமைக்கப்படும் என்றும், அது 24 மணிநேரத்திற்குள் அறிக்கை தரும் என்றும் அவர் அறிவித்தார். அதற்கு சப்டிவிஷனல் மாஜிஸ்திரேட் தலைவராக இருப்பார். சிறப்புகளுக்கான உண்மைக் காரணத்தை கண்டுபிடிக்கவும், ஆக்சிஜன் சப்ளை தடைபட்டதற்கான காரணத்தையும் கண்டுபிடிக்க அமைக்கப்படும் இக்குழுவில் தலைமை மருத்துவ அதிகாரியும், சுகாதாரத் துறையின் கூடுதல் இயக்குனரும் இடம் பெறுவார்கள்.

ஊடகங்களோடு பேசிக்கொண்டிருந்தபோதே அவர் டாக்டர். அனிதா பட் நாகர் ஜெயின் மற்றும் லக்னோவிலிருந்த வேறு சில உயரதிகாரிகளுடன் தொலைபேசியில் பேசினார். செய்தியாளர் சந்திப்பை முடித்துவிட்டு, முதலமைச்சரோடு பேசினார். 'ஜம்போ சிலிண்டர்கள் போதுமான அளவு உள்ளன. நான் திரவ ஆக்சிஜன் சப்ளையருடன் பேசிவிட்டேன். அவர்களுக்கு பணம் வழங்கிவிட்டோம். விரைவில் திரவ ஆக்சிஜனும் வந்து விடும்' என்றார்.

'ஆக்சிஜன் பற்றாக்குறை இருந்ததாகவும், எஸ்எஸ்பி மற்றும் வேறு சில இடங்களிலிருந்து சிலிண்டர் வாங்கி சமாளித்து விட்டதாகவும் கோரக்பூர் ஆணையாளர் கூறினார். ஆக்சிஜன் பற்றாக்குறையால் மரணங்கள் எதுவும் நிகழவில்லை. பெற்றோர்கள் யாரும் எங்களிடம் புகார் தெரிவிக்கவில்லை. உண்மைக் காரணத்தைக் கண்டறிய விசாரணைக் குழு அமைக்கப்பட்டுள்ளது. ஆகஸ்ட் 10 அன்று 23 குழந்தைகளும், இன்று மாலை 5 மணி வரை 7 குழந்தைகளும் இறந்துள்ளன' என்றார் கோரக்பூர் ஆணையாளர்.

இப்போது திடீரென்று விஷயங்கள் மாறி விட்டன. உயிர்களைக் காப்பாற்றுவதற்குப் பதிலாக எங்களது சக்தியனைத்தும் நிர்வாக விஷயங்களுக்குத் திருப்பிவிடப்பட்டன. இப்போது முழு மருத்துவமனையும் ஆண், பெண் போலீசாரால் சூழப்பட்டு விட்டது. உள்ளூர் போலீஸ் ஆய்வாளர், சார்பு ஆய்வாளர் எல்லோரும் வந்துவிட்டார்கள். அவர்கள் மருத்துவம் செய்வதை

இடையூறு செய்யவில்லை. மாறாக, அவர்கள் இறந்த குழந்தைகளை பெற்றோர்களிடம் ஒப்படைக்கும் வேலையை ஏற்றுக்கொண்டார்கள். குழந்தையின் உடலை பெட்ஷீட்டில் சுற்றித் தந்து பின்வாசல் வழியாக அனுப்பினார்கள். ஒவ்வொரு உடலுடனும் ஒரு போலீஸ் அதிகாரி சென்றார்.

வீடு பக்கத்தில் இருந்தால் வீட்டிற்கோ அல்லது பேருந்து, ரயில் நிலையத்திற்கோ துணையாகச் செல்லுமாறு போலீசுக்கு உத்தரவு தரப்பட்டது. ஆனால் ஆறுதல் கூற, வருத்தம் தெரிவிக்க எந்த வழிகாட்டுதலும் இல்லை.

கடந்த இருபத்திநான்கு மணிநேரமாக நான் போராடிய போர் இதுவல்ல. இப்போது அதிகாரிகள் வந்ததும், எனக்கு வேலை மேலும் அதிகமாகிவிட்டது. யாராவது ஓர் அதிகாரி அழைத்துக் கொண்டே இருந்தார். சொன்ன தகவலையே திரும்பத் திரும்பச் சொல்லிக்கொண்டிருந்தேன். வார்டுக்கும் போய் குழந்தைகளுக்கு சிகிச்சை தரவேண்டும் என நினைப்பேன். ஆனால், ஒவ்வொரு முறை நான் போகும்போதும், திரும்ப அழைக்கப்படுவேன்.

அதிகாரிகள் பூட்டிய அறைக்குள் உட்கார்ந்து, தமக்குள் விவாதித்தபடி, எழுதிக்கொண்டிருந்தார்கள். எல்லோரும் இப்போது முதல்வர்மேல் பழி போட முயற்சி செய்வதாக எனக்குத் தோன்றியது. மேலதிகாரிகளுக்கு தகவல் தராமல் அவர் ஏன் ரிஷிகேஷ் சென்றார்? ஆக்சிஜன் நிறுவனத்திற்கு ஏன் பணம் தரப்படவில்லை? என்று பல கேள்விகள். அதிகாரிகள் இவ்வாறு தம் குறிப்புகளைத் தயார் செய்துகொண்டிருந்தபோது, சில பெற்றோர்கள் இறந்த தம் குழந்தைகளின் உடல்களை பெற்றுக் கொள்ள மறுத்தார்கள். கதறி அழுதபடி அவர்கள் மருத்துவமனை வளாகத்தில் தர்ணாவில் உட்கார்ந்தார்கள். மரணங்களின் எண்ணிக்கையை விசாரித்துக்கொண்டு, நிறைய பேர் வந்து கொண்டே இருந்தார்கள்.

அனைத்துக் கட்சி அரசியல்வாதிகளுக்கும், தம் இருப்பைக் காட்டிக்கொள்ள இது சரியான சந்தர்ப்பமாக இருந்தது. தன்னார்வத் தொண்டு நிறுவனங்கள், சமூக சேவை அமைப்புகள் – எல்லாம் தம்மால் இத்தனை சிலிண்டர்கள் நன்கொடைகளாகத் தர முடியும் என அறிவிக்க ஆரம்பித்தன. இவை தலைப்புச் செய்திகளாக வந்தன. 'கீதா பிரஸ் 50 சிலிண்டர்கள் தருவதாக அறிவிப்பு!' 'சரஃபா சொசைட்டி 30 சிலிண்டர் தருகிறது!' சில அமைப்புகள் 20 சிலிண்டர்கள் கடனாகத் தருவதாக அறிவித்தன.

அரசியல்வாதிகள் முக்கியமாக ஊடகங்களில் தோன்றுவதற்காகத்தான் குழந்தைகள் தீவிர சிகிச்சைப் பிரிவிற்கு வந்தார்கள். பிஆர்டியில் அதிகாரிகள் பதிவு செய்துகொண்டிருந்த அத்தனை தகவல்களும் அரசியல்வாதிகளுக்கு எப்படியோ தெரிந்ததிருந்தது என்பதுதான் ஆச்சரியம்.

ஆக்சிஜன் சப்ளை எப்படி தடைப்பட்டது. எப்படி சிலிண்டர்களை ஏற்பாடு செய்தோம் என்பதைக் குறிக்கும் வரைபடம் ஒன்று தயாரித்திருந்தோம். இரவிற்குள் அது உலகெங்கும் பரவி விட்டது. நாங்கள் தயாரித்திருந்த இறந்துபோன குழந்தைகள் பட்டியல் வாட்ஸ்அப்பில் வலம் வந்துகொண்டிருந்தது. உள்ளே இருந்து யாரோ ஊடகங்களுக்குச் செய்தி தராமல் இது சாத்தியமே இல்லை.

அந்த நீண்ட மாலைப்பொழுது மறைந்து, இரவானபோது, எங்களிடம் போதுமான சிலிண்டர்கள் இருந்தன. ஆக்சிஜன் குறைந்தால் உடல் உறுப்புகளின் செயல்பாடுகள் குறையும். சிறுநீரகம், நுரையீரல், மூளை என ஒவ்வொன்றும் செயலிழந்து, கடைசியில் இதயம் நின்றுவிடும். இப்படி நடப்பதற்கான கால இடைவெளி சற்று அதிகரித்தது. இப்போது உண்மையான எண்ணிக்கைகளைக் குறைத்துக்காட்டும் முயற்சி நடந்தது.

தம் குழந்தைகளை இழந்த பெற்றோர்கள் பின்வாசல் வழியாக அனுப்பப்பட்டார்கள். இறந்த குழந்தைகளின் பெற்றோர்கள், ஆக்சிஜன் பற்றாக்குறை இருந்ததாகவும், ஆனால் அதை மருத்துவர்கள் சரிசெய்துவிட்டதாகவும் பிரமாணப் பத்திரங்களில் கையெழுத்திட்டார்கள். இவையனைத்தும் ஒரே கையெழுத்தில் இருந்தன. அதாவது ஒரு குழந்தை இறந்தால், அதற்குக் காரணம் அதன் நோய்தான். ஆக்சிஜன் பற்றாக்குறை அல்ல. குழந்தை திரவ ஆக்சிஜன் பற்றாக்குறையால் இறந்ததா என்ற கேள்விக்கு அவர்கள், ‘இல்லை, மரணம் ஆக்சிஜன் பற்றாக்குறையால் ஏற்படவில்லை. மருத்துவம் நடந்துகொண்டிருந்தபோதே, உடல் நிலை மோசமானதால் இறந்தார்கள்’ என்று பதிலளித்திருந்தார்கள்.

திரவ ஆக்சிஜன் சப்ளை மீண்டும் வரும் வரை வெண்டிலேட்டர்கள் முறையாக இயங்காது என்று எனக்குத் தெரியும். அது ராஜஸ்தானிலிருந்து வரவேண்டும். பொதுவாக வர 48லிருந்து 72 மணிநேரம் ஆகும்.

வெள்ளிக்கிழமை இரவு, எனது சகோதரனும், அவனது நண்பர்கள் சிலரும் எனக்கு உணவும், மாற்று உடைகளும் கொண்டு வந்தார்கள். மற்ற டாக்டர்களுடன் சேர்ந்து சாப்பிட்டேன்.

இப்போது எல்லோரும் எனது முயற்சிகள் பற்றிப் பேச ஆரம்பித்துவிட்டதால், என் குடும்பத்தினருக்கு என்னைப் பற்றி மிகவும் பெருமையாக இருந்தது. எனக்கு அதிக முக்கியத்துவம் தரப்பட்டது. மாவட்ட மாஜிஸ்திரேட்டும், தலைமை மருத்துவ அதிகாரியும் நேரடியாக என்னை அழைத்துப் பேசினார்கள். எல்லோரும் என்னைப்புகழ்ந்தார்கள். துறைத் தலைவரும், பொறுப்பு முதல்வரும்கூட, நான் ஒரு நல்ல காரியம் செய்ததாகச் சொல்லிக்கொண்டிருந்தார்கள். சில வாரங்கள் கழித்து நடக்கப் போவது அப்போது தெரிந்திருந்தால், நான் அந்த ஒவ்வொரு பாராட்டையும் எனது பாதுகாப்பிற்காகப் பதிவு செய்து வைத்திருக்கலாம்.

மாறாக, தூக்கமின்றி, கடுமையான களைப்போடு, நான் நோயுற்ற குழந்தைகளை கவனித்துக்கொண்டு, அதிகாரிகளின் கேள்விகளுக்குப் பதில் சொல்லிக்கொண்டு இருந்தேன்.

நான் மருத்துவமனையில் இருந்ததால் தொலைக்காட்சி செய்தி சானல்களிலும், வெளியுலகிலும் நடந்தது அதிகம் தெரியவில்லை. பெரிய ரகளையாகி விட்டது. கோரக்பூர் மக்கள் போராட்டத்தில் இறங்கிவிட்டார்கள் என்று சுற்றியுள்ளவர்கள் கூறினார்கள். மருத்துவக் கல்லூரி வாசலிலும் போராட்டக்காரர்களின் கூட்டம்.

எதிர்கட்சிகள் மாநில அரசாங்கத்தைக் குறை கூறின. அதுவும், ஆக்சிஜன் சப்ளை நிறுவனத்திற்கு பணம் தராப்படாததால் இந்த துயரச் சம்பவம் நிகழ்ந்தது என்ற செய்தி பரவியதும், குறை கூறுவது அதிகரித்தது. மக்கள் இப்போது ஆவேசமாக இருந்தார்கள்.

6

பழி சுமத்துதல் ஆரம்பம்

ஆகஸ்ட் 11, வெள்ளி இரவு, என் சகோதரன் போன பிறகு நான் என் சக ஊழியர்கள் சிலரோடு பேசியபடி, மருத்துவர்கள் அறையில் ஓய்வாக இருந்தேன். 10 மணிக்கு விசாரணைக் குழுவினர் முதல்வர் அறையில் கூடினார்கள். என்னையும், வேறு சில மருத்துவர்களையும் வரச்சொன்னார்கள். முதலமைச்சரின் உத்தரவின்படி, இந்த விசாரணையை 24 மணிநேரத்திற்குள் முடிக்க வேண்டும்.

நான் சென்றபோது, முதல்வருக்கு வேண்டப்பட்டவர்கள் என்று சொல்லப்படும் பல மருத்துவர்கள் அங்கே இருப்பதைப் பார்த்தேன். அவர்கள் 'அவர் அதிகாரபூர்வமாக ரிஷிகேஷ் போயிருக்கிறார், விடுப்புக் கடிதம் தந்திருக்கிறார். பொறுப்பு முதல்வரை நியமித்து விட்டுப் போனார்' என்று சுட்டிக் காட்டி அவரைக் காப்பாற்ற முயற்சி செய்துகொண்டிருந்தனர். இவையெல்லாம் தவறல்ல என்பது அவர்கள் வாதம்.

புஷ்பா சேல்ஸிற்கு பணம் பட்டுவாடா செய்யப்படாத பெரிய குற்றத்தைப் பொருத்தவரை, இந்த மருத்துவக் கூட்டம், ஒரு கணக்காளரின் தவறால் இதற்கான நிதி ஒதுக்கீடு 2017 மார்ச்சில் காலாவதியாகிவிட்டது என்றது. இதைக் கண்டுபிடித்தபோது இதற்குக் காரணம் சுதீர் பாண்டே என்று கண்டுபிடித்து, அவருக்கு பதிலாக உதய் பிரதாப் சர்மா நியமிக்கப்பட்டார். 2017 மார்ச் 31 அன்று இதற்கான ரூ.2.5 கோடி ஒதுக்கீடு பயன்படுத்தப்படாமலேயே காலாவதி ஆகிவிட்டது. இது குறித்து ஆராய விசாரணைக்கு முதல்வர் டாக்டர்.ராஜீவ் மிஸ்ரா உத்தரவிட்டார். டாக்டர் ராஜ்கிஷோர் சிங், டாக்டர்.ஜி.சி.மௌர்யா ஆகியோர் விசாரித்தார்கள். அவர்கள் கணக்காளர்கள் சுதீர்பாண்டே, சஞ்சய் திரிபாதி, நிதி அதிகாரி டாக்டர் ஓ.என்.பாண்டே ஆகியோர் இத்தவறுக்குப் பொறுப்பு என்று கண்டுபிடித்தார்கள்.

விசாரணையில் அடிபட்ட மற்றொரு பெயர் டாக்டர். சதீஷ்குமார். இவர் மயக்கவியல் துறைத் தலைவர். ஆக்சிஜன் சப்ளைக்குப் பொறுப்பானவர். வியாழனன்று காலை அவர் மருத்துவமனை வளாகத்தில்தான் இருந்தார் என்றும், வரப்போகும் பற்றாக்குறை பற்றி ஆக்சிஜன் பைப் லைன் இயக்கும் ஊழியர்கள் எழுத்துப்பூர்வமாக எச்சரித்தும்கூட, அவர் எந்த நடவடிக்கையும் எடுக்கவில்லை என்று சொல்லப்பட்டது. துறைத் தலைவர் பெயரை யாருமே சொல்லவில்லை என்பதைக் கவனித்தேன். அவர் அதே அறையில் இருந்ததுதான் இதற்கு ஒரே காரணம் என்று நினைத்தேன். மாறாக விசாரணையில் அடிபட்ட டாக்டர். குமார் அந்த அறையில் இல்லை.

உண்மையில் டாக்டர். குமார் ஆகஸ்ட் 11 முதல் 17 வரை விடுப்பிற்கு விண்ணப்பித்திருந்தார். தனக்கும் தன் மனைவிக்கும் ஆகஸ்ட் 11 அன்று லக்னோவிலிருந்து மும்பை செல்ல விமான பயணச்சீட்டு வாங்கியிருந்தார். செல்வதற்குமுன் தனது துறையின் டாக்டர். ஷாபாஸை பொறுப்புத் தலைவராக நியமித்திருந்தார். இந்தத் தகவல் தெரிந்ததும், மாவட்ட மாஜிஸ்திரேட் ஷாபாஸையும் அழைத்து விசாரித்தார்.

கணக்காளர்கள் சுதீர்பாண்டே, சஞ்சய் திரிபாதி, உதய் சர்மா ஆகியோரும் அழைக்கப்பட்டார்கள். அவர்களும் வாக்குமூலம் தந்தார்கள். மூவரில், முதலில் சுதீர் ஆஜராகவில்லை. மாவட்ட மாஜிஸ்திரேட் அவர் வீட்டிற்கு போலீஸை அனுப்பி அழைத்து வரச் செய்தார்.

முதல்வரின் மனைவிக்கு எதிராக யார் வாக்குமூலம் தந்தாலும், அவருக்கு மேற்கொண்டு எந்த தொந்திரவோ, விசாரணையோ இருக்காது என்ற அறிவிப்பு வந்ததும், விசாரணையில் ஒரு முக்கிய திருப்பமாகும்.

சுதீர் இந்த வாய்ப்பை பயன்படுத்தி, அனைத்திற்கும் முதல்வரின் மனைவி மீது பழிபோட்டு, ஓர் எழுத்துபூர்வ புகாரை அளித்தார். முதல்வரின் மனைவி, தானே முதல்வர் போல் நடந்து கொண்டு, அனைத்து முடிவுகளும் எடுத்தார் என்றும் இதை டாக்டர்.ராஜீவ் மிஸ்ரா தடுக்கவில்லை என்றும் எழுதித் தந்தார். முதல்வரது அலுவலகம் அவரது வீட்டிலிருந்து நடத்தப்பட்டது என்பதுபோல் அவர் குற்றச்சாட்டு இருந்தது. மருத்துவமனைக் கோப்புகள் அனைத்தும் முதலில் முதல்வரின் வீட்டுக்கு அனுப்பப்படும்.

அவரது மனைவி அவற்றைப் படிப்பார். அவர் ஒப்புதல் தந்த பிறகுதான் முதல்வர் கோப்புகளில் கையெழுத்திடுவார் என்று சுதீர் எழுதித் தந்தார்.

அறையில் எல்லோருமே எழுதிக்கொண்டும், தட்டச்சு செய்து கொண்டும் இருந்ததைப் பார்க்க எனக்கு வியப்பாகவும், அதிர்ச்சியாகவும் இருந்தது.

என்னை அழைத்தார்கள். திரும்பவும் அன்று நடந்தவை அனைத்தையும் சொல்லச் சொன்னார்கள். நான் சொல்லி முடித்ததும், '100வது வார்டு முதல் மாடியில் ஏஸி ஏன் இயங்கவில்லை?' என்று கேட்டார்கள்.

'தெரியவில்லை சார்!' என்றேன். நான் கூறிய எல்லா விபரங்களையும் விட்டு விட்டு, இதை மட்டும் ஏன் குறிப்பாகக் கேட்கிறார்கள் என்று யோசனையாக இருந்தது.

பிறகு வெளியில் சென்று காத்திருக்கச் சொன்னார்கள்.

நள்ளிரவில் முழு அறிக்கை தயாராகிவிட்டது. ஆனால் அது வெளியிடப்படவில்லை.

நள்ளிரவில் டாக்டர்.கே.கே.குப்தா லக்னோவிலிருந்து காரில் வந்தார். அவரது ஆய்விற்காக மீண்டும் நாங்கள் கூடினோம். இப்படி மேலும் இரண்டுமணி நேரம் கழிந்ததில் எனக்கு மிகவும் வெறுப்பாகி விட்டது. நள்ளிரவு 2 மணிக்கு எல்லாம் முடிந்த பிறகு நான் எல்லா வார்டுகளிலும் உள்ள நோயாளிகளை ஒருமுறை பார்த்தேன். குழுவினர் யாருமே குழந்தைகள் பற்றி கவலைப்படாததுதான் எனது வெறுப்புக்குக் காரணம். இறப்பு விகிதம் குறைந்துவிட்டாலும், குழந்தைகள் இறப்பது தொடர்ந்து கொண்டிருந்தது. வெள்ளி மாலையிலிருந்து சனிக்கிழமை காலைக்குள் மேலும் 11 குழந்தைகளை இழந்தோம்.

விசாரணைக் குழுவின் விசாரணை முடிந்தபோது, இந்த சம்பவத்திற்குப் பொறுப்பு, முதல்வர் டாக்டர். ராஜீவ் மிஸ்ரா மீது சுமத்தப்பட்டது. போதுமான நிதி இருந்தும், புஷ்பா சேல்ஸிற்கு அவர் பணப்பட்டுவாடா செய்யாததே காரணம் என்று சொல்லப்பட்டது. அடுத்து, பற்றாக்குறை வரப்போகிறது என்று தெரிந்தும் விடுப்பில் சென்ற டாக்டர்.சதீஷ்குமார் மற்றும் மூன்று கணக்காளர்கள் மீதும் குற்றம் சாட்டப்பட்டது. ஆகஸ்ட் 10 அன்று பற்றாக்குறை பற்றி எழுத்துப்பூர்வமாக தகவல் தந்த பிறகும் ஏன்

நடவடிக்கை எடுக்கவில்லை என்று மட்டும் துறைத் தலைவர் டாக்டர்.மஹிமா மிட்டலிடம் கேட்டார்கள்.

அன்றிரவு பட்ட திண்டாட்டங்கள் மூலம், மருத்துவமனையில் ஆக்சிஜன் சப்ளை எப்படி நிர்வகிக்கப்படுகிறது என்பதை புரிந்து கொண்டேன். திரவ ஆக்சிஜன் அழுத்தம் 4,500 எம்எம்டபிள்யூசிக்குக் கீழே குறையும்போது பைப் லைன் ஊழியர்கள், ஜம்போ சிலிண்டர் சப்ளைக்குப் பொறுப்பான மருந்தாளுனர் கஜானந்த் ஜெய்ஸ்வாலிடம் தகவல் சொல்ல வேண்டும். டாக்டர். சதீஷிடம் தகவல் தரவேண்டியது இவரது பொறுப்பு. டாக்டர். சதீஷ் திரவ ஆக்சிஜன் வாங்க ஏற்பாடு செய்வார்.

மேலும், திரவ ஆக்சிஜனை புஷ்பா சேல்ஸ் மூலம் ஐனாக்ஸ் ஏர் புராடெக்ட்ஸ் என்ற நிறுவனம் சப்ளை செய்து வந்தது. உ.பி.யின் கிழக்குக் கோடியிலிருந்த கோரக்பூருக்கு சுமார் 800 கி.மீ. தள்ளி ராஜஸ்தானில் இருந்த ஐனாக்ஸின் தொழிற்சாலையிலிருந்து ஆக்சிஜன் வந்தது. சாலை வழியாக ஆக்சிஜன் கோரக்பூர் வர மூன்று நாட்கள் ஆகும்.

ஆகஸ்ட் 10 அன்று காலை ஆக்சிஜன் அழுத்தம் 900 ஆகக் குறைந்து விட்டது. இது மிகக் குறைந்த அளவாகும். ஏன் ஆக்சிஜன் வாங்கவில்லை? அல்லது வேறு சப்ளையரைத் தேடவில்லை? விசாரணைக்குப் பிறகும் இதற்கு தெளிவான பதில் இல்லை.

சனிக்கிழமை விடியற்காலையிலும், வார்டுகளில் மோசமான நிலைமைதான். ஒவ்வொரு கணமும் நிலைமை மேலும் மோசமானது.

குழந்தைகளைக் காப்பாற்ற நான் முயற்சி செய்யும்போதெல்லாம் என் மனம் எனது மகளைத்தான் நினைத்தது. 'அல்லா! அவளை நான் இப்படியொரு நிலையில் பார்க்கும்படி செய்துவிடாதே!' என்று நினைக்காது இருக்க முடியவில்லை. எல்லாப் பெற்றோர்களது துக்கமும் என்னை அழுத்தியது. மனதில் ஏதேதோ சிந்தனைகள் ஓடின. ஒரு வழியாக அதிகாலை 5 மணிக்கு டாக்டர்கள் அறைக்குச் சென்று படுத்தேன்.

சில நொடிகள் ஆனது போல்தான் இருந்தது. ஒரு வார்டு பாய், 'சார் ஹெ.ஓ.டி.மேடம் உங்களை அழைக்கிறார்கள்', என்று எழுப்பினார். பார்த்தால் மணி காலை 7.30. வேகமாக முகம்

கழுவி, சகோதரன் எடுத்துவ வந்த உடையை அணிந்துகொண்டு, வார்டுக்கு ஓடினேன்.

அவர் இறுக்கமான புன்னகையோடு, 'எப்படி இருக்கிறீர்கள், கஃபீல்?' என்றார்.

'நன்றாக இருக்கிறேன் அம்மா'.

'பாருங்கள், இன்று சுகாதார அமைச்சர்கள் வருகிறார்கள். எனவே, நாம் நமது குறிப்புகளைத் தயார் செய்யவேண்டும். மருத்துவ ஆவணத் துறைக்குச் செல்லுங்கள். அங்கு ஆவணக் காப்பாளர் திரு.சுலைமான் என்பவரைப் பாருங்கள். அவரிடம் கடந்த பத்து ஆண்டுகளுக்கு, துறை வாரியாக, மாத வாரியாக, ஆண்டு வாரியாக மூளையழற்சி, பிற நோய்கள் மூலம் குழந்தைகள் தீவிர சிகிச்சைப் பிரிவு, பிறந்த சிசு தீவிர சிகிச்சைப் பிரிவு, பொது வார்டுகளில் இறப்பு பற்றிய தகவல்களை சேகரியுங்கள்...

'ஆனால், நாம் டி.கே.அல்லது பாண்டேஜியை (எழுத்தர்கள்) அனுப்பலாமே... நான் இங்கு வார்டுகளில்...'

'இல்லை' என்று இடைமறித்தார் அவர். 'எனக்கு நீங்கள் தான் இதைச் செய்ய வேண்டும்.'

வேறு வழியில்லாமல், நான் இந்த வேலைக்குக் கிளம்பினேன். 100வது வார்டு பக்கம் போகும்போது, எனது சிறு ஓய்வு நேரத்தில் அனைத்தும் மாறிவிட்டதைப் பார்த்தேன். எங்கும் துவைத்த, புதிய படுக்கை விரிப்புகள், ஊழியர்கள் கையுறை, முகக்கவசம், காலணிக்கு உறை எல்லாம் அணிந்திருந்தார்கள். ஒரு படுக்கையில் ஒரு குழந்தைதான். உள்ளே பெற்றோர்கள் யாரும் இல்லை.

நான், 'மற்ற குழந்தைகள் எல்லாம் எங்கே?' என்று நர்ஸிடம் கேட்டேன்.

'சார்!, சற்று குணமடைந்தவர்களை 6வது வார்டுக்கும், மோசமாக இருப்பவர்களை 12ம் வார்டுக்கும் மாற்றியிருக்கிறார்கள்.'

'12ம் வார்டில் நிலைமை எப்படி இருக்கிறது?' என்றேன். அவரது முகபாவனையே எனது அச்சத்தை உறுதி செய்தது.

நாமே நேரில் பார்ப்போம் என்று 12ம் வார்டுக்குச் சென்றேன். அங்கு வெள்ளிக்கிழமை இரவு இருந்த அதே நிலைதான். அவசரநிலை தொடர்ந்தது. புது நோயாளிகள் சேர்ப்பை

முற்றிலுமாக நிறுத்திவிட்டார்கள். மருத்துவமனையில் ஏற்கெனவே ஐம்பதுக்கும் மேற்பட்ட நோயாளிகள் இறந்துவிட்டார்கள்.

நான் மதியம் வரை மருத்துவ ஆவண அறையிலேயே மாட்டிக் கொண்டேன். எல்லா விவரங்களையும், சேகரித்து, தட்டச்சு செய்வது மிகக் கடினமானதாக, நேரத்தை அதிகம் எடுத்துக் கொள்வதாக இருந்தது. வார்டுக்குப் போய் நோயாளிகளைப் பார்க்க வேண்டும் என்ற உந்துதல் இருந்ததால், என்னால் கவனத்தோடு பணி செய்ய முடியவில்லை. மருந்துத் துறையின் தலைவரான, எங்கள் துறைத் தலைவரின் கணவர் அதே அறையில் ஏதோ குறிப்புகள் எடுத்துக்கொண்டிருந்தார்.

'நீங்கள் எதற்கு இதைச் செய்கிறீர்கள் சார்?' என்று கேட்டேன்.

'ஊடகங்கள் விஷயத்தை பெரிதுபடுத்துகின்றன. வருடா வருடம் ஆகஸ்ட் மாதம் மூளையழற்சி நோயால் மரணங்கள் அதிகமாக இருக்கும் என்று நாம் காட்ட வேண்டும். அதற்குத்தான்.'

'ஆனால், மரணங்கள் பெரும்பாலும் பிறந்த சிசு தீவிர சிகிச்சைப் பிரிவில்தான் இப்போது நடந்துள்ளன. சிசுக்களுக்கு மூளையழற்சி நோய் வராது.'

'செய்தியாளர்கள் அவ்வளவு அறிவாளிகள் என்றா நினைக்கிறீர்கள்? ஹா... ஹா..' அவர் சிரித்தார்.

பிறகு, முன்னால் சாய்ந்து எனக்கு ஓர் ஆலோசனை தந்தார். 'பாருங்கள்... உங்கள் பெயர் பத்திரிகைகளில் அடிபடுகிறது. எனவே கவனமாக இருங்கள். எல்லாவற்றையும் ஆவணப்படுத்துங்கள். ஊடகங்களிடம் பேசாதீர்கள்.'

'ஏன் என்னை கவனமாக இருக்கச் சொல்கிறீர்கள், சார்? நான் தவறு எதுவும் செய்யவில்லையே?'

'உங்கள் நன்மைக்குத் தான் சொல்கிறேன்' என்றார் அவர்.

'நான் ஊடகத்தினர் யாரிடமும் பேசவில்லை. ஒரே ஒருமுறை அவர்கள் தீவிர சிகிச்சைப் பிரிவில் நுழைய முயன்றபோது, திரவ ஆக்சிஜன் தீர்ந்துவிட்டது. ஜம்போ சிலிண்டர்களை வைத்து சமாளிக்கிறோம் என்று சொன்னேன். நான் பேசியது அந்த ஒருமுறைதான்.'

'உங்களுக்கு அரசியலே புரியவில்லை' என்று என்னை இரக்கத்தோடு பார்த்தார் அவர். பல முஸ்லிம் ஆளுமைகளும் உங்களை எப்படிப் புகழ்கிறார்கள் என்பதைப் படிக்கவில்லையா?'

'இதை யார் சொன்னார்கள்?' என்றேன் வியப்புடன்

விரைவிலேயே நான் வார்டுகளுக்குத் திரும்பி, நோயாளிகளைப் பரிசோதித்தேன். அன்று எல்லா மருத்துவர்களும் வந்திருந்தார்கள். எல்லா வார்டுகளுக்கும் சென்று நோயாளிகளைப் பார்த்தார்கள்.

அப்போது மொத்த ஊடகங்களும் எங்கள் மருத்துவமனைக்கு வந்து விட்டன. உள்ளூர், தேசிய சேனல்கள் மட்டுமல்ல. 'பிபிசி', 'நியூயார்க் டைம்ஸ்', 'வாஷிங்டன் போஸ்ட்' போன்ற வெளிநாட்டு ஊடகங்களும் வந்துவிட்டன. எல்லோருமே இறந்த குழந்தைகளின் எண்ணிக்கை, ஊழல் காரணமாக, ஆக்சிஜன் நிறுவனத்திற்கு பணப்பட்டுவாடா செய்யாதது, மருத்துவமனையில் உள்கட்டுமானக் குறைவு பற்றியெல்லாம் பேசிக்கொண்டிருந்தார்கள்.

ஏதாவது ஒரு வித்தியாசமான கோணத்தில் செய்தி கிடைக்குமா என்று தேடி, மருத்துவமனையின் எல்லா இடங்களிலும் செய்தியாளர்கள் சுற்றிக்கொண்டிருந்தார்கள். குப்பைகள் குவிந்திருப்பதை, வார்டுகளுக்கு உள்ளே மாட்டுச்சாணம் இருப்பதை, கழிப்பறைகள் இல்லாததை நோயாளிகளின் உறவினர்கள் காத்திருக்க அறைகள் இல்லாததை, மருந்துகள் இல்லாததை, எக்ஸ்ரே, ஸ்கேன் கருவிகள் இயங்காததை ஊழியர் பற்றாக்குறையை காட்டிக்கொண்டிருந்தார்கள்.

பல செய்தித் தொகுப்புகளும், ஆண்டுதோறும் மூளையழற்சி நோயால் மரணங்கள் நிகழ்ந்தபோதும், மருத்துவமனையில் போதிய உபகரணங்கள் இல்லாதது, முறையான கணினி மயப்படுத்தப்பட்ட ஆவணங்கள் இல்லாதது பற்றிப் பேசின.

'பிறந்த சிசு தீவிர சிகிச்சைப் பிரிவில் சிசுக்களை கதகதப்பாக வைத்திருக்க உதவும் வார்மர் கருவிகள் பற்றாக்குறை. ஒரே வார்மரில் 3-4 குழந்தைகள். ஒவ்வொரு படுக்கையிலும் 2-3 குழந்தைகள்!' எங்கள் சுகாதார நல அமைப்பின் மோசமான நிலையை செய்தியாளர்கள் வெளிக்கொணர ஆரம்பித்தார்கள். ஊடகங்கள் இப்போது மாவட்ட மருத்துவமனைகள், ஆரம்ப சுகாதார நிலையங்கள் போன்றவற்றிற்கும் சென்று, அங்குள்ள குறைபாடுகளைக் காட்ட ஆரம்பித்தார்கள்.

எங்கள் மருத்துவமனைதான் பூர்வாஞ்சலின் மிக ஏழ்மையான பகுதிகள், பீஹாரின் ஒரு கணிசமான பகுதி, பக்கத்து நாடான நேபாளத்தின் ஒரு பகுதி என ஒரு பெரிய நிலப்பரப்பிற்கான பெரிய மருத்துவமனை என்பதால், குழந்தைகள் வார்டில் தினமும் சராசரியாக இருபது மரணங்கள் நிகழும். உள்ளூர்க்காரர்கள் எங்கள் மருத்துவமனையை 'பூர்வாஞ்சலின் கல்லறை' என்றே குறிப்பிடுவார்கள். துணை மருத்துவமனைகள் ஆரம்ப சுகாதார நிலையங்கள் சரியாக செயல்படாததால், எங்கள் மருத்துவமனையில் எப்போதும் கூட்டம் அதிகம்.

இப்போது இப்பிரச்சனையை ஆழமாகத் தோண்ட ஊடகங்களுக்கும், எதிர்கட்சிகளுக்கும் நல்ல வாய்ப்பு கிடைத்து விட்டது. இதுவரை தெரியாத பல தகவல்கள் வெளியே வந்தன. இப்போதைய முதல்வர், கோரக்பூரின் நாடாளுமன்ற உறுப்பினராக இருந்தபோது, என்ன செய்தார் என்று மக்கள் தொடர்ந்து கேட்டுக் கொண்டே இருந்தார்கள். உண்மையில் யோகி ஆதித்யநாத் கோரக்பூர் தொகுதியில் ஐந்துமுறை நாடாளுமன்ற உறுப்பினராக இருந்திருக்கிறார்.

ஆவணங்கள் அறையில் நான் தகவல் சேகரித்துக்கொண்டிருந்த நேரத்தில் புதுடெல்லி லேடி ஹார்டிங் மருத்துவக் கல்லூரி மருத்துவர் தலைமையில் ஒரு டெல்லி மருத்துவர் குழு என்ன நடக்கிறது என்று ஆராய வந்திருக்கிறது. அவர்களை துறைத் தலைவர் வழி நடத்தினார். மத்திய அரசு நியமித்திருந்த அந்த மூவர் வல்லுனர் குழு, 12 மூத்த ஆய்வு மாணவர் பதவிகளில் 8 நிரப்பப்படவில்லை. முப்பத்தியோரு நர்ஸுகளில் மூவர் மட்டுமே பிறந்த சிசுக்களைக் கையாள்வதில் பயிற்சி பெற்றவர்கள், நோயாளிகளின் உறவினர்கள்தான் நோயாளிகளுக்குத் தேவைப்படுபவற்றை வெளியிலிருந்து வாங்கி வரவேண்டும் என்றெல்லாம் கண்டுபிடித்தது. எனினும், இறப்புகள் குறித்து அது மௌனம் காத்தது. எல்லா இறப்புகளும் பல்வேறு நோய்கள் காரணமாக நிகழ்ந்தவை, ஆக்சிஜன் பற்றாக்குறை காரணமாக அல்ல என்றது.

சுகாதார அமைச்சர்கள் வருவதற்கு முன்பாக குலாம் நபி ஆஸாத், ராஜ் பாப்பர், ஆர்.பி.என்.சிங் தலைமையிலான காங்கிரஸ் கட்சியின் மத்தியக் குழு ஒன்று 100வது வார்டுக்கு வந்தது. துறைத் தலைவர் என்னை அவர்களை அழைத்துச் சென்று காட்டுமாறு கூறினார். 'அம்மா, நான் சுகாதார அமைச்சரிடம் தரவேண்டிய

குறிப்பைத் தயாரிக்க முதல்வர் அறைக்குப் போக வேண்டும். டாக்டர் ஷர்மா அல்லது வேறு மூத்த மருத்துவர் யாரையாவது அனுப்ப முடியுமா?' என்றேன்.

'இல்லை. உங்களுக்குத்தான் எல்லா விவரங்களும் தெரியும். நீங்கள்தான் போகவேண்டும்.'

'சரிங்க மேடம்' என்றேன். எனக்கு ஏன் இப்படி முக்கியமான ஒரு வேலையைத் தந்தார் என்று வியந்தபடி. எனக்கு நடிகராக இருந்து அரசியல்வாதியாக மாறிய ராஜ்பாப்பரைப் பார்க்க ஆசையாக இருந்தது. மற்ற இரு காங்கிரஸ்காரர்கள் பற்றி எனக்கு அதிகம் தெரியாது. வார்டை சுற்றிப் பார்க்கும்போது, அவர்கள் ஐந்தாறு படுக்கைகளில் நின்று, குழந்தைகளின் பெற்றோர்களுடன் பேசினார்கள். டாக்டர்கள், நர்ஸ்களை புகழ்ந்தார்கள். 'இது உங்கள் தவறல்ல. எல்லோரும் மிகக் கடுமையாகப் பணி செய்திருக்கிறீர்கள்' என்று எங்கள் ஊழியர்களிடம் சொன்னார்கள்.

வெளியே, ஊடகங்களிடம் பேசும்போது அனைத்திற்கும் யோகி ஆதித்யநாத் தலைமையிலான பாஜக அரசுதான் காரணம் என்று பழி சுமத்தினார்கள்.

சனிக்கிழமை மதியம் 1 மணிக்கு என்னை முதல்வர் அறைக்கு அழைத்தார்கள். உ.பி.சுகாதாரத் துறை அமைச்சர் சித்தார்த்நாத்சிங், மருத்துவக் கல்வி அமைச்சர் அஷுதோஷ் டான்டன் ஆகியோர மருத்துவக் கல்விக்கான கூடுதல் தலைமைச் செயலாளர் டாக்டர். அனிதா பட்நாகர் ஜெயின் உள்ளிட்ட ஓர் அதிகாரிகள் குழுவோடு லக்னோவிலிருந்து வந்திருந்தார்கள்.

நான் முதல்வர் அறைக்குப் போனதும், கூட்டம் துவங்குவதற்கு முன்பாகவே அறிந்த முதல் செய்தி முதல்வர் டாக்டர். ராஜீவ் மிஸ்ரா ராஜினாமா செய்ததுதான். பின்னர், அவர் ராஜினாமா செய்யுமாறு நிர்பந்திக்கப்பட்டார் என்பதை அறிந்தோம்.

மாவட்ட மாஜிஸ்திரேட், கோரக்பூர் ஆணையாளர், மற்ற பெருந்தலைகள் என்று எல்லோரும் வந்திருந்தனர். மருத்துவத் துறைத் தலைவர் நடந்தவை பற்றி எடுத்துரைத்தார். பொறுப்பு முதல்வர், கண்காணிப்பாளர், மற்ற மூத்த மருத்துவர்கள் யாரும் பேசவில்லை. நிதி இல்லாததால், ஆக்சிஜன் நிறுவனத்திற்கு பணம் தரவில்லை. அவர்கள் சப்ளை செய்வதை நிறுத்திவிட்டார்கள் என்பதே அவரது கூற்று. உண்மையில் பணம் தராவிட்டால்

சப்ளை நின்று போகலாம் என்று எச்சரித்து, பலமுறை பணம் கேட்டதை மாநில அரசு கண்டுகொள்ளவில்லை.

மாநில அரசு மருத்துவமனைக்கு நான்கு முறை நிதி தந்ததை ஒரு வரைபடம் மூலம் துறைத் தலைவர் விளக்கினார்.

2017 மார்ச் 30ம் தேதிக்கு ரூ.1.5 கோடியும், 31ம் தேதி ரூ.1 கோடியும் தரப்பட்டது. இந்த ஒதுக்கீடு காலாவதியாகிவிட்டது. இது கணக்காளரின் தவறா? தொழில்நுட்பக் கோளாறா? ஊழலா? கமிஷனா? இல்லை, இந்த ஒதுக்கீடு நிதியாண்டின் கடைசி நாளன்று இரவு 7 மணிக்கு செய்யப்பட்டதாலா?

எந்த ஒரு பட்ஜெட்டிலும் நிதி ஒதுக்கீடு செய்ய ஒரு வரிசைக்கிரமம் உள்ளது.

நிதியமைச்சர் மருத்துவக் கல்வித் துறைக்கு நிதி ஒதுக்கீடு செய்வார்.

மருத்துவக் கல்வித் துறையின் முதன்மைச் செயலாளர் அதை மருத்துவக் கல்வி டைரக்டர் ஜெனரலுக்கு அனுப்புவார்.

அவர் அதை கருவூலத் துறைக்கு அனுப்புவார்.

கருவூலத் துறையிலிருந்து தீன்தயாள் உபாத்யாயா கோரக்பூர் பல்கலைக்கழகத்தின் மூலமாக நிதி பிஆர்டி மருத்துவக் கல்லூரிக்கு வரும்.

பிஆர்டியில் சப்ளையர் தனது பில்லை தலைமை கண்காணிப்பாளர் டாக்டர்.ஏ.கே.ஸ்ரீவஸ்தவாவிடம் தருவார். அவர் அந்த பில்லை பரிசோதிக்க, மருந்தாளுனர் கஜானந்த் ஜெய்ஸ்வாலிடம் தருவார். அவர் அந்த பில் குறித்து திருப்தியடைந்தால், அதை ஆக்சிஜன் சப்ளைக்கான பொறுப்பு அதிகாரியான டாக்டர்.சதீஷ்குமாருக்கு அனுப்புவார். அவர் அதை பரிசீலித்து மீண்டும் டாக்டர்.ஸ்ரீவஸ்தவாவிடம் அனுப்புவார். தலைமை கண்காணிப்பாளர் பில் சரியானதுதான் என்று திருப்தியடைந்தால் முதல்வருக்கு அனுப்புவார்.

முதல்வர் பில்லை மீண்டும் சரிபார்த்துவிட்டு, கணக்குத் துறைக்கு அனுப்புவார். அங்கு கணக்காளர்கள் பில்லைத் தயாரித்து, பணப்பட்டுவாடா அதிகாரி. ஓ.என் பாண்டேக்கு அனுப்புவார்கள். அவர் அதை உ.பி.கருவூல இயக்குனரகத்திற்கு அனுப்புவார்.

இந்த செயல்முறையை என்னிடம் முதல் முறையாக விளக்கியபோது, எனக்கு வியப்பாக இருந்தது. ஒரு பில்லுக்கு பணம் தர எவ்வளவு வாரங்களாகும்? அதனால்தான் கடந்த இரண்டு நாட்களில் பலரும் என்னிடம் ‘அரசாங்கத்திடமிருந்து பணம் வாங்க நீண்ட காலம் ஆகிவிடும்’ என்று சொல்லியிருக்கிறார்கள்.

இரண்டாவது நிதி ஒதுக்கீடு 2017 ஏப்ரல் 21 அன்று செய்யப்பட்டது. 2017 மே 6ம் தேதி ரூ.121 லட்சம் வந்தது. இதில் 2017 மே 6 அன்று ரூ.2027024ம் 2017, ஜுன் 2 அன்று ரூ.1326182ம் என புஷ்பா சேல்ஸிற்கு இரு தவணைகளாக ரூ.33 லட்சம் தரப்பட்டது. முந்தைய ஒதுக்கீடு 2017 மார்ச் 31ல் காலாவதி ஆகிவிட்டதால், பழைய பாக்கியான ரூ.13,35,738 தரப்படவில்லை. நடப்பாண்டில் பணம் தந்தபோதும் இந்தத் தொகை சேர்த்துத் தரப்படவில்லை. காரணம், நடப்பாண்டின் நிதியிலிருந்து, பழைய நிதியாண்டுகளுக்கான பணத்தைத் தரக் கூடாது என்று விதிகள் தெளிவாகச் சொல்கின்றன.

2017 மே 18 அன்று மூன்றாவது ஒதுக்கீடு வந்தது. இது ரூ.133 லட்சம். இந்தப் பணம் கருவிகள், மருந்துகள் சப்ளை செய்யும் பிஓசிடி என்ற நிறுவனத்திற்குப் பணம் தருவதற்காக என்று தெளிவாகக் குறிப்பிடப்பட்டு ஒதுக்கீடு செய்யப்பட்டது. இதை வேறு செலவிற்கு மாற்றிவிட்டால் அது நிதி முறைகேடாகி விடும். அதாவது லக்னோ அலுவலகத்திற்கு கமிஷன் தரும் நிறுவனத்திற்கு மட்டுமே பட்ஜெட் ஒதுக்கப்படும், மற்ற நிறுவனங்களின் பில்கள் கிடப்பில் போடப்படும் என்பதை உறுதிப்படுத்தவே இப்படி ஒரு நிபந்தனையோடு நிதி ஒதுக்கினார்கள்.

கடைசியில், புஷ்பா சேல்ஸிற்கு 2017 ஆகஸ்ட் 11ம் தேதி தான் பணம் தரப்பட்டது. அதற்குள் ஆக்சிஜன் முற்றிலும் தீர்ந்துபோய், பல குழந்தைகள் இறந்துவிட்டார்கள். எனினும் ஒரு மிக முக்கியமான கேள்விக்கு பதில் இல்லாமல் இருந்தது. உரிய நேரத்தில் பட்ஜெட்டை ஒதுக்காதது யாருடைய தவறு?

மேலும், புஷ்பா சேல்ஸிற்கான முதல் ஒதுக்கீடு 2017 ஏப்ரல் 21ல் வந்தது. ஒப்பந்தத்தில் ஒவ்வொரு பதினைந்து நாட்களுக்கு ஒருமுறை பணம் தரப்பட வேண்டும் என்றிருந்தாலும்கூட, ஏன் அடுத்த தவணை பணப்பட்டுவாடா நான்கு மாதங்களுக்குப் பிறகு நடந்தது?

உண்மை எதுவாகினும், அமைச்சர்கள் திரவ ஆக்சிஜன் நிறுவனங்களுக்கு பணம் தருவதில் இருந்த பட்ஜெட் சிக்கல்கள் பற்றி பேச வேண்டாம் என்று முடிவு செய்தார்கள். இந்தக் கூட்டத்திற்குப் பிறகு சுகாதார அமைச்சர் செய்தியாளர்களைச் சந்தித்துப் பேசினார்.

கல்லூரி அரங்கத்திற்குள் நுழையும்போது, சுகாதார அமைச்சர் சித்தார்த்நாத் சிங் என்னிடம் ஒரே ஒரு கேள்வி கேட்டார். 'கடந்த முறை நாங்கள் வந்தபோது, மூளையழற்சி நோய் பற்றி பவர் பாயிண்ட் போட்டு பேசியது நீங்கள்தானே?'

'ஆமாம் சார்!' என்றேன்.

கல்லூரி அரங்கம் முழுவதும் செய்தியாளர்கள் நிறைந்திருந்தார்கள். சுகாதார அமைச்சர் பேச அரம்பித்தபோது, பதட்டத்தில் இருந்திருக்க வேண்டும் அல்லது ஒரு தவறான அதீத தன்னம்பிக்கையால் செலுத்தப்பட்டிருக்க வேண்டும். அவர் ஒவ்வொரு ஆகஸ்டிலும் இறப்புகள் நடக்கத்தான் செய்யும் என்றார். அவர் ஆகஸ்ட் இறப்பு விகிதம் பற்றிய புள்ளி விவரங்கள் தந்தார். 2015 ஆகஸ்டில் இறப்பு விகிதம் நாளொன்றுக்கு 16.6 குழந்தைகள். 2016 ஆகஸ்டில் தினசரி சராசரி 18.5ம் 2017 ஆகஸ்டில் நாங்கள் ஏற்கெனவே இந்த அளவுகளைத் தாண்டிவிட்டோம். நாளொன்றுக்கான சராசரி இறப்பு 20.5 ஆக உயர்ந்து விட்டது. அவர் பேசுவதைக் கேட்ட நான், குழந்தைகளின் உயிரை எப்படி வெறும் எண்களாகப் பார்க்க முடியும்? என்று நினைத்துக் கொண்டேன்.

எனினும், அன்று அமைச்சர் பேசிய மற்ற அனைத்து விஷயங்களையும்விட ஆகஸ்டில் இறப்பு அதிகமாக இருப்பது சகஜம்தான் என்று அவர் பேசியது செய்தியாளர்களிடம் பெரிய தாக்கத்தை ஏற்படுத்தியது. இந்தப் பேச்சு தலைப்புச் செய்தியானது. அது நிலைமையை மேலும் மோசமாக்கியது. ஊடகங்கள் இதை அரசின் அக்கறையற்ற போக்கு என்று குறிப்பிட்டன. அரசியல் கட்சிகள் முதலமைச்சர், சுகாதார அமைச்சர் இருவரும் பதவி விலக வேண்டும் என்று கோரின.

டிவியில் அன்று என் வாழ்வின் பெரும் துரதிர்ஷ்டவசமான அந்த இரவைத் தவிர மற்ற எது பற்றியும் பேசவில்லை.

நான் வார்டுக்கு வந்தபோது, மேலும் சில அரசியல்வாதிகள் வந்திருந்தார்கள்.

இச்சோகச் சம்பவம் பெரும் கொந்தளிப்பை ஏற்படுத்தி விட்டது. சமாஜ்வாடி, பகுஜன் சமாஜ், காங்கிரஸ் ஆகிய எதிர்கட்சிகள் சித்தார்த் நாத் சிங் பதவி விலக வேண்டும் என்றும், இறந்த குழந்தைகளின் குடும்பங்களுக்கு தலா ரூ.20 லட்சம் இழப்பீடு தர வேண்டும் என்றும் கோரின.

இறப்புகளுக்கான காரணங்கள் குறித்து கருத்து வேறுபாடுகள் நிலவின. ஆனால் எல்லா செய்திகளிலும் ஒரு விஷயம் தெளிவாகக் குறிப்பிடப்பட்டது. ஆகஸ்ட் 10 முதல் 13ம் தேதி வரை மருத்துவமனையில் திரவ ஆக்சிஜன் தீர்ந்து விட்டது. இது பெரிய பிரச்சனைகளுக்கு இட்டுச் சென்றது என்பதே அது.

2017 ஆகஸ்ட் 13ம் தேதி இரவு 1.30க்கு திரவ ஆக்சிஜன் லாரி வந்தது. ஒருவழியாக சப்ளை மீண்டும் நள்ளிரவு 2.15க்கு சீரானது.

பெரும் நிம்மதி உணர்வு ஏற்பட்டது. வார்டுகளுக்கு பார்வையிடச் சென்றபோது எதிர்பட்டவர்களை எல்லாம் வாழ்த்தினேன். எனது இளைய மருத்துவர்கள் என்னை அணைத்துக் கொண்டார்கள். எல்லா ஊழியர்களுமே மகிழ்ச்சியாக இருந்தார்கள்.

குழந்தைகளின் பெற்றோர்கள் வந்து என் காலில் விழுந்தார்கள். சிலர் எனக்கு ஆசி வழங்கினார்கள். எல்லோரும் எனக்கு தம் அன்பை, நன்றியை தெரிவித்தார்கள். வீட்டுக்குச் செல்லும்போது, இவ்வளவு முயற்சி எடுத்தும், நிறைய குழந்தைகள் இறந்துவிட்டார்களே என்ற உணர்வும், மகிழ்ச்சியோடு கலந்திருந்தது.

அதிகாலை 4 மணிக்கு வீடு திரும்பியபோது, எல்லோரும் கண் விழித்து, எனக்காகக் காத்திருந்ததைப் பார்த்தேன். அம்மா என் நெற்றியில் முத்தமிட்டார்கள். அவரது கண்கள் கண்ணீரில் பளபளத்ததைப் பார்த்தேன்.

'கஃபீல்! இன்று நீ உன் அப்பாவைப் பெருமைப்படுத்தி விட்டாய்' என்றார் அவர்.

சட்டென்று குளித்துவிட்டு வந்து, என் மனைவியை அணைத்துக் கொண்டேன். நான் எனது கடமையை மிக நேர்த்தியாகச் செய்தது குறித்த பெருமையை அவள் கண்களில் பார்த்தேன். என் மகள்

தூங்கிக் கொண்டிருந்தாள். மெதுவாக, அவளை எழுப்பிவிடாது, கட்டிலில் சாய்ந்தேன். அவளது சிறிய உருவை என் கரங்களால் அணைத்தபடி, இன்ப உறக்கத்தில் ஆழ்ந்தேன்.

ஆனால், திரவ ஆக்சிஜன் வந்ததும் மருத்துவக் கல்லூரியின் பிரச்சனைகள் முடிந்து போய் விடவில்லை. ஏராளமான நோயாளிகள் இறந்த சம்பவத்தை, தானே முன்வந்து வழக்காக எடுத்துக்கொண்ட தேசிய மனித உரிமை ஆணையம் மாநில அரசிடம் விளக்கம் கேட்டு கடிதம் அனுப்பியது. அக்கடிதம் மாநில அரசு மற்றும் மருத்துவமனை இவ்விஷயத்தில் மிக அலட்சியமாக நடந்துகொண்டன என்றது. இக்குடும்பங்களுக்கு இழப்பீடு வழங்க என்ன நடவடிக்கை எடுக்கப்பட்டுள்ளது என்று கேட்டது. அதே சமயம், மருத்துவமனையில் இறந்த ஒரு குழந்தையின் பெற்றோர் சார்பாக மற்றொரு புகாரும் அளிக்கப்பட்டது.

பீஹாரின் கோபல்கஞ்ச்சைச் சேர்ந்த ராஜ்பாருக்கு பெண் குழந்தை பிறந்திருந்தது. அதற்கு குடியா என்று பெயரிட்டார்கள். பிறந்த இரண்டாவது நாளே குழந்தைக்கு உடல்நலம் குன்றியது. 2017 ஆகஸ்ட் 10ம் தேதி நள்ளிரவு 3 மணிக்கு தன் குழந்தையை பிஆர்டியில் ராஜ்பார் சேர்த்தார். காலை 6 மணிக்கு குழந்தை இறந்து விட்டது.

குழந்தை ஆக்சிஜன் பற்றாக்குறையால் இறந்ததாகவும், மருத்துவமனை குழந்தை இறந்துபோன தகவலை தன்னிடமிருந்து மறைத்ததாகவும் ராஜ்பார் குற்றம் சாட்டினார். ஆனால், மருத்துவமனையில் முப்பது குழந்தைகள் இறந்து, பெரும் அமளி ஏற்பட்டதும், 'குழந்தையின் உடலை தன்னிடம் ஒப்படைத்து, போலீஸ் துணையோடு பீஹார் திரும்ப உத்தரவிட்டார்கள்' என்றார் அவர்.

இறந்துபோன பதினைந்தே நாளான பெண் குழந்தை ஒன்றின் தந்தையான ராம்சகாலிடம், 'அமைச்சர்கள் திரும்பிச் சென்ற பிறகுதான் குழந்தையின் உடலைத் தர முடியும்' என்றார்களாம். அவர் சித்தார்த் நகரிலிருந்து பிஆர்டி வந்திருந்தார். உள்ளூர் மருத்துவர்கள் குழந்தைக்கு நிமோனியா என்று சொல்லி பிஆர்டி அனுப்பி இருந்தார்கள்.

விஜய் என்பவர் தன் தந்தை மங்க்ரூவின் துணையோடு மஹாராஜ்கஞ்ச்சிலிருந்து, நோயுற்ற புதிதாய் பிறந்த தன் ஆண்

குழந்தையைத் தூக்கிக்கொண்டு வந்திருந்தார். ஆகஸ்ட் 10ம் தேதி காலை 7.30க்கு குழந்தை மருத்துவமனையில் சேர்க்கப்பட்டது. ஆனால் குழந்தையின் உடல்நிலையில் முன்னேற்றமில்லை. குழந்தைகள் இறப்பதாக வரும் செய்திகள் கேட்டு, விஜயும், அவரது தந்தையும் பதட்டப்பட்டார்கள். 11ம் தேதி, குழந்தையின் நிலை மிக மோசமானது. டாக்டர்கள் அவர்களை ஆம்பூபை வைத்து குழந்தைக்கு ஆக்சிஜன் பம்ப் செய்யச் சொன்னார்கள். அதைச் செய்தும் பலனில்லை.

கோரக்பூர்காரரான ஜாஹித் தனது ஐந்து வயதுப் பெண் குழந்தை குஷியை இழந்திருந்தார். ‘என் மகள் காலை வரை உயிரோடிருந்தாள். காலை ஆறரைக்குப் பிறகு திடீரென கை, கால்களை உதறிக் கொண்டு, என் கண் முன்னே இறந்தாள்’ என்று அவர் கூறினார். இந்தப் புகார் ஊடகங்களில் அதிகமாகப் பேசப்பட்டது.

‘பீஹாரின் கோபால்கஞ்ச்சில் வசிக்கும் ஒருவரது மகள் அரசு மருத்துவமனையில் இறந்த குழந்தைகளில் ஒன்று. இவர் உபி சுகாதார, மருத்துவக் கல்வி அமைச்சர்கள் மீது நடவடிக்கை எடுக்கக் கோரி போலீசை அணுகியுள்ளார்.

எனினும், 'எஃப்ஐஆர் எதுவும் பதிவு செய்யப்படவில்லை' என்று அதிகாரிகள் தெரிவித்தனர்.

தனது புகாரில் திரு.ராஜ்பார் 'பிஆர்டி மருத்துவமனையில் ஆக்சிஜன் பற்றாக்குறையால் தன் மகள் இறந்தாள் என்றும், அமைச்சர்களோடு, மாநிலத்தின் சுகாதாரத்துறை முதன்மைச் செயலாளரும் இதற்குப் பொறுப்பு என்று குறிப்பிட்டுள்ளதாக, குலாரியா காவல் நிலைய அதிகாரி அக்ஷய் குமார் மிஸ்ரா தெரிவித்தார்’ என்று ஒரு பத்திரிகைச் செய்தி கூறியது.

நியாயமாகவே கோபம் கொண்ட பெற்றோர்கள் தம் குழந்தைகளின் மரணங்களுக்கு நீதி கோரினார்கள். எனினும், அரசாங்க இயந்திரத்தின் உயர் மட்டங்களில் இது ஒரு பலிகடாவைத் தேடும் வேட்டையை துவக்கி வைத்தது போலிருந்தது.

7

கதாநாயகனிலிருந்து வில்லனாக

ஆகஸ்ட் 13 அன்று காலை சுமார் 7 மணிக்கு என் போன் அடித்தது. கடந்த 48 மணிநேர அலுப்பில், அதிர்ச்சியில் இருந்து இன்னும் விடுபடாத நான் ‘இப்போது என்ன பிரச்சனையோ?’ என்று வியந்தேன்.

அந்த அதிகாலை அழைப்பு துறைத் தலைவர் டாக்டர்.மஹிமா மிட்டலிடமிருந்து வந்தது. ‘மருத்துவக் கல்லூரிக்கு சீக்கிரமாக வாருங்கள். இன்று முதலமைச்சரும் மத்திய சுகாதாரத் துறை அமைச்சரும் வருகிறார்கள்’ என்றார் அவர்.

மகள் இன்னும் என் அணைப்பில்தான் இருந்தாள். மனைவியும் ஆழ்ந்த உறக்கத்தில். நான் இருவர் நெற்றியிலும் முத்தமிட்டு, கிளம்பத் தயாரானேன். அவர்களை எழுப்ப விரும்பாது, மெதுவாக குளியலறை சென்று விரைவாகக் குளித்து, உடை மாற்றி, கீழே வந்தேன். அம்மா எழுந்திருந்தார். அம்மா வற்புறுத்தியதால் வெண்ணெய் தடவி பிரட் சாப்பிட்டேன். இருவரும் டீ குடித்தோம்.

வாசலுக்கு வந்தபோது, அண்ணன் 'அடீல்! செய்தித்தாளின் தலைப்புச் செய்தியைக் காட்டினார். 'மேலும் 11 குழந்தைகள் மரணம்' என்றது தலைப்புச் செய்தி. அதோடு 'திரவ ஆக்சிஜன் சப்ளை சீராகிவிட்டது' என்ற செய்தியும் இருந்தது. ‘வருடா வருடம் ஆகஸ்டில் அதிக மரணங்கள் நிகழ்வது சகஜம்தான்’ என்ற உபி சுகாதாரத்துறை அமைச்சரின் அறிக்கையை ஒவ்வொரு செய்தியாளரும் குறிப்பிட்டிருந்தார். எதிர்கட்சிகள் ரத்தம் வேண்டி கூச்சலிட்டன.

நான் செய்திகளை வேகமாகப் பார்த்தேன். பல செய்திகள் என்னைப் பற்றி இருந்தன. நான் எவ்வாறு குழந்தைகளைக் காப்பாற்ற முயற்சி செய்தேன் என்பது பற்றிக் கூறின. ‘ஹீரோ’, ‘தேவதை’, ‘ரட்சகன்’ என்றெல்லாம் குறிப்பிட்டன. சம்பவ இடத்தில் இருந்தவர்கள் கூறியதையும் எழுதியிருந்தன,

‘மற்ற மருத்துவர்கள் நம்பிக்கை இழந்து இருந்தபோது டாக்டர். கான் தனியார் மருத்துவமனைகளிலிருந்து ஆக்சிஜன் சிலிண்டர்களை ஏற்பாடு செய்து நிலைமையை நன்கு சமாளித்தார். தனது முயற்சியாலும் சமயோசிதத்தாலும் பல உயிர்களைக் காப்பாற்றினார்’ என்று நேரில் பார்த்த கௌரவ் திரிபாதி கூறினார்(*ij*)

மற்றொரு தலைப்புச் செய்தி, ‘கோரக்பூர் மருத்துவமனையில் 5 நாட்களில் குறைந்தபட்சம் 63 குழந்தைகள் மரணம்’ என்றது. ‘கான் சுமார் 12 ஆக்சிஜன் சிலிண்டர்களை ஏற்பாடு செய்தார். தன் வார்டில் இருக்கும் குழந்தைகளுக்கு ஆக்சிஜன் கொண்டு வருவதற்காக நான்கு முறை போய் வந்தார்.’

டிஎன்ஏ இந்தியாவின் செய்தியாளரான ஸ்வரன் சுக்லா எழுதியதாவது–

உபியின் கோரக்பூரின் மருத்துவமனையில் 36 குழந்தைகள் இறந்த சம்பவம், அரசு மருத்துவமனைகளின் மோசமான நிலைமை, அதிகார வர்க்கத்தின் அலட்சியப்போக்கு ஆகியவற்றைக் காட்டும் அதே வேளையில், இந்த மரணங்கள் நிகழ்ந்த அதே மருத்துவமனையின் குழந்தை நல மருத்துவர் ஒருவர் மனிதநேயம் மீதான மக்களது நம்பிக்கையை மீட்டெடுத்தார். அந்த மோசமான ஆகஸ்ட் 10 இரவு 11ம் தேதிகளில் அவர் அசாதாரணப் பணிகளைச் செய்தார். பல உயிர்களைக் காப்பாற்றினார். அவர் இல்லை என்றால் அவர்கள் பலர் இறந்திருப்பார்கள்.’

ஹிந்துஸ்தான் டைம்ஸில் வந்த ஒரு கட்டுரை கூறியதாவது:

சவால்கள் சில மனிதர்களின் திறமைகளை வெளிக் கொணர்கின்றன. ஆக்சிஜன் சப்ளை நின்று போய், பிஆர்டி மருத்துவமனையில் பெரும் சிக்கல் ஏற்பட்டபோது டாக்டர். கஃபீல் அஹமது என்ற ஒற்றை மனிதர் தனது கடமையின் அழைப்பை ஏற்றார்.

பல மணிநேரங்களுக்கு, அங்கிருந்த இளம் மருத்துவர்கள், ஊழியர்களுக்கு அவர் ஒற்றை மனிதர் ராணுவமாக மாறினார்.

மயூர் கேஸஸ் என்ற ஒரே ஒரு நிறுவனம்தான் ஆக்சிஜன் தர ஒப்புக்கொண்டது. அதுவும் பணத்தை ரொக்கமாகத் தரவேண்டும் என்றது. சற்றும் தாமதிக்காது, டாக்டர். கஃபீல் தனது ஏடிஎம்

அட்டையைத் தந்து, தனது வங்கிக் கணக்கிலிருந்து பணம் எடுத்து வரச் சொன்னார்.

எல்லாவற்றையும் முழுமையாகப் படிக்க நேரமில்லாவிட்டாலும், எனக்கு மகிழ்ச்சியாக இருந்தது. அம்மா, அண்ணன், மனைவியிடம் விடைபெற்று, உற்சாக மனநிலையோடு வீட்டிலிருந்து கிளம்பினேன். வழி நெடுக, என்னை வாழ்த்தி பல தொலைபேசி அழைப்புகள். அதேபோல், மருத்துவமனைக்கு சீக்கிரமாக வரச் சொல்லும் அழைப்புகள்.

'இதற்குமேல் எப்படி விரைவாகச் செல்வது? பறக்கவா முடியும்?' என்று நினைத்துக்கொண்டேன்.

காலை 8.30 அளவில் மருத்துவமனை சென்றேன். பிரதான வாயில் பூட்டப்பட்டிருந்தது. அடையாள அட்டை வைத்திருந்தோரை மட்டுமே உள்ளே அனுமதித்தார்கள். நூற்றுக்கணக்கான செய்தியாளர்களும், ஆயிரக்கணக்கான போலீசாரும் குவிந்திருந்தனர். உள்ளே உள்ளூர் பாஜக தலைவர்கள் பலர் இருந்தனர். வெளியே முதலமைச்சர், சுகாதார அமைச்சர் பதவி விலகக் கோரி எதிர்கட்சித் தலைவர்கள் கோஷமிட்டுக் கொண்டிருந்தனர். இப்போது எல்லா அச்சு மற்றும் மின்னணு ஊடகங்களும் பணப்பட்டுவாடா செய்யாததால் ஆக்சிஜன் நிறுவனம், ஆக்சிஜன் சப்ளையை நிறுத்தி விட்டதாகக் கூறிக்கொண்டிருந்தன.

நான் எனது அடையாள அட்டையைக் காட்டி உள்ளே சென்றேன். வாயிலில் சோதிக்கும் போலீசார் என்னை மிகவும் மரியாதையாக நடத்தியது மகிழ்ச்சியாக இருந்தது. நான் காரிலிருந்து இறங்கியதும், செய்தியாளர்கள் என்னிடம் ஓடி வந்தனர். ஆனால், நான் அவர்களிடம் எதுவும் பேசவில்லை.நான் செல்லும்போது நூற்றுக்கணக்கான கேமராக்கள் கிளிக்கிடும் ஓசை. நான் நோயாளிகளைப் பரிசோதித்து, நர்ஸுகளுக்கு உரிய வழிகாட்டுதல்கள் தந்தேன். துப்புரவுப் பணியாளர்கள் எல்லா வார்டுகளையும் சுத்தம் செய்வதில் மும்முரமாக இருந்தார்கள்.

அங்கு ஒரு ஒத்திகை நடந்துகொண்டிருந்தது. உள்ளூர் அரசியல்வாதி ஒருவர் ஜே.பி.நட்டா பெற்றோர்களிடம் என்ன கேள்விகள் கேட்பார், அவற்றிற்கு என்ன பதில் சொல்ல வேண்டும் என்று சொல்லித் தந்துகொண்டிருந்தார். ஆக்சிஜன் பற்றாக்குறை பற்றிப் பேசிய பெற்றோர்களை முதலமைச்சரை சந்திக்க முடியாத வகையில் 6வது வார்டுக்கு மாற்றிவிட்டார்கள். ஆணையாளர்,

தலைமை மருத்துவ அதிகாரி, தலைமை மருத்துவக் கண்காணிப்பாளர், சப்டிவிஷனல் மாஜிஸ்திரேட், சுகாதாரத்துறை கூடுதல் இயக்குனர், மருத்துவக் கல்வியின் டைரக்டர் ஜெனரல் மற்றும் உயர் அதிகாரிகள் பலர் கூடியிருந்தனர். துறைத் தலைவர், கூடுதல் இயக்குனர், தலைமை கண்காணிப்பாளர் ஆகியோருடன் பல ஆலோசனைக் கூட்டங்கள் நடத்தினார்கள். இப்போது முதல்வர் இடைநீக்கம் செய்யப்பட்டுவிட்டதால், பழியை யார் ஏற்கப்போகிறார்கள்? இதுவே அனைத்து ஊழியர்களின் மனதிலும் இருந்த கேள்வி.

அன்று பணிக்கு வந்த ஒரு நர்ஸ், பிறந்த சிசுக்களுக்கான தீவிர சிகிச்சைப் பிரிவில் ஒரு படுக்கையில் ஒரே ஒரு குழந்தை என்றிருந்ததைப் பார்த்து வியந்தார். படுக்கை விரிப்புகள் புதிதாய் முடமுடப்புடன் இருந்தன. சுத்தமான தலையணைகள். அழகாக தலை வாரப்பட்ட குழந்தைகள், அந்த நர்ஸின் குழந்தைக்கு அன்று காய்ச்சல். ஆனால், மருத்துவமனையைப் பார்வையிட பெருந்தலைவர் வந்திருப்பதால், விடுப்பு கேட்கவே வாய்ப்பில்லை.

வழக்கமான நாளோடு ஒப்பிட்டால், இது முற்றிலும் மாறுபட்ட காட்சி. குப்பைகளை அள்ளிச் செல்ல நாகர் நிகாமிலிருந்து குப்பை லாரி வந்துவிட்டது. மருத்துவமனையின் பிற துறைகளின் துப்புரவுப் பணியாளர்கள், வார்டு பாய்கள், நர்ஸுகள் எல்லோருக்கும் அன்று குழந்தைகள் நலப் பிரிவில் பணி ஒதுக்கப்பட்டது. மருந்தகத்தில் எல்லா மருந்துகளும் இருந்தன. முதலமைச்சர் மருந்துகள் பற்றிக் கேட்டால், எப்போதும் மருந்துகள் அனைத்தும் கிடைக்கின்றன என்று சொல்லச் சொன்னார்கள். பிரச்சனை ஏற்படுத்தக்கூடியவர்கள் என கருதப்பட்ட பெற்றோர் பார்வையாளர்கள் வெளியேற்றப்பட்டார்கள்.

100வது வார்டைப் பார்த்த பிறகு, கல்லூரி வளாகத்திலிருந்த அரங்கில் முதலமைச்சர் செய்தியாளர்களைச் சந்திக்கலாம் என்று முடிவு செய்யப்பட்டது. துறைத் தலைவர் மட்டுமே முதலமைச்சருக்கு வார்டை சுற்றிக்காட்டுவார். நான் எனது அறையில்தான் இருக்க வேண்டும் என்றார்கள்.

ஒரு வழியாக முதலமைச்சர் வந்து விட்டார். வந்ததும் ரகளையாகி விட்டது என்று பிறர் பேசுவதன் மூலம் அறிந்தேன். அவரும், ஜே.பி.நட்டாவும் காரிலிருந்து இறங்கியதுமே, செய்தியாளர்கள் மைக்கை முன்னால் நீட்டிவிட்டார்கள்.

முதலமைச்சர் அவர்களைக் கண்டுகொள்ளாமல், 100வது வார்டு நோக்கிச் செல்ல, செய்தியாளர்கள் பின்னாலேயே ஓடினார்கள். முதலமைச்சரும், அவரோடு வந்தவர்களும் உள்ளே நுழைந்ததும் பாதுகாப்பு அதிகாரிகள் கதவுகளை மூடிவிட்டார்கள். உள்ளே முதலமைச்சர், ஜே.பி.நட்டா, ராஜ்யசபா உறுப்பினர் ஷிவ் பிரசாத் சுக்லா, ஆணையாளர், மாவட்ட மாஜிஸ்திரேட், மருத்துவக் கல்வி டைரக்டர் ஜெனரல் ஆகியோர் மட்டுமே அனுமதிக்கப்பட்டார்கள். ஆனால், செய்தியாளர்கள் உள்ளே நுழைய வேண்டும் என்று பிடிவாதமாக இருந்தார்கள். இந்த அமளியில் அவர்கள் பிறந்த சிசுக்களுக்கான தீவிர சிகிச்சைப் பிரிவின் வாயிலில் இருந்த கண்ணாடிக் கதவை உடைத்துவிட்டார்கள்.

முதலமைச்சர் திரும்பி, செய்தியாளர்களைப் பார்த்தார். முதலில் அவர், அவர்களைப் பார்த்து சத்தம் போட்டார். பின்னர் புலம்ப ஆரம்பித்தார். ‘கடந்த முப்பதாண்டுகளாக நான் மூளையழற்சி நோயாளிகளுக்காக பாடுபட்டு வருகிறேன்! நீங்கள் என்னையே குறை கூறுகிறீர்கள்! இது சதிவேலை. நான் எல்லாவற்றையும் விளக்குகிறேன். சற்று பொறுமையாக இருங்கள். நோயாளிகள், பெற்றோர்களைச் சந்திக்க உங்களை அனுமதிக்கிறேன். ஆனால், முதலில் அவர்களை நான் சந்திக்கிறேன்’ என்பதுபோல் ஏதோ சொன்னார்.

புரிந்துகொண்ட போலீசார் எல்லோரையும் வலுக்கட்டாயமாக வெளியே அனுப்பினார்கள். முதலமைச்சர் முதல் தடுப்பில் இருந்த முதல் நோயாளியிடம் பேசினார்.

‘எங்கே இருந்து வருகிறீர்கள்? எப்போது இங்கு அனுமதிக்கப்பட்டீர்கள்? ஏதாவது பிரச்சனை இருக்கிறதா? மருந்துகள் கிடைக்கின்றனவா? 10ம் தேதி இரவு என்ன நடந்தது? ஆக்சிஜன் பற்றாக்குறை இருந்ததா?

பிறகு அடுத்த படுக்கையில் இதே கேள்விகளைக் கேட்டார். மூன்று நோயாளிகளிடம் இப்படிக் கேட்டுவிட்டு, ஜே.பி.நட்டா பக்கம் திரும்பி, ‘பாருங்கள், இவர்கள் போன வாரத்திலிருந்து இங்கு இருக்கிறார்கள். ஆக்சிஜன் பற்றாக்குறை இருந்திருந்தால், இவர்கள் இறந்திருக்க வேண்டும். இல்லையா?’ என்றார்.

பின்னர் திடீரென்று துறைத் தலைவர் பக்கம் திரும்பி, ‘டாக்டர். கஃபீல் யார்?’ என்றார்.

நான் அடுத்த அறையில் இருந்தேன். அவர் கேட்டது எனக்குக் கேட்டது. அடுத்த கணம். ஒரு குட்டி டாக்டர் வந்து துறைத் தலைவர் என்னை அழைப்பதாகச் சொன்னார்.

அடுத்து என்ன வரப்போகிறது என்பது பற்றி சந்தேகம் எதுவுமின்றி, நான் அங்கு சென்று, அனைவரையும் வணங்கினேன். முதுகில் தட்டிக் கொடுத்து பாராட்டுவார்கள் என்று நினைத்தேன். ஆனால் ஒரு மயான அமைதி என்னை வரவேற்றது. எல்லோரும் என்னை வெறித்துப் பார்த்தார்கள்.

முதலமைச்சர் எனது வணக்கத்தை ஏற்காது, என்னை வெறித்துப் பார்த்தார். முகத்தில் கோபம். ஆத்திரத்தில் கொந்தளித்துக் கொண்டிருந்தார்.

'நீ தான் டாக்டர். கஃபீலா?'

'ஆமாம் சார்!'

'நீ தான் சிலிண்டர்கள் ஏற்பாடு செய்தவனா?'

'ஆமாம் சார்!' அவர் என்னை 'நீ' என்று ஒருமையில் அழைத்தது சரியாகப்படவில்லை. ஏதோ பிரச்சனை என்று உணர்ந்தேன்.

பிறகு முதலமைச்சர், ஒரு டாக்டர் பக்கம் திரும்பி, 'அந்த நான்கைந்து சிலிண்டர்களை வைத்து இவன் எத்தனை உயிர்களை காப்பாற்றினான்?' என்றார்.

யாரும் அதற்கு பதில் சொல்லவில்லை.

எனது தலைக்குள் ஒரு குரல், 'நான்கைந்து அல்ல... 24 மணி நேரத்தில் 500 சிலிண்டர் ஏற்பாடு செய்தோம்' என்று அலறின. ஆனால், அதை வெளியே சொல்லவில்லை.

'அப்படியானால், சிலிண்டர்களை ஏற்பாடு செய்து, பெரிய ஹீரோ ஆகிவிடலாம் என்று நினைத்தாயோ?' என்றார். இதற்கு என்ன சொல்வது என்று தெரியாமல் பேசாமல் நின்றேன்.

'உன்னைப் பார்த்துக்கொள்கிறேன்...'

இந்த மூன்று வார்த்தைகளை என்னால் ஆயுளுக்கும் மறக்க முடியாது. காரணம் அவை என் வாழ்வை விரைவில் தலைகீழாகப் புரட்டிப்போடப் போகின்றன. அது அந்த சமயத்தில் எனக்குத் தெரியவில்லை.

அவ்வளவுதான். யாரோ என் தோள் மீது கை வைத்து, எனது அறைக்கு அனுப்பினார்கள். வார்டில் காத்திருக்கச் சொன்னார்கள். எனக்கு அடுத்து என்னவாகும் என்று தெரியவில்லை. பயமாக, பதட்டமாக இருந்தது. என்ன நடக்கிறது. என்னை ஏன் இப்படி நடத்துகிறார்கள்? எல்லோரும் என்னை பரிதாபமாகப் பார்த்தார்கள். ஆனால், யாரும் என்னிடம் பேச வரவில்லை. மூத்த நர்ஸ் ஒருவர் ஒரு டம்ளர் தண்ணீர் தந்தார். குடித்தேன். வியர்த்துக் கொட்டியது. கால்கள் நடுங்கின. பேச்சே வரவில்லை. முதலமைச்சர் ஏன் இப்படிக் கேட்டார் என்று மூளையைக் கசக்கினாலும், விடை கிடைக்கவில்லை.

முதலமைச்சர் வெளியில் வந்தார். ஆனால் என்னைக் கண்டுகொள்ளவில்லை.

அடுத்ததாக, அவர்கள் 12ம் வார்டுக்குச் சென்றார்கள். நானும் உடன் சென்றேன். ஆனால் துறைத் தலைவரும், டாக்டர் சர்மாவும் தான் பொறுப்பேற்றார்கள். நான் ஓரங்கட்டப்பட்டேன். பார்வையிடலை முடித்துக்கொண்டு, அவர்கள் 100வது வார்டு அலுவலகத்தில் அமர்ந்தார்கள். முதலமைச்சர், ஜே.பி.நட்டா, ஷிவ் பிரதாப் சுக்லா மூவரும் அமர, மற்ற அனைவரும் சுற்றி நின்றார்கள். என்னை வெளியே காத்திருக்கச் சொன்னார்கள். சுமார் பதினைந்து நிமிடங்களுக்குப் பிறகு, என்னை உள்ளே அழைத்தார்கள்.

‘அப்படியென்றால், நீதான் ஆக்சிஜன் தீர்ந்துவிட்டது என்று ஊடகங்களுக்கு தகவல் தந்ததா?’ என்றார் முதலமைச்சர்.

‘இல்லை சார்! அவர்கள் ஏற்கெனவே வாசலில் நின்றிருந்தார்கள்.’

மாவட்ட மாஜிஸ்திரேட் என் பக்கம் திரும்பி அமைதியாக இருக்கும்படி சொன்னார்.

‘டாக்டர். சதீஷ் என்பது யார்?’ என்றார் முதலமைச்சர். ‘அவரைக் கூப்பிடுங்கள். விடுப்பு எடுக்காமல், அவர் எப்படி வராமல் இருக்கிறார்?’

யாரோ அவருடைய எண்ணை அழைத்து, உடனே மருத்துவமனைக்கு வருமாறு கூறினார்கள். அதற்குள், முதலமைச்சர், ‘முதலில் டாக்டர். கஃபீலை 100வது வார்டு கண்காணிப்பாளர் பொறுப்பிலிருந்து நீக்குங்கள்’ என்றார்.

என்னது? 'நான் 100வது வார்டின் கண்காணிப்பாளர் இல்லை!' என்று உரக்கக் கத்த நினைத்தேன். ஆனால் வாயிலிருந்து வார்த்தைகள் வரவில்லை.

இப்போது அவர்கள் கல்லூரிக்கு புதிய முதல்வராக யாரை நியமிப்பது என்று பேசிக்கொண்டிருந்தார்கள். மகப்பேறு துறையின் தலைவரான டாக்டர். ரீனா ஸ்ரீவஸ்தவா பொறுப்பை ஏற்க முடியாது என்று ஏற்கெனவே மறுத்துவிட்டார். யாரோ ஓய்வுபெற்ற முதல்வரான டாக்டர். கே.பி.குஷ்வாஹாவை பரிந்துரைத்தார்கள். முதலமைச்சர் அவரிடம் பேச விரும்பினார். டாக்டர். குஷ்வாஹா போனை எடுத்ததும், மரியாதையோடு, 'எப்படி இருக்கிறிர்கள்?' என்றார்.

பின்னர், 'திரும்பவும் முதல்வர் பொறுப்பை ஏற்றுக் கொள்கிறீர்களா?' என்றார்.

அவர் 'சரி' என்றார் போலும். முதலமைச்சர் பேசி முடித்ததும், 'இந்த வேலைக்கு சரியானவர் அவர்தான்' என்றார் மற்றவர்களிடம்.

இதற்குள் டாக்டர். சதீஷ் வந்துவிட்டார். ஆனால் அவரை அழைத்ததையே முதலமைச்சர் மறந்துவிட்டதுபோல் இருந்தது. யாரோ டாக்டர். சதீஷை முன்னால் தள்ளி, 'சார்! டாக்டர் சதீஷ் வந்து விட்டார்' என்றார்.

'இங்கே ஒரு பிரச்சனை நடந்துகொண்டிருந்தபோது, யாரிடமும் சொல்லாமல் ஏன் விடுப்பில் போனீர்கள்?' என்றார் முதலமைச்சர்.

'சார்! என் குழந்தையின்...'

'வாயை மூடுங்கள். இங்கு ஏஸி ஏன் இயங்கவில்லை?'

அவர் சொல்ல நினைத்த பதிலைச் சொல்லவில்லை. காரணம் மாவட்ட மாஜிஸ்திரேட்டும், மற்றவர்களும் அவரை எதுவும் பேச வேண்டாம் என்று சொல்லி அவரை பின்னால் தள்ளிவிட்டார்கள்.

பின்னர் முதலமைச்சர், துறைத் தலைவரிடம் இந்தக் குழப்பங்களை எல்லாம் சரிசெய்யச் சொன்னார். 'நான் எல்லாவற்றையும் கண்காணிப்பேன்' என்றார்.

என்னை வெளியே வேறு அறையில் காத்திருக்கச் சொன்னார்கள். முதலமைச்சரும், மற்ற பிரமுகர்களும் வெளியே வந்ததும், செய்தியாளர்கள் உள்ளே சென்று பெற்றோர்களைச் சந்திக்க அனுமதிக்கப்பட்டார்கள்.

கடைசியாக, கல்லூரி அரங்கத்தில் முதலமைச்சர் செய்தியாளர்களைச் சந்தித்தார். இவ்வளவு நடந்தபோதும், அப்போதைய மத்திய சுகாதார அமைச்சர் ஜே.பி.நட்டா ஒரு வார்த்தைகூடப் பேசவில்லை.

மேடையில் முதலமைச்சர், 'ஒரு மரணம் கூட ஆக்சிஜன் பற்றாக்குறையால் ஏற்படவில்லை' என்றார். 'மரணங்களுக்குக் காரணம் ஜப்பானிய மூளையழற்சி நோயும், சுகாதாரமற்ற நிலையும்தான்' என்றார். அவரையும், அவரது அரசையும் களங்கப்படுத்த செய்யப்பட்ட சதியே இப்பிரச்சனை என்றார். 'இனிமேல் ஒழுங்காக எப்படிப் பணிபுரிய வேண்டும் என்று பாடம் புகட்டும் வகையில் இவ்விஷயத்தில் அரசு கடும் நடவடிக்கை எடுக்கும்' என்றார்.

பின்னர் தலைமைச் செயலாளர் தலைமையிலான மற்றொரு விசாரணைக் குழுவை அமைப்பதாக அறிவித்தார். 'இக்குழு ஒரு வாரத்திற்குள், அதாவது 2017 ஆகஸ்ட் 20க்குள் தனது அறிக்கையை அளிக்கவேண்டும்' என்றார்.

நாம் உள்ளீடற்ற உண்மையின் காலத்தில் வாழ்வதை உறுதிசெய்யும் வகையில் அரசு சம்பவங்களை மிக எளிமைப்படுத்தி, முழுவதுமாக மறைக்க நினைப்பது தெரிந்தது. 'ஒவ்வொரு ஆகஸ்டிலும் மரணங்கள் நிகழ்கின்றன.' பின்னர் மறுக்கும் கட்டத்திற்குச் சென்றார்கள். மரணங்களின் எண்ணிக்கை, துயரத்தின் அளவு ஆகியவற்றை மறுக்க முடியாது என்ற நிலை வந்ததும், வதந்தி பரப்புவோர், டிரால் செய்வோர் களத்தில் இறங்கினார்கள். எல்லோரும் சமூக ஊடகங்களில் என் மீது அவதூறு பரப்ப ஆரம்பித்தார்கள். தகவல்களைச் சரிபார்க்கும் முயற்சிகளின்றி இது மின் ஊடகங்களில் வேகம் பிடித்தது.

சிறிது நேரத்திலேயே, என் மனைவியின் மருத்துவமனைக்கு பல செய்தியாளர்கள் வந்திருப்பதாக என் சகோதரர் தொலைபேசியில் கூறினார்.

'ஒரு கூட்டம் கூடியிருந்தது. அவர்கள் கோஷம் போட்டுக் கொண்டு, கற்களை வீசுகிறார்கள்' என்றார் அவர். 'அவர்கள் என் கடைக்கும் வந்து விட்டார்கள்' என்றார். தாக்குதல் ஆரம்பித்த சில நிமிடங்களிலேயே என் சகோதரரின் கடையிலிருந்த தொலைக்காட்சிப் பெட்டிகள், ஃப்ரிட்ஜ், வாஷிங்மெஷின்,

இன்வர்ட்டர், பேட்டரிகள், மற்ற பொருட்களைக் கொள்ளை அடித்தார்கள்.

'உயிரைக் காப்பாற்றிக்கொள்ள நாங்கள் ஓடி வர நேர்ந்தது' என்றார் அவர்.

'உன்னைப் பற்றி பொய்யான செய்திகள் சமூக ஊடகங்களில் பரவுகின்றன' என்றார் அவர். ஒரு மருத்துவமனைக்காக நான் ஆக்சிஜன் சிலிண்டர்களைத் திருடியதாக ஒருவர் சொன்னார். வேறு சிலர் எனக்கும், முதல்வரின் மனைவிக்கும் தொடர்பு என்றார்கள். சிலர் நான் அரசியல்வாதிகளுக்கு, தாதாக்களுக்கு உறவினன் என்றார்கள்.

இந்த ஆதாரமற்ற குற்றச்சாட்டுகளைப் பார்த்து நான் திகைத்துப் போனேன். மதியம் வாக்கில் இவை டிவிகளிலும் வர ஆரம்பித்தன.

டெல்லி, மும்பை போன்ற நகரங்களில் உள்ள பெரும் ஊடக நிறுவனங்களின் செய்தியாளர்கள் நடந்தது பற்றி விசாரிக்க கோரக்பூர் வரவில்லை. அவர்கள் சமூக ஊடகங்களில் வந்தவற்றை எடுத்துக்கொண்டார்கள். திடீரென ஒரே சமயத்தில் நான் குழந்தைகள் மருத்துவப் பிரிவின் தலைவராக, துணை முதல்வராக, கண்காணிப்பாளராக ஆக்கப்பட்டேன். நான் ஏதோ ஒரு சூப்பர்மேனாக மாறி, ஒற்றை ஆளாக முழு மருத்துவமனையையும் நடத்துவதுபோல் இருந்தது'. 'கோரக்பூரில் 70 குழந்தைகளைக் கொன்ற கொலைகாரன் யார்?' என்று டிவி திரைகளில் கத்த ஆரம்பித்தார்கள்.

ஆகஸ்ட் 11-10 தேதிகளில் பிஆர்டி மருத்துவக் கல்லூரியை ஆட்டிப் படைத்த பிரச்சனை பற்றி இரு முக்கியமான கதையாடல்கள் உருவாகிவந்தன. ஒன்று, மக்களின் கவனத்தை ஏற்கெனவே பிடித்துவிட்ட ஆக்சிஜன் பற்றாக்குறை காரணமாக நிகழ்ந்த மரணங்கள். மற்றொன்று? கல்லூரி தொடர்பான பணப்பட்டுவாடாக்களில் இருந்த ஊழல்.

ஆனால், முதலமைச்சரின் வருகையும், செய்தியாளர் சந்திப்பும் இந்தக் கதையாடல்களை முற்றிலும் மாற்றிவிட்டது. குழந்தைகளின் இறப்பிற்குப் பதிலாக கவனம் இப்போது யாரை பலிகடா ஆக்குவது என்பதை நோக்கித் திரும்பிவிட்டது. இந்த சம்பவம் முழுக்க தொடர்ந்து பேசப்பட்ட ஒரு பெயர் என்னுடையதுதான். மிகக் குறுகிய காலத்திற்கு ஓர் உயர்ந்த பீடத்தில் வைத்துப்

போற்றப்பட்டது. பின்னர் முழு சம்பவத்திலும் வில்லன் நான்தான் என்று சொல்லப்பட்டு விட்டது.

நான் விரைவிலேயே கண்டுபிடித்ததுபோல், பொதுமக்கள் பார்வையில் கதாநாயகனாக இருந்து வில்லனாக மாறுவது மிக விரைவாக நடந்து விடுகிறது.

முதலமைச்சர் கிளம்பிச் சென்றதும், ஜூனியர் டாக்டர்கள், நர்ஸுகள், வார்டுபாய்கள் என எல்லோரும் என்னிடம் வந்து, "நாங்கள் உங்களோடு இருக்கிறோம், சார்! நீங்கள் வேலை செய்ததை நாங்கள் நேரில் பார்த்தவர்கள். உங்களுக்கு ஏதாவது நடந்தால், நாங்கள் வேலை நிறுத்தம் செய்வோம்' என்றார்கள்.

'இல்லை, தயவு செய்து அப்படிச் செய்ய வேண்டாம். வேலை நிறுத்தம் செய்தால், இங்கு சிகிச்சை பெறும் குழந்தைகள் நிலை என்னவாகும்?' என்றேன். 'தயவு செய்து வேலைக்குச் செல்லுங்கள். எனக்கு ஒன்றும் நேராது. ஆண்டவர் அனைத்தையும் பார்த்துக் கொண்டு தான் இருக்கிறார்'.

பின்னர் ஒரு பெற்றோர் செய்தியாளர்களிடம், 'முதலமைச்சர் கூட்டம் நடந்துகொண்டிருப்பதால் குழந்தைகளின் உடல்களை சத்தமின்றி பின்வாசல் வழியாக எடுத்துச்செல்லச் சொன்னார்கள். வார்டுபாய்கள் உடல்களை ஒரு போர்வையில் சுற்றித் தந்து, சத்தம் போடாமல் போகச்சொன்னார்கள். முதலமைச்சர் முன்னிலையில் எந்த ரகளையும் இருக்கக் கூடாது என்று அதிகாரிகள் நினைத்தார்கள்' என்றனர். மருத்துவமனை முழுக்க, மாவட்ட மாஜிஸ்திரேட், காவல் கண்காணிப்பாளர் கட்டுப்பாட்டில் இருந்ததாகவும், மருத்துவமனை அதிகாரிகள் அவர்கள் சொன்னதைச் செய்தார்கள் என்றும் தெரிந்தது. முகக்கவசம், காலணி உறை, தலைக்கான தொப்பி, கையுறை, டிரே எல்லாமே கிருமி நீக்கம் செய்யப்பட்டு புதிதுபோல் தெரிந்தன.

முதலமைச்சர் லக்னோ அடைந்ததும், என்னை ஊடகம் அல்லது மற்ற யாரிடமும் பேசாமல், வேறு பாதையில் வீட்டுக்குப் போகச் சொன்னார்கள்.

முதலமைச்சர் கடும் கோபத்தில் இருக்கிறார் என்று கேள்விப்பட்டேன். ஆனால், சில நாட்களில் மருத்துவமனைக்குத் திரும்பிவிடலாம் என்றார்கள்.

'ஆனால் இதில் என் தவறு என்ன இருக்கிறது?' என்று என்னருகில் இருந்த மருத்துவத்துறை தலைவரிடம் கேட்டேன்.

'கவலைப்படாதீர்கள்' என்றார் அவர். 'இப்போது ஊடகங்களிடமிருந்து நெருக்கடி மிகவும் அதிகமாக இருக்கிறது. விஷயங்களை சற்று ஆறப் போட்டால், யாருக்கும் நினைவிருக்காது' என்றார் அவர். ஆனால், எனக்கு மனம் ஆறவில்லை.

'இறந்த குழந்தைகள் பற்றி? அவர்களது பெற்றோர்கள் அத்தனை சீக்கிரம் மறந்து விட மாட்டார்கள்' என்றேன்.

'அதைப் பற்றி நினைக்காதீர்கள்' என்றார் அவர். 'நீங்கள் பல உயிர்களை காப்பாற்றினீர்கள் – அதுதான் முக்கியம். சில நாட்களுக்கு வெளியூர் எங்காவது செல்லுங்கள் – அதுதான் உங்களுக்கு நல்லது.'

'எப்படியுமே நான் லக்னோ செல்ல வேண்டும். அம்மாவும், தம்பியும் ஹஜ் யாத்திரை செல்கிறார்கள். அவர்களது விமானம் லக்னோவிலிருந்து 16ம் தேதி கிளம்புகிறது' என்றேன். அவருக்கு நிம்மதியாக இருந்தது. 'நல்லது – நீங்கள் இன்றே கிளம்பி விடுங்கள்.'

அவர் இதையெல்லாம் ஏன் செய்கிறார் என்று எனக்குப் புரியவில்லை. அவர் தன் மனைவியைக் காப்பாற்றச் செய்கிறார் என்று தோன்றியது. அவரது மனைவிதான் குழந்தைகள் மருத்துவத் துறையின் தலைவர். அவர் எது குறித்தும் விசாரிக்கப்படவில்லை. மருத்துவத் துறையில் ஆகஸ்ட் 11-10 தேதிகளில் நடந்த 18 மரணங்கள் பற்றி இவரும் விசாரிக்கப்படவில்லை. ஊடகங்கள் தமக்குச் சொல்லப்பட்டதை அப்படியே நம்பின.

இப்படித்தான் கதையாடல் திடீரென மாறியது. 12-11 தேதிகளில் எல்லோரும் கேட்டுக்கொண்டிருந்த கேள்விகள் இப்போதும் எனக்கு நினைவில் உள்ளன.

ஆக்சிஜன் பற்றாக்குறை ஏன் வந்தது?

பணப்பட்டுவாடா ஏன் செய்யப்படவில்லை?

முதலமைச்சரும், சுகாதார அமைச்சரும் பதவி விலக வேண்டும் என்றார்கள். நான் உயிர்களைக் காக்க உதவினேன் என்பதை புரிந்து கொண்டார்கள்.

இப்போது ஒரே ஒரு விஷயம்தான் எங்கும் திரும்பத் திரும்பச் சொல்லப்பட்டது. டாக்டர். கஃபீல் ஒரு கொலைகாரன்.

எதிர்கட்சிகளும், ஒரு சில முஸ்லிம் தலைவர்களும் என்னைப் பாராட்டியபோது, சம்பவத்திற்கு ஒரு மதச்சாயம் பூசப்பட்டு, விஷயங்கள் இன்னும் மோசமாகின. நாடு முழுவதும் மக்கள் மத அடிப்படையில் பிரிந்து நின்று பேசும் பரபரப்பான விஷயமாக ஆகிவிட்டது. சிலர் எனது மருத்துவத் தொழிலே முடிந்துவிட்டது என்றார்கள். சிலர் பெரும் சோகச் சம்பவம் என்றார்கள்.

அந்த மோசமான இரவில் ஆக்சிஜனுக்கு அலைந்தபோது, எனது நோயாளிகளில் யார் இந்து, யார் முஸ்லிம், யார் எந்த ஜாதி, யார் ஏழை, யார் பணக்காரன் என்று எதையுமே பார்க்கவில்லை என்று அல்லா மீது ஆணையிட்டுச் சொல்வேன்.

நான் ஒரு மருத்துவன். இதுபோன்ற எண்ணங்கள் எனது தொழில் வாழ்க்கையில் என்றுமே தோன்றியதில்லை. ஏனெனில் எங்கள் குடும்பத்தில் அனைத்து மதங்களையும் மதிக்க வேண்டும் என்று சொல்லியே வளர்த்தார்கள். என்னைப் பொருத்தவரை மதம் என்றால் ஆன்மிகம், மனிதநேயம், நமக்கு மேலான ஒரு சக்தி மீதான நம்பிக்கை. நான் அல்லாவை நம்புகிறேன். அது எனது தனிப்பட்ட நம்பிக்கை, அதே சமயம் நான் அனைத்து மதங்களையும், எந்த மதத்தை சார்ந்தவர் என்ற பேதமின்றி அனைத்து மனிதர்களையும் மதிக்கிறேன்.

இன்று ஒரு கதாநாயக மரியாதை ஒருவரது செயல்களால் அன்றி அவரது மத நம்பிக்கைகளின் அடிப்படையில் தரப்படுகிறதோ? இல்லை, பறிக்கப்படுகிறதோ?

அன்று வீட்டுக்குச் சென்றபோது, குடும்பத்தினர் அனைவரும் வீட்டில் இருந்தனர். சகோதரர்கள் கடையை மூடிவிட்டார்கள். மனைவி தன் மருத்துவமனையை மூடிவிட்டார். எல்லோரும் மிகவும் பயந்து போயிருந்தார்கள். யாரும் யாரிடமும் பேசவில்லை. என் சகோதரர்கள் தெரிந்தவர்கள் சிலர் மூலம் முதலமைச்சரை தொடர்புகொள்ள முயன்றனர். ஆனால் அவர் பேச மறுத்து விட்டார்.

செய்தியாளர்கள் என்னை அழைத்துக் கொண்டே இருந்தார்கள். ஆனால் நான் பேசாமல் இருந்துவிட்டேன். எல்லோருமே எனக்கு ஒரே அறிவுரையைத்தான் தந்துகொண்டிருந்தார்கள். 'சிறிது காலத்திற்கு பேசாமல் இரு. எல்லாம் சரியாகி விடும்.'

என் குட்டி மகள் என்மேல் ஏறி கொஞ்சிக்கொண்டிருந்தாள். நான் அவளோடு சந்தோஷமாக விளையாட முயன்றேன்.

என்ன நடந்தது என்பது பற்றி யோசிக்காமல் இருக்க முயற்சி செய்தேன். ஆனால், டிவியில் செய்தியைப் போட்டால் போதும் அல்லது சமூக ஊடகங்களைப் பார்த்தால் போதும், அதில் மனதை துன்புறுத்தும் வண்ணம் என் மீது வெறுப்பு கொட்டப்பட்டுக் கொண்டிருந்தது. எது தப்பாகிப் போனது என்று இன்னமும் நான் யோசித்துக்கொண்டிருந்தேன். ஓராண்டுக்குமுன் 2016 ஆகஸ்ட் 8ம் தேதிதான் நான் பிஆர்டியில் நிரந்தர ஊழியராகப் பணியில் சேர்ந்தேன். இப்போதும் தகுதிகாண் பருவத்தில்தான் இருந்தேன். அப்படியிருக்க, இவ்வளவு தாக்குதல் நடக்கும் வகையில் நான் கண்காணிப்பாளர் அல்லது துணை முதல்வர் அல்லது துறைத் தலைவர் என்று எப்படி மக்கள் நம்புகிறார்கள்?

நான் சிலிண்டர்கள் திருடினேன் என்று ஒரு கதை வேறு சொல்லப்பட்டது. வழக்கமான நாட்களில் திரவ ஆக்சிஜன் ஒரு பிரம்மாண்ட தொட்டியிலிருந்து பைப்புகள் மூலம் நோயாளிகளின் படுக்கைகளுக்குச் செல்லும். அது தீர்ந்தபோதுதான் சிலிண்டர்களில் நிரப்பி பயன்படுத்தினோம். நான் ஆக்சிஜன் திருடினேன் என்று சொல்வது உங்கள் விட்டு தண்ணீர்தொட்டியிலிருந்து நீங்கள் அறியாமல் யாரோ தண்ணீரை திருடிச் சென்றார்கள் என்று சொல்வதற்குச் சமம். உண்மையில் நான் இதற்குச் சிரித்திருக்க வேண்டும். ஆனால் இது என்னை அழ வைத்தது.

ஆனால், இந்த முறைப்படுத்தப்பட்ட பொய்ப் பிரச்சாரம் மூலம் சமூக ஊடகங்களில் என்னைப் பற்றிய வதந்திகளைப் பரப்புவது, மக்கள் என்னைப் பற்றிய பொய்களை நம்பியதைவிட மிக மோசமாக என் வாழ்க்கையை பாதிக்கப் போகிறது என்பது எனக்கு அப்போதும் தெரியாது. வெறுப்புச் செய்திகளும், ஊடக விசாரணையும் விரைவில் என்னை சிறையில் தள்ளப்போகின்றன.

இந்த வெறுப்பு, பொய், குற்றச்சாட்டுச் சூறாவளிக்கு நடுவிலும், நியாயமாக செய்தி சொல்ல முயன்ற செய்தியாளர்களும் சிலர் இருந்தார்கள்.

உள்ளூர் செய்தியாளரான மனோஜ் சிங், தி வ்யரில் பின்வருமாறு எழுதினார்:

‘ஆகஸ்ட் 11ம் தேதி காலை 11.30 மணியளவில் நான் பிஆர்டி மருத்துவக் கல்லூரியின் 100 படுக்கை கொண்ட மூளையழற்சி

நோய் வார்டுக்குச் சென்றபோது, டாக்டர். கஃபீல் பதட்டமாக, குறுக்கும் நெடுக்குமாக நடந்தவாறு போனில் பேசிக் கொண்டிருந்தார். வெளியே ஒரு லாரியிலிருந்து ஜம்போ சிலிண்டர்களை இறக்கிக்கொண்டிருந்தார்கள்.

வார்டுக்கு உள்ளே மயான அமைதி. வெளியே உள்ளூர் தினசரியின் புகைப்படக்காரர் ஒருவரும், மற்றொரு செய்தித்தாளின் செய்தியாளர் ஒருவரும் இருந்தனர். அப்போது ஒரு பெண் ஒரு குழந்தையை தூக்கிக்கொண்டு அழுதபடி மருத்துவமனைக்கு வந்தாள்.

வார்டு வாசலில் குழந்தையைப் பார்த்ததும், கான், வேகமாக வந்து குழந்தையை வாங்கிக்கொண்டு வார்டுக்குள் ஓடினார். அக்காட்சியை சட்டென்று புகைப்படக்காரர் படம் பிடித்தார்.

பின்னர், என் சகோதரரோடு பேசியதில், 'சிலிண்டர் திருட்டு' குற்றச்சாட்டு உண்மையல்ல என்று தெரிந்ததாக அவர் எழுதினார். 'ஆக்சிஜன் சிலிண்டர் மிகவும் கனமானது. அதை நான்கைந்து பேர் சேர்ந்துதான் தூக்க முடியும். இப்படியொரு வேலையை கான் ஏன் செய்ய வேண்டும்? மேலும் ஒரு ஜம்போ ஆக்சிஜன் சிலிண்டரின் விலை சுமார் 200 ரூபாய்தான். ஒரு டாக்டர் 200 ரூபாய் மதிப்புள்ள ஒரு பொருளை திருடி, தன் மரியாதையைக் கெடுத்துக்கொள்வாரா? திரவ ஆக்சிஜன் பற்றாக்குறை பிரச்சனையில் ஒரு பெரிய சதியில் டாக்டர். கஃபீல் பலிகடா ஆக்கப்படுகிறார். அவர் ஒரு முஸ்லிம் என்பதால் குற்றம் சாட்டப்படுகிறார்' என்று அவர் எழுதினார்.

மருத்துவத் தொழிலில் இருந்த மற்றவர்களும் என் மீது சுமத்தப்பட்ட குற்றச்சாட்டுகளை நிராகரித்தார்கள். மூளையழற்சி நோய் ஒழிப்பு பிரச்சாரத்தின் ஒருங்கிணைப்பாளரான டாக்டர் ஆர். என்.சிங், 'சிலிண்டர் திருட்டு குற்றச்சாட்டு பொய்' என்றார். 'சிலிண்டர் திருட்டு என்பது அப்பட்டமான பொய். வேறு ஏதோ ஒன்றிற்காக அவர் தண்டிக்கப்படுகிறார்' என்றார் அவர்.

எய்ம்ஸ் மருத்துவர்கள் நான் பலிகடா ஆக்கப்படுகிறேன் என்றார்கள். 'உள்கட்டுமான தவறுகள், அரசாங்கத்தின் தோல்விகளுக்கு ஒரு டாக்டர் பலிகடா ஆக்கப்படுகிறார் என்பதை பெரும் வருத்தத்தோடு கூறுகிறோம்' என்று எய்ம்ஸ் மருத்துவர்கள் சங்கத் தலைவர் டாக்டர். ஹர்ஜித் சிங் பாட்டி கூறினார். அவர்களது அறிக்கை உத்தரப்பிரதேச அரசு பொது சுகாதாரத்தை முற்றிலுமாக புறக்கணித்துள்ளதாகக் குற்றம் சாட்டியது.

பிரச்சனையை சமாளிக்க நான் அவர்களது உதவியை நாடியதைப் பற்றி சஷுத்ர சீமா பல்லின் டிஐஜி விளக்கமளித்தார். நேபாளம், பூடான் மற்றும் பங்களாதேஷுடனான இந்திய எல்லைகளைப் பாதுகாக்கும் எஸ்எஸ்பியும், மத்திய ராணுவப் படையும் இந்த பிரச்சனையை சமாளிக்க நான் எடுத்த முயற்சிகள், அதில் அவர்கள் உதவிய விதம் பற்றி விளக்கமாக ஆவணபூர்வமாகத் தெரிவித்தார்கள்.

'ஆகஸ்ட் 11 அன்று பிஆர்டி மருத்துவக் கல்லூரியில் இதுவரை கண்டிராத அளவு பெரிய சிக்கல் ஏற்பட்டுவிட்டது. டாக்டர். கஃபீல்கான் எஸ்எஸ்பியின் டிஐஜியை சந்தித்து, பல இடங்களிலிருந்தும் மருத்துவமனைக்கு ஆக்சிஜன் சிலிண்டர்களைக் கொண்டுவர எங்களது லாரியைத் தந்து உதவுமாறு வேண்டினார்' என்று எஸ்எஸ்பியின் மக்கள் தொடர்பு அதிகாரி ஓ.பி.சாஹு தெரிவித்ததாக நியூஸ் 18 சேனல் கூறியது.

'எங்கள் டிஐஜி சிலிண்டர்களை ஏற்றி இறக்க, 11 ராணுவ வீரர்களையும் லாரியுடன் அனுப்பி வைத்தார். பல மணி நேரங்களுக்கு, கலீலாபாதில் உள்ள ஒரு குடோன் உட்பட பல இடங்களிலிருந்தும் ஆக்சிஜன் சிலிண்டர்களை எங்கள் ராணுவ வீரர்கள் லாரியில் ஏற்றி வந்து, மருத்துவமனையில் இறக்கினார்கள்' என்று அவர் கூறியிருந்தார்.

தொடர்ந்த நாட்களில், லஞ்சம் பற்றிய புகார்கள், மரணத்திற்கான காரணத்தைக் கண்டுபிடித்துவிடக்கூடாது என பிரேதப் பரிசோதனைகளை தவிர்த்தல், பணப்பட்டுவாடா செய்யப்படவில்லை என்ற தகவல் தரப்பட்டாலும், அது பற்றி எனக்குத் தெரியாது என்ற முதலமைச்சர், கவனத்தை திசை திருப்பும் ட்ரால்கள், பொய்ச் செய்திகள், பலிகடாக்களை உருவாக்குதல் என்று ஊடகங்களில் காதைப் பிளக்கும் இரைச்சலாக இருந்தது.

பாகம் இரண்டு

சிறைவாசம்

8

சுதந்திர தினமும், ஈத் பெருநாளும்

ஒரு கதாநாயகனாக நான் புகழப்பட்ட இரண்டே நாட்களில் குழந்தை மருத்துவ வார்டிலிருந்து அழைப்பு வந்தது. டாக்டர். மஹிமா மிட்டலையும், மூளையழற்சிப் பிரிவு நோடல் அதிகாரியான டாக்டர். பூபேந்திர சர்மாவையும் சந்திக்க வேண்டியதாக இருந்தது. டாக்டர். சர்மா மிகவும் நட்போடு, ஆதரவாகப் பேசினார். ஹஜ் பயணம் மேற்கொள்ளும் அம்மாவை லக்னோவில் விமானத்தில் வழியனுப்பச் செல்ல மூன்று நாட்கள் விடுப்புக்கு விண்ணப்பித்தேன். துறைத் தலைவர் விடுப்பு வழங்கினார். ஆக்சிஜன் பிரச்சனை காலத்து கண்காணிப்பு கேமரா பதிவுகள் அனைத்தும் மாவட்ட நிர்வாகத்தின் பாதுகாப்பில் இருப்பதாக அலுவலக நண்பர்கள் மூலம் அறிந்தேன்.

வீடு திரும்பியதும், ஊடகங்கள் வழியாக நான் எனது கண்காணிப்பாளர் பதவியை ராஜினாமா செய்ததாகவும், அது ஏற்கப்பட்டு, டாக்டர். சர்மா பொறுப்பேற்றிருப்பதாகவும் அறிந்தேன். நான் எப்போது கண்காணிப்பாளராக இருந்தேன்?

என்னுடன் பணிபுரிபவர்களே இப்போது என்னைக் கைவிடுவதை உணர்ந்தேன். கோபத்தோடு துறைத் தலைவரை அழைத்தேன்.

‘அம்மா! ஏன் என்னைப் பற்றி பொய்யான செய்திகள் சொல்லப்படுகின்றன? நான் கண்காணிப்பாளராகவே இல்லாத போது, அந்தப் பதவியை எப்படி ராஜினாமா செய்ய முடியும்?’

‘கஃபீல், சற்று அமைதியாக இருங்கள்’ என்றார் அவர் ஆறுதலளிக்கும் குரலில். ‘கவலைப்படாதீர்கள். இது மாதிரி விஷயங்களை நாங்கள் ஏதும் சொல்லவில்லை. ஊடகங்கள் தாமாக கதை கட்டுகின்றன. உண்மையில் மருத்துவக் கல்வி டைரக்டர் ஜெனரல்தான் இப்போது முதல்வர் பணியை பார்த்துக் கொள்கிறார். உரிய நபர் கண்டுபிடிக்கப்படும் வரை அவர் பார்த்துக் கொள்வார்.’

ஆனால் எனக்கு இந்த விளக்கம் திருப்தியாக இல்லை. மருத்துவமனை அல்லது நிர்வாகத்திலிருந்து யாரோ ஊடகங்களுக்கு தகவல்கள் தருகிறார்கள். முதலமைச்சருக்கு தவறாக தகவல்களைத் தருகிறார்கள் என்பது உறுதி. நான் கிளம்பிச் சென்ற பிறகு நர்ஸுகள், டாக்டர்களிடம் தினமும் விசாரிக்கிறார்கள். எனக்கு எதிராக பயன்படுத்தும் வகையில் ஏதாவது சிக்குமா என்று எனது அனைத்து ஆவணங்களும் சோதிக்கப்படுகின்றன என்று நண்பர்கள் சொன்னார்கள். 'உங்கள் விடுப்புக் கடிதங்கள், ஆவணங்கள், வருகைப் பதிவு, ஒப்பந்த ஊழியராக நீங்கள் பணிசெய்த காலத்து ஆவணங்கள் – எல்லாவற்றையும் துருவித் துருவி பார்க்கிறார்கள்' என்றனர்.

இதற்கிடையில், மருத்துவக் கல்வி டைரக்டர் ஜெனரல் ஸ்டாக்கில் 50 சிலிண்டர்கள் இருந்த நிலையில் நான் 4 சிலிண்டர்களை வாங்கியதால் என்ன பயன்? என்றார். இது எனக்கு ஆத்திரமூட்டியது. எனது கௌரவம், பணி ஆகியவற்றின் மீது திரும்பத் திரும்ப, ஊடகங்களும், அதிகாரவர்க்கமும் தாக்குதல் தொடுத்தால் நான் என்ன செய்வது?

எனவே நான் மிகத் தெளிவாக, 'இல்லை சார் நான்கு, ஐந்து அல்ல, நாங்கள் 500 சிலிண்டர்களை ஏற்பாடு செய்தோம்' என்று கூறி ஒரு காணொளியை பதிவு செய்தேன். ஒவ்வொருவரையும் உதவி செய்யும்படி நான் எவ்வாறு கெஞ்சினேன் என்பதை அதில் விளக்கமாகக் கூறினேன்.

வீட்டில், குடும்பத்தினர் ஒவ்வொரு கணமும் பதட்டத்தில் இருந்தார்கள். என் மீது ஒரு எஃப்ஐஆர் பதிவு செய்யப்படுவதாக வதந்தி உலவியது.

எனக்கு நிகழ்பவை ஒருபுறமிருக்க, மருத்துவக் கல்லூரியில் மரணங்கள் தொடர்ந்தன. தினமும் குழந்தைகள் மருத்துவப் பிரிவில் 11-10 குழந்தைகள் இறந்தனர். கல்லூரியின் நிர்வாகம், செயல்பாடுகளின் குறைபாடுகளை கண்டறிந்து சொல்வதில் ஊடகங்களுக்கு பெரும் கொண்டாட்டம். முறைகேடு செய்பவர்கள், தனி கிளினிக் வைத்திருக்கும் டாக்டர்களை அம்பலப்படுத்த ஸ்டிங் நடவடிக்கைகளை நடத்த ஆரம்பித்தார்கள்.

ஒரு புலனாய்வு செய்தியாளர் எஸ்எஸ்பி அலுவலகம் சென்றார். அங்கு டிஐஜி நான் ஆகஸ்ட் 11 அங்கு சென்றதை, ஜம்போ சிலிண்டர்கள் எடுத்துவர லாரியையும், ராணுவ வீரர்களையும்

எனக்கு உதவியாக அனுப்பியதை தொலைக்காட்சியில் உறுதி செய்தார். என்னைச் சுற்றிச் சூழ்ந்திருந்த பொய்ப் பழிகள், குற்றச்சாட்டுகளுக்கு மத்தியில், ஒரு நல்ல செய்தியும் வந்தது.

இந்திய மருத்துவக் கழகம் – *I M A* சம்பவம் பற்றி விசாரிக்க ஒரு குழுவை அனுப்பியது. ஆனால், அதில், முதல்வர் பதவிக்கு நிர்வாகத்தால் பரிசீலிக்கப்பட்டு வந்த டாக்டர் கே.பி.குஷ்வாஹா இருந்தார். இக்குழு, என்னையோ, பிற மருத்துவர்களையோ விசாரிக்காமல், விரைவாக ஒரு அறிக்கையைத் தந்தது. அறிக்கை என்னையும், டாக்டர் மிஸ்ரா பற்றியும் தவறாகக் கூறியது.

இதற்குள், டாக்டர் குஷ்வாஹாவின் பெயர் மற்றொரு சர்ச்சையில் அடிப்பட்டது. மருத்துவப் பயன்பாட்டிற்கான திரவ ஆக்சிஜன் வழங்குவதற்கான உரிமம் இல்லாத புஷ்பா சேல்ஸிற்கு ஒப்பந்தம் வழங்கப்பட்ட போது அவர்தான் முதல்வராக இருந்தார். இப்போது ஆக்சிஜன் ஏன் இனாக்ஸ் ஏர் புராடக்ட்ஸிடமிருந்து நேரடியாக வாங்கப்படவில்லை. இடைத்தரகராக புஷ்பா சேல்ஸ் ஏன் வந்தது என்ற கேள்விகள் எழுந்தன. முதலமைச்சர் கேட்டுக் கொண்டாலும் கூட டாக்டர்.குஷ்வாஹா மீண்டும் முதல்வராக நியமிக்கப்பட்டவில்லை. வேறொரு கல்லூரியிலிருந்து டாக்டர்,பி. கே.சிங் என்பவர் பணி மாறுதலில் வந்து பிஆர்டியில் முதல்வராக பொறுப்பேற்றார்.

ஆகஸ்ட் 14 அன்று புஷ்பா சேல்ஸின் நிர்வாக இயக்குனர் மணீஷ் பண்டாரி ஓர் அறிக்கை வெளியிட்டபோது, கதையில் மற்றொரு திருப்பம் நிகழ்ந்தது. மிகவும் முன்பே அவர்கள் பலமுறை நேரடியாக முதலமைச்சர் அலுவலகத்திற்குக் கடிதங்கள் எழுதியிருக்கிறார்கள். தனது அறிக்கையில் பண்டாரி, பணம் தரப்படாமல் நிலுவையில் இருந்தாலும், தமது நிறுவனம் திரவ ஆக்சிஜன் வழங்குவதை நிறுத்தவில்லை என்பதை சுட்டிக் காட்டினார். ‘மரணங்கள் நிகழ்ந்த அன்று 400 சிலிண்டர்களுக்கும் பதிலாக சுமார் 50 சிலிண்டர்கள் மட்டுமே இருந்தது ஏன்? என்பதை அரசு கண்டுபிடிக்க வேண்டும்’ என்றார். புஷ்பா சேல்ஸின் அதிகாரி ஒருவர், ‘எங்களுக்கு பணம் வர வேண்டியிருந்தது பற்றிய கடிதத்தை நாங்கள் ஆகஸ்ட் 9ம் தேதி சுகாதார அமைச்சரிடம் நேரில் தந்தோம். அன்று மதியமே அவரும், முதலமைச்சரும் மருத்துவக் கல்லூரிக்கு ஆய்வுக் கூட்டத்திற்காகச் சென்றார்கள். பணப்பட்டுவாடா பிரச்சனை பற்றி மருத்துவமனை அதிகாரிகள் முதலமைச்சரிடம் தெரிவித்தார்கள் என்று தெரியவந்தது.

முதலமைச்சர் இது என்ன? என்பது போல் டாண்டனைப் பார்த்தாராம். பின்னர், அவர் எதுவும் பேசவில்லை என்று தெரிகிறது' என்று தி டெலிகிராஃபிடம் தெரிவித்தார்.

அப்பத்திரிகை மேலும் கூறியதாவது:

'சிலர் கமிஷன் கேட்டதால்' ஆக்சிஜன் சப்ளை பாதிக்கப்பட்டதாக சித்தார்த்நாத் அலகாபாத்தின் செய்தியாளர்களிடம் கூறினார். அவர்கள் யார் என்று அவர் தெரிவிக்கவில்லை.

(ஆகஸ்ட் 12 அன்று சுகாதாரத் துறையில் உள்ள ஒருவர் இப்பத்திரிகையிடம் 'ஆகஸ்ட் 9 வரை மருத்துவக் கல்லூரி புஷ்பா சேல்ஸிற்கு ரூ.3.86 கோடி தரவேண்டும், அந்நிறுவனம் அரசாங்கத்தின் மூத்த உறுப்பினர்களை சரியாக கவனிக்காததால், இத்தொகை நிறுத்தி வைக்கப்பட்டது' என்றும் தெரிவித்தார்.

'இது மாதிரியான தொழில்களை லஞ்சம் தராவிட்டால் செய்ய முடியாது' என்றார் அவர். 'சமீபத்தில், இந்தத் தொகையை தராமல் நிறுத்தி வைக்கும்படி கல்லூரி முதல்வருக்கு லக்னோவிலிருந்து உத்தரவு வந்தது).

ஆகஸ்ட் 15ம் தேதி நான் என் அம்மா, மனைவி, மகள், தம்பி, காஸீஃப், அவனது மனைவி ஆகியோரோடு லக்னோ புறப்பட்டேன். அண்ணன் அடீல், அவரது மனைவி, மகள் எல்லோரும் கோரக்பூரில் இருந்தார்கள். நாங்கள் காரில் கிளம்பினோம். சகோதரி ஃபாரோ, அவளது கணவர், கணவரின் சகோதரி ஆகியோரும் என் அம்மா, தம்பியுடன் ஹஜ் செல்வதாக இருந்தார்கள்.

கடந்த சில நாட்களின் நிகழ்வுகள் எங்கள் குடும்பத்தை ஆட்டிப் படைத்தன. செய்திச் சேனல்கள் இப்போதும் நாள் முழுக்க பிஆர்டி துயரச் சம்பவத்தைப் பற்றி சொல்லிக்கொண்டிருந்தன. பாஜக தலைவர் அமித் ஷாவின் அறிக்கையும் பரவலாக சொல்லப்பட்டது. 'இவ்வளவு பெரிய தேசத்தில், முன்பும் இது போன்ற துயரச் சம்பவங்கள் நிகழ்ந்துள்ளன.'

தனது சுதந்திர தின உரையில் பிரதமர் நரேந்திரமோடி கோரக்பூர் துயரச் சம்பவம் பற்றிக் குறிப்பிட்டார். பாதிக்கப்பட்ட குடும்பங்களுக்கு அனுதாபம் தெரிவித்த அவர், இச்சம்பவத்தை 'இயற்கைப் பேரிடர்' என்றார். மற்ற அமைச்சர்கள் 'சதிவேலை' என்று சொல்ல ஆரம்பித்தார்கள். உ.பியின் சுகாதார அமைச்சர்

சித்தார்த்நாத் சிங் பொறுப்பற்ற முறையில் அறிக்கை விடுத்ததால் அவரது வீடு தாக்கப்பட்டது. அவர் பல சேனல்களிலும் என்னைக் கடுமையாகத் தாக்கி அறிக்கைகள் விடுத்தார்.

மின் ஊடகங்களின் செய்தியாளர்கள் சிலர் எனக்கு ஆதரவாக இருந்தனர். அவர்கள் உண்மையை வெளிக்கொணரும் வகையில் ஆழமான கேள்விகளைக் கேட்டனர்.

போலீஸார் புஷ்பா சேல்ஸ் அலுவலகத்தை சோதனையிட்டனர். அதன் ஊழியர்களை விசாரித்தனர்.

பிரச்சனைகளால் சூழப்பட்ட முதல்வர் மிஸ்ரா, புஷ்பா சேல்ஸிற்கு பணப்பட்டுவாடா செய்ய வசதியாக கல்லூரிக்கு நிதியை வழங்குமாறு உ.பி. அரசின் உயர் அதிகாரிகளுக்கு தாம் பலமுறை கடிதங்கள் எழுதியதாக அறிக்கை வெளியிட்டார்.‘ லக்னோவில் உள்ள அதிகாரிகளோடு நடத்திய காணொளிக் கூட்டங்களிலும்தான் இந்தப் பிரச்சனையை எழுப்பியதாகவும், அரசாங்கம் கடைசியில் ஆகஸ்ட் 5 நிதி தர, ஆகஸ்ட் 11 அன்று பணம் பட்டுவாடா செய்யப்பட்டது என்றும் அவர் கூறினார். பின்னர் எப்படி அவர் ரூ.68 லட்சம் பாக்கியைத் தர வேண்டும் என்று எதிர்பார்க்க முடியும்? அதன்பின் அவர் ஊடகங்களிடம் பேசவே இல்லை.

இதனிடையே, ‘டைம்ஸ் ஆஃப் இந்தியா’ பின்வருமாறு ஒரு செய்தியை வெளியிட்டது.

சமாஜ்வாடி ஆட்சியில், முன்பு மருத்துவக் கல்லூரி டைரக்டர் ஜெனரல் பதவியில் இருந்த டாக்டர். குப்தா மீது பல முறைகேடுகள் பற்றிய புகார்கள் எழுந்தபோதும்கூட, இந்த ஆண்டு ஜூன் மாதம் அரசாங்கம் அவரையே நியமித்தது. 2015ல் அவர் மீது லோக் ஆயுக்தாவில் குற்றச்சாட்டுகள் கூறப்பட்டபோது, அவர் பதவி நீக்கம் செய்யப்பட்டார். மிஸ்ராவின் குற்றச்சாட்டுகள் பற்றிக் கேட்டபோது, குப்தா, ‘மிஸ்ரா கோப்புகளை மிகவும் தாமதப்படுத்துவார். அவரது பணி சிறிதும் திருப்திகரமாக இல்லை’ என்றார்.

மற்றொரு கட்டுரை மருத்துவக் கல்விக்கான நிதி ஒதுக்கீடு குறைந்து வருவது பற்றி பின்வருமாறு விவரித்தது. இதுபோன்ற 14 மருத்துவக் கல்லூரிகள், அவற்றோடு இணைந்த மருத்துவமனைகளுக்கான நிதி ஒதுக்கீடு 17-2016ல் ரூ.2344 கோடியாக

இருந்து, 18-2017ல் ரூ.1,148 கோடியாக, பாதிக்கும் கீழாகக் குறைக்கப்பட்டது. பிஆர்டி கல்லூரிக்கான ஒதுக்கீடும் இதே வகையில் 17-2016ல் ரூ.15.9 கோடியாக இருந்தது 18-2017ல் ரூ.7.8 கோடியாகக் குறைக்கப்பட்டது. இன்னும் குறிப்பாக, உபகரணங்களுக்கான ஒதுக்கீடு ரூ.3 கோடியிலிருந்து வெறும் ரூ.75 லட்சமாகக் குறைக்கப்பட்டது.

ஆகஸ்ட் 16 அன்று வெளியான மாவட்ட மாஜிஸ்திரேட்டின் அறிக்கை என் மீது எந்தத் தவறுகளும் இல்லை என்று கூறியது சற்று ஆறுதலாக இருந்தது. குடும்பத்தினர் சின்னதாக ஆறுதல் பெருமூச்சு விட்டனர்.

அந்த அறிக்கை, மரணங்களுக்கான காரணமாக ஆக்சிஜன் பற்றாக்குறையைக் கூறாமல், மற்ற நோய்களைக் குறிப்பிட்டது. இத்துயரச் சம்பவங்களுக்கு உ.பி. அரசை பொறுப்பாக்குவதையும் தவிர்த்தது. மருத்துவர்கள், துணை மருத்துவ ஊழியர்கள், எழுத்தர்கள் மீது கிரிமினல் கவனக் குறைவுக் குற்றத்தை சுமத்திய அறிக்கை மாநில அரசிற்கு நிலைமை பற்றித் தெரியவில்லை, என்றது. அது ஆக்சிஜன் பற்றாக்குறை பற்றி மருத்துவக் கல்வி டைரக்டர் ஜெனரல் மற்றும் சுகாதாரத் துறை அதிகாரிகளுக்கு எச்சரிக்கை செய்யத் தவறியதாக முதல்வர் ராஜீவ் மிஸ்ரா மீது குற்றம் சாட்டியது. ஆக்சிஜன் சப்ளையை நிறுத்தியதற்காக புஷ்பா சேல்ஸ் மீது கடும் நடவடிக்கை எடுக்கவேண்டும் என்றது. முதல்வரின் அனுமதி பெறாமல் விடுப்பில் சென்றதற்காக டாக்டர். சதீஷ்குமார் மீது குற்றம் சாட்டியது.

சம்பவம் பற்றிய விசாரணைகளில் என்னிடம் பலமுறை கேட்கப்பட்ட ஏர்கண்டிஷனர் பழுதுக்கான பொறுப்பு டாக்டர். சதீஷ்குமார் தலையில் விழுந்தது. காரணம் அவர்தான் பராமரிப்புத் துறைக்குப் பொறுப்பு. அவர் அதை உடனடியாக சரிசெய்யவில்லை என்பது குற்றச்சாட்டு. ஆக்சிஜன் கொள்முதல், சிலிண்டர் நிரப்புதல் குறித்த பதிவேட்டில் அடித்து எழுதப்பட்டிருப்பதும் அந்த அறிக்கையில் சொல்லப்பட்டது.

நான் லக்னோவில் இருந்தபோது, மருத்துவமனையிலிருந்து ஓர் அழைப்பு வந்தது. என்னிடம் அறிக்கை பெறுவதற்காக, லக்னோவின் சஞ்சய் காந்தி போஸ்ட் கிராஜுவேட் இன்ஸ்டிட்யூட் ஆஃப் மெடிக்கல் சைன்ஸஸில் *(SG-PGIMS)* இருந்து ஒரு குழு

வந்திருப்பதாகச் சொன்னார்கள். நான் லக்னோவில் இருப்பதால், அவர்களை மறுநாள் லக்னோவில் சந்திப்பதாகச் சொன்னேன்.

மறுநாள் எல்லோருக்குமே உணர்ச்சிவயமான நாளாக இருந்தது. அம்மா, ஃபாரோவின் விமானம் மதியம் கிளம்புவதாக இருந்தது. அம்மா என்னை அணைத்துக்கொண்டு அழுதார்.

'மகனே!, உன்னை இப்படி விட்டுவிட்டுச் செல்ல நான் விரும்பவில்லை' என்றார் அவர். 'அவர்கள் உன்னை என்ன செய்வார்களோ என்று பயமாக இருக்கிறது' என்றார்.

'எனக்கு ஒன்றும் ஆகாது, அம்மி!' என்றேன் அவரை திரும்ப அணைத்தபடி. 'நான் எந்தத் தவறும் செய்யவில்லை என்று உங்களுக்குத் தெரியும். பிறகு, எனக்கு என்ன நடந்துவிடப் போகிறது? என்னைப் பற்றிக் கவலைப்பட வேண்டாம். எல்லோருக்காகவும் பிரார்த்தனை செய்துவிட்டு வாருங்கள். நீங்கள் திரும்பி வரும்போது வரவேற்க, நான் இங்கு காத்திருப்பேன்.'

என் தங்கையும் கவலைப்பட்டாள். 'கொஞ்ச நாட்களுக்கு லக்னோவிலிலேய இரு. கோரக்பூர் போகாதே' என்றாள்.

மறுநாள் நான் *SG-PGIMS*க்கு அவர்களது விசாரணைக் குழுவைச் சந்திக்கச் சென்றேன். மனைவியும், மகளும் காரில் காந்திருந்தார்கள். விசாணைக் குழுவின் மூன்று உறுப்பினர்களும் ஆதரவாக இருப்பதுபோல் இருந்தது. ஆரம்பத்திலிருந்து நடந்தவற்றை விவரமாகக் கூறும்படி கேட்டார்கள். விசாரணை ஒரு மணிநேரம் நடந்தது. 'இது வெறும் சம்பிரதாயமானதுதான்' என்றார்கள்.

அவர்களது அறிக்கையும் என்னை அனைத்துக் குற்றங்களிலிருந்தும் விடுவித்தது. ஆனால், அது குறித்து எனக்கு மகிழ்ச்சியில்லை. காரணம், இந்த அறிக்கையும், 'ஆக்சிஜன் பற்றாக்குறை என்று சொல்லப்படுவது, மரணங்களுக்கான நேரடிக் காரணமாகத் தெரியவில்லை... திரவ ஆக்சிஜன் சப்ளை செய்தவர் செய்த இடையூறால், திரவ ஆக்சிஜன் பற்றாக்குறை ஏற்பட்டது. எனினும், ஜம்போ சிலிண்டர்களை வைத்து மருத்துவமனை தன்னால் இயன்ற வரையில் இந்தப் பற்றாக்குறையை சமாளித்தது. இடைப்பட்ட நேரத்தில் ஆம்பூ பேக்குகளும் பயன்படுத்தப்பட்டன.

ஆகஸ்ட் 18 முதல் 20 வரை நான் வீட்டில் இருந்தேன். என்னைப் பற்றி டிவியில் நான் பார்த்த விஷயங்கள் கோபத்தில்

என்னைப் பைத்தியமாக்கின. நான் மருத்துவமனைக்கு, பணிக்குத் திரும்ப விரும்பினேன். ஆனால் டாக்டர் மஹிமா மிட்டல், 'இன்னும் சில நாட்களுக்கு வர வேண்டாம்' என்றார். 'நான் உங்கள் விடுப்பை நீட்டித்துத் தருகிறேன். கவலைப்பட வேண்டாம்' என்றார்.

'ஆனால் நான் வெறும் விரிவுரையாளன் தானே' என்றேன். ஏதேனும் தவறு செய்திருந்தால்தானே, பயப்பட வேண்டும் என்று நினைத்தேன்.

ஆனாலும் வீட்டில் வெறுமனே உட்கார்ந்து நாள் முழுக்க டிவியில் என் மீது வெறுப்பைக் கக்குவதைப் பார்ப்பது மிகப் பெரிய கொடுமை. ஒவ்வொரு நாளும், உள்ளூர் பத்திரிகைகள் என்னைப் பற்றி புதுப்புதுக் கதைகளைக் கட்டிவிட்டன. நான் முதல்வரின் மனைவிக்கு மிகவும் நெருக்கம், நாங்கள் இருவரும் தவறான ஊழல் வழிகளில் பணம் சம்பாதித்தோம் என்று எழுதின. உண்மையில் நான் அவரை ஒரே ஒரு முறைதான் நேரில் பாத்திருக்கிறேன். 2016ல் ஒரு கல்லூரி கலை விழாவில்.

நான் மணீஷ் பண்டரியையோ அல்லது புஷ்பா சேல்ஸின் மற்ற ஊழியர்களையோ சந்தித்ததில்லை. உண்மையில் ஆகஸ்ட் 11-10 தேதிகளுக்கு முன்பு வரை மருத்துவமனைக்கு யார் திரவ ஆக்சிஜன் வழங்குகிறார்கள் என்று தெரிந்துகொள்ள எனக்கு அவசியமே இல்லை. ஆனாலும் எல்லா செய்திச் சேனல்களும் பண்டாரி எனக்குப் பணம் தந்தார் என்று கூறின.

கணக்குத் துறையில் சஞ்சய் திரிபாதியைத் தவிர வேறு யாரையும் எனக்குத் தெரியாது. அவரை என் ஊதியம் தொடர்பாக சந்தித்திருக்கிறேன். ஆனாலும் நான் கணக்குத் துறையினருடன் நெருக்கமாக இருந்தேன், கமிஷன் பெற்றேன் என்று ஊடகங்களில் குற்றம் சாட்டப்பட்டது.

ஆகஸ்ட் 21 நள்ளிரவில் ஒரு செய்தியாளரிடமிருந்து வந்த தகவல் என்னை அதிர்ச்சியடைய வைத்தது. இன்னும் வேறு என்ன வரப்போகிறதோ என்று பயந்தேன். 'தலைமைச் செயலாளர் தமது அறிக்கையில் உங்கள் மீது குற்றம் சுமத்தியுள்ளார். அது குறித்து நீங்கள் நேர்காணல் தர முடியுமா? என்பதே அந்தத் தகவல்.

நான் உடனே இதை அண்ணன் அபீலிடம் சொன்னேன். 'நாம் அதை முழுமையாகப் படித்து, என்ன சொல்லப்பட்டுள்ளது

என்பதை அறிய வேண்டும்' என்றார் அவர். 'எப்படியாவது முழு அறிக்கையையும் வாங்கி வருகிறேன்' என்றான்.

மறுநாள், அறிக்கையின் விவரங்கள் செய்தித்தாள்களில் வந்தன. அறிக்கை ஆகஸ்ட் 11-10 சம்பவங்களுக்கு டாக்டர். கஃபீல் கான், முதல்வர் சதீஷ்குமார், அவரது மனைவி மற்றும் மூன்று கணக்காளர்கள்தான் பொறுப்பு என்றது. ஆக்சிஜன் பற்றாக்குறை பற்றி எனது மேலதிகாரிகளுக்கு நான் தெரிவிக்கவில்லை. அரசுப் பணியில் இருந்துகொண்டே தனியாக கிளினிக்கும் நடத்தினேன் என்று குற்றம் சாட்டப்பட்டது.

அறிக்கை வெளியான அன்றே நாங்கள் அனைவரும் இடைநீக்கம் செய்யப்பட்டோம். புதிதாய் ஒரு துறை ரீதியான விசாரணைக்கு உத்தரவிடப்பட்டது. அது தனது அறிக்கையை 90 நாட்களுக்குள் தர வேண்டும் என்றும் கூறப்பட்டது.

வீட்டில் உச்சபட்ச பதட்டம் நிலவியது. நல்லவேளையாக அம்மாவிற்கு இந்தச் செய்தி தெரியாது என்று நினைத்துக் கொண்டேன். ஆனால், இதைவிட மோசமான காலம் இனிமேல் வரப்போகிறது என்று அப்போது எனக்குத் தெரியவில்லை.

மறுநாள், 23ம் தேதி, புஷ்பா சேல்ஸ் உரிமையாளர் மணீஷ் பண்டாரி உட்பட ஒன்பது பேர்மேல் எஃப்ஐஆர் போடப்பட்டுள்ளது என்றும், நான் எந்த நேரமும் கைது செய்யப்படலாம் என்றும் எங்களுக்குத் தகவல்கள் வந்தன. தலைமைச் செயலாளர் ராஜீவ்குமார் தலைமையிலான குழு 22ம் தேதி தனது அறிக்கையை முதலமைச்சரிடம் தந்தது என்றும் அவர் உடனடியாக எஃப்ஐஆர் போடப்பட வேண்டும் என்று உத்தரவிட்டார் என்றும் அறிந்தோம்.

அச்சமயத்தில் ஆக்சிஜன் சப்ளைக்குப் பொறுப்பான உயர் அரசு அதிகாரிகள் எவரது பெயரும் குறிப்பிடப்படவில்லை என்பது முக்கியமாக கவனிக்கப்பட வேண்டும். அதாவது, உபி அரசின் கூடுதல் தலைமைச் செயலாளர் அனிதா பட்நாகர் ஜெயின், மருத்துவக் கல்வி டைரக்டர் ஜெனரல் டாக்டர்.கே.கே.குப்தா, பிஆர்டி கல்லூரியின் தலைமை கண்காணிப்பாளர் டாக்டர் ஏ. கே.ஸ்ரீவஸ்தவா, குழந்தைகள் மருத்துவப் பிரிவின் தலைவர் டாக்டர். மஹிமா மிட்டல், மாவட்ட மாஜிஸ்திரேட் ராஜீவ் ரௌடலா, எல்லாருமே எஃப்ஐஆரிலிருந்து தப்பினர் என்பதே இதன் பொருள். ஆக்சிஜன் நிறுவனங்களுக்குப் பணம் தர நிதி ஒதுக்கீடு தர வேண்டும் என்று முதலமைச்சர் யோகி ஆதித்யநாத்,

சுகாதார அமைச்சர் சித்தார்த்நாத் சிங் உட்பட இவர்கள் அனைவருக்கும் பல மாதங்களுக்கு முன்பே கடிதங்கள் மூலம் தகவல் தரப்பட்டிருக்கிறது. இந்த அதிகாரிகள் எவர் பெயரும் இல்லை. இந்த எஃப்ஐஆரை தாக்கல் செய்தவரே மருத்துவக் கல்வி டைரக்டர் ஜெனரல்தான். எனினும் அனிதா பட்நாகருக்கு இடமாறுதல் வந்தது.

தலைமைச் செயலாளரின் அறிக்கை மருத்துவமனை இறப்புகளுக்கும், ஆக்சிஜன் சப்ளை நின்றுபோனதற்கும் தொடர்பில்லை என்றது. பிரேதப் பரிசோதனை மட்டும்தான் இந்த மரணங்களில் ஆக்சிஜன் பற்றாக்குறையில் பங்கை உறுதி செய்வதற்கான ஒரே வழி. ஆனால், உ.பி. அரசாங்கம் பிரேதப் பரிசோதனை செய்ய வேண்டாம் என்று முடிவெடுத்தது.

நான் தவறேதும் செய்யவில்லை, எனவே தேவையின்றி என் மீது குற்றம் சுமத்தமாட்டார்கள், பழி வாங்கமாட்டார்கள் என்று நினைத்திருந்த வேளையில் திடீரென இந்த எஃப்ஐஆர் வந்தது வியப்பளித்தது. அதில் குறிப்பிடப்பட்ட ஒன்பது பேர் மேலும் இந்திய தண்டனைச் சட்டம் பிரிவுகள் 120 ,308 ,420 ,409 B, ஊழல் தடுப்புச் சட்டம் 13/7, இந்திய மருத்துவக் கழக சட்டம் பிரிவு 15, வருமானவரிச் சட்ட பிரிவுகள் 66A ஆகியவற்றின் கீழ் குற்றம் சாட்டப்பட்டது.

ஜூனியர் கணக்காளர் உதய் பிரதாப் சர்மா, சீனியர் கணக்காளர் சஞ்சய் திரிபாதி, கணக்குத் துறையின் மூத்த எழுத்தர் சுதீர் பாண்டே, இடைநீக்கம் செய்யப்பட்ட முதல்வர் டாக்டர். ராஜீவ் கே.மிஸ்ரா, இவரது மனைவி டாக்டர். பூர்ணிமா சுக்லா, தலைமை மருந்தாளுனர் கஜானந்த் ஜெய்ஸ்வால், மயக்கவியல் மற்றும் ஆக்சிஜன் சப்ளை துறைகளின் தலைவர் டாக்டர். சதீஷ்குமார் ஆகியோர் மற்ற குற்றவாளிகள் என்று அறிந்தேன். எஃப்ஐஆர் லக்னோவின் ஹஸரத் கஞ்சில் பதிவு செய்யப்பட்டிருந்தாலும், வழக்கை மேற்கொண்டு விசாரிப்பதற்காக கோரக்பூரின் குலாரிஹா ஸ்டேஷனுக்கு மாற்றப்படுவதாக அறிந்தேன்.

உள்ளூர் வழக்கறிஞரை ஆலோசித்தபோது அவர் அலகாபாத் சென்று முன்ஜாமீன் மனு தாக்கல் செய்யுமாறு ஆலோசனை வழங்கினார்.

என் மகள் ஜாபிற்கு முதல் பிறந்தநாள் வர இருந்தது. அவளது நினைப்புதான் அந்தக் கொடிய இரவில் குழந்தைகளைக் காப்பாற்ற

முயற்சி செய்வதற்கு எனக்கு வேகமும், பலமும் தந்தது. நாங்கள் ஆகஸ்ட் 24 அன்று அவளது பிறந்தநாளை மிகச் சிறப்பாகக் கொண்டாட நினைத்திருந்தோம்.

மாறாக, அவளது பிறந்த நாளன்று காலையில் நான் வழக்கறிஞரைத் தேடி அலகாபாத்திற்குக் கிளம்பிக் கொண்டிருந்தேன்.

என் வாழ்வில் முதன்முறையாக நான் ஒரு வக்கீல் அலுவலகத்தில் உட்கார்ந்திருந்தேன். கடைசி சில தினங்களின் ஊடகச் செய்திகள் மக்களின் உணர்வுகளை எவ்வாறு மாற்றிவிட்டன என்பதை அறியும் ஒரு சோதனைபோல் இருந்தது. அங்கு வந்த அனைவருமே என்னை அடையாளம் கண்டுகொண்டனர். நான் அங்கு எதற்கு வந்தேன் என்று கேட்டனர். பலரும் தம் அனுதாபங்களைத் தெரிவித்தனர். நான் நல்ல காரியம்தான் செய்திருப்பதால், எதுவும் தீங்கு நடந்துவிடாது என்று தைரியம் கூறினர்.

ஆனால் ஊடக விசாரணையின் பாதிப்புகளும் தெரிந்தன. சில ஊடகங்களது செய்திகளால் உருவாக்கப்பட்ட பிம்பம் காரணமாக, மக்கள் கல்லூரி முதல்வர் மற்றும் அவரது மனைவி மீது கடுங்கோபத்தில் இருந்தனர். வெறுப்பைப் பரப்புதல் எவ்வளவு ஆபத்தானது என்று தெளிவாகத் தெரிந்தது. மக்கள் முதல்வரையும், அவர் மனைவியையும் திட்டினார்கள். அவர்களை நடுத்தெருவில் தூக்கில் போடவேண்டும் என்றார்கள்.

வழக்கறிஞர் வந்ததும், நான் அவரிடம் அனைத்தையும் கூறினேன். அவர் நிறைய ஆவணங்கள் கேட்டார். அவற்றில் சில என்னிடம் இருந்தன. சிலவற்றைப் பெற வேண்டியதாக இருந்தது. மாலையில் அவர் எங்களை ஒரு மூத்த வழக்கறிஞரிடம் அழைத்துச் சென்றார். நாங்கள் சொன்னவற்றைக் கேட்டுக்கொண்ட பின், அவர் தேவைப்படும் விஷயங்களைக் கூறினார். அவற்றில் முதலாவது அவரது கட்டணமான ரூ.1.5 லட்சம்.

எங்கள் மொத்தச் செலவு ரூ 2 லட்சத்திற்குமேல் ஆகிவிடும் என்று அவர்கள் கணக்கிட்டார்கள். நான் அங்கேயே தங்க, சகோதரர் ஆவணங்கள், பணம் ஆகியவற்றை ஏற்பாடு செய்ய கோரக்பூர் திரும்பினார்.

நாங்கள் கேட்ட எந்த ஆவணத்தையும் தர பிஆர்டி மருத்துவக் கல்லூரி மறுத்தது. எனது மின்னஞ்சல், போட்டோ ஸ்கேனரிலிருந்து

சிலவற்றை எடுத்தேன். சிலவற்றின் பழைய ஜெராக்ஸ் பிரதிகள் வீட்டில் கிடைத்தன. ஆனாலும் எங்களால் தேவைப்பட்ட எல்லா ஆவணங்களையும் சேகரிக்க முடியவில்லை.

நான் அலகாபாத்தில் இருந்தபோது, வீட்டில் என் மனைவியிடம் போலீசார் தினமும் நான்கு முதல் ஆறு மணிநேரம் வரை விசாரித்திருக்கிறார்கள். எங்கள் வீடு, சகோதரனின் அலுவலகம், மனைவியின் மருத்துவமனை ஆகிய இடங்களில் பலமுறை சோதனைகள் நடத்தியிருக்கிறார்கள்.

ஆகஸ்ட் 28 அன்று உயர்நீதிமன்றத்தில் முன்ஜாமீன் மனு தாக்கல் செய்தோம். வழக்கு விசாரணை தேதிக்காகக் காத்திருந்தோம்.

காத்திருந்த அந்த நாட்கள் முழுக்க நரகவேதனைதான். மனைவியோடு தினமும் போனில் பேசும்போதெல்லாம் போலீஸ் தன்னையும், அடீல் பாயின் மனைவியையும் எப்படித் துன்புறுத்தினார்கள் என்று கூறுவாள். எனக்கு கோரக்பூர் போய் சரணடைந்து விடலாமா என்று தோன்றியது. ஆனால் முன் ஜாமீன் கிடைத்துவிடும் என்று எனது வழக்கறிஞர் நம்பிக்கையாக இருந்ததால், அந்த நம்பிக்கையைப் பற்றிக்கொண்டு நாட்களைக் கடத்தினேன். மேலும், எல்லோருமே சற்றுப் பொறுமையாக இருக்கும்படியும், நம்பிக்கையை விட வேண்டாம் என்றும் சொல்லிக்கொண்டிருந்தார்கள். ஆனால் இப்படி நாட்களைக் கடத்துவதன் சுமை அதிகம் என்பதால், நான் அவ்வப்போது உடைந்து போய், தனியாய் இருக்கும்போது அழுதுவிடுவேன். சாப்பிடப் போகும்போதெல்லாம், மக்கள் ஏதோ நாங்கள் தீவிரவாதிகள் என்பதுபோல் வெறித்துப் பார்ப்பார்கள். சிலர் அருகில் வந்து பேசுவார்கள். ஒரே கேள்விகளைத் திரும்பத் திரும்பக் கேட்பார்கள்.

தினமும் மாலையில், அந்த மூத்த வழக்கறிஞர் அலுவலகத்தில் ஒரே விஷயம்தான் நடக்கும். நாளை விசாரணைக்கான தேதி கிடைத்துவிடும் என்பார். அந்த 'நாளை' வருவதாக இல்லை.

மறுநாள் ஆகஸ்ட் 29 அன்று, முதல்வரும், அவரது மனைவியும் கான்பூரில் உள்ள அவர்களது உறவினர் வீட்டில் வைத்து சிறப்பு அதிரடிப்படையால் கைது செய்யப்பட்டதாகவும், ரிமாண்ட் செய்யப்பட்டு, கோரக்பூர் அழைத்து வரப்படுவதாகவும், நாளை கோரக்பூர் மாஜிஸ்திரேட் முன்பு ஆஜர்படுத்தப்படுவார்கள் என்றும் செய்திகளைப் பார்த்தோம். அவர்களை அழைத்து வரும் போது

வழக்கறிஞர்கள் அவர்களைத் தாக்கும் காட்சிகளை தொலைக்காட்சியில் பார்க்க பயங்கரமாக இருந்தது. மக்கள் அவர்களைச் சுற்றி கோஷங்களை எழுப்பினார்கள். அவர்களை கொலைகாரர்கள் என்றார்கள்.

ஆகஸ்ட் 30ம் தேதி மிகத் துயரமான நாளாக அமைந்தது. ஷபிஸ்தா போனில் விடாமல் அழுதுகொண்டே இருந்தாள். அழுகைக்கு நடுவில் அன்று சுமார் ஐம்பது போலீஸ்காரர்கள் வீட்டிற்குள் நுழைந்துவிட்டதாகவும், குழந்தைக்குப் பாலூட்டக்கூட அனுமதிக்கவில்லை என்றும், அண்ணனின் மகன் மிகவும் பயந்து போய் குளியலறைக்குள் தாளிட்டுக்கொண்டு மறைந்து கொண்டான் என்றும், அண்ணி எதுவுமே சாப்பிடவில்லை என்றும் கூறினாள். போலீஸார் நான் அன்று வராவிட்டால், எனது மொத்தக் குடும்பத்தினரையும் கைது செய்யப் போவதாக மிரட்டியிருக்கிறார்கள்.

ஆகஸ்ட் 31 அன்று நான் வீட்டுக்குத் திரும்பிச் செல்வது என்று உறுதியாகத் தீர்மானித்தேன். என் சகோதரனிடமும் அது பற்றிக் கூறினேன். 'டெல்லியில் ஒரு செய்தியாளர் சந்திப்பு நடத்தப் போகிறேன். நடந்தது உலகம் முழுவதற்கும் தெரியட்டும். பிறகு சரணடைகிறேன்' என்றேன். அலகாபாத்திலிருந்து கிளம்பி டெல்லி நோக்கி பாதி வழி சென்றுவிட்ட நிலையில் என் வழக்கறிஞர் அழைத்து, வழக்கு விசாரணை செப்டம்பர் 4ம் தேதி நடக்க இருப்பதாகவும், நான் இன்னும் நான்கு நாட்கள் காத்திருக்க வேண்டும் என்றும் சொன்னார்.

இதனிடையே என் சகோதரர்தான் லக்னோ சென்று முதலமைச்சரைச் சந்தித்து அனைத்தையும் விளக்க முயற்சி செய்வதாகக் கூறினார். அவர் புரிந்துகொள்வார் என்று நம்பினார்.

ஆனால் செப்டம்பர் 1ம் தேதி புது பயங்கரத்தைக்கொண்டு வந்தது. அன்று உள்ளூர் போலீஸார் என் வீட்டுக் கதவில் ஒரு அறிவிப்பை ஒட்டிவைத்துவிட்டுச் சென்றார்கள். நான் ஒரு வாரத்திற்குள் சரணடையாவிட்டால் எனது வீடு, அலுவலகம் – சுருக்கமாகச் சொன்னால் என் சொத்துகள் – ஆகியவை பறிமுதல் செய்யப்படும் என்று அறிவிக்கப்பட்டது.

லக்னோவில் எனது சகோதரி வீட்டிலும் போலீசார் சோதனை நடத்தினார்கள். அங்கு சுமார் 10 மணிநேரம் இருந்திருக்கிறார்கள். யாரோ நான் அங்கு இருப்பதாக அவர்களுக்குத் துப்புத் தந்திருக்கிறார்கள். கடைசியில், என்னைக் கண்டுபிடிக்க

முடியாததால், என் சகோதரனைக் கைது செய்து சிறப்பு அதிரடிப் படை அலுவலகத்தில் உட்கார்த்தி வைத்தார்கள். இவற்றை எல்லாம் என் சகோதரி தெரிவித்தாள். இதை அறிந்ததும், நான் ஊடகங்களை சந்திக்கும் எண்ணத்தைக் கைவிட்டேன். மாறாக சில காணொளிகளைப் பதிவு செய்தேன். எனக்கு ஏதேனும் நேர்ந்துவிட்டால், குடும்பத்தினர் உண்மையைக் கூற, அவற்றைப் பயன்படுத்திக்கொள்ளலாம்.

என் சகோதரன் மிகவும் பயம், பதட்டத்தோடு இரவு என்னை அழைத்து, மறுநாள் நான் சரணடையாவிட்டால், அவர்கள் எனது சகோதரியை, மாப்பிள்ளையைக் கைது செய்ய உள்ளதாகக் கூறினான். ‘ஆனால் நீ 4ம் தேதி வரை காத்திரு, காஃபீல்’ என்றான்.

‘இல்லை, நான் வருகிறேன்’ என்றேன். இரவு சுமார் 1.30 மணிக்கு நான் எனது காரில் டெல்லி கிளம்பினேன்.

வழியில், போலீஸ் வாகனத்தை பார்க்கும்போதெல்லாம் அது என்னைத்தான் தேடி வருகிறதோ என்று நினைக்காமல் இருக்க முடியவில்லை. ஆனால், வழியில் யாரும் என்னை நிறுத்த வில்லை. நெடுஞ்சாலை சுங்கச்சாவடிகளில் மக்கள் வெறுமனே என்னை முறைத்துப் பார்த்தார்கள். நான் டீ சாப்பிடக்கூட நிறுத்தவில்லை. சில வாழைப்பழங்களைச் சாப்பிட்டு சமாளித்துக் கொண்டேன்.

செப்டம்பர் 2ம் தேதி காலை சுமார் 8.30 மணியளவில் நான் லக்னோவை அடைந்தேன். ஹார்லே-டேவிட்சன் அலுவலகம் அருகே காத்திருக்கச் சொன்னார்கள். சிறப்பு அதிரடிப்படை அதிகாரி ஒருவர் வந்து, நேராக என்னை அவர்களது அலுவலகத்திற்கு அழைத்துச் சென்றார். ஒரு கதாநாயகனை வரவேற்பதுபோல் எல்லோரும் எழுந்து நின்று என்னை வரவேற்றதைப் பார்க்க வியப்பாக இருந்தது. என்னோடு செல்ஃபி எடுத்துக்கொண்டார்கள். எனக்கு சமோசா, சாண்ட்விச், டீ வாங்கித் தந்தார்கள். மிக மரியாதையாக நடத்தினார்கள். அலுவலகத்திற்கு வந்த பலருக்கும் என்னை அறிமுகம் செய்துவைத்தார்கள்.

‘உங்களோடு ஒரு செல்ஃபி வேண்டும். என் மனைவி ரொம்ப பெருமைப்படுவாள். அவள் உங்களது பெரிய ரசிகை’ என்றார் ஒருவர்.

‘நீங்கள்?’ என்றேன் நான்.

‘ஆமாம், ஆமாம். நாங்களும் உங்கள் ரசிகர்தான் சார்! என்று பதில் வந்தது.’ ‘நீங்கள் உண்மையான தேசபக்தர், உண்மையான போர்வீரர். தேவதூதர்.’

வேறு சில அதிகாரிகளோடு வந்த டிஐஜிகூட என்னைப் பாராட்டினார். பக்ரீத் ஆதலால், நமாஸ் செய்வதற்காக எனது சகோதரனை விடுவிக்கும்படி கேட்டுக்கொண்டேன். சீக்கிரமாகவே அவனை விடுவித்தார்கள்.

‘எங்களுக்கு நீங்கள்தான் வேண்டும் சார்! நீங்கள் குற்றவாளி அல்ல என்று எங்களுக்குத் தெரியும். எல்லாம் அரசியல், சந்தர்ப்ப சூழ்நிலைதான். எங்கள் கைகள் கட்டப்பட்டுள்ளன. நிறைய குழந்தைகளை நீங்கள் எப்படிக் காப்பாற்றினீர்கள் என்று எங்களுக்குத் தெரியும். நாடே உங்களைப் பார்த்து பெருமைப்படுகிறது’ என்றார்கள்.

என்னிடம் கேள்விகள் எதுவும் கேட்கவில்லை. எந்தக் காகிதத்திலும் கையெழுத்துப் போடவோ, எழுதித் தரவோ சொல்லவில்லை. மிக மரியாதையோடு நடத்தினார்கள். எப்போதும் ‘சார்! ‘டாக்டர். சாஹீப்!’ என்று தான் அழைத்தார்கள்.

காலை சுமார் 10 மணிக்கு கோரக்பூருக்கு ஒரு போலீஸ் ஜீப்பில் கிளம்பினோம்.

வழியில் டீ சாப்பிட, ஃபைசாபாத் அருகே நிறுத்தினார்கள். வழியில் ஏதாவது ஒரு பள்ளிவாசலில் தொழுகை நடத்த அனுமதிக்கும்படி பலமுறை வேண்டினேன். ஆனால் அவர்கள் என்னை எவ்வளவு முடியுமோ அவ்வளவு விரைவாக கோரக்பூர் அழைத்துச்செல்ல வேண்டும் என்று கண்டிப்பான உத்தரவு என்பதால், எதுவும் செய்ய முடியாது என்றனர்.

‘ஐந்து, பத்து நிமிடம்தான் ஆகும்’ என்று கெஞ்சினேன். ‘நான் ஓடிப்போய் விடமாட்டேன். நானாகத்தானே சரணடைந்தேன்?’ என்றேன். ஆனாலும், அவர்கள் மறுத்தார்கள்.

கோரக்பூர் அருகே உள்ள ஷாஜன்வாவை நெருங்கும்போது, அவர்கள் சர்க்கிள் அதிகாரியை அழைத்தார்கள். அவர் சீருடையணியாத இரு போலீசாருடன் வந்தார். அங்கிருந்து நீர்மின் துறையின் விருந்தினர் மாளிகைக்கு என்னை அழைத்துச்

சென்றார்கள். ‘என்னை ஏன் ஒரு மாஜிஸ்திரேட் முன்பு ஆஜர் படுத்தவில்லை?’ என்று கேட்டேன். ஏனோ, ஒரு மாஜிஸ்திரேட் என் கதையைக் கேட்டால், என்னை சிறைக்கு அனுப்ப மாட்டார் என்று இன்னமும் நம்பினேன்.

அடுத்த ஆறு – எட்டு மணிநேரத்திற்கு நான் அந்த விருந்தினர் மாளிகையில் இருந்தேன். எனக்கு உணவு கொண்டுவந்து தந்தார்கள். ஏதோ சிறிது சாப்பிட்டேன். சர்க்கிள் அதிகாரி என்னிடம் அன்பாகப் பழகினார். எனது கைதில் அவர் மகிழ்ச்சி கொள்ளவில்லை. நடப்பது தவறு என்று நினைப்பது போன்று எனக்குப் பட்டது. கடந்த சில நாட்களின் எனது அனுபவங்களைப் பகிர்ந்து கொண்டபோது, குழந்தைகள் மரணம், ஒட்டுமொத்த சம்பவம் பற்றி அனுதாபம் தெரிவித்தார். தன்னுடைய பெற்றோர் எனது தீவிர ரசிகர்கள் என்றும், என்னைப் பார்க்க விரும்புவதாகவும் சொன்னார்.

ஆனால் மாலையில், டிவியில் எனது கைதை எதிர்த்து டெல்லியில் ஜந்தர்மந்தரில் ஜேஎன்யூ மாணவர்கள் ஆர்பாட்டம் பற்றிய செய்தியைப் பார்த்தபோதுதான் அவரது உண்மையான முகம் தெரிந்தது.

சில பிரபலமான மாணவர் தலைவர்கள் பற்றி தகாத வார்த்தைகளைச் சொன்னார். பிறகு திடீரென்று என் பக்கம் திரும்பி, ‘பாபாஜி (யோகி ஆதித்யநாத்) முதலமைச்சர் ஆனதை உங்களால் ஜீரணிக்க முடியவில்லை, அப்படித்தானே? அதற்காகத்தானே இதைச் செய்தீர்கள்?’ என்றார்.

நான் அதிர்ந்து போனேன்.

சீருடையணியாத பல போலீஸ் அதிகாரிகள் வந்து, என்னை விசாரித்தார்கள். ஆனால் இவை வெறும் சடங்குகள். என் இருப்பிடம் பற்றி போலீசுக்குத் தெரிந்துவிட்டதால், நான் தப்பிச் செல்ல முயன்றபோது ஷாஜன்வா பேருந்து நிலையத்தில் வைத்து என்னை கைது செய்ததாக எழுதி கையெழுத்திடச் சொன்னார்கள். பின்னர், ‘நான் நேபாளத்திற்குத் தப்பிச் செல்ல முயன்றபோது கைது செய்ததாக’ போலீஸ் கூறியதாக செய்தித்தாள்கள் செய்தி வெளியிட்டன.

நான் கையெழுத்திட முதலில் மறுத்தேன். என்னை அடிக்கப் போவதாக மிரட்டினார்கள். ஊடகங்களிடம் அவர்களை காட்டிக்

கொடுப்பேன் என்று நானும் சொன்னேன். கடைசியில் வேறு வழியில்லாமல் கையெழுத்திட்டேன்.

ஒவ்வொரு முறையும் நான் என் குடும்பத்தாரிடம் பேச வேண்டும் என்று கெஞ்சும்போதும், அனுமதிப்பதாகச் சொல்வார்கள். ஆனால் என்னைப் பேச அனுமதிக்கவேயில்லை.

இரவு 8.30 மணி வாக்கில் ஷாஜன்வா கம்யூனிட்டி சென்டரில் இருந்த மருத்துவமனைக்கு, மருத்துவப் பரிசோதனைக்காக அழைத்துச் சென்றார்கள். ஊடகங்களிடம் பேச முயற்சி செய்யக் கூடாது என்று எச்சரித்தார்கள். என் குடும்பத்தினருக்குத் தகவல் தெரிவிக்கவில்லை.

அது சிறிய மருத்துவமனை. அங்கு நூற்றுக்கணக்கில் போலீசாரும், செய்தியாளர்களும் கூடியிருந்தார்கள். எனது முகத்தை மறைத்து, அவசர சிகிச்சை அறைக்கு அழைத்துச் சென்று கதவை மூடிவிட்டார்கள். என்னை பரிசோதித்த மருத்துவர் என்னை 'சார்!' என்று அழைத்தார். மரியாதையாக நடத்தினார். உண்மையில் அவர்கள் எதையும் பரிசோதிக்கவில்லை. 'போலீசார் வன்முறையை பிரயோகித்தார்களா?' என்று கேட்டார்கள். 'இல்லை' என்றேன்.

இது மற்றொரு அதிகாரபூர்வ நடைமுறை. பல காகிதங்களில் என்னை கைரேகை பதிக்கச் சொன்னார்கள்.

சர்க்கிள் அதிகாரியும், ஆய்வாளரும் இப்போது முழு பொறுப்பையும் ஏற்றுவிட்டார்கள். இங்கு என்னை அழைத்து வந்த அதிரடிப் படையினர் யாரையும் பார்க்க முடியவில்லை.

அடுத்து, வேகமாக என்னை ஜீப்பில் ஏற்றினார்கள். நான் ஊடகத்தினரிடம் பேச முயன்றேன். ஆனால் என்னை வேகமாக இழுத்துச்சென்று விட்டார்கள். வண்டி நகர்ந்தபோது நான் வெளியே பார்த்தேன். சில நாட்கள் முன்பு வரை நான் எப்படி கார் ஓட்டிக்கொண்டு, பாட்டுக் கேட்டுக்கொண்டு, சந்தோஷமாக, சுதந்திரமாக இருந்தேன் என்பதை நினைத்துப் பார்த்தேன். இப்போது நான் ஐந்து போலீஸ்காரர்களுடன், கைதிபோல் கைகள் கட்டப்பட்டு போலீஸ் ஜீப்பில்.

கோரக்பூர் நகரை நெருங்கும்போது இரவாகி விட்டது. தெரிந்தவர்கள் யாராவது தென்படுகிறார்களா என்று எட்டிப் பார்த்தபடி வந்தேன். சாலையில் மிகக் குறைவாகவே வாகனங்கள் சென்றன. தெரிந்தவர்கள் யாராவது கண்ணில் பட்டால்,

அவர்களைப் பார்த்துக் கத்தினால், அவர்கள் நான் கோரக்பூர் வந்து விட்ட தகவலை வீட்டில் சொல்லி விடுவார்கள்.

என்னை மாஜிஸ்திரேட் வீட்டுக்கு அழைத்துச் சென்றுவிட்டு, அங்கிருந்து சிறைக்கு அழைத்துச்செல்லப் போவதாக அவர்கள் பேசிக்கொண்டதால், நான் என்னைக் காப்பாற்ற வழக்கறிஞர் யாராவது வந்தால் நல்லது என்று எதிர்பார்த்தேன்.

இரவு சுமார் 10 மணிக்கு மாஜிஸ்திரேட் வீட்டை அடைந்தோம். செய்தியாளர்கள் சர்க்கிள் அதிகாரியை அழைத்துக்கொண்டே இருந்தார்கள். அவர்களிடம் அவர் நாங்கள் மாஜிஸ்திரேட்டை சந்திக்கச் செல்வதாக சொல்லிக்கொண்டிருந்தார். மாஜிஸ்திரேட்டிடம் என்ன சொல்ல வேண்டும் என்று மனதுக்குள் தயார் செய்து கொண்டேன். என் சார்பாகப் பேச வழக்கறிஞர் யாராவது வருவார் என்று நம்பினேன்.

நீதிபதிகள் குடியிருப்பின் முதல் தளத்தில் இருந்த மாஜிஸ்திரேட் வீட்டிற்கு எனது ஆவணங்களை போலீசார் எடுத்துச்சென்று கையெழுத்து வாங்கினர். அவர்கள் எனக்கு போலீஸ் காவல் கேட்கவில்லை. மாறாக 14 நாட்களுக்கு நீதிமன்றக் காவலைக் கேட்டனர்.

நான் துரோகமிழைக்கப்பட்டதாக, கோபமாக உணர்ந்தேன். ‘நான் மாஜிஸ்திரேட்டை சந்திக்க வேண்டும்’ என்று கத்தினேன். ‘வாயை மூடிக் கொண்டு, பேசாமல் உட்கார்’ என்று போலீசார் பதிலுக்குக் கத்தினார்கள்.

பின்னர் என்னை கோரக்பூர் மாவட்டச் சிறைச்சாலைக்கு அழைத்துச் சென்றனர். அது எங்கள் மருத்துவமனை செல்லும் வழியில்தான் இருந்தது. ஆனால் நான் அங்கு போனதே இல்லை.

தினமும் சத்தமாகப் பாட்டுக் கேட்டபடி காரில் நான் போகும் அதே வழியில்தான் ஜீப் போனது. ஆனால் இப்போது ஏதோ விசித்திரமாக இருந்தது. இப்போது நான் சிறை செல்வது உறுதியாகிவிட்டதால், என் நம்பிக்கை அனைத்தும் மங்கியது. உண்மை மிகவும் துன்புறுத்தியது. கடைசியாக ஒரு முறை என் மனைவியை, மகளைப் பார்க்க விரும்பினேன். என் சகோதரனுடன் பேச விரும்பினேன். அம்மா ஹஜ் யாத்திரையில். அவளுக்கு விஷயம் தெரியவரும்போது என்ன செய்வாள்?

சீக்கிரத்தில் ஏராளமான கேள்விகள் என் தலைக்குள் இருந்த மற்ற அனைத்து சிந்தனைகளையும் விரட்டி விட்டு விட்டன.

சிறையில் என்ன நடக்கும்? மற்ற கைதிகள் என்னை என்ன செய்வார்கள்? அங்கு நான் என்ன வேலை செய்ய நேரும்? நான் எப்போது விடுதலை பெறுவேன்? 14 நாட்களும் முழுமையாக அங்கு இருக்க வேண்டுமா? அதற்குள்ளாக வெளியே வர ஏதேனும் வாய்ப்பு இருக்கிறதா?

என் சகோதரரும், அதிரடிப்படை போலீசாரும், அதிகபட்சமாக மூன்று நாட்களுக்குள் நான் வெளியே வந்துவிடலாம் என்றார்கள். ஆனால், சினிமாக்களில் நான் பார்த்திருந்த சிறைக் காட்சிகள் என்னை மிகவும் கவலைப்பட வைத்தன.

இப்போது, ஒவ்வொரு நொடியாக, நான் சிறையை நெருங்க, என்ன ஆகுமோ என்ற எனது அச்சம் அதிகரித்துக்கொண்டே சென்றது. உடனே போய் என்ன ஆகும் என்று பார்த்துவிட வேண்டும்போல் இருந்தது. பறந்தது போய் கதையின் முடிவைக் காண விரும்பினேன். ‘கஃபீல்.... நீ சிறைக்குப் போகிறாய்... கஃபீல், நீ சிறைக்குப் போகிறாய்...’ என்று ஒரு குரல் என்னுள் திரும்பத் திரும்ப சொல்லிக்கொண்டே இருந்தது.

இரவு 10.30 மணியளவில் சிறைவாசலை அடைந்தபோது, அங்கும் போலீஸ் செய்தியாளர்கள் கூட்டம்.

சர்க்கிள் அதிகாரியும், ஆய்வாளர்களும் ஏதோ வெற்றிக் கோப்பைபோல என் கைகளைப் பற்றிக்கொண்டு பெருமையாக நிற்க புகைப்படம் எடுத்தார்கள். ‘நான் என்ன தவறு செய்தேன்? என்னை ஏன் சிறையில் அடைக்கிறீர்கள்? இது தவறு’ என்று கத்தினேன். மேற்கொண்டு நான் பேசுவதற்குள் என் முகத்தை மூடி சிறைக்குள் அழைத்துச் சென்றார்கள்.

அந்தப் பெரிய கதவிற்குள் நுழைந்த கணத்தில், எனது இதயம் கனத்தது.

யா அல்லா! என்னை ஏன் இப்படி தண்டிக்கிறீர்கள்? நான் என்ன தவறு செய்தேன்? என்று நினைத்துக்கொண்டேன்.

கன்னங்களில் கண்ணீர் வழிந்தோடியது. துடைத்துக்கொண்டேன்.

மகளின் உருவம் திரும்பத் திரும்ப மனக்கண்ணில் வந்து கொண்டே இருந்தது.

அப்புறம் ஷிபிஸ்டா? நானும் அவளும் இரண்டாண்டுகள் தான் சேர்ந்து இருந்திருக்கிறோம். இனிமேல்?

அடீல்? அபான்? ரிட்? ஜாரா? ஜசீர்? அவர்கள் என்ன நினைத்துக்கொண்டிருப்பார்கள்?

சிறையின் அச்சுறுத்தும் உயர்ந்த மதில்களைப் பார்த்தேன். அவற்றிலிருந்து மீண்டு வெளியே வருவேனா?

அந்த நேரம் நான் இருந்த நிலையைச் சொல்ல வார்த்தைகள் இல்லை.

என் வாழ்வே கேள்விக்குறியாக இருந்தது. இப்படியொரு தண்டனை பெறுமளவிற்கு நான் என்ன செய்தேன் என்று யோசிக்கப் போராடினேன். அந்த இரவுப் பொழுதில், மொத்த உலகமும் ஆழ்ந்த இருளில் அமிழ்வது போல் இருந்தது.

9

இரவு, பகலை எண்ணிக் கழித்தல்

முதலில் என்னை தரையில் குத்த வைத்து உட்கார வைத்தார்கள். ஒரு காவலர் என்னைப் பற்றிய எல்லா விவரங்களையும் கேட்டு ஒரு பெரிய பதிவேட்டில் எழுதினார். என் பெயர், தந்தை பெயர், வயது, முகவரி போன்ற விவரங்கள். பிறகு பெருவிரல் ரேகையைப் பதிந்து எடுத்தார்கள். விசாரணை அதிகாரியான அபிஷேக் சிங் நீதிமன்ற ஆவணங்களை சிறை அதிகாரிகளிடம் தந்துவிட்டு, கிளம்பிச் சென்றார்.

இப்போது வெளி உலகம் மறைந்துபோய் விட்டது. நான் சிறைக் கண்காணிப்பாளர் சுரேஷ் தானி, சிறை அதிகாரி சுக்லா, துணை சிறை அதிகாரி அசீஷ் சிங் ஆகியோரின் கட்டுப்பாட்டில் இருந்தேன். என்னை தடவிப் பார்த்து சோதனை இட்டபின், உடைகளை அவிழ்க்கச் சொன்னார்கள். பிரதான வாயிலிலேயே ஷு, பெல்ட் ஆகியவற்றைக் கழற்றி விட்டார்கள். அவற்றை யார் எடுத்துக்கொண்டார்கள் என்று தெரியவில்லை.

வெறும் காலோடு, உடைகளின்றி நின்றேன். உள்ளாடைகளையும் அவிழ்க்கச் சொன்னார்கள். கூச்சத்தோடு, ‘ஏன் என்னை நிர்வாணமாக நிற்கச் சொல்கிறீர்கள்?’ என்றேன்.

‘இரண்டு அங்க அடையாளங்களைக் கண்டுபிடிக்க’ என்றார்கள்.

‘நான்தான் அவற்றைக் கூறிவிட்டேனே!’

‘அவற்றை நாங்கள் உறுதி செய்து கொள்ள வேண்டும்.’

வயிற்றின் இடது பக்கத்தில் ஒரு மச்சம், இடது ஆள்காட்டி விரலில் வெட்டுத் தழும்பு ஆகியவற்றைப் பார்த்துக் குறித்துக் கொண்டார்கள்.

இந்த அவமதிப்பு சீக்கிரமாக முடிய வேண்டுமே என கூச்சத்தோடு நான் கண்களை மூடிக்கொண்டேன். எழுதி முடித்ததும், ‘உடைகளை அணியலாமா?’ என்று கேட்டேன். ‘மருத்துவப் பரிசோதனைக்குப் பிறகுதான் அணிய வேண்டும்’ என்றார்கள்.

மற்றொரு பெரிய கதவு வழியாக ஒரு பெரிய திறந்தவெளிக்கு அழைத்துச் சென்றார்கள். அங்கு சிறை அலுவலகம் இருந்தது. எனது உயரம், எடை ஆகியவற்றைப் பதிவு செய்தார்கள். 68 கிலோ. 5 அடி 8 அங்குலம். சிறை மருத்துவமனையில்தான் மருத்துவப் பரிசோதனை நடக்கும். ஆனால் பொதுவாக புதுக் கைதிகள் மாலை 6 மணிக்கு வந்துவிடுவார்கள் என்பதால், இப்போது அது மூடப்பட்டிந்தது.

நான் ஒரு விஐபி கைதி என்பதால், மருத்துவப் பரிசோதனை இரவில் நடத்தப்படுவதாகச் சொன்னார்கள். என்னைப் பரிசோதிக்க வந்த மருத்துவர் டாக்டர். வர்மா. பிஆர்டி கல்லூரியில் படித்தவர். எங்கள் வீட்டுப் பகுதியில்தான் வசித்தார். இருவரும் வணக்கம் சொல்லிக் கொண்டோம். அவர் என்னை மிகவும் மரியாதையோடு நடத்தினார். மருத்துவக் கல்லூரியில் நடந்தவை பற்றி அவருக்கு நன்கு தெரியும்.

டாக்டர். வர்மாவின் பரிசோதனை வெறும் சம்பிரதாயம்தான். பெரும்பாலான கட்டங்களில் ‘நார்மல்’ என்று எழுதினார். நான் கையெழுத்திட்டு, ரேகை பதித்தேன். இப்போது உடைகளை அணிய அனுமதித்ததால், ஒருவழியாக சற்று நிம்மதியாக உணர்ந்தேன்.

சிறை அதிகாரியும், அவரது சக அதிகாரிகளும் என்னிடம் ஆகஸ்ட் 10 - 11 சம்பவங்கள் பற்றிப் பேச ஆரம்பித்தார்கள். நான் விளக்கமாகச் சொன்னேன். அவர்கள் சில சந்தேகங்களைக் கேட்டார்கள். பேச்சு சுமுகமாக இருந்தது. என் நிலை குறித்து அவர்கள் வருந்தினார்கள். பேச்சினூடாக, சிறை அதிகாரி (ஜெயிலர்) ‘இவரை எங்கே வைப்பது?’ என்று தன் சகாக்களிடம் கேட்டார்.

கண்காணிப்பாளர், ‘நேரு பேரக்கிற்கு அனுப்பலாம்’ என்றார்.

‘இரவு உணவு சாப்பிட்டீர்களா?’ என்றார் சிறை அதிகாரி

‘சாப்பிட்டேன்’ என்றேன்.

‘சரி, இல்லாவிட்டால், உங்கள் சிறைக்கூடத்தில் உணவு இருக்கும்’ என்றார் அவர்.

நள்ளிரவில் நான் நேரு பேரக்கில் நுழைந்தேன். அது 30 பேர் இருக்கத்தக்க பெரிய கூடம். தரையில் போர்வைகள் இருந்தன.

ஒரு ஓரத்தில் நான்குபேர் படுத்திருந்தனர். எல்லோருமே வயதானவர்களாகத் தெரிந்தனர்.

ஒருபுறம் கல்லூரி முதல்வர் டாக்டர். மிஸ்ரா இருந்தார். அவருக்கு அருகில் இரண்டு 'ரைட்டர்கள்' இருந்தார்கள். இவர்களது பணி கிட்டத்தட்ட பள்ளிக்கூடத்து கிளாஸ் லீடரின் பணி என்று சீக்கிரமே அறிந்தேன். ஒருவர் தாதி காகா என்பவர். இவர் கைதிகளுக்கும், அவர்களது பார்வையாளர்களுக்குமான சந்திப்புகளை ஏற்பாட செய்து தருபவர். மற்றவர் இந்த பிளாக்கின் ரைட்டரான பாலா.

எங்களது 'மிக முக்கியமான' வழக்கில் உள்ளே வரப்போகும் எட்டு பேருக்காக, நீண்ட நாட்களாக பூட்டிக்கிடந்த நேரு பேரக்கைத் திறந்திருந்தார்கள். எங்களை இங்கு அடைத்து வைத்திருந்தார்கள். எங்கள் மீது ஒரு கண் வைத்திருப்பதற்காக வேறு நான்கு கைதிகளையும் எங்களோடு அடைத்து வைத்திருந்தார்கள். வெளியே நடைபாதையில் சிறைப் போலீஸ்காரர்கள்.

பேரக்கிற்கு வெளியே ஒரு புல்வெளி இருந்தது. அதன் பிரதான வாயில் தூரத்தில் தெரிந்தது. நேரு நூலகம் என்று ஒரு நூலகம் இருந்தது. இரவு என்பதால் பூட்டப்பட்டிருந்தது. டாக்டர். மிஸ்ராவின் மனைவி பெண்கள் பிளாக்கில் இருப்பதாக அறிந்தேன்.

நேரு பிளாக்கில் இருந்தவர்கள் அனைவரும் எனது வருகைக்காக விழித்திருந்தார்கள். நான் முதல்வரைப் பார்த்து, 'குட் ஈவ்னிங் சார்' என்றேன்.

'கஃபீல்! நான் ரிஷிகேஷ் போகாமல் இருந்திருந்தால், இந்த சம்பவம் நடந்திருக்காது' என்றார் துக்கத்துடன்.

என்னால் தலையை ஆட்டத்தான் முடிந்தது. இந்தக் கட்டத்தில் சொல்வதற்கு என்ன இருக்கிறது? நான் இப்போதுதான் சிறைக்குள் நுழைந்திருக்கிறேன். கடந்த மாத சம்பவங்களுக்குப் பிறகு, நான் செல்லப் போகிறேன் என்று நினைத்தே பார்க்காத இடம்.

விரித்துக்கொள்ள ஒன்றும், போர்த்திக்கொள்ள ஒன்றுமாக, பாலா இரண்டு போர்வைகளைத் தந்தார். படுத்ததும், அதே பழைய கேள்விகளால் மண்டை வெடிக்க ஆரம்பித்தது.

அந்த இரவு முழுவதும் ஒரு கணம்கூடத் தூங்காது, உத்திரத்தை வெறித்துப் பார்த்தபடி இருந்தேன்.

காலை 6 மணிக்கு பேரக்கின் கதவு திறக்கப்பட்டதும், எல்லோரும் எண்ணிக்கை சரிபார்ப்பிற்காக வரிசையில் நிற்க வேண்டும். இதை சிறையில் 'கிந்தி' என்பார்கள். பின்னாட்களில் நான் அடிக்கடி கேட்க நேர்ந்த வார்த்தை (கிந்தி என்றால் இந்தியில் எண்ணுதல் என்று பொருள்–counting – thinking அல்ல! – மொழிபெயர்ப்பாளர்) அன்று எல்லோரும் கழிப்பறை போய் விட்டு அவசரமாக வந்து கிந்தி வரிசையில் நின்றார்கள். துர்நாற்றம் வீசும், உடைந்த கதவு உள்ள அந்த ஒற்றைக் கழிப்பறையை பயன்படுத்தவும் வரிசையில் நிற்க வேண்டும். நான் முதல் நாள் எதுவும் சாப்பிடாததால், எனக்கு நல்லவேளையாக அவசரமாக கழிப்பறையைப் பயன்படுத்த வேண்டிய அவசியம் இல்லாமல் இருந்தது.

காலை 6.30 மணியளவில் திரும்பவும் என்னை சிறை அலுவலகம் அழைத்துச் சென்றார்கள். புதுக்கைதிகளுக்கான விவரங்கள் அங்கு பதிவு செய்யப்பட்டன. இதை 'முலாஹிஜா' என்பார்கள். சுமார் 20 புதிய கைதிகள் இதற்காகக் காத்திருந்தார்கள். பெரும்பாலும் சிறிய குற்றங்கள் செய்தவர்கள். மீண்டும் உடைகள் அனைத்தையும் கழற்றி அங்க அடையாளங்களைக் காட்ட நேர்ந்தது.

ஒரு பெரிய பதிவேட்டில் என் பெயர், தந்தை பெயர், முகவரி, கல்வித் தகுதி – எம்பிபிஎஸ், எம்டி (நான் பெருமையாக உணர்ந்த ஒரே தருணம்) என்று எல்லா விவரங்களையும் கேட்டு எழுதினார்கள். திருமணமானவரா? மனைவி பெயர்? எத்தனை குழந்தைகள்? அவர்களது பெயர்கள், வயது, போன்ற விவரங்கள்.

என் அன்பிற்குரிய ஜாப்பின் பெயர் ஒரு சிறைப் பதிவேட்டில். இது என்னை ரொம்பவே வேதனைப்படுத்தியது.

நேற்றிரவு நான் சந்தித்த துணை சிறை அதிகாரி, அங்கு அமர்ந்து இந்தப் பணியை மேற்பார்வை செய்துகொண்டிருந்தார். நேரு பேரக்பிளாக் ரைட்டர்களோடு வேறு சில ரைட்டர்களும் இருந்தார்கள். இவர்கள் எல்லோருமே நீண்டகால சிறைத் தண்டனை பெற்றவர்கள். ஒரு சிலர் நன்கு படித்தவர்கள். வரதட்சணை, கொலை, போஸ்கோ சட்டம் என பலவிதமான குற்றங்களுக்காக சிறைக்கு வந்திருந்த அவர்களில் சிலர் எம்பிஏ

பட்டதாரிகள். இவர்கள்தான் கணினிகளை, கோப்புகளைக் கையாண்டார்கள்.

புதுக் கைதிகள் கறுப்பு மையால் கைரேகை வைக்க வேண்டும். கைதியின் விரலை ஸ்டாம்ப் பாடில் அழுத்தி, அதை பின்னர் பதிவேட்டில் அழுத்துவார்கள். பிறகு கைதி கையில் உள்ள மையை தலையில் துடைத்துக்கொள்வார். நான் மையைத் துடைக்க காகிதம் கேட்டதும், நான் ஏதோ தங்கத்தைக் கேட்டு விட்டதுபோல் வெறித்துப் பார்த்தார்கள்.

அடுத்து புகைப்படம் எடுத்தல், நேராகவும், இடது பக்கத்திலிருந்தும், வலது பக்கத்திலிருந்தும் புகைப்படம் எடுத்தார்கள். இங்கும் கைரேகை வைக்கவேண்டும். என் மூளை பரபரவென்று வேலை செய்தது. இது டிஜிட்டல் இந்தியா என்பதால் என்னைப் பற்றிய விவரங்கள் நாடு முழுவதும் இப்போது கிடைக்குமா? நான் வெளிநாடு செல்ல விரும்பினால்? எனது பாஸ்போர்ட் முடக்கப்படுமா?

திரும்பவும் பிளாக்கிற்கு அழைத்துச் செல்லப்பட்டேன். குளியலறையும், கழிப்பறையும் சேர்ந்து இருந்தன. ஆனால் கதவு உடைந்திருந்தது. கழிப்பறையைப் பயன்படுத்தும்போது, அங்கிருந்த துர்நாற்றத்தில் வாந்தி வந்தது. மூக்கைப் பிடித்துக் கொணடு, எப்படியோ சமாளித்தேன்.

என்னிடம், பல் துலக்கும் பிரஷ், பற்பசை எதுவும் இல்லை. முதல்வர் பற்பசை தந்தார். விரலால் பல் துலக்கினேன். குளிக்க நினைத்தேன். ஆனால் மாற்றுடை இல்லாததால், முகம் கழுவினேன்.

பின்னர் காலை உணவிற்கான நேரம். கோதுமை ரவை கஞ்சி – இதை இந்தியில் டாலியா என்பார்கள் – நீர்த்த டீ. சிறையில் எனது முதல் காலை உணவு, டீ. எனக்கு சிரிப்பதா, அழுவதா என்று தெரியவில்லை.

பார்வையாளர்களைச் சந்திப்பதற்கு கடுமையான விதிமுறைகள் இருந்தன. முதல் நாள் காலை 10.30 மணிக்கு தாதி காகா ஒரு பார்வையாளர் கடிதத்துடன் என்னிடம் வந்தார். எனது அண்ணன் அடீல் என்னை பார்க்க வந்திருப்பதாகச் சொன்னார். பிறகு, அது குறித்த விதிகளை கடகடவென்று ஒப்பித்தார்.

‘வாரத்திற்கு மூன்று சந்திப்புகளுக்கு - சுமார் ஒரு மணி நேரத்திற்கு - அனுமதிக்கப்படும். ஒரே சமயத்தில் அதிகபட்சமாக மூன்று நபர்களைச் சந்திக்கலாம். பார்வையாளர்கள் முதல் சந்திப்பிற்கு காலை 8 மணிக்கு முன்பும், இரண்டாவது சந்திப்பிற்கு 11 மணிக்கு முன்பும் பதிவு செய்துகொள்ள வேண்டும். முதல் சந்திப்பு காலை 11.30க்கும், இரண்டாவது மதியம் 1 மணிக்கும் ஆரம்பிக்கும். சனிக்கிழமைகள், அரசு விடுமுறை நாட்களில் பார்வையாளர் சந்திப்பு கிடையாது. போலீஸ் துணையோடு ரைட்டர் உங்களை அழைத்துசென்று, திரும்ப அழைத்து வருவார். உட்காருவதற்கு உங்களது போர்வையை எடுத்துச்செல்ல வேண்டும். உங்களைப் பார்க்க வருபவர்கள் பழங்கள், துணிமணிகள் கொண்டுவந்து தரலாம். ஆனால் வீட்டில் சமைத்த உணவைத் தர அனுமதி இல்லை. பதிவு மேஜையில் ரூபாய் 50 தரவேண்டும். உள்ளே ரூ.50 முதல் ரூ.100 வரை தர வேண்டும். அதை ஜெயிலர்கள் பிரித்துக் கொள்வார்கள். இதில் எனக்கு ரூபாய் 10 தருவார்கள். இது மாமூல்.

நான் சரியென்று தலையசைத்தேன். எனக்கு யாரோடும் பேசப் பிடிக்கவில்லை. அவ்வப்போது முதல்வர் எனக்கு ஆறுதல் கூறினாலும், நான் தனியாக ஒதுங்கி இருந்தேன். சத்தமாக அழ அனுமதித்தால் மட்டுமே நான் நிறைய அழுவேன் என்பது போல் எனது தொண்டை இறுகியது. ஆனாலும் என்னை நான் கட்டுப்படுத்திக் கொண்டேன்.

மதியம், ரைட்டர் என்னை சந்திக்கும் இடத்திற்கு அழைத்துச் சென்றார். அது அலுவலகத்திற்கு வெளியே ஒரு பெரிய திறந்தவெளி. சிறையில் 800 கைதிகள் இருக்கலாம். ஆனால் அன்றைய தேதியில் அங்கு 1,897 கைதிகள் இருந்தார்கள். திறந்தவெளியில் சுமார் 100 கைதிகளும், 200 பார்வையாளர்களும் இருந்தார்கள். சில வழக்கறிஞர்களும் 20 சிறைப் போலீசாரும் இருந்தார்கள். மக்கள் பேசிக்கொண்டும், அழுதுகொண்டும், டீ குடித்துக்கொண்டும் இருந்தார்கள்.

அடீலைப் பார்த்த கணத்தில் என் கட்டுப்பாடு பறந்து போனது. அடீலைப் பார்த்ததும் வேகமாக ஓடி, அவரை அணைத்துக் கொண்டு அழுதேன். வெகுநேரம் என்னைத் தன் அணைப்பில் வைத்திருந்தார். பத்து நிமிடங்களுக்கு எதுவும் பேசாமல் இறுக்க அணைத்தபடி இருந்தோம்.

பிறகு அவர் பத்து நாட்களுக்குள் என்னை விடுவித்து விடுவதாகக் கூறினார். அதற்கான நடைமுறை பற்றிக் கேட்டேன்.

‘முதலில் நாம் கீழ் கோர்ட்டில் ஜாமீன் மனு செய்ய வேண்டும். நம் வழக்கறிஞர் வாதிடுவார். நீதிபதி ஜாமீன் தருவார். நீ வெளியில் வருவாய்’ என்றார்.

‘ஆனால் ஜாமீன் எதற்கு? நான் குற்றம் எதுவும் செய்யவில்லை என்பதால், எஃப்ஐஆரை ஏன் ரத்து செய்யக்கூடாது?’

‘இல்லை, இதுதான் நடைமுறை கஃபீல்...’

‘என் சார்பாக ஒரு வழக்கறிஞர் ஆஜராகாதபோது, ஒரு மாஜிஸ்திரேட் எனக்கு 14 நாட்கள் நீதிமன்றக் காவல் கொடுத்து விட்டார். நாம் ஜாமீன் மனு செய்தால், நான் ஏதோ குற்றம் செய்ததாக ஒப்புக்கொள்வதுபோல் ஆகிவிடாதா?

‘கஃபீல்! அரசாங்கம் கடுமையான நெருக்கடி தருவதால், எல்லா அதிகாரிகளும் பயப்படுகிறார்கள். ஊடகம் மற்றும் அரசாங்கம் தந்த நெருக்கடியில்தான் நீ இங்கு வந்திருக்கிறாய். விஷயங்கள் சற்று அடங்கிவிட்டால், எல்லாம் சரியாகிவிடும். கவலைப்படாதே. இப்படி யோசித்துப் பார். குழந்தைகள் இறந்து போனதில் அரசாங்கத்தின்மேல் மக்களுக்கு கடும் கோபமாக இருக்கிறது. அரசாங்கத்திற்கு, தான் தப்பிக்க ஒரு பலிகடா தேவை. இதில் உன் தவறு எதுவுமே இல்லை... வெளியில் எல்லோரும் இதைத்தான் சொல்கிறார்கள்.’

‘முதல்வரும், அவரது மனைவியும் இங்குதான் இருக்கிறார்கள். இது பெரிய சதி வேலை என்று சொல்லிக்கொண்டே இருக்கிறாக்ள்’ என்றேன்.

‘இருக்கலாம். ஆனால், நீ ஒன்றும் கவலைப்படாதே’ என்றார் அடீல். ‘ ஷபிஸ்தா, ஆப், ஜாப் எல்லோரும் நலம். அவர்களும் விரைவில் உன்னைப் பார்க்க வருவார்கள். அம்மா, காசீஃப்பிடம் நாங்கள் எதுவும் சொல்லவில்லை.’

அவர் எனக்கு துணிமணிகள், சோப்பு, பல் துலக்கும் பிரஷ், பற்பசை போன்ற அன்றாடம் தேவைப்படும் பொருட்களைத் தந்தார்.

நாற்பத்தியைந்து நிமிடங்களுக்குப் பிறகு, மணி அடித்தது. அவர் கிளம்ப வேண்டும்.

கைதிகளை ஒருமுறை எண்ணிப் பார்த்துவிட்டு, எங்களது பேரக்கிற்கு அழைத்துச் சென்றார்கள்.

நான் மீண்டும் சோர்வடைந்தேன். மதிய உணவு வந்தது. நீர்த்த பருப்பு, அரைகுறையாக சுட்ட ரொட்டி, சாதம், சிவப்பு முட்டைக்கோஸ் பொரியல். நான் அது எதையும் சாப்பிடவில்லை. அண்ணன் தந்துவிட்டுப் போன வாழைப்பழங்களை மட்டும் சாப்பிட்டேன். பேரக்கை மூன்று மணிநேரத்திற்கு அடைத்து விடுவார்கள். இனிமேல் மாலை 4 மணிக்குத்தான் திறப்பார்கள். நான் எனது போர்வையை விரித்துப் படுத்தேன். மற்ற கைதிகள் என்னை சமாதானம் செய்ய முயன்றார்கள். ஆனால் நான் பேசும் மனநிலையில் இல்லை. என் மனம் வேறு எங்கோ இருந்தது. அவர்கள் பேசுவது யாரோ எங்கோ பேசுவதன் எதிரொலிபோலக் கேட்டது.

ஒரு மூலையில் படுத்து யோசித்தேன். யோசித்தேன். யோசித்துக் கொண்டே இருந்தேன். என் வாழ்வின் எதுவும் இத்தகையதொரு சூழலுக்கு என்னைத் தயார்படுத்தியிருக்கவில்லை. மாணவப் பருவத்தில் நீதி பற்றியெல்லாம் நாம் அதிகம் சிந்தித்தது கிடையாது. நீதிமன்றம், சிறைகள் எல்லாம் நாம் செல்லக்கூடிய இடங்களே அல்ல. நான் பிறந்த எனது சொந்த ஊரிலேயே நான் இப்படியொரு கொடுமையான அநீதியை சந்திக்க நேர்ந்ததை நினைத்தாலே, அவ்வளவு வேதனையாக இருந்தது.

ஒரு மருத்துவராக என் தொழிலை செய்ததற்காக, இதுவரையில்லாத ஒரு பிரச்சனையில் கடுமையாக நோயுற்ற குழந்தைகளைக் காக்க என்னால் முடிந்த அனைத்தையும் செய்ததற்காக, நான் இந்தச் சிறையில் அடைக்கப்பட்டிருக்கிறேன்.

எந்த வகையில் யோசித்தாலும், இதுதான் எனக்குப் புரியவே இல்லை.

மாலை 6 மணி ஆகிவிட்டது. சூரியன் மறைந்துகொண்டிருந்தது. கொசுக்கள் தம் வேலையை ஆரம்பித்து விட்டன. பிளாக்கின் கதவுகள் மீண்டும் பூட்டப்பட்டு விட்டன. நாங்கள் உள்ளே அடைக்கப்பட்டோம். சக கைதிகள் என் மீது அனுதாபம் கொண்டு, ஆறுதல்படுத்த முயற்சி செய்தபடி இருந்தார்கள். ஆனால் நான் கூண்டில் அடைக்கப்பட்ட அடிபட்ட விலங்கு போல் இருந்தேன். எந்தபதிலும் பேசாமல், போர்வையில் படுத்து, உத்திரத்தைப் பார்த்துக்கொண்டிருந்தேன்.

தாதி காகா தாமதமாக வந்தார். துணி துவைத்தார். குளித்து விட்டு சாப்பிட்டார். பின்னர் விளக்குகள் அணைக்கப்பட்டன. நான் மீண்டும் சித்ரவதை செய்யும் எனது சிந்தனையோடு இருளில் மூழ்கினேன்.

சில நிமிடங்கள்தான் தூங்கியது போலிருந்தது. ஏதோ ஒரு கெட்ட கனவில் யாரோ 'கிந்திக்கு வாருங்கள்' என்று என் தோளை உலுக்கினார்கள்.

அது கனவல்ல, நிஜம் என்பதை மெல்ல உணர்ந்தேன். எல்லோரும் வெளியே சென்று, எண்ணப்படுவதற்காக வரிசையில் நின்றோம். பின்னர் திரும்ப வந்து படுத்துக்கொண்டேன். இதுவரை எனக்கு வேலை என்று எதுவும் ஒதுக்கப்படவில்லை.

காலை பத்து மணிக்கு பாலா வந்து என் அண்ணன் அடீல் என்னை பார்த்துவிட்டுச் செல்லும்போது, சிறை வாசலில் அதிரடிப்படை அவரை கைது செய்து விட்டது என்று தெரிவித்தார்.

செய்தி என்னை மிகவும் வேதனைப்படுத்தியது. ஏன் அவரை? அவர் என்ன செய்தார்? என்று நினைத்து முதலில் பயந்தேன். ஆனால் யோசிக்க, யோசிக்க கோபம்தான் வந்தது.

என்னைப் பார்க்க யாரும் வரவில்லை. தனியாக ஒரு மூலையில் உட்கார்ந்தும், படுத்தும் பொழுதைக் கழித்தேன். சாப்பிடவில்லை. குளிக்கவில்லை. ஆனால் அந்த துர்நாற்றம் பிடித்த கழிப்பறையைப் பயன்படுத்த வேண்டியதாக இருந்தது. நான் சிறையில் இருக்கிறேன் என்பதைப் பற்றி கவலைப்படுவதை நிறுத்தினேன். என் அண்ணன் பத்திரமாக இருக்க வேண்டும் என்பதே என் விருப்பமாக இருந்தது. என்னைப் பார்க்க வந்த காரணத்தால் அவருக்கு ஆபத்து என்றால், இனி அவர் இங்கு மீண்டும் வர வேண்டாம்.

அன்று பகல் முழுவதும் அவரைப் பற்றி எந்தத் தகவலும் இல்லை.

அன்று மாலை, முதல்வர் எனக்கு ஆறுதல் கூற வந்தபோது, நான் உடைந்து அழுதுவிட்டேன். 'நான் என்ன தவறு செய்தேன் சார்?' என்றேன். 'அன்று இரவு பற்றாக்குறை பற்றி உங்களை அழைத்து தகவல் சொன்னேன். நான் மிகவும் ஜூனியர் மருத்துவர். ஆக்சிஜன் சப்ளை எங்கிருந்து வருகிறது' என்றுகூட எனக்குத் தெரியாது!'

மூன்றாவது இரவில் என் நிலை மிக மோசமாகிவிட்டது. ஒவ்வொரு சப்தமும் என் அண்ணனை பிடித்து வைத்திருக்கிறார்கள் என்பதை நினைவுபடுத்தியது. இரண்டு நாட்களாக அவரை என்ன செய்கிறார்களோ என்று கவலைப்பட்டேன். கருணை காட்டுமாறும், நான் சிக்க வைத்த ஆபத்திலிருந்து என் அண்ணனைக் காக்குமாறும் அல்லாவிடம் திரும்பத் திரும்ப வேண்டினேன். தூக்கமே வரவில்லை. சிந்தனை முழுக்க அடீல் பற்றிதான். குடும்பத்தின் மற்ற உறுப்பினர்கள் பற்றி – ஷபிஸ்தா, ஆப், ஜாப், அண்ணி – பற்றி கவலையாக இருந்தது. அவர்களையும் கைது செய்துவிட்டார்களோ? ஜீனத்தும், சமரும் லக்னோவில் இருக்கிறார்கள். அவர்கள் லக்னோ சிறையில் அடைக்கப்பட்டிருக்கிறார்களோ? அம்மாவிடம் நான் கைதான தகவலை சொல்லிவிட்டார்களா? அம்மா என்ன சொல்லியிருப்பாள்? ஷபிஸ்தாவின் குடும்பத்தினர்? என்னைப் பற்றி அவமானமாக நினைத்திருப்பார்கள்...

பின்னர் நான் மருத்துவக் கல்லூரியின் என் சக ஊழியர்கள் பற்றி நினைத்தேன். மேற்படிப்பு மாணவர்கள், நர்சுகள், வார்டு பாய்கள். எனக்கு இப்போதும் அவர்களது ஆதரவு இருக்கிறதா? இல்லை... விஷயங்கள் மாறிவிட்டனவா? போலீஸ் இப்போதும் என் வீட்டிற்குச் செல்கிறதா?

என் சிறைவாசம் எங்கள் வீட்டுக் குழந்தைகளிடம் ஏற்படுத்தும் பாதிப்பை நினைத்துக் கவலையாக இருந்தது. குழந்தைகளுக்கு திருடன், போலீஸ் அல்லது கெட்டவன், நல்லவன் என்றுதானே தெரியும்? போலீசால் சிறைக்கு அனுப்பப்பட்ட என்னை கெட்டவன் என்றுதானே நினைப்பார்கள்? ‘இல்லை, நான் எந்தக் குற்றமும் செய்யவில்லை, குழந்தைகளே!’ என்று மனதுக்குள் கதறினேன்.

என் அன்பான ஜாபிற்கு அப்பா எங்கே போயிருக்கிறேன் என்று கூடப் புரியாது. ‘அல்லா மீது ஆணை! நான் எந்தத் தவறும் செய்யவில்லை கண்ணே...’ என் அன்புக்குரியவர்களை நினைக்கும் போதே கண்கள் குளமாகின. இன்னமும் என் சகோதரர் பற்றி எந்தத் தகவலும் இல்லை.

ஆனால் சிறையில் அது பற்றி நான் வேகமாகக் கற்றுக் கொண்டேன். பொழுது கழிவதற்குக் காத்துக்கொண்டிருக்கும் கலையை அங்கு விரைவாகக் கற்றுக்கொள்ள வேண்டும்.

இல்லாவிட்டால் பைத்தியம் பிடித்து விடும். கழிப்பறையை பயன்படுத்த வரிசையில் காத்திருக்க வேண்டும். உணவிற்கு வரிசையில் காத்திருக்க வேண்டும். பார்வையாளர் சந்திப்பிற்குக் காத்திருக்க வேண்டும். மறுநாள் விடிவதற்காக காத்திருக்க வேண்டும். கை கழுவக் காத்திருக்க வேண்டும். காத்திருத்தல்கா... த்திருத்தல்... காத்திருத்தல்... காத்திருத்தல்...

இதனால்தான் கடிகாரங்களில் விநாடி முள் இருக்கிறது போலும் என்று உணர்ந்தேன். ஒவ்வொரு விநாடியையும் கடக்க வேண்டும். ஒரு மணிநேரத்தில் நான் பத்து, இருபது முறை சுவர்க் கடிகாரத்தைப் பார்த்து விடுவேன்.

காலையில் துணை சிறை அதிகாரி பார்வையிட வந்தபோது அவரிடம் ஓடினேன்.

'என் வீட்டிலிருந்து ஏதேனும் தகவல் உண்டா?' என்ற பதட்டத்தோடு கேட்டேன்.

'இல்லை' என்று வள்ளென்று விழுந்து விட்டு, நகர்ந்தார்.

ஆனால் சிறிது நேரம் கழித்து, தாதி காகா நல்ல செய்தியோடு வந்தார். 'உங்கள் அண்ணன் அடீல் உங்களைப் பார்க்க வந்திருக்கிறார்' என்றார். அந்தக் கணம் எவ்வளவு நிம்மதியைத் தந்தது என்பதை வர்ணிக்க முடியாது.

சிறையில் முதன்முறையாக நான் புன்னகைத்தேன். உண்மையில், யோசித்துப் பார்த்தால், இந்தக் கோர சம்பவத்திற்குப் பிறகு நான் புன்னகைத்தது இதுதான் முதல் முறை.

நான் சிறையில் கற்றுக்கொண்ட மற்றொரு பாடம் இது. ஒருவர் அங்கு தாக்குப் பிடிக்க இது போன்ற சிறு சந்தோஷத் தருணங்கள் அவசியம். இவை அடுத்த தடங்கலை எதிர்கொள்வதற்கான நம்பிக்கையைத் தரும். அடீல் பாய் கைது செய்யப்படவில்லை, சிறைக்கு அனுப்பப்படவில்லை என்பதால் நான் சிரிக்கவும், பாடவும் தயாராக இருந்தேன்.

அடுத்த இரண்டு மணிநேரங்கள் காத்திருத்தலில் கழிந்தன. கடிகாரத்தைப் பார்ப்பது, நடப்பது, உட்காருவது, கழிப்பறை செல்வது, கை கழுவுவது, திரும்பச் செல்வது, பதறுவது, சற்று ஆசுவாசப்படுவது என்று பதட்டத்தோடு இப்படிக் காத்திருந்தேன்.

பாலா வந்தார். ஐந்து நாட்களாக நான் அதே ஜீன்ஸையும், குர்தாவையும் அணிந்திருப்பதைக் கவனித்தார். ‘அண்ணனை சந்திப்பதற்குள் குளித்து, உடை மாற்றிக் கொள்ளுங்கள்’ என்றார். ஆனால், எனக்கு எதைச் செய்யவும் பிடிக்கவில்லை. எப்போது 12.30 ஆகும் என்று பார்த்துக்கொண்டிருந்தேன்.

அடீலைப் பார்த்ததும், நான் எதுவும் பேசவில்லை. நீண்ட நேரம் அப்படியே கட்டிப்பிடித்து நின்றேன். அந்த ஐந்து நாட்களில் மூன்றாவது முறையாக அழுதேன்.

‘அதிரடிப்படை என்னைப் பிடித்து, காரில் ஏற்றி இரண்டு, மூன்று மணிநேரம் ஊர் முழுக்கச் சுற்றினார்கள். பிறகு என்னை வீட்டுக்கு அழைத்துச் சென்றார்கள். வீட்டின் மூலை மூடுக்கெல்லாம் சோதனை செய்தார்கள். எல்லா ஆவணங்களையும் எடுத்துக் கொண்டார்கள். எல்லோருடைய மடிக்கணினிகளையும் பறிமுதல் செய்தார்கள்’ என்றார் அவர்.

‘ஏன் அவர்கள் ஷபிஸ்தா, அண்ணியின் மடிக்கணினிகளை எல்லாம் எடுத்துச்செல்ல வேண்டும்?’ தெரியவில்லை. அவர்கள் மிகவும் முரட்டுத்தனமாக நடந்து கொண்டார்கள். எங்களை தீவிரவாதிகள்போல் நடத்தினார்கள். நம்மிடம் மறைப்பதற்கு எதுவும் இல்லை என்பதால், அவர்கள் கேட்டதை எல்லாம் கொடுத்துவிட்டேன். இரவு 11 மணிக்குத்தான் போனார்கள். சும்மா மிரட்டுவதற்காகத்தான்போல. ஏனென்றால், மறுநாளே எல்லா கைபேசி, மடிக்கணினிகளையும் திருப்பித் தந்து விட்டார்கள்’ என்றார். எனக்கு நிம்மதியாக இருந்தது.

‘ஆனால், அதிலிருந்து எல்லோரும் மிகவும் பயந்து போயிருக்கிறோம். குழந்தைகள் மிகவும் அரண்டுபோய், டிவி பார்ப்பதில்லை. விளையாடுவதில்லை. எதுவும் செய்யாமல் ஒரு மூலையில் உட்கார்ந்திக்கிறார்கள். யாருக்கும் சாப்பிடவே பிடிக்கவில்லை என்பதால் சமையலும் செய்யவில்லை. முதலில் உ.பி. போலீஸ். இப்போது சிறப்பு அதிரடிப்படை. எல்லோருமே மிகவும் ஆடிப்போய் விட்டோம். அடுத்து என்ன நடக்குமோ என்று கவலையாக இருக்கிறோம்.’ அவர் சொல்வதைக் கேட்க வேதனையாக இருந்தது.

‘நீ சரணடைந்துவிட்டால், எல்லாம் சரியாகிவிடும் என்று நினைத்தோம். ஆனால் இது மிகவும் மோசமாகி விட்டது. அவர்கள் நமக்கு ஏதோ ஒரு செய்தியைச் சொல்ல நினைக்கிறார்கள்

என்று நினைக்கிறேன்' என்றார் அவர். 'ஆக்சிஜன் சம்பவம் பற்றி சிறையில் யாரிடமும் பேசாதே. பேசவே கூடாது. உன்னை இங்கு யாரும் வந்து சந்திக்கவும் கூடாது. நீதிமன்றத்தில் கூட நீ எதுவும் பேசாமல் இருப்பது நல்லது. பேசினால் நீ மட்டுமல்ல, நம் மொத்தக் குடும்பமும், அதற்கான விளைவுகளை சந்திக்க நேரும்.'

நாங்கள் ஒருவரையொருவர் பார்த்துக்கொண்டோம். போலீசும், அரசும் தந்த செய்தி தெளிவாக இருந்தது – 'வாயை மூடிக் கொண்டு இரு.'

போலீஸ், அதிரடிப்படைகளின் நடவடிக்கைகளால் பயந்து போன எங்கள் வீட்டுக் குழந்தைகளை நினைத்துப் பார்த்தேன். என் மகள் என்ன நடக்கிறது என்பதை புரிந்துகொள்ள முடியாத அளவு சிறியவள் என்பதால், அவள் எப்போதும்போல் இருப்பாள். ஆனால் என் சகோதரரின் குழந்தைகள் மிகவும் மிரண்டு போயிருப்பார்கள். அதுவும் லக்னோவில் இருந்த தங்கை குழந்தைகளான ஜாராவும் ஜசீரும் பாவம். அவர்களது அம்மா, அப்பா என் அம்மாவுடன் ஹஜ் யாத்திரை சென்றிருப்பதால், அவர்கள் தம் அம்மா வழி தாத்தா – பாட்டி வீட்டில் இருந்தார்கள். நல்லவேளை, என்னைத் தவிர வேறு யாரும் சிறையில் இல்லை என்று நினைத்துக்கொண்டேன்.

'சரி, நாம் எச்சரிகையாக இருப்போம். ஆனால், இவர்களது மோசமான தந்திரங்களுக்குப் பயந்து நீதிமன்றத்தில் பேசாமல் இருந்துவிட முடியாது' என்றேன். 'நான் எந்தத் தவறும் செய்யவில்லை என்று எனக்குத் தெரியும். என் அல்லாவிற்கும் தெரியும்.'

நான் எங்கள் வக்கீல் பற்றிக் கேட்டேன். என் ஜாமீன் மனுவின் நிலை பற்றி விசாரித்தேன். அவர் என்னை வெறுமையாகப் பார்த்தார். இது மற்றொரு தவறு என்று உணர்ந்தேன்.

'நான் வக்கீலை தொடர்புகொள்ள முயற்சி செய்யும் போதெல்லாம், அதிரடிப்படையினர் என்னை ஏதாவது செய்து தடுத்தார்கள்' என்றார் அவர். ஜாமீன் மனுவில் எந்த முன்னேற்றமும் ஏற்படவில்லை என்பதை விளக்கினார்.

பின்னர், மணீஷ் பண்டாரியின் முன் ஜாமீன் மனுவை உயர் நீதி மன்றம் நிராகரித்துவிட்ட செய்தியைச் சொன்னார். 'குற்றவாளியை போலீஸ் காவலில் விசாரிப்பது இப்போதும்

அவசியம் என்ற வேண்டுகோளை நீதிமன்றம் ஏற்கிறது. இந்த சமயத்தில் அவருக்கு ஜாமீன் வழங்குவது சரியாக இருக்காது' என்று நீதிபதி கூறியிருக்கிறார். எனவே நமது ஜாமீன் மனு ஏற்கப்படாது என்பது தெளிவு.

அவர் பழங்கள் கொண்டு வந்திருந்தார். அவரோடு பேசிக் கொண்டே பழங்களைச் சாப்பிட்டேன். வீட்டில் பெண்களுக்குத் துணையாக எங்கள் பெரிய அத்தை வந்து தங்கியிருப்பதாகச் சொன்னார். வீட்டில் துணைக்குப் பெரியவர் ஒருவர் இருப்பது மகிழ்ச்சியாக இருந்தது.

'நான் அலகாபாத் போகிறேன். எனவே சீக்கிரமாக உன்னை மீண்டும் சந்திக்க முடியாது' என்றார் அண்ணன்.

ஓ! எனது மனதில் ஓர் ஏமாற்ற உணர்வு. 'அப்படியானால் எனக்கு தகவல்கள் எப்படித் தெரியும்?' என்றேன். அவர், 'தெரியவில்லை. ஏதேனும் யோசிக்கிறேன்' என்றார்.

எனக்கு அப்போது ஒரு புதிய சிந்தனை தாக்கியது – அப்படியானால் நான் நீண்டகாலம் சிறையில் இருக்க நேருமோ?

அவர் கிளம்பினார். அவர் செல்வதை, எதுவும் செய்ய முடியாது பார்த்தபடி நின்றேன். அவர் திரும்பி விடைபெறுவதுபோல் ஒரு பார்வை பார்த்தார்.

சிறைக்காவலர்களும், ரைட்டரும் எங்களை பேரக்கிற்கு அழைத்து வந்தார்கள்.

முதல்வர் மிகவும் சோர்வாகக் காணப்பட்டதைக் கவனித்தேன். அடுத்த சில மணிநேரங்களுக்கு, சூரியன் மறையும் வரை, அவர் பூஜை செய்துகொண்டிருந்தார். வழக்கமாக அவர் காலையில் குளித்ததும் ஒரு மணி நேரமும், மாலையில் 6 முதல் 7 வரையிலும், பிறகு இரவு தூங்கச் செல்லும் முன்பும் பிரார்த்தனை செய்வார். ஆனால், இன்று ஏனோ மிகவும் கவலையாக இருந்தார். 'என்ன ஆயிற்று?' என்று கேட்டேன்.

அவர், 'கஃபீல்! நாம் சிறையில் செய்யும் ஒவ்வொன்றும் செய்தித்தாள்களில் வருகிறது.' முதல்வர் டாக்டர். கஃபீலைப் பார்த்ததும் மகிழ்ச்சி அடைந்தார்' 'முதல்வர் கஃபீலுக்கு போர்வை அளித்தார்' 'இருவரும் சேர்ந்து சாப்பிட்டனர்' 'இருவரும் ஆங்கிலத்தில் பேசிக் கொண்டனர்' 'இருவரும் நெருங்கிய

நண்பர்கள்' 'பிஆர்டி மரணங்களின் உண்மைக் குற்றவாளிகள் மற்றொரு சதி வேலைக்குத் திட்டமிட்டுகின்றனர்' 'பெரியதாக எதுவோ செய்யத் திட்டம்' 'அரசாங்கம் இவர்களை கண்காணித்து வருகிறது' 'மாவட்ட மாஜிஸ்திரேட்டும், ஆணையாளரும் சிறை அதிகாரிகளோடு நேடித் தொடர்பில் இருக்கிறார்கள்' என்றெல்லாம் தினமும் செய்திகள் வருகின்றன' என்றார்.

எனக்கு களைப்பாக இருந்தது. விளக்குகள் அணைக்கப்பட்டு, கதவுகள் பூட்டப்பட்டதும், நான் தூங்கினேன். நான் சரியாகத் தூங்கி ஆறு பகல், ஆறு இரவு இருக்கும்.

ஆனால், நான் சுடப்படுவதுபோலவும், என் உடலை அழுகுமாறு விட்டுவிடுவதாகவும் கெட்ட கனவு வர, ஓரிரு மணி நேரங்களில் விழித்து விட்டேன்.

அதன்பிறகு, போர்வையில் புரண்டபடி, கொட்டக் கொட்ட விழித்திருந்தேன். இதுபோல் தரையில் நான் படுத்ததே இல்லை. மேலே மின்விசிறி மெதுவாகச் சுழன்றது. கைதிகளை காவலர்கள் கண்காணிப்பதற்காக ஒரு விளக்கு மட்டும் எரிந்தது. அவர்களுக்கு நான்கு மணிநேரத்திற்கு ஒருமுறை டியூட்டி மாற்றம்.

தூக்கம் போனதும், ஒவ்வொரு சத்தமும், ஒவ்வொரு சிறுவெளிச்சமும், அந்தக் கல் தரையும், என் சிதைந்து போன வாழ்வு பற்றிய யதார்த்தமும் சேர்ந்து களைப்படைந்த என் மனம் சிறிதும் ஓய்வு கொள்ளாது பார்த்துக்கொண்டன.

10

சுவர்களுக்குள் ஒரு உலகம்

முதல் நாள் இரவு முதல்வர் சந்தேகப்பட்டது சரிதான். செப்டம்பர் 6ம் தேதி காலையில் துணை ஜெயிலர் சூர்யா பாண்டே வந்து, என் பொருட்களை எடுத்துக் கொண்டு கிளம்புமாறு கூறினார். என்னை நேரு பேரக்கிற்கு மாற்றி விட்டார்களாம்.

'ஏன்?' என்றேன்.

'தெரியவில்லை. மாவட்ட மாஜிஸ்திரேட்டிடமிருந்து உத்தரவு வந்திருக்கிறது. உங்களுக்கும், முதல்வருக்கும் இருக்கும் நெருக்கம் பற்றி ஊடகங்கள் பல கதைகளை எழுதி வருகின்றன.' எனக்கு ஒரு கணம் பேச்சே வரவில்லை. நெருக்கமா? எனக்கு அந்த மனிதரோடு பழக்கமே இல்லை. கல்லூரியில் அவர் எனது மேலதிகாரி. அவரோடு நெருக்கமாக பேசுவதற்கு நிச்சயமாக முடியாது. ஆனால் மாவட்ட மாஜிஸ்திரேட்டின் நேரடி உத்தரவு என்பதால் எதிர்ப்பதில் பயனில்லை. ஏற்றுக்கொள்ளத்தான் வேண்டும். உத்தரவுகளுக்கு அடிபணிவது, அதிகமாக கேள்விகள் கேட்காமல் இருப்பதுதான் நல்லது என்ற மற்றொரு பாடத்தையும் நான் விரைவில் கற்றிருந்தேன்.

'மாவட்ட மாஜிஸ்திரேட் உங்கள் இருவரையும் பிரித்து வைக்கும்படி கண்காணிப்பாளரிடம் கேட்டுக்கொண்டுள்ளார்' என்று பாண்டே விளக்கமளிக்கும் விதமாகக் கூறினார். எனது துண்டு, போர்வையை எடுத்துக்கொண்டு, பாண்டேயை பின் தொடர்ந்தேன். எனது மனக்கொந்தளிப்பைப் பார்த்த அவர், போகும் வழியில் ஒரு கதை சொன்னார். ஒருமுறை ஒரு பூனை ஒரு அதிகாரியின் மனைவியைப் பிராண்டிவிட்டதாம். அந்த அதிகாரி நகரத்தில் இருந்த அத்தனை பூனைகளையும் கைது செய்ய உத்தரவிட்டாராம். போலீஸ்காரர்கள் எல்லா பூனைகளையும் கைது செய்துகொண்டிந்தபோது, ஒரு ஒட்டகம் வேகமாக ஓடிக் கொண்டிருந்ததைப் பார்த்தார்களாம். ஒட்டகத்திடம், 'நீ எங்கே ஓடுகிறாய்?' என்று கேட்டார்களாம்.

'நான் மாட்டிக்கொண்டு சிறைக்குப் போய்விட்டால், நான் பூனையல்ல, ஒட்டகம் என்று நிரூபிக்க பல வருடங்கள் ஆகுமே! அதுதான் ஓடுகிறேன்' என்றதாம் அந்த ஒட்டகம். இதைச் சொல்லிவிட்டு, சிரித்துக்கொண்டே போனார் அவர்.

நாங்கள் சதாப்தி பேரக்கிற்கு வந்தோம். அது 2000ம் ஆண்டில் கட்டப்பட்டது என்பதால், மில்லேனியம் பேரக் என்றும் கூறுவார்கள். அதை பார்வையாளர் பேரக் என்றும் சொல்வார்கள். பிரிட்டிஷ் காலத்தில், சுதந்திரம் வந்த காலத்தில் கட்டப்பட்ட மற்ற பகுதிகளோடு ஒப்பிடும்போது இது புதியது என்பதால் ஓரளவிற்கு சுத்தமானதாகக் கருதப்படும். சிமிண்ட் தளம் போடப்பட்டிருக்கும். மழைக்காலங்களில் மேற்கூரை ஒழுகாது. வெள்ளையடிக்கப்பட்டிருக்கும். மற்றவர்களோடு ஒப்பிட்டால், இதன் கழிப்பறைகள் மிகவும் சுத்தமானவை. இதில் இரண்டு உப பிளாக்குகள் இருந்தன. ஒவ்வொன்றும் அறுபதடி நீளம், இருபதடி அகலத்தோடு பெரிய இரும்பு கேட் போடப்பட்டு இருந்தன.

இதன் ஒவ்வொரு பிளாக்கிலும் அறுபது கைதிகள் இருக்கலாம். ஆனால், நான் போன சமயத்தில் கொலை வழக்கு ஒன்றில் ஆயுள் தண்டனை விதிக்கப்பட்ட முன்னாள் மந்திரி ஒருவர் ஒரு பிளாக்கில் இருக்க, மற்றதில் சுமார் 160 முதல் 200 கைதிகள் வரை இருந்தார்கள். ஒவ்வொரு பிளாக்கிற்கும் வெளியே ஒரு கழிப்பறை இருந்தது. எனவே, உங்களை உள்ளே அடைத்துவிட்டால் கழிப்பறையை பயன்படுத்த முடியாது. ஒவ்வொரு கைதிக்கும் தன் போர்வையை விரித்துக்கொள்ள ஆறடிக்கு இரண்டடி என்று இடம் ஒதுக்கப்பட்டிருந்தது. இரும்புக் கம்பிகள் குறுக்கே போடப்பட்ட பெரிய ஜன்னல்கள் பல இருந்தன. இந்த ஜன்னல் ஓரம் இடம் வேண்டும் என்றால் பணம் தர வேண்டும் அல்லது நீங்கள் செல்வாக்கானவராக இருக்க வேண்டும். ஜன்னலோர இடம் கிடைத்தால், ஜன்னல் திட்டில் அலமாரிபோல பொருட்களை வைத்துக்கொள்ளலாம். ஜன்னல் கம்பிகளில் பைகளை தொங்கவிட்டுக் கொள்ளலாம். நல்ல காற்று வரும். அங்கிருந்த ஏழு மின்விசிறிகளால் காற்றே வராது.

பேரக்குக்கு வெளியே திறந்த வெளியில் ஆறு கழிப்பறைகளும், ஆறு குழாய்களும் இருந்தன. குளிக்க, துணி துவைக்க அவற்றைப் பயன்படுத்தலாம்.

கைதிகள் அனைவரையும் மதியத்திலிருந்து மாலை 3 மணி வரையிலும், பின்னர் இரவு 6 மணி முதல் மறுநாள் காலை 6 மணி வரையிலும் அடைத்துவைத்து விடுவார்கள். ரைட்டராக அல்லது சமையல்காரராக வேலை பார்ப்பவர்களுக்கு விலக்கு உண்டு. பார்வையாளர் தினத்திலும் விலக்கு உண்டு. அனைத்துப் புதிய கைதிகளையும் முதல் வாரத்தில் இங்கு அடைப்பார்கள். அந்த வாரத்தின் சனிக்கிழமை மற்ற பேரக்குகளுக்கு பிரித்து அனுப்புவார்கள். ஜாமீன் கிடைக்கும் வரை அங்கேயே தங்க விரும்பினால் ஒரு மாதாந்திரத் தொகை தரவேண்டும். அதற்கு பக்கி பைதக்கி என்று சொல்வார்கள்.

இந்த ஒதுக்குப்புறமான பேரக்கில்தான், கைதிகளுக்கு உத்தரவுகளுக்குக் கட்டுப்படுவதற்கு பயிற்சி தரப்படும். முக்கியமாக, அவர்கள் தமது மூளையை, வாயைப் பயன்படுத்துவதை நிறுத்திக்கொள்ள இங்கு கற்பார்கள். அது சட்டபூர்வமாக, நியாயபூர்வமாக, தவறாக, மனித உரிமை மீறலாக இருந்தாலும் இதுதான் நியதி. இந்தப் பேரக்குதான் ஒரு கைதியை, அடுத்து அவருக்கு நேரப்போகும் எதற்கும் அவரைத் தயார்படுத்தும். இங்குதான் நீங்கள் ஒரு விஐபியா (மாதம் ரூ.1,500 முதல் 2,000 வரை பக்கி பைதக்கி அல்லது தினமும் ரூ.200 கச்சி பைதக்கி தந்து ஒரு வேலையும் செய்யாமல் இருப்பவர்) அல்லது கழிப்பறை சுத்தம் செய்தல், சமையல் செய்தல், தோட்ட வேலை. பெருக்கி சுத்தம் செய்தல் போன்ற வேலை செய்யப் போகும் சிறைத் தொழிலாளியா என்பது முடிவு செய்யப்படும். ரைட்டர் பதவிக்கு விலை அதிகம். உங்களது குற்றம், ஜாதி, மதம், செல்வாக்கு, எவ்வளவு பணம் உங்களால் தர முடியும் போன்றவற்றைப் பொருத்துதான் கிடைக்கும். விசாரணைக் கைதிகளுக்கு ரைட்டராகும் தகுதி கிடையாது. காரணம் ரைட்டர் ஆகிவிட்டால் சிறையில் எங்கு வேண்டுமானாலும் சுற்றலாம். சிறை அதிகாரிகளுடன் பேசலாம். முக்கியமாக, சக கைதிகளை சித்ரவதை செய்யலாம். சம்பாதிக்கலாம்.

என்னை அழைத்துச் செல்லும் வழியில் பாண்டே, 'யாரிடமும் பேச வேண்டாம், நெருக்கமாகப் பழக வேண்டாம்' என்று அறிவுறுத்தினார். காரணம் பெரும்பாலான கைதிகள் கொடூரமான குற்றவாளிகள். நான் வசதியான குடும்பத்தைச் சேர்ந்தவன் என்று தெரிந்தால் என்னிடம் பணம் கேட்பார்கள். பணம் கேட்டு, வெளியாட்களை வைத்து என் குடும்பத்தினரை மிரட்டுவார்கள்

என்றார். ‘ஏதேனும் பிரச்சனை என்றால் ரைட்டர் சைலேஷ் சிங் அல்லது சிறைக்காவலரிடம் சொல்ல வேண்டும்’ என்றார்.

பேரக்கில் நான் சந்தித்த முதல் நபர் டி.ராம் என்பவர். இவர் ஓய்வு பெற்ற பொதுப்பணித்துறை ஊழியர். இவர் மீது ஐபிசி 420/419 பிரிவுகளில் மோசடி வழக்கு நடந்து வந்தது. விசாரணைக் கைதியான இவர் பேரக்கில் மதிக்கப்பட்ட மனிதர். டி.ராம் அப்போதைய ஆளும் அரசாங்கத்தின் தீவிர விசுவாசி. அவர் தனது தூங்கும் இடத்திற்கு அருகில் ஒரு மூலையில் பூஜை செய்தார். எல்லோரும் அதில் கலந்துகொண்டார்கள். அவர் தனது பொருட்கள் குறித்து மிகவும் கவனமாக இருப்பார். அவரது பொருட்களை யாரும் தொடக்கூடாது. அவரது பாத்திரங்களைப் பயன்படுத்தக்கூடாது. அவரது படுக்கையில் உட்காரக்கூடாது. அவரது வாளி, மக்கும்கூட தனியாகத்தான் வைக்கப்பட்டிருக்கும். அவர் ஆசாரப் பெருமிதம் கொண்ட தாக்கூர் (சத்ரியர்கள் – பிராமணர்களுக்கு அடுத்த நிலை – மொழிபெயர்ப்பாளர்) தாக்கூரான ரைட்டருக்கு தூரத்து உறவினர். குளியலறை, கழிப்பறையை, குழாயை அவர்தான் முதலில் பயன்படுத்த வேண்டும். அவர் பிறரது பொருட்களை சர்வசாதாரணமாகப் பயன்படுத்துவார். பின் வந்த நாட்களில், மற்ற கைதிகள் கேண்டீனில் பணம் கொடுத்து, உணவு வகைகள் வாங்கி தமக்குள் பகிர்ந்து உண்பதையும், இவருக்கு உணவு – தனியாக தயாரிக்கப்பட்டதால், சப்ஜிகள் – இலவசமாக கேண்டீனிலிருந்து வந்ததையும், அதை அவர் எப்போதும், தான் மட்டுமே சாப்பிட்டதையும் கவனித்தேன்.

சைலேஷிக்கு டி.ராமை அவ்வளவாகப் பிடிக்காது. ஆனாலும் அவரது வயது, ஜாதி கருதி மரியாதையுடன் நடத்தினார். டி.ராம் வயதானவர். சிடுமூஞ்சி. அடிக்கடி சக கைதிகளை மிக மோசமான இந்தி கெட்ட வார்த்தைகளால் திட்டுவார். பேரக்கிற்கு உள்ளே யாரும் செருப்பு அணிய அனுமதிக்க மாட்டார். ஆனால் அவர் மட்டும் எப்போதும் செருப்புடன்தான் இருப்பார். அந்த செருப்பணிந்து கழிப்பறைக்கும் செல்வார். அவரது போர்வையில் யாராவது கால் வைத்துவிட்டால், அடித்து விடுவார்.

செய்தித்தாளை ஒரு வரி விடாமல் படிப்பார். பக்கத்தில் எப்போதும் செய்தித்தாள்களின் பெரிய கட்டு இருக்கும். ஆனால் எதையும் காசு கொடுத்து வாங்கமாட்டார். தினமும் இரண்டு கொசுவர்த்தி சுருள்களை பற்ற வைப்பார். ஆனால் அவற்றையும்

காசு கொடுத்து வாங்கி நான் பார்த்ததில்லை. எப்போதும் பிறரிடம் கொசுவர்த்தி சுருள் ஓசியில் கேட்பார். சனிக்கிழமைகளில் தயிரும், ஜிலேபியும் விற்பார்கள். அதையும் ஓசியில் வாங்கி சாப்பிடுவார். அவரிடமிருந்துதான் போர்வைக்குள் செய்தித்தாளை மறைத்து வைப்பதற்குக் கற்றுக்கொண்டேன்.

டி.ராம் எனக்கு தனக்கு அருகில் இடம் தந்தார். எனக்கு புஜியா, தண்ணீர் தந்தார். படிக்க செய்தித்தாள் தந்தார். நான் அவருக்கு மிகவும் நன்றியுடையவனானேன். கடைசியில் ஒருவழியாக, சம்பவம் முடிந்து ஒரு மாதம் ஆகி, நானும் சிறையில் அடைக்கப்பட்ட பிறகும் என்னை வில்லனாகச் சித்தரிக்கும் அத்தனை செய்திகளையும் என்னால் படிக்க முடிந்தது.

இப்படி நான் டி.ராமுடன் நெருக்கமாக இருக்கும்போது, மற்ற கைதிகள் எல்லாம், 'ஆஹா... இவர் டாக்டர். கஃபீல்... மெடிக்கல் காலேஜ்காரர்...' என்று தங்களுக்குள் பேசிக்கொண்டார்கள். எல்லோருமே என்னிடம் பேச ஆசைப்பட்டார்கள். கைதிகள் அனைவருமே பிறரைப் பற்றி குற்றம் கூறிக்கொண்டு, புரணி பேசிக்கொண்டுதான் பொழுதைக் கழித்தார்கள் என்பது அங்கு நான் அறிந்த மற்றொரு பாடம். காரணம் அங்கு வேறு வேலை எதுவுமில்லை. சிறையில் சுவர்கள் உயரமாக இருந்தாலும், காதுகள் கூர்மையானவை. நீங்கள் ஏதாவது சொன்னால், சொன்ன அடுத்த கணம் கடைசி மனிதர் வரை அது போய்ச் சேர்ந்து விடும்.

டி.ராம் தனது கதையைச் சொல்லிதான் நட்புக் கரம் நீட்டினார். அவர் எப்படி அரசியலுக்குப் பலியானார். மோசடி வழக்கில் பொய்யாகச் சிக்கவைக்கப்பட்டார். எப்படி விரைவில் விடுதலையாகப் போகிறார் என்று சொன்னார். சிறையில் எல்லோருமே தனக்கு விரைவில் ஜாமீன் கிடைத்து விடும். அடுத்த வாய்தாவில் விடுதலையாகி விடுவேன் என்று சொல்வதைக் கவனித்தேன். ஆனால் 99 சதம் இது நடக்காது. எந்த முன்னேற்றமும் இல்லாமல் அடுத்த வாய்தா, அடுத்த வாய்தா என்று இழுக்கும். சமயங்களில் மாதக்கணக்கில், ஆண்டுக்கணக்கில் இழுக்கும். 'தாமினி' என்ற இந்திப்படத்தில் சன்னி தியோல் இதைத்தான் தேதிக்குப் பிறகு, தேதிக்குப் பிறகு, தேதிக்குப் பிறகு... என்பார் (தாரிக்பே தாரிக்பே தாரிக்). ஒரு விசாரணைக்கே மாதக் கணக்கில், வருடக்கணக்கில் ஆகும். மக்கள் இப்படிப் பேசும் போது, தமக்குத் தாமே தைரியம் சொல்லிக்கொள்வதாக எனக்குத்

தோன்றும். நான் சந்தித்தபோது டி.ராம் ஓராண்டாக சிறையில் இருந்தார்.

மக்கள் என்னோடு பேசுவதற்காக முயற்சி செய்தார்கள். ஒருவர் வாழைப்பழங்கள் தந்தார். ஒருவர் ஒரு கொய்யாப்பழம் தந்தார். யாரோ ஒருவர் பிஸ்கெட் தந்தார். ' நீங்கள் தானே டாக்டர். கஃபீல்?' 'உங்களை டிவியில் பார்த்திருக்கிறோம்' 'தினமும் உங்களைப் பற்றி பேப்பரில் படிப்போம்.'

விரைவிலேயே 'எந்தெந்த செக்ஷனில் உங்கள் மீது வழக்கு?' 'அன்று என்ன நடந்தது?' 'உங்களை மாட்டிவிட்டுவிட்டார்கள் என்று தெரியும்!' 'நீங்கள் நிறைய குழந்தைகளைக் காப்பாற்றி இருக்கிறீர்கள்' என்று சொன்னார்கள்.

இதற்கெல்லாம் நான் பதில் சொல்ல ஆரம்பித்ததும், அவர்கள் ஆர்வம் அதிகரித்து விட்டது. 'அன்று எத்தனை குழந்தைகள் இறந்தார்கள்?' 'ஏன் ஆக்சிஜன் தீர்ந்து போனது?' 'உங்களது சக குற்றவாளிகள் எங்கே?' வீட்டில் யாரெல்லாம் இருக்கிறார்கள், வீடு எங்கே இருக்கிறது, நான் எந்தத் துறையின் மருத்துவர் என்று நூறு கேள்விகள். விஷயம் எல்லை மீறிப் போவதைப் பார்த்து டி.ராம் அவர்களை சத்தம் போட்டு விரட்டினார். எனக்கு சற்று நிம்மதியாக இருந்தது. பிறகு அவர் என்னை வெளியே அழைத்துச் சென்று உட்கார வைத்து, தன் கதையைச் சொன்னார்.

டி.ராம் மூலம் எனக்கு பாரபங்கியைச் சேர்ந்த ஓய்வு பெற்ற ராணுவ வீரர் வி.சிங்கின் அறிமுகம் கிடைத்தது. இவர் மீது போதை பொருள் தடுப்புச் சட்டத்தின்கீழ் வழக்கு. இவர் என்னிடம் அன்பாகப் பழகினார். அங்கிருந்த காலம் முழுவதும் எனக்கு உதவினார். அவர் எனக்குப் பல கைதிகளை அறிமுகப்படுத்தினார். அதில் ஒருவர் புகழ்பெற்ற மனநோய் நிபுணரைக் கடத்தி பணம் பறித்த வழக்கில் கைதான பீஹாரைச் சேர்ந்த திலீப். இது மிகப் பரபரப்பான வழக்காகும்.

பேரக்கில் நான் கடைப்பிடிக்க வேண்டிய விதிமுறைகள் அனைத்தையும் எனக்குச் சொன்னவர் ஃபாஜி சாஹிப் என்பவர். இவர் ஒரு மத்திய ரிசர்வ் படை வீரர். சொத்துத் தகராறில் தன் கிராமத்தில் ஒருவரை கொலை செய்து விட்டார். இப்போது அவர் சைலேஷ் சிங்கிற்கு உதவியாளராக இருந்த துணை ரைட்டர். அவர் விதிமுறைகளை விளக்கியபோது, சினிமாக்களில் குற்றவாளிகளைப் பார்ப்பதும், நேரில் அவர்களைப் பார்த்துப் பழகுவதும் முற்றிலும்

வேறானது என்பது தெரிந்தது. மிகவும் அச்சம் தரக்கூடிய அனுபவம்.

ஃபாஜி சொன்ன விதிமுறைகளின் பட்டியல்:

• காலை சரியாக 5.55க்கு எழுந்து எண்ணிக்கைக்காக வரிசையில் நிற்க வேண்டும். கதவு திறக்கும்போது படுக்கையில் இருந்தால் பிரம்படி விழும்.

• காலைக்கடன், குளியல், சாப்பிடுதல் எல்லாவற்றையும் மாலை 5.45க்குள் முடித்துவிட வேண்டும். ஏனெனில் மாலை 5.55க்கு எண்ணிக்கைக்காக வரிசையில் நிற்க வேண்டும்.

• உங்களை சந்திக்க யாரும் வராவிட்டால், மதியம் முதல் மாலை 3 மணி வரை உள்ளே அடைத்து விடுவார்கள். பேரக்குக்குள் வந்துவிட வேண்டும் என்று யாரும் அழைக்க மாட்டார்கள். பேரக்கை பூட்டும்போது வெளியே இருந்தால், சித்ரவதைக்கு தயாராக இருக்க வேண்டும்.

• சிறை அதிகாரிகளோ, ரைட்டரோ எவ்வளவு கொடுமை செய்தாலும், ஒருபோதும் புகார் சொல்லக்கூடாது. சக கைதி துன்புறுத்தினால், என்னிடமோ ரைட்டர் சைலேஷ் சிங்கிடமோ புகார் சொல்லலாம்.

• வீட்டிலிருந்து எவ்வளவு பணம் தரப்பட்டாலும், அதை உங்களிடம் வைத்துக்கொள்ளக்கூடாது.

• நீங்கள் இங்கே இப்போது டாக்டர் இல்லை என்பதை நினைவில் கொள்ளுங்கள். நாங்கள் எந்த வேலை சொன்னாலும் செய்ய வேண்டும். தினமும் பேரக், காலையில் திறந்ததும், மாலையில் மூடும்போதும் உள்ளே உள்ள கழிப்பறையை சுத்தம் செய்வதும், பேரக்கைப் பெருக்கி சுத்தம் செய்வதும் உங்கள் வேலை.

'பாக்கியை பிறகு சொல்கிறேன்' என்பதுபோல் ஒரு பார்வை பார்த்துவிட்டு கிளம்பப் போனார். பின்னர் என்ன நினைத்தாரோ, அவற்றையும் சொன்னார்.

• கைபேசி கூடாது. வீட்டு உணவு கூடாது. அசைவ உணவு கூடாது.

• தினமும் மூன்று முறை எங்கள் தண்ணீர் பாட்டில்களை நிரப்பி வைக்க வேண்டும்.

• தினமும், உறங்கச் செல்லும்முன், எனக்கு முழு உடலுக்கும் மசாஜ் செய்துவிட வேண்டும்.

நான் உடனடியாக, 'கடைசி ஒன்றைத் தவிர, மற்ற அனைத்தையும் செய்கிறேன்' என்றேன்.

எரிச்சலோடு அவர், 'சைலேஷ் சிங் வந்து உனக்கு பாடம் கற்பிக்க வேண்டும் போலிருக்கிறது' என்றார்.

மேலும், தொடர்ந்தார்:

• பதிவேடுகளை பராமரிக்க எனக்கு நீங்கள் உதவ வேண்டும். ஐந்தாறு பதிவேடுகள் உள்ளன. புதுக் கைதிகளுக்கு ஒன்று, விடுதலை ஆனவர்களுக்கு ஒன்று, பகிர்மானத்திற்கு ஒன்று. பக்கி வசூலுக்கு ஒன்று, கச்சி வசூலுக்கு ஒன்று. இரவுப் பணிக்கு ஒன்று.

• இரவுப் பணிக்காவலர் போலவே (இவர்களுக்கு நான்கு மணிநேரப் பணி) கைதிகளும் இரவு எழுந்து மற்ற கைதிகளை சரிபார்க்க வேண்டும். இது இரண்டு மணி நேரப் பணி. பதினைந்து நாட்களுக்கு ஒருமுறை ஒவ்வொரு குழுவிற்கும் பணி நேரம் மாறும். இரவுப் பணி வேண்டாம் என்றால், அதற்கு தனியாக எனக்கு கட்டணம் செலுத்த வேண்டும்.

• மிக முக்கியமாக, அனுமதியில்லாமல் உங்கள் இடத்தை விட்டுப் போகக்கூடாது.

சிறையில் காலை உணவு, மதிய உணவு, இரவு உணவு, தேநீர் எல்லாம் குறித்த நேரத்தில் வழங்கப்படும். காலை உணவு 7 மணிக்கு. மதிய உணவு 11 மணிக்கு. தேநீர் 4 மணிக்கு. இரவு உணவு 5 மணிக்கு. இங்கு தரப்படும் தேநீருக்கும், நாம் வீட்டில் குடிக்கும் தேநீருக்கும் சம்பந்தமே கிடையாது. பெரிய டிரம் நிறைய சுடுதண்ணீரில், நிறைய ஜீனியை அள்ளிப் போட்டு கொஞ்சமாக தேயிலையும், பாலும் சேர்த்திருப்பார்கள். அதை வாங்கிக் குடிக்க நாம் கோப்பை எடுத்துச்செல்ல வேண்டும். பொதுவாக பிஸ்லெரி தண்ணீர் பாட்டிலை பாதியாக வெட்டி கோப்பையாக வைத்துக்கொள்வார்கள். இல்லாவிட்டால், நமது தட்டில் வாங்கி உறிஞ்சிக்கொள்ள வேண்டும்.

மதிய, இரவு உணவிற்கு பொதுவாக நீர்த்த தால், சரியாக வேகாத ரொட்டி, சில சமயங்களில் சாதம், வேக வைத்த காய்கறிகள் – பெரும்பாலும் முள்ளங்கி அல்லது உருளைக்கிழங்கு

– தருவார்கள். பெரிய வாளியில் தாலைத் தூக்கிக்கொண்டு இருவர், பெரிய அலுமினிய அண்டாவில் ரொட்டியைத் தூக்கிக் கொண்டு இருவர் வருவதைப் பார்த்ததுமே கைதிகள் வேகமாக ஓடுவார்கள். தட்டுகள் சுமார் 80தான் இருக்கும் என்பதால் முதலில் ஓடினால்தான் தட்டு கிடைக்கும். வரிசையில் நின்று வாங்கிச் சாப்பிடலாம். முன்னுரிமை கிடைக்க மற்றொரு தகுதி, நீங்கள் கொலை, கொள்ளை, கற்பழிப்பு என்று பெரிய வழக்குகளில் மாட்டிய பெரிய குற்றவாளியாக இருக்க வேண்டும். ஜாதியும், வர்க்கமும்கூட முக்கியம். பணக்காரர்கள், தாக்கூர்கள், பண்டிட்டுகள் வரிசையில் நிற்கவேண்டியதில்லை.

சாப்பாட்டுக்கு கைதிகள் ஓடுவதைப் பார்த்தால் ஏதோ போட்டி நடப்பதுபோல் இருக்கும். காய்கறிக்கும் தனி வரிசை. அதை பழைய எண்ணெய் டின்னில் கொண்டு வருவார்கள். இதைத் தூக்கி வருபவர்கள் நல்ல உயரமானவர்களாக வாட்ட சாட்டமாக இருக்கும் கைதிகள். யாரும் உணவை பறித்துச் சென்றுவிடாமல் இருக்க, உடன் ரைட்டரோ அல்லது சிறைக்காவலரோ வருவார்கள். அவர்கள்தான் உணவு தருவதற்குப் பொறுப்பு. ஒரு கைதிக்கு 4-6 ரொட்டிகள், ஒரு கிண்ணம் பருப்பு, ஒரு கிண்ணம் நீர்த்த காய்கறி என்பதுதான் அளவு. இதற்குமேல் தரப்படாது இருக்க இவர்கள் காவல். வாங்கியவர்கள் திறந்தவெளியில் போய் சாப்பிடுவார்கள். மற்றவர்கள் காத்திருக்க வேண்டும். முட்டி மோதி சாப்பாடு வாங்க சங்கடமாக இருக்கும். பொதுவாக எனக்கு கடைசியில்தான் தட்டு கிடைக்கும். உண்மையில், ஆரம்பத்தில் எனக்கு இந்த உணவை சாப்பிடப் பிடிக்கவேயில்லை. பழங்களைச் சாப்பிட்டு பசியாறினேன்.

எனினும், இந்தக் கால அட்டவணையில் இல்லாத நேரங்களிலும் கைதிகள் தேநீர் சாப்பிட விரும்புவார்கள். ஒரு மணி – இரண்டு மணிநேரத்திற்கு ஒருமுறை ஒரு கைதி ஒரு கெட்டிலுடன் வருவார். அவரிடம் 5 ரூபாய் கொடுத்து தேநீர் அருந்தலாம். ரயில்வே ஸ்டேஷனில் விற்பது போல், அவர், ‘சாய்! சாய்!’ என்று கத்திக்கொண்டே வருவார். பெரும்பாலும் இப்படி தேநீர் விற்பவர்கள்தான் கஞ்சாவும் விற்பார்கள்.

துணை-ரைட்டராக அல்லது பொதுவாக மற்ற கைதிகள் மீது அதிகாரம் செலுத்தும் ஒரு பதவியில் இருப்பவராக ஆக வேண்டும் என்றால், நீங்கள் ஆயுள் தண்டனைக் கைதியாக இருக்க வேண்டும். அதே சமயம், உங்களுக்கு எழுதப் படிக்க தெரிந்திருக்ககூடாது

என்று ஒரு முரணான விதியும் உண்டு. வேலை செய்யும் தண்டனைக் கைதிக்கு நாளொன்றுக்கு ரூ.20/- தரப்படும். அதை மொத்தகமாக ஓராண்டிற்குப் பிறகுதான் தருவார்கள். இதுவே மிக குறைவான தொகை. இதில் ஒரு பகுதியை சிறை அதிகாரிகளுக்கு வேறு தர வேண்டும். சிறையில் பணத்தைப் பயன்படுத்தக் கூடாது. அதற்கு பதிலாக டோக்கன்கள் தருவார்கள். ஒவ்வொரு கைதியும், ஒவ்வொரு மாதமும் ரூ.1,600 மதிப்புள்ள டோக்கன்களை வைத்துக்கொள்ள அனுமதிக்கப்படுவார்.

ஆனால் இவையெல்லாம் காகிதத்தில் உள்ள விதிமுறைகள். யதார்த்தத்தில் நான் எந்த சிறை டோக்கனையும் பார்க்கவில்லை. எங்கும் ரூபாய் நோட்டுகள்தான் புழங்கின. சிறையில் புழங்கிய ஒவ்வொரு ரூபாயும் இறுதியில் சிறை அதிகாரிகளின் பாக்கெட்டுகளுக்குத்தான் சென்றன. கமிஷன் விகிதங்கள் போல இதுவும் ஏற்றுக்கொள்ளப்பட்ட நடைமுறை.

இந்த சம்பாத்தியத்தில் மருத்துவர்களும் விடுபடவில்லை. பணக்காரக் கைதிகளை உடல்நலமில்லாதவர் என சான்றிதழ் தருவது, அல்பிராக்ஸ், குளோனாசிபாம், டையாசிபாம், ட்ரமடால், இருமல் சிரப் போன்றவற்றை விற்பது என்று சம்பாதித்தார்கள்.

மிக மோசமான, மிகச் செல்வாக்கான கைதிகள் சிறையில் நல்ல வசதிகளுக்காக அல்லது மருத்துவமனையில் தங்கிக்கொள்ள லட்சக்கணக்கில் பணம் தந்தார்கள். இது மிக நேர்த்தியாக நடக்கும் நடைமுறை. இந்த ஏற்பாடுகளை வெளிநபர் எவராலும் குலைக்க முடியாது. யார் அதிகாரத்தில் இருந்தாலும் சரி, மத்தியில் அல்லது மாநிலத்தில் எந்தக் கட்சி ஆட்சியில் இருந்தாலும் சரி, யார் முதலமைச்சராக இருந்தாலும் சரி, அது பிரச்சனையே அல்ல. இந்த சிறை ஏற்பாடு தனது சொந்த விதிகளின்படி இயங்கிக் கொண்டிருக்கும்.

அங்கு வருமானத்திற்கு பல வழிகள் உள்ளன. ரைட்டரிலிருந்து சிறைத் துறை அமைச்சர் வரை ஒவ்வொருவருக்கும் தரப்பட வேண்டிய பங்கு நிர்ணயம் செய்யப்பட்டிருந்தன. புது ஜெயிலர், கண்காணிப்பாளர், அமைச்சர், முதலமைச்சர் என யார் பொறுப்பேற்றாலும் இந்த இயந்திரம் எவ்வித தடங்கலும், இடையூறுமின்றி இயங்கும். இப்படித்தான் எல்லா சிறைகளும் – குறைந்தபட்சம் உ.பியில் – இயங்குகின்றன என்று புரிந்து கொண்டேன்.

வேலை செய்ய விரும்பவில்லையா? தினமும் ரூ.200 கச்சி பைதக்கி அல்லது மாதம் ரூ.2,000 பக்கி பைதக்கி கொடுங்கள்.

கேண்டீன் நடத்த வேண்டுமா? வருடத்திற்கு ரூ.5 லட்சம் கொடுங்கள்.

குடும்பத்தினர் அல்லது நண்பர்களை சந்திக்க வேண்டுமா? சந்திப்பு மாமூல் ரூ.50 கொடுங்கள். ரூ.2,000 பக்கி சந்திப்பு மாமூல் தந்தால், சந்திப்புப் பகுதியின் சுவருக்குப் பின்புறமாக உங்கள் பெண் சிநேகிதியை சந்திக்கலாம்.

வீட்டு நினைவாக உள்ளதா? ரூ.50 தந்தால் குடும்பத்தினரோடு பேசலாம் அல்லது கைபேசி பேசுவதற்குக் கிடைக்கும்.

வேண்டிய பேரக்கிற்கு மாறுவதற்கு ரூ.2,000

அதிக காய்கறி வேண்டுமா? ஒரு கப் எக்ஸ்ட்ரா காய்கறிக்கு ரூ.50. முட்டைக்கு ரூ.20

புகை பிடிக்க வேண்டுமா? கேப்ஸ்டன் சிகரெட் பாக்கெட் ஒன்றுக்கு ரூ.150. பீடி கட்டிற்கு ரூ.50. சிறிய கோல்ட் பிளேக் பாக்கெட் ரூ.200. கஞ்சா, சரஸும் இதுபோல் கிடைக்கும்.

சொந்தமாக கைபேசி வைத்துக்கொள்ள பெரிய தொகை தர வேண்டும். (மில்லேனியம் பேரக்ஸில் கண்டிப்பாக அனுமதி கிடையாது).

வாரத்தில் ஆறு நாட்களும் குடும்பத்தினரை சந்திக்க வேண்டும் என்றால் பணம்.

தண்ணீர் பாட்டிலுக்கு ரூ.25. தயிருக்கு ரூ.30. ஒரு ஸ்வீட்டுக்கு ரூ.30. ஒரு புரோட்டாவிற்கு ரூ.15.

பேரக்ஸின் மருத்துவமனையில் நீண்ட நாட்கள் தங்க வேண்டும் என்றால், மாதம் ரூ.5,000 முதல் ரூ.10,000 வரை தந்தால், தங்கி விடலாம்.

பணம் தந்தால் உங்கள் சொந்த வேலைகளைச் செய்யவும் மற்ற கைதிகளைப் பயன்படுத்திக்கொள்ளலாம். அவர்கள் உங்கள் துணிகளை துவைத்துத் தருவார்கள். நீங்கள் பயன்படுத்துவதற்கு முன்பாக, கழிப்பறையை சுத்தம் செய்வார்கள். மசாஜ் செய்து விடுவார்கள். வேறு வகையில் சொன்னால், உங்களுக்கு மலிவான ஓர் அடிமை கிடைக்கும்.

எல்லாமே உங்கள் பணவசதியைப் பொருத்ததுதான். மில்லியனம் பேரக்ஸின் ரைட்டர் உங்கள் டிக்கெட்டை எழுதி விடுவார். அது மற்ற அனைவருக்கும் உங்களது அந்தஸ்தைக் காட்டி விடும். நீங்கள் பெரிய பணக்காரக் குடும்பத்தைச் சேர்ந்தவர் அல்லது அரசியல்வாதி அல்லது வங்கிக் கொள்ளை ஆள் கடத்தல் செய்து பணம் பறித்தல் என பெரிய குற்றங்கள் செய்தவர் என்றால் மாதம் ரூ50,000 முதல் ரூ1 லம்சம் வரை செலவழித்து சிறையில் வசதியாக இருக்கலாம்.

கண்ணியமான தோற்றத்தோடு, நல்ல உடைகளில், ‘மரியாதைப்பட்ட’ பின்னணி இருப்பதான தோற்றத்தோடு யாராவது கைதியாக உள்ளே வந்தால் போதும். அவரை நெருங்கி, தமது நண்பராக்கிக்கொள்ள கைதிகளுக்கு நடுவில் கடும் போட்டி நிலவும். காரணம் இந்தப் புதியவர் இவரது பீடி, சிகரெட், நொறுக்குத் தீனி என்ற அன்றாடத் தேவைகள் அனைத்தையும் பார்த்துக்கொண்டு விடுவார். நீண்டகால தண்டனை அனுபவிக்கும் கைதிகள் பலரும் பெரும்பாலும் மிக ஏழ்மையான சமூக-பொருளாதார அடுக்கிலிருந்து வந்தவர்களாகத்தான் இருப்பார்கள். வாடிக்கைக் குற்றவாளிகள், வெளியூர் குற்றவாளிகள் போன்றோருக்கு பார்வையாளர்களும் அதிகம் இருக்க மாட்டார்கள். இவர்கள் தம் அன்றாடத் தேவைகளுக்கு பிற கைதிகளை நம்பித்தான் இருக்க வேண்டும்.

பணம் இருந்தால், சிறைக்குள் வாழ்க்கை எளிதாக இருக்கலாம். ஆனால் நான் உள்ளே நுழைந்ததுமே இந்த அனைத்து வழிகளும் எனக்கு அடைக்கப்பட்டதை அறிந்தேன்.

மில்லேனியம் பேரக், பிரதான சிறை வளாகத்திலிருந்து தனித்து இருந்தது. அதில் நான்கு பேட்மிட்டன் மைதான அளவிற்கு பெரிய திறந்தவெளி இருந்தது. இதில் பாதி இடத்தில் கைதிகள் காய்கறித் தோட்டம் போட்டிருந்தார்கள். மற்ற பாதியில் அரைக் கதவு கொண்ட ஆறு கழிப்பறைகள். அதற்கு எதிரில் ஆறு குழாய்கள். அவற்றில் கைதிகள் திறந்தவெளியில் குளிக்க வேண்டும். அடி பைப்பும் இருந்தது.

கழிப்பறைகள் மிக மோசமாக, துர்நாற்றத்தோடு இருக்கும். பலர் தண்ணீர் ஊற்றமாட்டார்கள். கழிப்பறை போய் வந்தால் கை கழுவ மாட்டார்கள். நான் ஒவ்வொரு முறையும் கழிப்பறையை பயன்படுத்தும்முன் அதை சுத்தம் செய்வேன்.

சிறைக்கு வந்த பிறகு, பத்து நாட்களுக்குக் குளிக்காமல் இருந்தேன். திறந்தவெளியில் குளித்துப் பழக்கமில்லாததால், தயக்கமாக இருந்தது. மேலும் எனது வாழ்வில், சூழலில் ஏற்பட்ட மாற்றங்களை புரிந்துகொண்டு, ஏற்க மனதளவில் போராட வேண்டியதாக இருந்தது.

கதவுகளை பூட்டும் சமயத்தில் சைலேஷ் சிங் வந்தார். என்னைப் பார்த்ததும், என்னருகில் வந்தார்.

'டாக்டர் சாஹிப்! நான் உங்களுக்கு பெரிய ரசிகன். நீங்கள் பல குழந்தைகளைக் காப்பாற்றி இருக்கிறீர்கள்' என்றார். எல்லோரும் வியப்போடு எங்களைப் பார்த்தார்கள். பொதுவாக அவர் மற்ற கைதிகளிடம் மிகக் கடுமையாக நடந்து கொள்பவர். நிறைய வசூல் செய்து தருபவர் என்பதால் சிறை அதிகாரிகளுக்கு வேண்டப்பட்டவர்.

எண்ணிக்கை முடிந்ததும், அவர் எனது போர்வையை டி.ராம் அருகிலிருந்து எடுத்துச் சென்று, தனது இடத்திற்கு அருகில் விரித்தார். அவர் நிஜமாகவே நட்பாகப் பழகினார். ஆனால் எனக்கு இப்போதும் பேசும் மனநிலை இல்லை. நல்லவேளையாக, அவரே இருவருக்காகவும் பேசினார். தான் சாப்பிடும்போது, நான் சாப்பிட்டுவிட்டேனா என்றுகூட விசாரித்தார். சாப்பிட்டேன் என்று பொய் சொன்னேன்.

நான் அதிகம் பேசாவிட்டாலும்கூட, அவரது நட்பான செய்கைகள் சற்று ஆறுதலளித்தன.

அவர், 'இன்று இங்கு செட்டில் ஆக சற்று நேரம் எடுத்துக் கொள்ளுங்கள். நாளைக்கு நீங்கள் சிரித்த முகமாக இருக்க வேண்டும்' என்றார். என்னை உற்சாகப்படுத்த முயன்றார். ஆனால் நான் எதுவும் பேசாது போர்வையை எடுத்து முகத்தை மூடிக்கொண்டு, தூங்குவதுபோல் பாவ்லா செய்தேன். ஆனால், தூக்கம் வராமல், அது எங்கோ தொலைவில், வெகு தொலைவில் இருந்தது. கடும் பசி, மாலையில் தரப்பட்ட கால் ரொட்டி நினைவிற்கு வந்தது. சைலேஷ் சாப்பிடக் கூப்பிட்டபோது, மறுத்ததற்கு வருந்தினேன்.

பேரக்கில் இரவு கவிழ்ந்தது. நள்ளிரவு 2-3 மணியளவில் கடும் பசி எடுத்ததால், புதுக்கைதிகளுக்காக வைக்கப்பட்டிருந்த காய்ந்த ரொட்டியை தண்ணீர் தொட்டு எப்படியோ முழுங்க முயன்றேன்.

அதே சமயம், யாரேனும் பார்த்து விடுவார்களோ என்று சுற்றும் முற்றும் பார்த்துக்கொண்டேன். அந்தக் கூடத்தில் 180 பேர் அடைக்கப்பட்டு, மூச்சுத் திணறுவது போல் இருந்தது. அந்த இரவில் அந்தக் கூடம் மிகவும் சிறியதாகத் தெரிந்தது.

மக்கள் குறட்டை விட்டுக்கொண்டு, பேசிக்கொண்டு, இருமிக் கொண்டு, சொறிந்துகொண்டு, தும்மிக் கொண்டு, சிரித்துக் கொண்டு, அழுது கொண்டு, வாதம் செய்துகொண்டு, கழிப்பறை போய்க்கொண்டு இருந்தார்கள். சிலர் தூங்கும்போது அருகில் படுத்திருந்தவர் மேல் காலைப் போட்டார்கள். சிலர் அருகிலிருந்தவர் தலையில் கை வைத்தார்கள். மேலே மின்விசிறிகள் மிக மிக மெதுவாகச் சுழன்றன. பெரிய ஜன்னல்கள் இருந்ததால், அந்த மூச்சுத் திணறும் இடத்தில் சிறிதேனும் காற்றோட்டம் இருந்தது.

சரியாக மூச்சுவிடக்கூட முடியாது, நான் சீக்கிரம் விடிந்து விடும் என்று நினைத்தவாறே விழித்திருந்தேன். சிறிது நேரம் கழித்து, எழுந்து உட்கார்ந்து, சுற்றிலும் பார்த்தேன். விளக்குகள் எரிந்துகொணடிருந்தன. பெரும்பாலானோர் தூங்கிக் கொண்டிருந்தார்கள். சிலர் புகை பிடித்துக்கொண்டு, பேசிக் கொண்டு, வெறுமனே என்னைப் பார்த்துக்கொண்டு இருந்தார்கள். இரண்டு மணிநேரத்திற்கு ஒருமுறை, சிறை அதிகாரிகள் வந்து, ‘காவல்’, ‘காவல்’ என்று சத்தமிட்டார்கள். அது பெரும் எரிச்சலைத் தந்தது. அவர்கள் இரவுக் காவல் பணியில் இருக்கும் கைதிகளின் விரல்ரேகையை பதித்துச் செல்வார்கள். தண்ணீர், சிகரெட், சாப்பிட ஏதாவது கேட்டு சத்தமாகப் பேசுவார்கள்.

சில வாரங்களுக்குமுன் இப்படி ஓர் உலகம் இருக்கிறது என்றே அறியாத ஓர் உலகத்தில் நான் இருந்தேன். நீண்டகாலம் நான் அதன் ஒரு பகுதியாக இருக்கப்போகிறேன் என்பது அப்போது எனக்குத் தெரியாது.

11

சிறை வாசிகளும், அவர்கள் கதைகளும்

சிறையின் பணப்புழக்கம், சிறை இயங்கும் முறை பற்றி நான் லேசாக அறிந்து வைத்திருந்தவை, காலப்போக்கில் தெளிவாகப் புரிந்தன. இங்கு நான் என் அனுபவங்களை மிக சுருக்கமாகத்தான் எழுதியிருக்கிறேன். ஆனால் எனது சிறைவாசம் மிக மிகத் துன்புறுத்துவதாய், இழிவுபடுத்துவதாய், என் வாழ்வின் மிகத் அர்த்தமற்ற அனுபவமாய்த்தான் இருந்தது.

குடும்பத்திலிருந்து பிரிக்கப்பட்டு, பல ஆண்டுகள் படிப்பு, பயிற்சி மூலம் நான் கற்ற தொழிலைச் செய்யாமல் தடுக்கப்பட்டது, நியாயம் தரவேண்டிய அமைப்பிற்கு நான் பலி ஆகி விட்டதாகத் தெரிந்தது. ஆனால், எல்லோருமே, விஷயங்கள் 'சற்று அமைதியாகிவிட்டால்' எல்லாம் சரியாகி விடும் என்றார்கள். ஆனால் அந்த 'சற்று அமைதியாக விட்டால்' என்பது என்ன? அது எப்போது நடக்கும்? மேலும் மேலும் என்னைப் பற்றி தவறான செய்திகளைச் சொல்லிக்கொண்டே இருக்கும் ஊடக வெறிக்கு மத்தியில் எப்படி விஷயங்கள் அமைதியாகும்? தமது டிவி ஸ்டூடியோவின் பாதுகாப்பில் அமர்ந்த இரவும், பகலும் எனது ஆளுமையை அழிக்கும் ஊடகக்காரர்களுக்கு நான் எப்படி பதில் சொல்வேன்?

நான் தவறு செய்துவிட்டேன், என் குடும்பம், சமூகம், நாட்டிற்கு எதிராக ஏதோ ஒரு வகையில் குற்றமிழைத்து விட்டேன் என்று நான் மனதார உணர்ந்தால் நான் விருப்பத்தோடு கழிப்பறை சுத்தம் செய்வது முதல் சிறையில் தரப்படும் அத்தனை வேலைகளையும் செய்துவிடுவேன். ஆனால், மிக மோசமான, கடினமான சூழலில் சரியானதைச் செய்ததற்காக, அதுவும் உண்மையைப் பேசியதற்காக நான் மோசமாக தண்டிக்கப்படுகிறேன்.

செப்டம்பர் 7ம் தேதி, எண்ணிக்கைக்காக எழுந்து, கழிப்பறைக்கு வரிசையில் நின்றேன். ஒரு மணிநேரம் கழித்து என் முறை வந்தது. நான் ஒரு பழைய ஆயில் கேனையும், விளக்குமாரையும் எடுத்துக்கொண்டு சுத்தம் செய்யும் வேலையை ஆரம்பித்தேன்.

துர்நாற்றம் கடுமையாக இருந்ததால், சுத்தம் செய்யும் போதே வாந்தி எடுத்தேன். ஆனாலும், நன்கு சுத்தம் செய்தேன். இரு கைதிகளோடு சேர்ந்து பேரக்கைப் பெருக்கினேன். பல் தேய்த்து, தேநீர் அருந்தினேன். எனது சந்திப்பு நேரத்திற்காகக் காத்திருந்தேன். 11 மணிக்கு தாதி காகா வந்தார். ஏமாற்றம் அளிக்கும் செய்தியைச் சொன்னார். என்னைப் பார்க்க யாரும் வரவில்லை. அடீல் பாய் அலகாபாத் போயிருப்பார். ஆனால், ஷபிஸ்தா வந்திருக்கலாமே? என்ன ஆயிற்று? மனதில் திரும்பவும் ஏராளமான கேள்விகள், கவலைகள். மதிய மணி அடிக்கும் வரை ஒரு மூலையில் உட்கார்ந்திருந்தேன். மணி அடித்ததும் உள்ளே போகச் சொன்னார்கள்.

இப்படி தனிமையில் எவ்வளவு நாட்கள் இருக்க வேண்டும்? மெல்ல நான் சக கைதிகளிடம் பேச ஆரம்பித்தேன். ஒரு வழியாக சிறைவாசத்தின் ஆரம்பகட்ட அதிர்ச்சியைத் தாங்கிக்கொண்டு விட்டேன் போலும். என்னைச் சுற்றியிருந்த பல்வேறு விதமான மனிதர்களை கவனிக்க ஆரம்பித்தேன்.

ஆஸாத் பத்தொன்பது வயது இளைஞன். அவன் மீது போஸ்கோ சட்டத்தின்படி கொடும் குற்றச்சாட்டுகள் விதிக்கப்பட்டிருந்தன. விரோதிகளின் குடும்பங்களால் இச்சட்டத்தின்கீழ் குற்றம் சாட்டப்படும் பலரின் கதையைப் போன்றதுதான் இவன் கதையும். இவனுக்கு பதினேழு வயதாக இருக்கும்போது பதினைந்து வயதுபெண் ஒருத்தி மீது காதலாகி விட்டது. இவர்கள் திருமணம் செய்துகொள்ள முடிவு செய்தார்கள். வீட்டை விட்டு மும்பைக்கு ஓடி விட்டார்கள். குடும்பத்தினர் கண்டுபிடித்து விட்டார்கள். குடும்பத்தினரின் மிரட்டலால் அந்தப் பெண் தனது வாக்குமூலத்தை மாற்றிக் கொடுத்துவிட்டாள். எஃப்ஐஆர் போடப்பட்டது. விரைவு நீதிமன்றம் தந்த ஏழாண்டு கடுங்காவல் தண்டனையை இப்போது அனுபவித்துக் கொண்டிருக்கிறான்.

நல்ல உற்சாகமான பையன். மந்திரிஜி என்றழைக்கப்பட்ட ஒருவருக்கு அத்தனை வேலைகளையும் இவன்தான் செய்வான். மந்திரிஜிக்கு படுக்கை விரிப்பான், தேநீர், பழங்கள், ஸ்நாக்ஸ் பரிமாறுவான். அவர் தலைமுடிக்கு சாயம் பூசுவான். அவரது துணிகளைத் துவைப்பான். பெரும்பாலான நேரங்களில் மந்திரிஜி அவனைத் திட்டிக்கொண்டே இருப்பார். ஆனால் அவன் கண்டுகொள்ள மாட்டான். ‘ சிறையில் எப்படியாவது பொழுதுபோக வேண்டுமே?’ என்ற எண்ணத்தில் தன் வேலைகளைத் தொடர்வான்.

நான் சந்தித்த மற்றொரு இளைஞன் ரோஹீ. இருபத்தியைந்து வயது. கற்பழிப்புக்காக 376 செக் ஷன்படி குற்றம் சாட்டப்பட்டவன். அவன் தனது கிராமத்தில் சிறுவனாக இருக்கும்போதே திருமணம் செய்துவைத்து விட்டார்கள் என்றான். வேலைக்காக மும்பை போனவன், அங்கே வேறொரு பெண்ணை திருமணம் செய்து விட்டான். கிராமத்தில் உள்ளவர்களுக்கு இது தெரிந்து விட்டது. இரு மனைவிகளையும் இவன் பார்த்துக்கொண்டான் என்றாலும், முதல் மனைவி கற்பழிப்புப் புகார் தந்துவிட்டாள். ரோஹீ கடுமையான உழைப்பாளி. சைலேஷிடம் மேற்பார்வையாளராக வேலை பார்த்தான். யார் பக்கி மாமூல் தரவில்லை என்பதை கண்காணிப்பான். பேரக்ஸ், கழிப்பறைகளை சுத்தம் செய்வது, தோட்ட வேலைகள், குப்பைகளை அப்புறப்படுத்துவது ஆகியவை ஒழுங்காக நடக்கின்றனவா என்று கண்காணிப்பான். குப்பைகளைப் போட பெரிய டிரம்மை வைத்திருப்பார்கள். அதில் மிஞ்சிய உணவு, பேப்பர் கப்புகள், குப்பைகளைப் போடுவார்கள். தினமும் இருமுறை டிரம் நிறைந்து விடும். நான்கு கைதிகள் அதை எடுத்துச்சென்று குப்பைக்கிடங்கில் கொட்டவேண்டும்.

அடிப்படையான தனிப்பட்ட சுகாதாரத்திற்கு கைதிகள் சிறிதும் முக்கியத்துவம் தராததை என்னால் ஏற்றுக்கொள்ளவே முடியவில்லை. ஒரு பக்கம் கழிப்பறையின் உடைந்த பைப் வழியாக கழிவு நீர் வெளியே ஓடிக்கொண்டிருக்கும். அதில் லட்சக்கணக்கான ஈக்கள். அங்கு போக வேண்டும் என்று நினைத்தாலே எனக்கு குமட்டிக்கொண்டு வரும். ஆனால் கைதிகள் அங்கு நின்றுதான் சிறுநீர் கழிப்பார்கள். கழிப்பறை அசுத்தமாக இருப்பதால் இப்படிச் செய்கிறார்களா அல்லது திறந்த வெளியில் சிறுநீர் கழிப்பதுதான் அவர்களது வழக்கமா என்று எனக்குப் புரியவே இல்லை.

எனக்கு எப்போதும் சோப் போட்டு கை கழுவ வேண்டும். நிறைய தண்ணீர் வேண்டும். சில நாட்கள் கழித்து ஒரு சோப் வாங்கி வைத்துக்கொண்டேன்.

விஸ்வா என்று ஓர் இளம் கைதி. போலீஸ்காரன். மிக உதவிகரமாக, நட்பாக இருப்பான். அவன்மேல் வரதட்சணை வழக்கு. திருமணமான ஓராண்டிற்குள் அவனது மனைவி தற்றொலை செய்து கொண்டு விட்டாள். சின்னச் சின்ன விஷயங்களுக்கு அவர்களுக்குள் சண்டை வருமாம். ஒருநாள் கதவைப் பூட்டிக் கொண்டு, தூக்கில் தொங்கிவிட்டாள். அவளோடு

பேசும்போது, எனது திருமண வாழ்வின் முதல் வருடம் நினைவிற்கு வந்தது. என் வாழ்வின் மிக அழகான நாட்கள் அவை. விஸ்வாவின் பெற்றோரும் தண்டனை பெற்றார்கள். அம்மா சிறையில் இருந்தார். அப்பாவிற்கு ஜாமீன் கிடைத்து விட்டது. போலீஸுக்கு பெரிய தொகை கொடுத்ததால், விஸ்வாவின் சகோதரர்களை வழக்கில் சேர்க்காமல் விட்டுவிட்டார்கள். அனைத்திற்கும் மேலாக, பெண் வீட்டார், ரூ.10 லட்சம் கொடுத்தால், வழக்கை திரும்பப் பெற்றுக்கொள்வதாகச் சொல்கிறார்கள். விஸ்வா முன்கோபக்காரன். தான் போலீஸ் என்ற நினைப்பில் மற்ற கைதிகளோடு அடிக்கடி சண்டை போடுவான். மற்ற சிறைக் காவலர்கள் அவனிடம் நட்பாக இருப்பார்கள். ஆனால் சைலேஷுக்கு அவனைப் பிடிக்காது. அடிக்கடி வாதம் செய்வார்கள். எனக்கு அவனைப் பிடிக்கும். காரணம் தினமும் காலையில் உடற்பயிற்சி வகுப்பு நடத்தினான். பாபாசாஹேப் அம்பேத்கர் பற்றி கற்றுத் தந்தான்.

மற்றொரு புறம் மந்திரிஜியுடனான எனது பழக்கம் மற்றொரு திசையில் எனது கல்வியை மேம்படுத்தியது.

மந்திரிஜி கோரக்பூரின் மஹாராஜ் கஞ்ச்சின் தடாலடி அரசியல்வாதி. (இந்தியில் பாகுபலி அரசியல்வாதி என்று சொல்கிறார்கள் - மொழி பெயர்ப்பாளர்). அவர் பூர்வாஞ்சல் பகுதியில் புகழ்பெற்ற தடாலடி அரசியல்வாதிகளில் ஒருவர். அவரது செல்வாக்கு மிகப் பெரியது. காங்கிரஸ், பகுஜன் சமாஜ், சமாஜ்வாடி என அத்தனை கட்சி ஆட்சியிலும் மந்திரியாக இருந்தவர்.

அரசியலில் வளர்ந்து வந்த 24 வயதுப் பெண் கவிஞர் ஒருவரோடு நெருக்கமாகி, அந்தப் பெண் கர்ப்பமாகி, அவளது அபார்ட்மெண்ட்டில் இறந்துகிடந்ததோடு, மந்திரிஜியின் அதிர்ஷ்டம் சரிய ஆரம்பித்தது. அப்பெண்ணைக் கொலை செய்ய சதி செய்த குற்றத்தில் மந்திரிஜியும், அவர் மனைவியும் குற்றவாளிகள் என உறுதி செய்யப்பட்டு, இருவருக்கும் ஆயுள் தண்டனை விதிக்கப்பட்டது. நான் கோரக்பூர் சிறையில் அடைக்கப்பட்டபோது, அவர் பதினாறாவது ஆண்டாக சிறையில் இருந்தார். நான் மருத்துவக் கல்லூரியில் வேலை பார்த்தபோதே அவரைப் பற்றி கேள்விப்பட்டிருக்கிறேன். காரணம் அவர் கல்லூரி வளாகத்தில் சுதந்திரமாகத் திரிந்து கொண்டிருப்பார். 2017ல் ஆட்சி மாற்றத்திற்குப் பிறகுதான் சிறைக்குத் திரும்பினார். இந்த பேரக் அவருக்காக ஒதுக்கப்பட்டது.

அவர் மற்ற கைதிகளுக்கு உதவுவார். ஆனால், தான் உதவி செய்பவரை எல்லார் முன்னிலையிலும் கேவலமாகப் பேசும் அவரது பழக்கத்தால், அவர் பெருந்தன்மையானவர் என்ற பிம்பம் சிதைந்தது.

மந்திரிஜியின் குத்தல் பேச்சுகளுக்கு நானும் தப்பவில்லை. 'நீங்கள் சிலிண்டர் ஏற்பாடு செய்தேன், அதனால் இங்கே இருக்கிறேன் என்கிறீர்கள். இப்படிப் பேசுவதை நிறுத்திவிட்டு, ' 'நான் ஏன் இங்கே இருக்கிறேன்?' என்று கேட்க ஆரம்பித்தால்தான் விடுதலை பெறுவீர்கள். 'நான் என்ன தப்பு செய்தேன்?' 'பல குழந்தைகள் இறந்தார்களே' என்று திரும்பத் திரும்ப சொல்லிக் கொண்டிருந்தால், சிறையில் வாட வேண்டியதுதான். அப்படியே, விடுதலை பெற்றாலும், திரும்ப இங்கு வந்து விடுவீர்கள்' என்பார்.

இந்த அறிவுரை சொல்லப்பட்ட போது நான் மௌனமாக இருந்தேன். சொல்வதற்கு என்ன இருக்கிறது?

ஒருநாள், 2007ல் ஒரு கலவரம் தொடர்பாக யோகி ஆதித்யநாத் இந்த சிறையில் அடைக்கப்பட்டிருந்த கதையை மந்திரிஜி எனக்குச் சொன்னார்.

'அவர் பாஜக நாடாளுமன்ற உறுப்பினராக இருந்தபோது ஒரு மதக் கலவரம் நடந்தது. ஓர் அமைப்பு பேருந்துகளை, பொதுச் சொத்துகளை தீக்கிரையாக்கியது. மாற்றுத்திறனாளி மாணவர்கள் பயணித்த ஒரு ரயில் பெட்டி கூட தப்பவில்லை. அவரும், அவரது ஆதரவாளர்களும் பொது அமைதிக்குப் பங்கம் விளைவித்தது. தடை உத்தரவை மீறியது ஆகிய குற்றங்களுக்காக சிறையில் அடைக்கப்பட்டார்கள். நீங்கள் இருக்கும் இதே மில்லேனியம் பேரக்கில் தான் அவர் பதினைந்து நாட்கள் இருந்தார். தன்னை சந்திக்க வருபவர்களிடம் எல்லாம், 'என் நிலைமையை சரிசெய்ய ஏதாவது செய்யுங்கள். வெறுமனே என்னைப் பார்க்க வராதீர்கள்!' என்பார்.

அச்சமயத்தில் சிறையில் இருந்த மற்ற கைதிகளும் மந்திரிஜி சொன்னதை உறுதி செய்தார்கள். நான் இருக்கும் அதே சிறையில் அவரும் ஒரு காலத்தில் இருந்தார் என்பது எத்தனை வினோதம்!'

மற்றவர்களிலிருந்து தனித்துத் தெரிந்த மற்றொரு கைதி ஆகாஷ். முப்பது வயது இளைஞர். இரட்டைக் கொலைக்காக சிறையில் இருந்தார். அவரது சகோதரர் மற்றொரு பேரக்கில் சிறையில் இருந்தார். அவர் ஒரு மன நோயாளி. திடீர் திடீரென அவரது

மனநிலை மாறும். அவர் என்னோடு பேச விரும்புவார். ஆனால் நான் எப்போதும் அவரிடமிருந்து சற்று விலகியே இருப்பேன். அவரது உடல்நிலை காரணமாக அல்ல. அவர் போதை மருந்துகள் பயன்படுத்துபவர் என்பதால். எல்லோருமே அவரைப் பார்த்துப் பயந்தார்கள். அவரைத் தவிர்த்தார்கள். சமயங்களில் மணிக்கணக்காக நாய்போல் குரைப்பார். சில சமயம் மற்ற கைதிகளோடு சண்டை போடுவார். பதின்பருவ இளைஞர்களான கைதிகள் வந்தால், தன் அருகே படுத்துக் கொள்ளச் சொல்லி கட்டாயப்படுத்துவார். அவர் மனைவி அவரை விட்டுப் பிரிந்து சென்றுவிட்டார். அவரைப் பார்க்க யாரும் வரமாட்டார்கள்.

சிறைக்குள்ளே நடக்கும் பாலியல் அத்துமீறல்கள் மற்றொரு பேசப்படாத உண்மை.

இந்த அத்துமீறல்காரர்கள் பணம் கொடுத்து அல்லது கட்டாயப்படுத்தி இளைஞர்களை பாலியல் ரீதியாகத் துன்புறுத்துவார்கள். சிறார்களுக்கு தனி பிளாக் இருந்தாலும் இது வழக்கமாக நடந்தது. சிறையில் எல்லோருக்கும் இது தெரியும். ஆனால் தெரியாதது போல் இருப்பார்கள். ஆனால் யாராவது மாட்டிக்கொண்டுவிட்டால், கடுமையாக அடித்து, கூடுதல் பாதுகாப்பு உள்ள பேரக்கிற்கு அனுப்பி விடுவார்கள்.

நான் இருந்த காலத்தில், இது போன்ற சம்பவங்கள் அபூர்வம் என்பதால் கேள்விப்படவே செய்தேன். எனினும், ஒருநாள் கழிப்பறையில், பதினாறு வயதுச் சிறுவன் ஒருவன் திடீரென்று என் கால்களைப் பிடித்துக் கொண்டு, உதவி செய்யுமாறு கெஞ்சினான். இருவர் கழிப்பறைக்குப் பின்னால் உள்ள விளக்குகளை அணைத்துவிட்டு, தன்னைத் தாக்க முயற்சி செய்ததாகச் சொன்னான். அவர்கள் பெயர் தெரியுமா என்று கேட்டதும், பயந்திருந்த அந்த சிறுவன் அழ ஆரம்பித்து விட்டான்.

அவனை சைலேஷிடம் அழைத்துச் சென்று, விஷயத்தைச் சொன்னேன். சைலேஷ் அவனை எங்கள் பக்கத்தில் படுத்துக் கொள்ளச் சொன்னார்.

காலையில் திரும்பவும் அவனிடம், ஜெயிலர் முன்னிலையில் அவர்களை அடையாளம் காட்ட முடியுமா என்று கேட்டேன். ஏதாவது சொன்னால் தன்னைக் கொன்று விடுவார்கள் என்று சொல்லி மறுத்தான். பின்னர், சைலேஷ் அவனை சிறார் பேரக்கிற்கு அனுப்பி விட்டார். அவனை திரும்பவும் நான் பார்க்கவில்லை.

செப்டம்பர் 9ம் தேதி, நான் பிஆர்டி மருத்துவக் கல்லூரியின் கணக்குப் பிரிவின் மூத்த எழுத்தரான சுதீர் பாண்டேயை சந்தித்தேன். மார்ச் 2017ல் நிதி ஒதுக்கீடு காலாவதி ஆனது குறித்த விசாரணையில், தவறுக்குப் பொறுப்பானவர் என்று குற்றம் சாட்டப்பட்டவர் இவர். சுதீர் கிட்டத்தட்ட பிஆர்டி வளாகத்திலேயே வளர்ந்தவர் என்று சொல்லலாம். கடைநிலை ஊழியரிலிருந்து மூத்த மருத்துவர்கள் வரை எல்லோரையும் அவருக்குத் தெரியும். அவர் தந்தையும் இதே கல்லூரியில் வேலை பார்த்தவர் என்பதால், அவர் சிறுவயது முதல் மற்ற அதிகாரிகள் வீட்டுக் குழந்தைகளோடு விளையாடி வளர்ந்தவர். அவர்களும் பின்னாளில் மருத்துவத் துறையில் பணியில் சேர்ந்தார்கள் என்பதால் கோரக்பூரிலிருந்து லக்னோ செயலகம் வரை அதிகாரிகள் மட்டத்தில் அவருக்குப் பழக்கம் உண்டு.

நான் என் வாழ்வில் இரண்டாவது முறையாக சுதீரைச் சந்திக்கிறேன். முதல் சந்திப்பு ஆகஸ்ட் 11 அன்று அவர் 100 வது வார்டுக்கு வந்து மோடி கேஸில் இருந்து சிலிண்டர் ஏற்பாடு செய்வதாகச் சொன்னபோது நடந்தது.

சுதீர் ஒரு வழமையான அரசாங்க ஊழியர். எல்லோரிடமும் நல்ல உறவைப் பேணுபவர். அவர் மந்திரிஜியிடம் நீண்ட நாள் பழகியவர்போல் என்னிடம் காட்டிக்கொண்டார். இந்த மில்லேனியம் பேரக் கட்டும்போதே, தான் அங்கு வந்திருப்பதாக என்னிடம் சொன்னார். ஆனால் நான் மந்திரிஜியுடனான பழக்கம் பற்றிய அவரது கூற்று சற்று மிகைப்படுத்திச் சொல்லப்பட்டதாகவே கருதினேன்.

முதல்வரோடு பேசியபோதும் சுதீரிடம் பேசியபோதும், நான் பிஆர்டி மருத்துவக் கல்லூரியில் உள்ள அதிகார சமன்பாடுகள், ஊழல் குற்றச்சாட்டுகள் பற்றி நிறைய தெரிந்துகொண்டேன்.

முதல்வர் சுதீரும், கண்காணிப்பாளரும் கூட்டாளிகள் என்றும், மருத்துவமனை மருந்துகளை வெளியில் விற்பார்கள் என்றும், பில்களுக்கு பணம் வழங்க கமிஷன் வாங்குவார்கள் என்றும் சொல்லியிருந்தார். சுதீர் மோடி கேஸ் நிறுவனத்திற்கு நெருக்கமானவர் என்று தன் மனைவி கூறியதாகச் சொன்னார். பழைய முதல்வர் குஷ்வாஹாவின் பதவிக் காலத்தில் மோடி கேஸ் காலி சிலிண்டர்களுக்கும் பணம் வாங்கி கல்லூரியை ஏமாற்றியதாக அவர் மனைவி கூறினாராம். உண்மையில் இதனால்தான் அவர் ஆக்சிஜன் ஒப்பந்தத்தை ஐஜி எல்லிற்குத் தந்தாராம். இப்போது அவர்

இல்லாத நேரத்தில் நடந்த பல சம்பங்களை சுட்டிக்காட்டி குஷ்வாஹாவை முதல்வராக்க சிலர் முயற்சி செய்வதாகவும் சொன்னார். லிப்ட் ரிப்பேர் ஆனது, நோயாளி ஒருவரது உறவினர்கள் செய்த ரகளை, 2016 அக்டோபர் 28 அன்று ஆக்சிஜன் டேங்க் வால்வ் பழுதாகி, சிறிது நேரம் ஆக்சிஜன் சப்ளை நின்றது என பல விஷயங்களுக்கு தன் மீது குற்றம் கூறப்படுகிறது என்றார் அவர்.

மாறாக, சுதீர் முதல்வர் ராஜீவ் மிஸ்ராவின் மனைவி வீட்டில், இருந்தபடி (அது ஒரு வித கேம்ப் அலுவலகம் போலவாம்) முழு நிர்வாகத்தையும் எப்படி நடத்தினார் என்று விரிவாகக் கூறினார். டெண்டர்கள், ஒப்பந்தங்கள், பணப்பட்டுவாடா, உத்தரவுக் கோப்புகள் எல்லாவற்றையும் அவர்தான் முதலில் படிப்பாராம். பின் யாருக்கு ஒப்பந்தம் தருவது, எவ்வளவு பணம் தருவது என்று அவர் சொல்வதன்படி முடிவு எடுக்கப்படுமாம்.

நான் சொந்தக் கருத்து எதுவும் கூறாமல் இரு தரப்பையும் கேட்டுக்கொண்டேன். இரு தரப்பின் குற்றச்சாட்டுகளும், எதிர் குற்றச்சாட்டுகளும் 2017 ஆகஸ்டில் மரணமடைந்த அந்தக் குழந்தைகள், அவர்களது பெற்றோர்களைப் பொருத்தவரை அர்த்தமற்றவை. இரு தரப்பும் மாறி மாறி சொல்லிக்கொள்ளும் குற்றச்சாட்டுகளால் எந்தத் தவறும் செய்யாமல் சிறையில் வாடும் எனக்கு என்ன பயன்?

உண்மையில், நேர்மையான ஓர் ஒற்றை விசாரணை உண்மைகளைக் கண்டுபிடித்து, குற்றவாளிகளைத் தண்டிக்கப் போதுமானது. ஆனால், யாருமே முறையான விசாரணையை மேற்கொள்ள வில்லை. ஆரம்பத்திலிருந்தே சம்பந்தப்பட்ட ஒவ்வொரு அதிகாரியும் அல்லது இதில் சம்பந்தப்படாதவர்களும் கூட உண்மைகளை மறைக்கவே விரும்பினார்கள். இறந்த குழந்தைகள், அவர்களின் பெற்றோர்கள் பற்றி யாருக்கும் அக்கறை இல்லை.

இந்தக் குழந்தைகள் எல்லோருமே ஏழைகள் என்பதுதான் காரணமா?

மருத்துவக் கல்லூரியின் அரசியல், ஊழல்கள் பற்றி சுதீர், முதல்வர் மூலம் அறிந்தவை, நான் ஆக்சிஜன் ஏற்பாடு செய்தேன். நான் நிரபராதி என்று சொல்லிக்கொண்டிருக்கக் கூடாது என்ற மந்திரிஜியின் அறிவுரை ஆகியவற்றை மீறி பல கேள்விகள் என் மூளையைக் குடைந்துகொண்டிருந்தன. முறையான விசாரணை

என்று எப்போதாவது நடந்தால், அது கீழ்க்கண்ட அம்சங்களில் கவனம் செலுத்த வேண்டும்.

டாக்டர், ராஜீவ் மிஸ்ராவும், ஆக்சிஜன் சப்ளைக்குப் பொறுப்பான டாக்டர். சதீஷ்குமாரும் விடுப்பில் இருந்தபோது, அவர்கள் இடத்தில் இருந்தது யார்? அவர்களது பங்கு ஏன் விசாரிக்கப்படவில்லை?

ஆகஸ்ட் 10-11க்கு இடையிலான இரவில் மற்ற துறைகளான அறுவை சிகிச்சை, விபத்து, பிரசவம் போன்ற துறைகளின் வார்டுகளில் ஆக்சிஜன் தட்டுப்பாடால் பெரியவர்கள் எத்தனை பேர் இறந்தார்கள்?

குழந்தைகள் நலப் பிரிவின் மற்ற மருத்துவர்களின் – குறிப்பாக துறைத் தலைவர், மூளையழற்சி பிரிவின் தலைவர் – பங்கு பற்றி ஏன் விசாரிக்கவில்லை? அன்றிரவு ஆக்சிஜன் பற்றாக்குறையின் போது பிற துறைகளின் மருத்துவர்கள் என்ன செய்தார்கள்? மாவட்ட மாஜிஸ்திரேட், மருத்துவக் கல்வி டைரக்டர் ஜெனரல், முதன்மைச் செயலாளர் போன்ற உயர் அதிகாரிகளின் பங்கு பற்றி யார் விசாரிப்பார்கள்? இவர்களுக்குத்தான் நிலுவைத் தொகை பற்றி புஷ்பா சேல்ஸ் எல்லா கடிதங்களையும் எழுதியிருக்கிறது. விசாரணையின் போது போலீஸ் ஏன் கல்வி அமைச்சர், சுகாதார அமைச்சர் ஆகியோரை ஒருமுறை கூட விசாரிக்கவில்லை? கோரக்பூரிலிருந்து வெகு தொலைவில் இருக்கும் ஐஜிஎல் நிறுவனத்திற்கு எப்படி ஒப்பந்தம் கிடைத்தது? 4,000 எம்எம்சி டபிள்யூவாக ஆக்சிஜன் அளவு குறையும் போதே மேலதிகாரிகளுக்கு தகவல் தராமல் அது 900 ஆக குறைந்த பிறகு தகவல் தந்த ஆக்சிஜன் பைப் லைன் ஊழியர்கள் பற்றி யார் விசாரிப்பது? அவர்கள் ஏன் முதல்வர் வெளியூர் சென்ற பிறகு தகவல் தந்தார்கள்? அலகாபாத் உயர் நீதிமன்றமே புஷ்பா சேல்ஸ், பி ஆர் டி, ஐனாக்ஸ் இடையிலான முத்தரப்பு ஒப்பந்தம் பற்றி கேள்வி எழுப்பிய பிறகும், அதுபற்றி ஏன் விசாரிக்கவில்லை? யாருடைய உத்தரவின் பேரால் விசாரணை திடீரென நிறுத்தப்பட்டது? முன்னாள் முதல்வரின் பங்கு என்ன? அவருக்கும், வேறு பலருக்கும் நோட்டீஸ் தரப்பட்டபோதும் மேற்கொண்டு ஏன் விசாரிக்கவில்லை?

இந்த அத்தனை கேள்விகளையும் விட்டுவிட முடியாது. ஆனால் இவற்றிற்கு விடையும் இல்லை.

12

பார்வையாளர்களும், மற்றவர்களது வருகையும்

செப்டம்பர் 10ம் தேதி ஞாயிற்றுக்கிழமை என் மனைவி என்னை சந்திக்க வந்திருப்பதாக தாதி காகா வந்து சொன்னார். என் இதயம் படபடத்தது. நீண்ட நேரம் குளித்தேன். சிறையில் சோப்புதான் ஷாம்புவாகவும் பயன்படும். உடை உடுத்தி, காலை உணவு சாப்பிட்டு, ஷபிஸ்தாவிற்காகக் காத்திருந்தேன்.

சந்திப்பிற்கு பதிவு செய்வதற்காக, பார்வையாளர்கள் சிறைக்கு காலையில் சீக்கிரமாகவே வரவேண்டும். முதல் பார்வையாளர் நேரத்திற்கு காலை 6 முதல் 7 வரையிலும், இரண்டாவதற்கு காலை 8 முதல் 10 வரையும் பதிவு செய்துகொள்ள வேண்டும். அச்சமயம் அவர்களிடம் பார்ச்சி எனும் துண்டுச்சீட்டை தருவார்கள். பிறகு தாதி காகா வந்து அந்த கணினி துண்டுச் சீட்டை கைதியிடம் காட்டி வந்தவரை சந்திக்க விருப்பமா என்று கேட்பார்.

கைதியின் ஒப்புதல் பதிவு செய்யப்பட்டதும், தாதி காகா சிறை அலுவலகத்தில் கைதியின் அட்டையை எடுத்து அந்த வாரம் அனுமதிக்கப்பட்ட பார்வையாளர் எண்ணிக்கைக்குள் இது வருகிறதா என்று பார்ப்பார். பார்க்க அனுமதிக்கலாம் என்றால் ஜெயிலர் அனுமதிச் சீட்டில் கையெழுத்திடுவார்.

முதல் சுற்று பார்வையாளர்களுக்கான அனுமதிச்சீட்டு முதலில் தரப்படும். முதல் சுற்று சந்திப்புகள் முடிந்த பிறகு இரண்டாம் சுற்றுக்கான அனுமதிச் சீட்டுகள் தரப்படும்.

ஜெயிலர் இல்லை என்று சீட்டு வருவது தாமதமாகும். சீட்டைக் கொண்டு வந்து தர வேண்டிய ரைட்டர் அதை மறந்து போய், எங்காவது நண்பர்களோடு நின்று சிகரெட் குடித்துக் கொண்டிருப்பார். அது போன்ற நேரங்களில் ஒவ்வொரு நிமிடமும் கொடுமையாக இருக்கும். காத்திருக்கும் நேரம் தாங்க முடியாததாக இருக்கும். அந்தச் சமயங்களில் அனுமதிச்சீட்டிற்காக சிறை அதிகாரிகளை, ரைட்டரை பிச்சைக்காரனைப்போல் கெஞ்ச நேரும்.

சில சமயங்களில் சீட்டுவரும் நேரத்தில் சம்பந்தப்பட்ட கைதிகளில் சிலர் குளித்துக்கொண்டோ, சாப்பிட்டுக்கொண்டோ இருப்பார்கள். அவர்களது சந்திப்பு முடிந்த பிறகுதான், பிறரது சந்திப்பு என்பதால், என்னைப்போல் தயாராக இருப்போர்கூட பொறுமையின்றி காத்திருக்க நேரும். இரண்டாவது சந்திப்பு நேரத்திற்கு அனுமதி வாங்கியவர்கள், முதல் சந்திப்புகள் முடிந்து அவர்கள் வரும் வரை காத்திருக்க நேரும்.

ஒருவழியாக, ரைட்டர் வந்து எங்கள் பெயர், தந்தை பெயரை அழைத்தார். எல்லோரையும் எண்ணிப் பார்த்த பிறகு, இரண்டிரண்டு பேராக சந்திப்பு இடத்திற்கு நடத்திச் சென்றார்கள்.

சந்திக்க வரும் பார்வையாளர்களும் பல்வேறு நடைமுறைகளைக் கடைப்பிடிக்க வேண்டும். முதலில் அவர்களது பெயர், முகவரி சரிபார்ப்பிற்காக வரிசையில் நிற்க வேண்டும். ஆதார் அட்டை நகலைத் தர வேண்டும். கைரேகை வைக்க வேண்டும். பிறகு, விசிட்டர் என்ற ஒரு முத்திரையை அவர்கள் கையில் பதிப்பார்கள்.

அடுத்து அவர்கள் கொண்டுவந்துள்ள பைகள், பர்ஸ் போன்றவற்றை சோதனை செய்ய ஒரு வரிசையில் நிற்க வேண்டும்.

பின்னர் சிறைக்குள் நுழைய ஒரு வரிசையில் நிற்க வேண்டும். உள்ளே நுழைந்ததும் மீண்டும் பைகளை சோதிக்க ஒரு வரிசை.

பிறகு துணை ஜெயிலர் அல்லது ரைட்டர் அவர்கள் கையில் வைக்கப்பட்டுள்ள முத்திரையை சோதிப்பார்கள். சோதித்துவிட்டு அந்த முத்திரைக்குக் கீழே சிவப்பு பேனாவால் கையெழுத்திடுவார்கள். இப்படியாக ஒரு பார்வையாளர் உள்ளே நுழையவே இரண்டு – மூன்று மணிநேரங்கள் ஆகி விடும்.

நான் காலையிலிருந்து பதட்டமாக இருந்தேன். இந்த சுட்டெரிக்கும் வெயிலில் என் பரிதாபத்திற்குரிய மனைவியும், மகளும் இத்தனை நீண்ட நடைமுறைகளை எப்படித் தாங்குவார்கள்?

ஷபிஸ்தாவைப் பார்த்த கணத்தில், ஓடிப் போய் அவளை அணைத்துக்கொள்ள வேண்டும் போல் இருந்தது. ஆனால் அந்த இடத்தைவிட்டு நகர அனுமதியில்லை. காத்திருக்க வேண்டும்.

அவள் நீலநிற சல்வாரும், ஸ்போர்ட்ஸ் ஷூவும் அணிந்திருந்தாள். ஜாப் பிங்க் உடையில் இருவரும் அவ்வளவு அழகாக இருந்தார்கள்.

ஒரு கையில் ஜாப், ஒரு கையில் என் உடைகள் உள்ள பை, பழங்கள், ஸ்நாக்ஸ் உள்ள பையை தூக்கிக்கொண்டு ஷபிஸ்தா

என்னை நோக்கி வந்தாள். ஜாப் அவளை இறுக்க கட்டிப்பிடித்துக் கொண்டிருந்தாள்.

எங்கள் கண்கள் சந்தித்ததும், அவை கண்ணீரால் நிரம்பின. பதினைந்து நாட்கள் அவளைப் பார்க்காமல், இன்று சிறையில் பார்ப்பது பெரும் வேதனையைத் தந்தது. அந்தப் பதினைந்து நாட்களில் எங்கள் உலகமே தகர்ந்து விட்டது. நான், 'ஜாப், ஜாப்' என்று கத்தினேன். மக்கள் என்னை திரும்பிப் பார்த்தனர். நான் கண்டுகொள்ளவில்லை.

ஜாப் திரும்பி என்னைப் பார்த்தாள். என்னை வினோதமாகப் பார்த்தாள். என் தாடி காரணமாக இருக்கலாம். கைதான நாளிலிருந்து நான் முகச்சவரம் செய்துகொள்ளவில்லை. ஆனால் நான் கையை நீட்டியதும், மகிழ்ச்சியாகச் சிரித்தாள். அம்மாவின் கையில் நெளிந்தாள். ஷபிஸ்தா அவளை கீழே இறக்கி விட்டாள். அவள் என்னை நோக்கி தளர்நடையிட்டு வந்தாள். இன்னும் சரியாக நடக்க வராததால், கீழே விழுந்தாள். நான் ஓடிச் சென்று அவளைத் தூக்கி பைத்தியக்காரன்போல் முத்தமிட்டேன். என் மனைவியை அணைத்துக் கொண்டு அழ ஆரம்பித்தேன். ஆனால் அவள் என்னை விட தைரியமாக இருந்தாள்.

'கஃபீல்! எல்லோரும் நம்மைப் பார்க்கிறார்கள்' என்றாள் மெதுவாக. மனமில்லாமல் அவளை விடுவித்தேன். அவள் கொண்டு வந்த விரிப்பை தரையில் விரித்து உட்கார்ந்தோம். ஜாப் என் தலைமுடி, தாடியைப் பிடித்து விளையாட ஆரம்பித்தாள். சில நிமிடங்களுக்கு இருவரும் பேசவில்லை. ஒருவரையொருவர் மௌனமாகப் பார்த்துக்கொண்டிருந்தோம்.

'எப்படி இருக்கிறீர்கள்?' என்றாள்.

'நீ எப்படி இருக்கிறாய்?' என்றேன்.

'முதலில் நீங்கள் சொல்லுங்கள்.'

'நான் நன்றாக இருக்கிறேன். என்னால் நீங்கள் மிகவும் சிரமப்பட்டதை நினைத்து வருத்தமாக இருக்கிறது. குடும்பமே எவ்வளவு துன்பப்படுகிறது!'

'இல்லை. அப்படியெல்லாம் சொல்லாதீர்கள். இது உங்கள் தவறில்லை. நாங்கள் உங்களோடு இருக்கிறோம். நம்மைச் சுற்றி உள்ள எல்லோருக்குமே இது உங்கள் தவறு இல்லை என்று தெரியும். எல்லோருமே உங்களைப் புகழ்கிறார்கள். அரசாங்கத்தைத் திட்டுகிறார்கள்.'

அவளது வார்த்தைகள் புண்பட்ட என் இதயத்திற்கு மருந்தாக இருந்தன.

‘கவலைப்படாதீர்கள், விரைவில் வெளியே வந்து விடுவீர்கள். அடீல் பாய் விரைவில் ஜாமீன் மனு தாக்கல் செய்யப் போகிறார்’ என்றாள்.

அவள் அடுத்து சொன்னது கவலை தந்தது. ‘ போலீஸ்காரர்கள் தினமும் வந்துகொண்டிருக்கிறார்கள். பலவிதமான வினோதமான கேள்விகளைக் கேட்கிறார்கள். அன்றிரவு வேறு யாரும் மருத்துவமனைக்குப் போகாதபோது நீங்கள் மட்டும் ஏன் போனீர்கள் என்கிறார்கள். ஏன் நீங்கள் ஊடகங்களிடம் பேசினீர்கள் என்று கேட்கிறார்கள். உங்கள் வருமானவரி ரிட்டர்ன்கள், கார், பைக், வீடு சம்பந்தமான ஆவணங்கள் என்று எல்லா ஆவணங்களையும் பார்க்கிறார்கள்.

‘இல்லை’ என்று கத்தினேன். ‘அவர்களுக்கு ஒரு பைசாகூட தர வேண்டாம். எதற்கு? நான் எந்தத் தவறும் செய்யாதபோது, ஏன் பணம் தரவேண்டும்?

அவள் என்னைக் கூர்ந்து பார்த்தாள். ‘நீங்கள் பணம் தந்தால், வெளியே வருவது சுலபம் என்கிறார்கள்.

‘முடியவே முடியாது’, என்றேன். ‘அவர்களுக்கு தெரிந்ததைச் செய்யட்டும். ஆனால், நாம் பணம் எதுவும் தரக்கூடாது.’

ஷபிஸ்தா மாவட்ட மாஜிஸ்திரேட்டை அவரது வீட்டில், அலுவலகத்தில் சந்திக்க, தான் மூன்று முறை முயற்சி செய்ததாகவும், அவர் நேரம் தரவில்லை என்றும் சொன்னாள். ‘ஒருமுறை குழந்தையைத் தூக்கிக்கொண்டு, அவரது கார் பின்னாலேயே ஓடினேன். கடைசியில் காரை நிறுத்தி, என்னவென்று கேட்டார். ஆனால், ஆணையாளரும், போலீஸ் கண்காணிப்பாளரும் மிக முரட்டுத்தனமாக நடந்துகொண்டார்கள். அவர்கள் அலுவலகத்தில் பல மணிநேரம் காத்துக் கிடந்தேன். அவர்கள் உள்ளேதான் இருந்தார்கள். ஆனால் என்னை சந்திக்க மறுத்தார்கள்.’

மாவட்ட மாஜிஸ்திரேட்டும், ஆணையாளரும், மருத்துவமனையை பார்வையிட வந்தபோது எனது கடும் உழைப்பை பாராட்டி இருக்கிறார்கள். ஆனால் இந்த சம்பவத்திற்குப் பிறகு மாறி விட்டார்கள். சில மாதங்களுக்கு முன்புகூட இந்திய மருத்துவக் கழகத்தின் நிகழ்ச்சி ஒன்றில் மாவட்ட மாஜிஸ்திரேட்டும், போலீஸ் கண்காணிப்பாளரும் என்னைப் புகழ்ந்து பேசினார்கள்.

2017 ஜூனில் இந்திய மருத்துவக் கழகத்தின் கூட்டத்தில், மாவட்ட மாஜிஸ்திரேட், மூளையழற்சி நோயை எதிர்த்துப் போராட நமக்கு கஃபீல் போன்ற மருத்துவர்கள் தேவை என்று கூறியிருந்தார். மேல் மட்டங்களில் விஷயங்கள் எப்படி மாறி விடுகின்றன என்பதை என்னால் நம்பவே முடியவில்லை.

'புஷ்பா சேல்ஸ் தமது பண நிலுவை பற்றி மாவட்ட மாஜிஸ்திரேட்டுக்கு எழுதியபோது அவர் ஏன் அவர்களுக்கு பணம் வழங்க நடவடிக்கை எடுக்கவில்லை? என்று செய்தியாளர்கள் கேட்கிறார்கள். மாவட்ட மாஜிஸ்திரேட்டிடம் ஏராளமான அதிகாரங்கள் உள்ளன. கோடிக்கணக்கான நிதியும் உள்ளது. அவர் செயல்பட்டிருந்தால் பல உயிர்களைக் காப்பாற்றி இருக்கலாம். இந்த சம்பவத்திற்கு முன்பு, மாவட்ட மாஜிஸ்திரேட்டும், ஆணையாளரும் பலமுறை மருத்துவமனை வந்தபோதும், ஏன் இவ்வளவு தொகை நிலுவையில் இருந்தது பற்றி கவனிக்கவில்லை? என்று கேள்விகள் எழுகின்றன. ' ஷபிஸ்தா சொன்னவற்றைக் கேட்டபோது, அன்றைய இரவின் பிரச்சனை பற்றிய கேள்விகள் மக்கள் மனதிலிருந்து இன்னும் மறையவில்லை என்பது தெரிந்தது.

'எப்படியானாலும், நாங்கள் முதலமைச்சரை சந்திப்பது என்று தீர்மானித்துள்ளோம். என் கணவர் நிரபராதி. எந்தத் தவறும் செய்யவில்லை. சற்று இரக்கம் காட்டுங்கள் என்று கெஞ்சப் போகிறோம்' என்றாள்.

இத்தனை துன்பத்திலும் அவள் காட்டிய உறுதி என்னைக் கவர்ந்தது. எனக்காக அச்சமின்றி உயர் அதிகாரிகள் பலரைப் பார்த்திருக்கிறாள்.

இன்னும் பல விஷயங்கள் இருந்தன.

'புலனாய்வு அதிகாரியிடம் நம் வீட்டிற்கு மாலை 6 மணிக்கு மேல் வரக்கூடாது என்று சொல்லிவிட்டேன். அப்படி வந்தால் டிஜிபியிடம் புகார் செய்வேன் என்று சொன்னேன். அதன் பிறகு அவர் பகல் நேரங்களில் தான் வருகிறார்' என்றாள் புன்னகைத்தபடி. அவள் தைரியமாக இருந்தாள். இத்தனை வீரமான பெண்ணை அல்லா எப்படி எனக்கு மனைவியாகத் தந்தார் என்று நான் வியந்தேன்!

அவளிடம் மற்ற குடும்ப உறுப்பினர்கள் பற்றி, அவர்கள் எப்படி பாதிக்கப்பட்டிருக்கிறார்கள் என்று விசாரித்தேன்.

‘ஹஜ் பயணத்தின்போது தொந்தரவு செய்ய வேண்டாம் என்று அம்மாவிடம் சொல்லவில்லை. ஆனால் ஃபாரோவிற்கும், காஃசிப் பாய்க்கும் எல்லாம் தெரியும். அவர்கள் உங்களுக்காக தொழுகிறார்கள். அதுபோக ஊடகத்தினர் பல ஸ்டிங் நடவடிக்கைகள் எடுத்ததால், நீங்கள் உள்ளதிலேயே மிக ஜூனியர் மருத்துவர், பிரச்சனை ஆக்சிஜன் நிறுவனத்திற்கு பணப்பட்டுவாடா செய்யாததால் தான் என்று பொதுமக்கள் எல்லோருக்குமே தெரிகிறது.’

அவள் பெருமூச்சு விட்டுக்கொண்டு தொடர்ந்து பேசியபோது, அவள் முகத்தில் கருமை படர்ந்தது. ‘யாரும் இப்போது நம் வீட்டுக்கு வருவதில்லை என்பதுதான் மிக வேதனையான விஷயம். உறவினர்கள் நமது தொலைபேசி அழைப்பை எடுப்பதில்லை. எல்லோருமே சற்று ஒதுங்கி இருக்கிறார்கள். அடீல் பாயின் கடை முற்றிலும் சேதமாகி விட்டது. நீங்கள் கைது செய்யப்பட்ட பக்ரீத் அன்றுகூட நாங்கள் என்ன செய்கிறோம், சாப்பிட ஏதாவது வேண்டுமா என்று யாரும் கேட்கவில்லை. அன்று நாங்கள் அடுப்பே பற்ற வைக்கவில்லை. முழு நாளும் பட்டினிதான். நெருங்கிய உறவினர்கள், அக்கம்பக்கத்தினர், உங்கள் நண்பர்கள், அடீல்பாய் நண்பர்கள். ஒருவரும் வரவில்லை.’

அவள் சொன்னதைக் கேட்டபோது, வேதனை மெதுமெதுவாக என்னுள் இறங்கியது.

‘ஒவ்வொரு வருடமும் பக்ரீதின் போது மக்கள் நம்மிடம் பிரியாணி வாங்கிச் செல்வார்கள் – அவர்கள் எல்லாம் காணாமல் போய் விட்டார்கள். வாழ்க்கை நமக்கு பல பாடங்களைக் கற்றுத் தந்திருக்கிறது’ என்றாள்.

நான் அவளது பெற்றோர் பற்றி விசாரித்தேன். ‘அம்மா, அப்பாவும் நமக்கு எல்லா உதவிகளும் செய்வதாகச் சொல்லியிருக்கிறார்கள். வழக்கிற்கு செலவு செய்வதாகச் சொல்லியிருக்கிறார்கள். கவலை வேண்டாம். சீக்கிரம் எங்களோடு இருப்பீர்கள்’ என்றாள். எனக்கு பெரிய நிம்மதி. ‘ஆனால், இந்த மருத்துவக் கல்லூரியிலிருந்து ராஜினாமா செய்து விடுவேன் என்று சத்தியம் செய்து கொடுங்கள்’ என்றாள்.

‘அதைப் பற்றி பிறகு பேசுவோம்’ என்றேன். ‘முதலில் நான் சிறையிலிருந்து வெளியே வரவேண்டும்.’

டீ விற்பவர் ஐந்து ரூபாய் டீ எடுத்துக்கொண்டு வந்தார்.

ஜாப் சிணுங்க ஆரம்பித்தாள். ஷபிஸ்தா பாலூட்டியதும், தூங்கிப் போனாள். நான் அவளை தூக்கி வைத்துக்கொண்டேன். சிறிது நேரத்தில், 'நேரம் முடிந்தது. வாருங்கள், வாருங்கள்.' என்று அழைக்க ஆரம்பித்து விட்டார்கள்.

'ஜாப் என்னைத் தேடுகிறாளா? வீட்டுக்குப் போனதும் என்னைப் பற்றிக் கேட்பாளா?' என்றேன்.

'இல்லை, பொதுவாக மறந்து விடுவாள். உங்களைப் பார்த்தால் தெரிகிறது. அவ்வளவுதான். சில சமயங்களில் தேடுவாள். 'பப்பா, பப்பா ' என்று புலம்புவாள்' என்றாள்.

இப்போது சில விநாடிகளே இருந்தன. 'நீ எப்படி இருக்கிறாய்?' என்றேன். அவளைத் தவிர வேறு எங்கும் பார்க்க முடியாமல், அவள் முகத்தையும், இருப்பையும் தணியாத தாகத்தோடுபருகினேன்.

'நன்றாக இருக்கிறேன்' என்றாள் இருவர் மனதிலும் இருப்பவற்றிற்கும் அந்தப் பதிலுக்கும் சம்பந்தமே கிடையாது என இருவருக்குமே தெரியும்.

நான் அவள் கையை இறுக்கப் பற்றிக்கொண்டேன். அவள் எதுவும் சொல்லவில்லை. கண்களில் காதலோடு வெறுமனே என்னைப் பார்த்துக்கொண்டிருந்தாள். அவளை அணைத்துக் கொள்ள விரும்பினேன். முத்தமிட விரும்பினேன். என் அன்பான ஜாப் என் மடியிலேயே தூங்க வேண்டும் என்று விரும்பினேன்.

மாறாக, கலங்கிய கண்களோடு அவள் நடந்துசெல்வதை பார்க்கத்தான் முடிந்தது.

அவள் கடந்து சென்றதும் கதவு மூடப்பட்டதைப் பார்த்தும் மனம் கல்லாய் கனத்தது. இதற்கு முந்தைய கணத்திலிருந்து இந்தக் கணத்தில் வெளி உலகம் முற்றிலும் மாறிவிட்டது.

எங்களை எண்ணி சரிபார்ப்பதற்கான வரிசையில் நின்று, சரி பார்த்ததும் உள்ளே சென்றேன். மாமூல் ரூ.50ஐயும், பழங்கள், பலசாரங்களையும் சிறைக் காவலர்களிடம் தந்தேன். இதுபோன்ற நடைமுறைகளை எதிர்க்கும் சக்தி என்னிடம் இல்லை. குடும்பத்தினரைப் பார்த்த பிறகு, என் மனச்சோர்வு மேலும் அதிகரித்து விட்டது. அந்த வேதனையிலிருந்து மீள எனக்கு இரண்டு நாட்களாயின.

நீதிமன்றச் செய்திகள் செய்தியாளர்களைவிட வேகமாக சிறைவாசிகள் அறிந்து விடுவார்கள். செப்டம்பர் 11, திங்களன்று, தாதி காகா வந்து டாக்டர். சதீஷ்குமார் அன்று சிறைக்கு வருவதாகச் சொன்னார்.

கண்ணியமானவரான டாக்டர். சதீஷ்குமார் மயக்கவியல் துறையின் தலைவர். சுதீருக்கு அவரை நன்றாகத் தெரியும். நான் ஓரிரு முறை அவரோடு பேசியிருக்கிறேன்.

அன்று மாலை 6 மணிக்கு எங்களை வைத்து பூட்டிய பிறகு, நான் சும்மா உட்கார்ந்திருந்தபோது, டாக்டர். சதீஷ் வந்தார். நான் போய் வணக்கம் தெரிவித்தேன். அன்பாக வணக்கம் சொன்னார். மீசையை எடுத்து விட்டார். அதனால் முகம் எப்படியோ இருந்தது. 'மீசை?' என்றேன். பதிலுக்கு சோகமாகச் சிரித்தார்.

'ஊடகம், பொதுமக்களிடமிருந்து ஒளிந்துகொள்வதற்காக' என்றார் அவர். மொட்டையடித்துக்கொண்டு, காவியுடை அணிந்து, பைக்கில் நீதிமன்றம் வந்து, தன் பெயர் அழைக்கப்பட்ட போது சரியாக மாஜிஸ்திரேட் முன்பு சரணடைந்தாராம்.

போலீஸ் என் கைது, சுதீர் கைது போலவே, ஊரை விட்டு தப்பி ஓடும்போது கைது செய்தோம் என்று சொல்ல நினைத்தார்களாம். இவர் வழக்கறிஞரின் யோசனையின்படி அவர்களை ஏமாற்றி சரணடைந்து விட்டார்.

அதன் பிறகு, தன் தரப்புக் கதையைச் சொன்னார். அவர்தான் பராமரிப்புக்குப் பொறுப்பு என்பது உண்மைதான். ஆனால், திரவ ஆக்சிஜன் வந்த பிறகுதான் அவரது வேலை ஆரம்பம். ஆக்சிஜன் வாங்குவது, அதற்கு பணம் தருவது ஆகியவற்றிற்கும் அவருக்கும் தொடர்பில்லை. மைய டாங்கிலிருந்து ஒவ்வொரு படுக்கைக்கும் ஆக்சிஜனைத் தருவதுதான் அவரது வேலை. முதல்வர் என்னிடம் வேறு மாதிரி கூறியிருக்கிறார். டாக்டர் சதீஷ்தான் ஆக்சிஜன் சப்ளைக்குத் தலைவர். எல்லா ஆக்சிஜன் பைப்லைன் ஊழியர்களும், கஜானந்த் ஜெய்வாலும் அவரோடு வேலை செய்தார்கள். ஆக்சிஜன் மட்டம் 4500 எம்எம்சிடபிள்யூக்குக் கீழ் போகும் போது இவர்தான் ஆக்சிஜன் வாங்க ஏற்பாடு செய்ய வேண்டும். இவர் செய்யவில்லை என்பது அவர் கூற்று.

'11ம் தேதி காலையில் நீங்கள் என்னை அழைத்தபோது, நான் விமானத்தைப் பிடிக்க லக்னோ போய்க்கொண்டிருந்தேன். மாலை மும்பையை அடைந்தேன். நானும், என் மனைவியும் சாப்பிட்டுவிட்டு, ஹோட்டல் அறையில் ஓய்வெடுத்துக் கொண்டிருந்தபோதுதான் உங்கள் போன் வந்தது. எனினும், அதற்குள் எல்லா டிவியிலும் செய்தி வந்துவிட்டது' என்றார்.

டாக்டர். சதீஷ் 13ம் தேதி தனது மகனின் பட்டமளிப்பு விழாவில் பங்கேற்கவில்லை. அன்றுதான் முதலமைச்சர்

மருத்துவமனை வந்ததால், திரும்பி வந்துவிட்டார். அவர் வந்ததும் மருந்துத் துறைத் தலைவர், அவரை வாழ்த்தி, ‘வந்து புதுப் பொறுப்பை ஏற்றுக் கொள்ளுங்கள் ’ என்றாராம்.

எனவே இவர்தான் முதல்வராகப் போகிறோம் என்று நம்பிக்கையோடு இருந்திருக்கிறார். பல குழந்தைகள் இறந்து போனது பற்றி வருத்தம் என்றாலும்கூட, இவரும், இவரது மனைவியும் மகிழ்ச்சியாக இருந்திருக்கிறார்கள். அலுவலகத்திலும் எல்லோரும் வாழ்த்தியிருக்கிறார்கள். முதல்வர் அலுவலகத்தில் மருத்துவக் கல்வி டைரக்டர் ஜெனரலுடன் ஆவணங்களை எடுத்துக்கொண்டு இருக்கும்போது, முதலமைச்சர் இவரை உடனடியாக 100வது வார்டுக்கு வரச்சொல்வதாக டாக்டர். ஸ்ரீவஸ்தவாவிடமிருந்து தொலைபேசி அழைப்பு வந்தது.

தன் பதவி உயர்வு பற்றி முதலமைச்சரிடமிருந்தே நேரடியாக அறியப்போகிறோம் என்று மகிழ்ச்சியாக இருந்திருக்கிறார்.

‘சார்! டாக்டர். சதீஷ்குமார் வந்திருக்கிறார்!’ என்று யாரோ சொல்கிறார்கள்.

எல்லோரும் வாசல் பக்கம் திரும்புகிறார்கள். முதலமைச்சர் டாக்டர். சதீஷை உற்றுப் பார்க்கிறார். அறையில் அப்படியொரு நிசப்தம்.

‘யாருக்கும் தகவல் தெரிவிக்காமல் நீங்கள் ஏன் விடுப்பில் சென்றீர்கள்?’ என்று கேட்கிறார் முதலமைச்சர்.

‘சார், நான் முதல்வருக்கு தகவல் தந்து, முறையாக விடுப்பு எடுத்தேன் - அந்த ஆவணங்கள் உள்ளன.’ என்கிறார் சதீஷ். ஆனால் முதலமைச்சர் திருப்தியடையவில்லை.

‘ஏஸி ஏன் இயங்கவில்லை?’ என்பது அவரது அடுத்த கேள்வி.

‘சார்! நான்...’ சதீஷ் ஆரம்பிக்கிறார்.

‘ஷட் அப்!’ என்கிறார் முதலமைச்சர். அவ்வளவுதான். டாக்டர். சதீஷை உடனடியாக அறையை விட்டு வெளியே அனுப்பி விடுகிறார்கள்.

எனக்கு நடந்ததேதான் டாக்டர். சதீஷுக்கும். சில நாட்கள் ஊடகங்கள் கண்ணில் படாமல், வெளியூர் போகும்படி சொல்கிறார்கள். எனவே இவர் லக்னோவில் தன் சகோதரர் வீட்டில் தங்கியிருக்கிறார். ஆனால், நீங்கள் சிக்கலில் இருக்கும் போதுதானே உறவினர்களின் உண்மை முகம் தெரியும்? போலீஸ் பல இடங்களிலும் இவரைத் தேட ஆரம்பித்ததும், சகோதரர்

இவரை கிளம்பச் சொல்கிறார். வழக்கறிஞர் இவருக்குமுன் ஜாமீன் கிடைத்து விடும், அதுவரை எங்காவது மறைந்து இருக்க வேண்டும் என்கிறார்.

கோரக்பூர் வந்து நண்பர் ஒருவர் வீட்டில் தங்குகிறார். அவரது மனைவி அலகாபாத்துக்கும், உள்ளூர் போலீஸ் ஸ்டேஷனுக்கும் அலைந்துகொண்டிருக்கிறார். இவர் அறைக்குள்ளேயே முடங்கிக் கிடக்கிறார். ஒருநாள் நண்பர் தானும், தனது குடும்பமும் மிகவும் பயப்படுவதாகக் கோடிட்டுக் காட்டுகிறார். இவர் அலகாபாத் முன் ஜாமீனுக்குக் காத்திராமல், சரணடைய முடிவு செய்கிறார்.

சிறைக்கு வரும் வழியில், வேனில் சில குற்றவாளிகள், ‘இந்த ஆள் ஊழல் செய்து நன்றாக சம்பாதித்து விட்டான் - அனுபவிக்கட்டும்’ என்று இவர் காதுபடப் பேசுகிறார்கள். ‘உங்கள் மனைவியின் போன் நம்பரைக் கொடுங்கள்’ என்கிறார்கள். மிகவும் வேதனையாகி விடுகிறது.

அவர் மிகவும் மனச்சோர்வாக இருந்தார். சுதீர் ‘கவலைப்பட வேண்டாம்’ என்று ஆறுதல் சொன்னார். ‘நான் இருக்கும் வரை இந்த ஜெயிலில் யாரும் உங்கள் மீது கை வைக்கமாட்டார்கள்’ என்று தைரியம் சொன்னார். சைலேஷ் அவருக்கு இடம் ஒதுக்கித் தந்தார். நான் ஒரு போர்வையும், சிறிது உணவும் தந்தேன். சாப்பிட்டு, ஓய்வெடுக்க முயற்சி செய்தார். ஆனால், இருவருக்கும் தூக்கம் வரவில்லை.

13

சங்கிலியின் மேலும் சில இணைப்புகள்

டாக்டர். சதீஷ் வந்த பிறகு, சிறையில் நான் ஓரளவு அமைதியடைந்தேன். அவர் ஐம்பத்தியாறு வயதானவர். எனக்கு முப்பத்தியாறு. மருத்துவமனையில் நடந்தது பற்றி பேசவாவது ஒருவர் வந்தார். ஒவ்வொரு முறையும் நான் சத்தமாக, 'நான் இங்கே ஏன் இருக்கிறேன்?' என்பேன். அவர், 'ஏனென்றால் விஷயங்கள் வெளியே தெரிந்துபோய் விட்டன. இல்லாவிட்டால் எதுவும் நடந்திருக்காது' என்பார் எளிமையாக.

சிறையில், புதிய வழிகளில் நான் எனது விதியை ஏற்றுக் கொள்ள ஆரம்பித்தேன்.

இர்ஃபானும், ரிஸ்வானும் வரதட்சணை சட்டத்தின்கீழ் குற்றம் சாட்டப்பட்ட சகோதரர்கள். இர்ஃபான் ஏஸி மெக்கானிக். ரிஸ்வான் மருத்துவப் பிரதிநிதி. ஒருநாள் நான் ஒரு மரத்தடியில் உட்கார்ந்திருந்தபோது, இர்ஃபான் வந்து, இங்குதான் கைதிகள் பூஜை செய்ய வருவார்கள் என்றும், நாம் வேறு எங்காவது உட்கார்ந்தால் நல்லது என்றும் சொன்னான். நாங்கள் ஒருவரையொருவர் அடையாளம் கண்டுகொண்டோம். எங்கள் மருத்துவமனை வார்டுகளில் ஏஸி சரி செய்ய அவன் சில முறை வந்தபோது பார்த்திருக்கிறேன். நாங்கள் பேச ஆரம்பித்தோம். மருத்துவமனை பிரச்சனையில் என் மீது தவறு இல்லை என்று தனக்குத் தெரியும் என்றான்.

அதன் பிறகு, இருவரும் எனக்கு நண்பர்களாகி விட்டார்கள். டீ வாங்கி வருவது என்பதுபோல் சின்னச் சின்ன உதவிகள் செய்வார்கள். தனிமையுணர்வு சற்று குறைந்தது நன்றாக இருந்தது. அவர்கள் சிறைத் தகவல்களையும் எனக்குச் சொல்வார்கள்.

சிறையில் நான் மிகவும் பரிதாபப்பட்ட ஒரு கைதி, ஒரு பத்தொன்பது வயது இளைஞன். திருட்டுக் குற்றத்திற்காக சிறையில் இருந்தான். அவன் டார்ஜிலிங்காரன் என்பதால் தாபா என்று அழைப்பார்கள். அவன் இந்தியன்தான் என்றாலும், முக

அமைப்பின் காரணமாக அவனை வெளிநாட்டவன்போல் நடத்துவார்கள்.

அவனுக்கு இந்தி தெரியாது. அவனது நேபாளி மொழி இங்கு யாருக்கும் தெரியாது. அவனை எல்லோருமே மோசமாக நடத்துவார்கள். கண்ட கண்ட வேலைகளையும் செய்யச் சொல்வார்கள். அவன் மறுத்தால், கடுமையாக உதைப்பார்கள். அவன் கோரக்பூர் சிறையில் இருப்பது அவனது குடும்பத்தினருக்குத் தெரியாது. அவனுக்கு உதவ வழக்கறிஞரும் கிடையாது. எனது துணிமணிகள் சிலவற்றையும், சிறிது பணமும் அவனுக்குத் தந்தேன். அவன் குடும்பத்தினருக்கு கடிதம் எழுதினேன். கடைசியில் அவன் விடுதலையானபோது, நிம்மதியாக இருந்தது.

இப்படி பலதரப்பட்டவர்களோடு பழகுவதோடு, இந்தச் சூழலோடும் நான் என்னை பொருத்திக்கொள்ள ஆரம்பித்தேன். எப்போதும் நிறைய மனிதர்களுடன் இருப்பது கஷ்டமாக இருந்தாலும், மெதுவாக சிறையின் காட்சிகள், சப்தங்களுக்கு, வாடைகளுக்கு பழகிக் கொண்டேன். குறட்டை, இருமல், புகையிலையைக் கசக்கி கை தட்டுவது எல்லாம் மெதுவாக எனக்குப் பின்னணி இசையாகின.

சக கைதிகளின் குறட்டைதான் பெரிய தொந்தரவு. சிலர் ரயில் இஞ்சின்போல் குறட்டை விடுவார்கள்! சைலேஷ் குறட்டைக்காரர்களை ஒரு மூலையில் தனியாக ஒதுக்கி வைக்க முயற்சி செய்தார். ஆனால் சிலர் தனக்குப் பக்கத்தில் இருக்க வேண்டும் என்று விரும்பினார். அவர்கள் எல்லோரும் பெரிதாக குறட்டை விட்டார்கள். எனவே அவர் எனக்கு காதில் வைத்துக் கொள்ள பஞ்சு தந்தார். இது பெரிய வரப்பிரசாதம். சத்தத்தை குறைத்ததோடு, காதுக்குள் பூச்சிகள் புகாமலும் காத்தது.

மழைக்காலத்தில் எலிகள், பாம்புகள், பூரான்கள், மரவட்டைகள் எல்லாம் உள்ளே வந்துவிடும். நிரந்தரக் கொசுத் தொல்லை, கைதிகள் பேசிக்கொண்டே இருப்பது, புகையிலையை கையில் நசுக்கித் தட்டுவது, மாறி மாறி கழிப்பறைக்குப் போய்க்கொண்டே இருப்பது போன்றவற்றால் நிம்மதியாகத் தூங்கவே முடியாது.

இதைவிடக் கொடுமை இரவுக் காவலர்கள் திடீர் திடீரெனக் கத்துவார்கள். போதை அடிமைகளுக்கு சமயங்களில் வலிப்பு வந்து விடும். பக்கத்தில் படுத்திருப்பவர் தன் கையை, காலை உங்கள்

மீது போடுவார். ஏதேனும் ஒரு தொல்லை இருந்து கொண்டே இருக்கும்.

இறுதியாக, என்னைத் தூங்கவிடாமல் செய்யும் மற்றொரு முக்கியமான விஷயம்– 'நான் ஏன் இங்கே இந்தக் குற்றவாளிகளுக்கு நடுவில் இருக்கிறேன்?' என்ற மிக முக்கியமான கேள்வி.

செப்டம்பர் 13 அன்று மருத்துவமனை ஆக்சிஜன் வழக்கின் மற்ற குற்றவாளிகளை மூத்த கணக்குப் பிரிவு எழுத்தர் சஞ்சய் திரிபாதி, தலைமை மருந்தாளுனரும், ஆக்சிஜன் சிலிண்டர்களுக்குப் பொறுப்பானவருமான கஜானந்த் ஜெய்ஸ்வால் ஆகியோர் சிறைக்கு வந்தார்கள். அவர்கள் தாம் சரணடைந்ததாகச் சொன்னார்கள். போலீஸ் ஒரு துப்பு கிடைத்ததன் பேரில் தாம் கைது செய்ததாக வழக்கமான கதையைச் சொன்னது. 'எழுத்தர் சஞ்சய் திரிபாதி கண்டோன்மெண்ட் போலீஸ் நிலையப் பகுதியில் கைது செய்யப்பட்டார். பின்னர் ஊழல் தடுப்பு நீதிமன்றத்தில் ஆஜர் செய்யப்பட்டார்' என்று கோரக்பூர் போலீஸ் கண்காணிப்பாளர் அனிருத் சித்தார்த் பங்கஜ் கூறியதாக பத்திரிகைகள் எழுதின. மேலும், 'மருத்துவக் கல்லூரியின் முன்னாள் தலைமை மருந்தாளுனர் கஜானந்த் ஜெய்ஸ்வால் நகர நீதிமன்றத்தில் சரணடைந்தார். அவர் நீதிமன்றக் காவலில் வைக்கப்பட்டார்.

இது எனக்கு ஒரு வகைமுறையை உறுதி செய்தது. போலீஸ் ரிமாண்ட் கேட்கவில்லை. நேராக நீதிமன்றக் காவலுக்கு அனுப்பியது. அதாவது இந்த துயரச் சம்பவம் எப்படி நடந்தது என்று புலனாய்வு செய்ய யாரும் விரும்பவில்லை. ஊடகங்களை திருப்தி செய்யவும், மக்கள் கோபத்தை தணிக்கவும் கைதுகள் செய்யப்பட்டதுபோல் தெரிந்தது.

நான் சஞ்சய், கஜானந்த் ஆகியோரிடம் பேச முயற்சி செய்யவில்லை. காரணம் அவர்களை எனக்கு அறிமுகமே இல்லை. சம்பளம் வாங்கச் செல்லும்போது சஞ்சயை ஓரிரு முறை பார்த்திருக்கக் கூடும். ஆனால் கஜானந்தை இப்போதுதான் முதல் முறையாகப் பார்க்கிறேன். சுதீருக்கு இருவரையும் தெரியும் என்பதால் பொருட்களை எங்கு வைப்பது என்று காட்டி உதவிகள் செய்தார். பிறகு சைலேஷ் வந்து இடம் ஒதுக்கினார். டாக்டர். சதீஷுக்கு அவர்களைத் தெரியும். ஆனால் அவர்கள் பரஸ்பரம் ஒருவருக்கு எதிராக மற்றவர் வாக்குமூலம் தந்திருந்ததால், சரியாகப் பேசிக்கொள்ளவில்லை.

ஒருவழியாக நாங்கள் பேசியபோது, கஜானந்த், ‘வழக்கமாக நாங்கள் 52 ரிசர்வ் சிலிண்டர்கள் வைத்திருப்போம். அன்றிரவும் வைத்திருந்தோம்’ என்றார்.

அன்றைய எனது அனுபவத்தை வைத்துப் பார்த்தால், எனக்கு வியப்பாக இருந்தது. ஒரு நாளைக்கு 250 முதல் 300 சிலிண்டர்கள் வரை தேவைப்படும் இடத்தில், ஆர்டர் போட்டால் திரவ ஆக்சிஜன் வர 2-3 நாட்கள் ஆகும் என்று தெரிந்தபோதும், அவசரத் தேவைக்காக குறைந்தபட்சம் 500-600 சிலிண்டர்கள் வேண்டாமா?

நான்கு நாட்களாக எனக்கு பார்வையாளர்கள் யாரும் வரவில்லை. நான் வீட்டிலிருந்து ஏதாவது செய்தி தெரிய வேண்டுமே என பதட்டமாக இருந்தேன். செப்டம்பர் 14ம் தேதி காலையில், அடீல் பாய் என்னைப் பார்க்க வந்திருப்பதாக தாதி காகா சிட்டை கொண்டு வந்ததும் நிம்மதியாக இருந்தது. குளித்து விட்டு சீக்கிரமாக வரிசையில் போய் நின்றேன்.

ஆனால் முதல் சந்திப்பு நேரத்தில் நான் அழைக்கப்படவில்லை. நீண்ட நேரம் காத்திருந்துவிட்டு, தாதி சாகாவிடம் என்ன விஷயம் என்று விசாரித்தேன். ‘தெரியவில்லை, தம்பி’ என்றார். மிகவும் ஏமாற்றமாகி விட்டது. இரண்டாவது சந்திப்பின் போது அழைப்பார்களா என்று விசாரிக்கச் சொன்னேன். ‘சரி’ என்றார்.

மதியம் பேரக்கின் கதவுகள் பூட்டப்பட்டன. அப்போதும் அவர் வரவில்லை. நான் காத்துக்கொண்டே இருந்தேன். மணி 12 ஆனது. 12.30 ஆனது. ‘ஏன் இப்படி அமைதியாக இருக்கிறீர்கள்?’ என்ன ஆயிற்று என்று எல்லோரும் விசாரிக்க ஆரம்பித்தார்கள். எல்லாம் சரியாகி விடும் என்று ஆறுதல் சொன்னார்கள்.

எதுவும் சரியாக இல்லை! என்று மனதுக்குள் நான் கதறிக் கொண்டிருந்தேன்.

அடீல் பாய் அலகாபாத் போய் விட்டாரோ? நீதிமன்றத்தில் பரபரப்பாக இருக்கிறாரோ? அப்படியென்றால் இங்கு பார்வையாளர் மனு ஏன் தந்தார்? ஏதேனும் கெட்ட செய்தி இருக்குமோ?

இரண்டாவது சந்திப்பு நேரமும் முடிந்த பிறகு, தாதி காகா எனது அட்டையைத்தர வந்தார். நான் ஓடிப்போய் ‘ஏதாவது தெரிந்ததா?’ என்றேன்.

‘உங்கள் அண்ணன் வந்தார் தம்பி. ஆனால், ஜெயிலர் அனுமதிக்கவில்லை.’

'ஏன்?' என்றேன் அதிர்ச்சியுடன்

'தெரியவில்லை தம்பி!' என்ற அவர் சென்று விட்டார்.

இந்த சிறு உரையாடல் என் மனதில் நூற்றுக்கணக்கான கேள்விகளை எழுப்பப் போதுமானதாக இருந்தது.

ஏன் ஜெயிலர் சந்திக்க அனுமதிக்கவில்லை? அவர் பணம் எதுவும் எதிர்பார்க்கிறாரா? உயர் அதிகாரிகள் யாரேனும் ஜெயிலரை மிரட்டி விட்டார்களாக? அப்படியானால் நான் குடும்பத்தினர் யாரையும் சந்திக்க முடியாதா?

ஆனால் எனக்குப் பதில் தர யாரும் இல்லை.

வழக்கில் எட்டாவதாகக் கைதானவர் உதய் பிரதாப் சர்மா. இவர் கஜானந்த், சஞ்சய் வந்ததற்கு மறுநாள் சிறைக்கு வந்தார். எங்கள் அனைவரிலும் இவர்தான் இளையவர். மருத்துவமனையில் வேலை பார்த்த அவரது தந்தை இறந்ததால், 2017 மே மாதம் கருணை அடிப்படையில் அவருக்கு வேலை தந்திருந்தார்கள். சஞ்சய் மூத்த கணக்காளராகவும், இவர் இளைய கணக்காளராகவும் முதல்வரால் நியமிக்கப்பட்டார்கள்.

இருவரும் ஒரே கதையைத்தான் சொன்னார்கள். 'நாங்கள் எங்களுக்கு தரப்பட்ட உத்தரவின்படி நடந்தோம்.' இந்த பில்லுக்கு பணம் கொடுங்கள் என்றால் மறுப்பதற்கு நாங்கள் யார்? எங்களுக்கு எதையும் கேள்வி கேட்க அதிகாரம் கிடையாது. 2017 மார்ச்சிற்குப் பிறகு, நிதி ஒதுக்கீடு வரும்போதெல்லாம், அது யாருக்கு வழங்கப்பட வேண்டும் என்று குறிப்பிட்டு உத்தரவும் சேர்ந்து வரும். அது தவிர வேறெதுவும் எங்களுக்குத் தெரியாது.'

மிக முக்கியமாக, பணம் எனும் ரயில், எரிபொருள் இருந்தால் தான் ஓடும். லக்னோவிலிருந்தே பணம் ஒதுக்கப்படாதபோது, வெறும் குமாஸ்தாக்களான அவர்கள் எப்படி பட்டுவாடா செய்ய முடியும்?

அன்றிரவு, ஜெயில் வாழ்க்கை பற்றி புதுக்கைதிகளுக்கு காட்டுவதற்காகவே நடந்ததுபோல், ஒரு மது அடிமைக் கைதி குடிக்காததன் விளைவுகளைக் காட்ட ஆரம்பித்தார். முதலில் மது வேண்டும் என்று கூச்சலிட்டார். பிறகு இல்லாதவற்றைக் கற்பனை செய்ய ஆரம்பித்தார்.

'எனக்கு ஒரு பெட்டி நிறைய விஸ்கி பாட்டில் அனுப்ப எஸ்பியிடம் சொல்லியிருக்கிறேன்' என்று கத்தினார்.' என்னிடம் மரியாதையாக நடந்துகொள்ளுங்கள். இல்லாவிட்டால், மாஜிஸ்திரேட்டிடம் சொல்லி, எல்லோரையும் சஸ்பெண்ட் செய்து விடுவேன். கதவை திறந்து விடுங்கள். நான் குளிக்க வேண்டும். என் சிக்கன் பிரியாணி எங்கே?'

இங்குமங்கும் ஓடி, எல்லோரையும் இடித்துத் தள்ளி ரகளை செய்தார். முதலில் அவரது ரகளையை ரசித்து எல்லோரும் அவரை சீண்டினார்கள். ஆனால், அவர் அளவிற்கு மீறி ரகளை செய்தபோது, பிடித்து, நன்றாக உதைத்துவிட்டார்கள்.

இப்படியான சம்பவங்கள் அங்கு புதிதல்ல. இங்குதான் புதிய கைதிகளை முதலில் கொண்டு வருவார்கள். நான் ஏற்கெனவே இது மாதியான சம்பங்களை பார்த்து விட்டேன். பிஆர்டியின் மற்ற ஆட்கள் இப்போதுதான் சிறை வாழ்க்கை எவ்வளவு கொடுமையானது என்பதை அறிந்துகொள்ள ஆரம்பித்தார்கள்.

14
தடித்த தோலும், மருத்துவர் தொழிலும்

செப்டம்பர் 15 வெள்ளிக்கிழமையன்று ஏதோ கெட்டது நடக்கப் போகிறது என்று தோன்றிக்கொண்டே இருந்தது. ஒவ்வொரு சனிக்கிழமையும் கைதிகளை பிளாக் மாற்றி விடுவார்கள். இதற்கு 'சட்னி' என்று பெயர். மில்லேனியம் பேரக்கிலிருந்து புதிய கைதிகளை உள்ளே இருக்கும் மற்ற பிளாக்குகளுக்கு மாற்றி விடுவார்கள். உள்ளே உள்ள பிளாக்குகள் மிகப் பழைமையாக, இடிந்து விழுவது போல் இருக்கும். அங்கே கொடூரமான கைதிகள் இருப்பாரகள், அவர்கள் சித்ரவதை செய்வார்கள், பணம் பறிப்பார்கள் எனப் பல விஷயங்களைக் கேள்விப்பட்டிருக்கிறேன்.

எனக்கு இந்த பேரக் பழகிவிட்டது. முக்கியமாக எனக்கு சைலேஷின் துணை இருந்தது. அவருக்கு என்னை மிகவும் பிடித்திருந்தது. வேறு எங்காவது போய், அறிமுகமில்லாத கொடூரக் கைதிகளோடு இருக்கவேண்டும் என்பதை நினைக்கவே பயமாக இருந்தது. அடுத்த முறை வீட்டிலிருந்து யார் வந்தாலும், அவர்களிடம் பணம் வாங்கி பக்கி பைதகி தந்து, இங்கேயே இருந்து விட வேண்டும் என்று முடிவு செய்தேன்.

ஆனால் எனது திட்டங்கள் எதுவும் நடக்கவில்லை. வெள்ளிக்கிழமை மதியம் சைலேஷ் வந்து பிஆர்டி கைதிகளை வேறு வேறு பேரக்குகளில் பிரித்துப் போடும்படி ஜெயிலர் சொல்லிவிட்டதாகச் சொன்னார். இரண்டு பிஆர்டி கைதிகள் சேர்ந்து இருக்கக்கூடாது என்று சொல்லிவிட்டார்.

எனக்கு என்ன ஆகுமோ என்ற கவலையில் இரவைக் கழித்தேன். கடைசியில், 'ஜெயில் ஜெயில்தான். இதில் எந்தப் பேரக்கில் இருந்தால் என்ன?' என்று எனக்குள் சொல்லிக் கொண்டேன்.

சனிக்கிழமை காலையில் நான் வேறு பேரக்கிற்குச் செல்லத் தயாராக இருந்தேன். ஆனால் சுதீர் மந்திரிஜியிடம், ஜெயிலரிடம் பேசி அதைத் தடுக்கச் சொன்னார். எனவே, தற்போதைக்கு நாங்கள் சேர்ந்திருக்க முடிந்தது. குறைந்தபட்சம் எல்லோரும் சேர்ந்து எங்கள் பிரச்சனை குறித்து, பல்வேறு சதி அம்சங்கள் பற்றியெல்லாம் பேசவாவது முடியும்.

எனது 14 நாட்கள் காவல் முடியப் போகிறது. என்னை திரும்ப ஆஜர் செய்ய வேண்டும். அதற்கு 'பெசி' என்பார்கள். பெசியின் போது என்னை ஒரு மாஜிஸ்திரேட் முன்பு ஆஜர் செய்வார்கள். அவர் காவலை 14 நாட்களோ அல்லது வாய்தா வரையிலோ நீட்டிப்பார்.

சட்டப்படி பெசி என்றால், மாஜிஸ்திரேட் சிறையில் இருப்பவர் போலி நபர் அல்ல, அவருக்கு உணவு சரிவர தரப்படுகிறது, அவருக்கு உடல்நலக் குறைவு எதுவும் இல்லை, அவரது மனித உரிமைகள் மீறப்படவில்லை என்பவற்றை உறுதி செய்துகொள்ள வேண்டும். ஆனால், நடைமுறையில் இது வெறும் சடங்குதான். எப்படி இருக்கிறீர்கள், ஏதாவது பிரச்சனை உள்ளதா, புகார் ஏதேனும் செய்யவேண்டுமா என்று யாரும் கேட்கமாட்டார்கள். சட்டங்கள் மிகத் தொலைநோக்குப் பார்வையோடு எழுதப்பட்டிருக்கலாம். ஆனால், செயல்படுத்தும் விதம் முற்றிலும் வேறு.

புலன் விசாரணை அதிகாரி உங்கள் குற்றப்பத்திரிகையை நீதிமன்றத்தில் சமர்ப்பிக்கும் வரை இது பொதுவாக விசி எனப்படும். காணொளி வாயிலாக நடத்தப்படும். பின்னர் நீங்கள் நீதிமன்றம் போய் கையெழுத்திட வேண்டும்.

கைதிகள் தமது நீதிமன்றத் தேதிகளை நினைவு வைத்திருக்க வேண்டும். ஆனால் யாருக்கும் நினைவிருக்காது. மதியம் 2 மணியளவில் விசி அலுவலகத்திலிருந்து அன்று யாருக்கெல்லாம் விசி என்று ஒரு சீட்டு ஒவ்வொரு பேரக்கிற்கும் வரும். அதன்பிறகு 2.30.3 மணியளவில் அவர்களை விசி அலுவலகத்திற்கு அழைத்துச் செல்வார்கள். இது இரண்டு குளிரூட்டப்பட்ட அறைகள் கொண்ட தனிக் கட்டிடம். இது நாங்கள் பார்வையாளர்களைச் சந்திக்கும் இடத்திற்கு அருகில் இருந்தது. தினமும் ஒவ்வொரு பேரக்கிலும் குறைந்தது 10-20 பேருக்கு பெசி இருக்கும். எனவே, மாஜிஸ்திரேட்டிடம் ஆஜர்படுத்துவது இருண்டு விநாடிக்குத்தான் என்றாலும், நீங்கள் அழைக்கப்பட நீண்ட நேரம் காத்திருக்க வேண்டும்.

ரைட்டர், 'டாக்டர்.கஃபீல்கான், காலஞ்சென்ற பொறியாளர் ஷகீல்கான் மகன்' என்று ரைட்டர் கத்தும் வரை வரிசையில் நின்றிருந்தேன். பிறகு பள்ளிச் சிறுவன்போல, கையை உயர்த்தி, மாஜிஸ்திரேட்டைப் பார்த்து 'பிரசண்ட் சார்' என்றேன். எனினும் என் முன் இருந்தவர் மாஜிஸ்திரேட் அல்ல. நீதிமன்றக் குமாஸ்தா. அவர் அடுத்த தேதியை சொன்னார். எனது பெசி முடிந்தது.

நீதிமன்றத்திற்கு நான் உயிரோடு இருக்கிறேனா என்று தெரிய வேண்டும். அவ்வளவுதான்.

என் பேரக்சின் மற்றவர்களின் பெசியும் முடியும் வரை காத்திருந்தேன். பிறகு எல்லோரும் 4.30 மணியளவில் உள்ளே திரும்பி வந்தோம். அந்த ஆண்டு தசரா செப்டம்பர் 30ம் தேதி, அக்டோபர் 1 அன்று முஹரம், 2ம் தேதி காந்தி ஜெயந்தி வந்ததால், எனக்கு அக்டோபர் 3ம் தேதி தந்தார்கள். எங்கள் வழக்கில் குற்றவாளிகள் அனைவரும் கைது செய்யப்பட்டுவிட்டால், பிறகு அனைவருக்கும் ஒரே தேதி தருவார்கள் என்று அறிந்து கொண்டேன்.

சைலேஷுடனான எனது நட்பு, சிறை வாழ்க்கை சற்று எளிதான இருக்க உதவியது. போதைப் பொருள் சட்டத்தின் கீழ் விசாரணைக் கைதியாக இருந்த சைலேஷ் நல்ல கிரிகெட் விளையாட்டு வீரர். ரஞ்சி டிராஃபி மட்டத்தில் விளையாடியிருக்கும் பேட்ஸ்மேன். கொல்கத்தாவில் ஓர் ஏழ்மையான குடும்பத்தில் பிறந்தவர். 12வது வரை படித்தவர். இந்தியாவிற்காக விளையாட வேண்டும் என்று கனவு கண்டவர். ஆனால் மாநில அளவிற்கு மேல் போக முடியவில்லை. சீக்கிரம் பணம் சேர்க்க வேண்டும் என்ற ஆசை போதை மருந்து கடத்தல் உலகில் கொண்டு போய் விட்டு விட்டது.

எங்கள் பேரக்கின் மிகக் கண்டிப்பான தலைவர் அவர். அதே சமயம் புதுக் கைதிகளிடம் எப்படிப் பணம் பறிப்பது என்பதையும் அறிந்தவர். கடுமையான குற்றம் புரிந்தோர், அரசியல்வாதிகள், அரசு ஊழியர்கள் என பணம் தரும் வசதி உள்ள கைதிகள் மீது கவனம் செலுத்துவார். மற்ற கைதிகளை கடுமையாக வேலை செய்ய வைப்பார். அவர்களிடம் கடுமையாக நடந்து கொள்வார். சமயங்களில் கைதிகளை-குறிப்பாக, போதை அடிமைகளை அடிக்கவும் செய்வார். காரணம் அவர் இரண்டு விஷயங்கள் பற்றி மிகத் தெளிவாக இருந்தார். அவரது ஆளுகையில் யாரும் போதைப் பொருள் பயன்படுத்தக்கூடாது. கைபேசி பயன்படுத்தக்கூடாது. யாரேனும் இந்த இரண்டையும் பயன்படுத்த நினைத்தால், அவர்கள் வேறு பேரத்திற்கு மாறுதல் பெற்றுச்செல்ல வேண்டியதுதான்.

ஆனால் நான் அவரது உதவி செய்யும் நல்ல மனப்பான்மையையும் பார்த்திருக்கிறேன். செய்தித்தாள்கள், புத்தகங்கள், டைரிகள், பேனாக்கள், சமயங்களில் மிக அபூர்வமாக சமையலறையிலிருந்து பரோட்டா, தயிர் என எனக்கு எது வேண்டுமென்றாலும் வாங்கித் தர முயற்சி செய்வார்.

அவர் தன் வழக்கு பற்றி என்னிடம் பேசினார். சுமார் இருபது முறை அவர் மீதான குற்றப்பத்திரிகையைப் படித்துக் காட்டச் சொன்னார். அது ஆங்கிலத்தில் இருந்தது. நான் சத்தமாகப் படிப்பதை கவனமாகக் கேட்பார். அதை விளக்கச் சொல்வார். அவர் என்னை பார்த்துக்கொண்டார். யாரிடம் பேசலாம், யாரிடம் விலகி இருக்க வேண்டும் என்று சொல்வார். என்னைப் பார்க்க வரும் குடும்பத்தினரிடம் கவலைப்பட வேண்டாம், இவரை நான் பார்த்துக்கொள்கிறேன் என்று சொல்வார். கோரக்பூர் சிறையில் யாரையாவது நான் நண்பர் என்று சொல்ல முடியும் என்றால், அது சைலேஷ்தான்.

இருந்தாலும், அவரோடு நல்ல உறவில் இருந்தாலும்கூட சில சமயங்களில் நான் கடினமான சூழல்களை சந்திக்க நேர்ந்தது. ஒரு நாள் ஒரு போதை அடிமை உள்ளே ஓடி, எல்லோரோடும் சண்டை போட ஆரம்பித்தான். இப்படியான அறிகுறிகள் தெரிந்தால், இது போன்ற ஆட்கள் தற்கொலை செய்துகொள்ளும் அபாயம் இருப்பதால், சைலேஷ் இது போன்றோரை உடனடியாக மருத்துவமனைக்கு அனுப்பி விடுவார். ஆனால், இரவு வெகு நேரமாகி விட்டதால், மற்ற கைதிகளின் உதவியோடு அவனை கதவில் கட்டிப்போட்டு விட்டார்.

அவன் உத்திரத்தைப் பார்த்துக்கொண்டு, யாரோ ஒரு கற்பனை மனிதரோடு பேச ஆரம்பித்தான். ‘சரி, நான் 2,000ரூபாய் தருகிறேன். எனக்கு சரஸ் கொடுங்கள். 3,000 வேண்டுமா? இல்லை, எனக்கு இப்போதே வேண்டும். தேவடியா மகனே, என் மனைவியிடம் சொல்லாதே... ஹா.. ஹா...ஹா... நான் வருகிறேன். சேர்ந்து புகைப்போம். யாரும் கண்டுபிடிக்க முடியாது. இப்போது நீ தரவில்லை என்றால, உன்னை அடிப்பேன்! உன் வீட்டை எரித்து விடுவேன். உன்னை எரித்து விடுவேன்! உன்னைக் கொன்று விடுவேன்.’ சிறிது இடைவெளி விட்டு மீண்டும் தன் கூச்சலைத் தொடர்ந்தான்.

இரவுக்காவலர், லத்தியால் அவரை அடிக்க ஆரம்பித்ததும், ‘இல்லை, இல்லை, அடிக்காதீர்கள் - உங்களுக்கும் தருகிறேன்! உங்களிடம் பணம் வாங்க மாட்டேன்! நல்ல போதையை அனுபவிக்கலாம்’ என்றான். சில நிமிடங்கள் மௌனமாக இருப்பான். பிறகு மீண்டும் கத்த ஆரம்பிப்பான்.

அதிகாலை 3 மணியளவில் நான் எழுந்தேன். அவனது கூச்சலால் அல்ல. அப்போது மற்ற கைதிகளும் அவனை அடித்துக் கொண்டிருந்தார்கள், நான் அவனிடம் சென்று, ‘உனக்கு

வேண்டியதை காலையில் தருகிறேன். சரியா?' என்றேன். போதைக்காரனின் கையாலாகாத பரிதவிப்புடன், 'சரி, ஆனால் தயவு செய்து கொஞ்சம் விஸ்கி கொடுங்கள்' என்றான்.

நான் அவனிடம் ஒரு தண்ணீர் பாட்டிலைத் தந்தேன். ஒரு பெரிய மடக்கு குடித்து விட்டு, தூங்கிவிட்டான்.

அங்கு புதிதாய் வரும் கைதிகளில் கால் பங்கினர், பிக்பாக்கெட், திருட்டு, சூதாட்டம், ரகளை செய்தல் போன்ற சிறு குற்றங்களுக்காக கைது செய்யப்படும் இளம் போதை அடிமைகள் என்பதைக் கவனித்தேன். அவர்களுக்கு சிகரெட், பீடி, போதை மருந்து கிடைக்காதபோது, பதட்டமடைவார்கள். அவர்களிடம் பணம் இருக்காது. பார்க்கவும் யாரும் வரமாட்டார்கள். மற்ற கைதிகளிடம் பிச்சை எடுப்பார்கள். ஒரு சிகரெட், பீடி, குட்காவிற்காக எந்த வேலையும் செய்வார்கள். குளிக்க மாட்டார்கள், உடை மாற்ற மாட்டார்கள், தூங்க மாட்டார்கள், தம் சொந்த சுகாதாரம் பற்றி கவலைப்பட மாட்டார்கள், கலைந்த தலையுடன், வெறுங்காலோடு திரிவார்கள். அவர்களிடம் துர்நாற்றம் வீசும். நினைத்த நேரம் வெறும் தரையில் படுத்துத் தூங்குவார்கள். சில சமயம் நம் அருகில் வந்த படுத்து நம்மேல் கையை, காலைப் போட்டு, நம்மை தூக்கத்திலிருந்து எழுப்பி விடுவார்கள்.

போதைப் பழக்கத்திலிருந்து விடுபடும்போது வரும் வலிப்பு, பலருக்கும் சிறைக்கு வந்த இரண்டாவது, மூன்றாவது நாளில் வரும். வலிப்பு வந்து எங்காவது விழுந்து விடுவார்கள். கைதிகள் ஓடி வந்து என்னை அல்லது டாக்டர். சதீஷை அழைப்பார்கள். நாங்கள் போய் அவரைத் தூக்கி, ரத்தம், எச்சிலைத் துடைத்து, சுவாசக்குழாயை அடைத்துக்கொண்டிருக்கும் தொங்கும் நாக்கை சரி செய்து, வலிப்பு நின்றதும், மருத்துவமனைக்கு அனுப்புவோம். பெரும்பாலும் கீழே விழுந்து, காயம்பட்டு ரத்தம் வரும். சில சமயம் மக்கள் அவர்களது மூக்கிற்கு அருகில் செருப்பைக் காட்டி வலிப்பை நிறுத்த முயற்சி செய்வார்கள்.

நான் வலிப்பு வந்தால் என்ன செய்ய வேண்டும் என சில கைதிகளுக்குக் கற்றுத் தந்தேன். கொஞ்சம் கொஞ்சமாக, காய்ச்சல், வாந்தி, வயிற்றுவலி, தலைவலி, வயிற்றுப்போக்கு, அரிப்பு, பூஞ்சைத்தொற்று போன்றவற்றிற்கான சில மருந்துகளை நான் வைத்துக்கொள்ள ஆரம்பித்தேன். தினமும் இது போன்ற பிரச்சனைகளுக்காக கைதிகள் என்னிடம் வருவார்கள். சிலருக்கு என்னிடம் உள்ள மருந்துகளைக் கொடுப்பேன். தேவைப்படும் மருந்து என்னிடம் இல்லை என்றால் குடும்பத்தினர் மூலம் வெளியில் வாங்கித்தரச் சொல்லி சீட்டு எழுதித் தருவேன்.

17ம் தேதி ஞாயிறன்று புஷ்பா சேல்ஸ் உரிமையாளர் மணீஷ் பண்டாரி கைதான செய்தி வந்தது. ஊடகங்கள் 'அவர் அமெரிக்கா சென்று விட்டார், அவரை கைது செய்ய முடியாது' என்று சொல்லி வந்தன. அது நான் நேபாளம் வழியே துபாய் போனது மாதிரியான பொய்ச் செய்திதான். மதியம் என்னைப் பார்க்க வந்த அடீல்பாய் அந்த செய்தியை உறுதி செய்தார். அவர் சரணடைய கோரக்பூர் வந்துகொண்டிருக்கும் போது, அவரது காரின் பதிவு எண் வேறு மாநிலத்தின் எண்ணாக உள்ளதே என்பதற்காக நிறுத்தியபோது, கைது செய்துவிட்டார்கள். இரண்டு நாட்களுக்கு முன், ஊழல் தடுப்பு நீதிமன்றம் அவரை தலைமறைவுக் குற்றவாளி என்று அறிவித்து, அவரது சொத்துகளை பறிமுதல் செய்ய உத்தரவிட்டிருந்தது.

'நான் வந்து பதினைந்து நாட்களாகி விட்டன. பத்து நாட்களில் வெளியே வந்துவிடலாம் என்றாய்' என்று குறை கூறினேன்.

அவர் தலையசைத்தார். ஆனால் பதில் சொல்லவில்லை. வீட்டில் அனைவரும் நலம் என்பதை அறிய நிம்மதியாக இருந்தது.

'அன்று என்ன ஆனது? நீ வருவதாக பார்வையாளர் பட்டியலில் இருந்தது. நான் வெகுநேரம் காத்திருந்தேன்' என்றேன்.

'ஜெயிலர் உள்ளே விட மறுத்து விட்டார். அவருக்கு மேலிடத்தில் இருந்து மிகவும் நெருக்குதலாம்!' என்றார் அவர்.

'ஆனால் இன்று என் வழக்கறிஞரை அழைத்து வந்தேன். அவர் வாதாடியதால் சந்திக்க அனுமதித்தார்கள்.'

'வழக்கறிஞர் என் ஜாமீன் பற்றி என்ன சொல்கிறார்?'

'நாம் இப்போது ஜாமீன் மனு போடக் கூடாது என்கிறார். முதலில் மற்றவர்கள் மனு போட்டு, ஜாமீன் பெறட்டும். முதல்வரின் மனைவி மனு செய்துள்ளார். அதற்கு என்ன ஆகிறது என்று பார்ப்போம். நீ முதல்வரின் மனைவியோடு கூட்டு என்று ஊடகங்கள் கதை கட்டிக்கொண்டிருக்கின்றன.'

'ஆனால் எப்படி? அதற்கு என்ன ஆதாரம்? என்றேன் வெறுப்போடு.

'ஆதாரம் ஒன்றும் இல்லை. பல இடங்களிலும் அவர்களுக்கு வரும் தகவல்களை எழுதுகிறார்கள். டெண்டர் குழுவில் நீ இருந்தாய், மணீஷ் பண்டாரியிடம் நிறைய பணம் வாங்கினாய்... என்றெல்லாம் எழுதுகிறார்கள்.

'வாழ்க்கையில் மணீஷ் பண்டாரியை நான் பார்த்ததே இல்லை!'

'ஆமாம், அது நமக்குதான் தெரியும்' என்றார் அண்ணன். 'ஆனால் எப்போது உண்மை அவர்களை தடுத்திருக்கிறது?'

இரவு 7 மணியளவில் கடைசியில் அந்த புஷ்பா சேல்ஸ் உரிமையாளரைப் பார்க்கும் வாய்ப்பு கிடைத்தது. மூன்று பேரைக் கொன்ற ஒரு கொலையாளியின் தம்பியான டிக்கா என்பவனுடன் பேசிக்கொண்டிருந்தேன். மெதுவாக, நான் அவனைத் தவிர்ப்பேன். காரணம் அவன் எப்போதும் என் வீட்டு முகவரியைக் கேட்பான். ஆனால் அவனுக்கு வம்பு பேசப் பிடிக்கும். அவன் அன்றிரவு அவர்கள் மணீஷ் பண்டாரியை அடிக்கத் திட்டமிட்டிருப்பதாகச் சொன்னான். இதை கம்பள் பிட்டாய் என்பார்கள். அடிக்க குறி வைத்தவன் மீது கம்பளியைப் போர்த்தி எல்லோருமாகச் சேர்ந்து அடிப்பது. பிஆர்டி துயரச் சம்பவத்திற்கு அவரும், முதல்வரின் மனைவியும்தான் முக்கிய காரணம் என்று பொதுவான கருத்து நிலவியதே இதற்குக் காரணம்.

'இல்லை. அப்படிச் செய்ய வேண்டாம். இப்படி அடித்தால், அவரது தரப்பை எப்படிக் கேட்டீர்கள்?' என்றேன். நான் அவனது மனதை மாற்ற முயன்றேன். வன்முறை என்றால் எப்போதும் எனக்கு வெறுப்பு.

மணீஷ் வந்ததும், சைலேஷ் அவருக்கு ஒரு போர்வை தந்து, படுக்க இடம் ஒதுக்கித் தந்தான். அவரை மிக முக்கியமான விஐபி போல் நடத்தினான். காரணம் அவரே முன்பு சொன்னதைப் போல, மணீஷ் பெரும் பணக்காரர். நான் மணீஷிடம் பேசவில்லை. இளைஞராக, பார்க்க மிக யதார்த்தமான மனிதர்போல் தெரிந்தார். 1984 சீக்கியர் கலவரத்தின்போது அவரது குடும்பம் டெல்லியிலிருந்து லக்னோவிற்கு குடியேறியிருக்கிறது. மிகச் சிறிய வயதிலேயே தொழிலைத் துவக்கி, பெரிய அளவில் முன்னேறி விட்டார்.

திங்கட்கிழமைகளை பரேட் நாள் என்பார்கள். சைலேஷுக்கு அது மிக முக்கியமான நாள். கண்காணிப்பாளர், ஜெயிலர், துணை ஜெயிலர், மருத்துவ அதிகாரி எல்லோரும் ஒவ்வொரு பேரக்காக வந்து, கைதிகளிடம் குறை கேட்டார்கள். யாராவது அவர்களைத் துன்புறுத்துகிறார்களா என்று கேட்டார்கள். ஆனால், ஒரு பேரக்கில் அதிகபட்சமாக ஐந்து நிமிடங்கள்தான் இருப்பார்கள். மிகச் செல்வாக்கான கைதிகள் மட்டும்தான் அவர்களிடம் பேச முடியும். அன்றுதான் மந்திரிஜியும் வெளியே வந்து அவர்களுக்கு ஹலோ சொல்வார். அவர்களும் அவரிடம் மரியாதையாகப் பேசுவார்கள்.

அன்று சைலேஷ் பேரக் மிகவும் சுத்தமாக இருப்பதை உறுதி செய்து கொள்வார். கழிப்பறை, தோட்டம் எல்லாம் சுத்தம்

செய்யப்பட்டிருக்கும். அவரது பேரக்தான் சுத்தமாக இருக்கிறது என்று அதிகாரிகள் பாராட்டுவதை அவர் பெருமையாகக் கருதுவார். சுத்தம் செய்யும் பணிகளை, தானே நேரில் நின்று மேற்பார்வையிடுவார். காலை 10 மணிக்கு பேரக் மிகவும் சுத்தமாகக் காணப்படும்.

செப்டம்பர் 18 அன்று அப்படி அதிகாரிகள் வந்தபோது, பிஆர்டி வழக்கின் குற்றவாளிகள் எத்தனை பேர் இந்த பேரக்கில் இருக்கிறார்கள்? என்று கேட்டார்கள். ‘ஏழு பேர்’ என்றார் சைலேஷ்.

‘அப்படி சேர்ந்து இருக்கக்கூடாது. மணீஷ் பண்டாரியைத் தவிர மற்றவர்களை உள்பேரக்குகளுக்கு மாற்றி விடுங்கள்’ என்று அவர்களில் ஒருவர் உத்தரவிட்டார்.

சற்று நேரத்தில் டாக்டர். சதீஷ்குமார் நேரு பேரக்கிற்கு மாற்றப்பட்டார். உதய், சஞ்சய், சுதீர், கஜானந்த் எல்லோரும் வேறு வேறு பேரக்குகளுக்கு மாற்றப்பட்டார்கள். நான் 13ம் பேரக்கான கமான் பேரக்கிற்கு மாற்றப்பட்டேன். அங்குதான் சமையலறையில் வேலை பார்க்கும் கைதிகளை அடைத்து வைப்பார்கள். அது பகல் முழுக்க காலியாக இருக்கும். இரவில் நிரம்பி வழியும்.

என் உடைமைகளை எல்லாம் ஒரு வாளியில் போட்டுக் கொண்டு, அதையும் ஒரு சிறு பையையும் எடுத்துக்கொண்டு 13ம் பேரக் நோக்கி நகர்ந்தேன். உள்ளே சிறை வளாகம் பல பேரக்குகளும், திறந்தவெளியுமாக மிகப் பெரியது. தனியாக ஒரு மருத்துவமனையும் இருந்தது. பேரக்குகளை தாக்கூர் பேரக், யாதவ் – பேரக், விஐபி பேரக் என்று அங்கு ஆதிக்கம் செலுத்துவோரின் பெயரால் குறிப்பிடுவார்கள். இந்த உள்பகுதிக்குச் செல்லும் இடத்தில் உள்ள வாசலுக்கு சைத்தானின் வாசல் என்று கைதிகள் பெயரிட்டிருந்தனர். காரணம் கைதிகள் தம் பார்வையாளரை சந்தித்துவிட்டு வரும்போது, இந்த வாசலில் வைத்துதான் காவலர்கள் கைதிகளை சோதனையிட்டு, பார்வையாளர்கள் தந்து விட்டுச் சென்ற பொருட்களை பறித்துக்கொள்வார்கள்.

கோரக்பூர் சிறையின் உட்பகுதி கட்டிடங்கள் மிகப் பழைமையானவை. பல கட்டிடங்கள் சுதந்திரத்திற்கு முன்பு கட்டப்பட்டவை. சுவர்கள் பெயர்ந்து, தளங்கள் பெயர்ந்து, எங்கும் தூசியும், மண்ணுமாக இருக்கும். மழையில் ஒழுகும். இவைகூட பரவாயில்லை. மீண்டும் அதே பழைய கேள்விகள் என்னிடம் கேட்கப்பட்டதுதான் கொடுமையாக இருந்தது.

'ஓ! நீங்கள்தான் அந்த டாக்டர் சாஹிபா? டிவியில் பார்த்தோம். இங்கேஏன் வந்தீர்கள்? உண்மையான குற்றவாளிகள் யார்? அன்று என்ன நடந்தது?'

இக்கேள்விகள் எல்லாம் அந்தக் கைதிகள் தமது வழக்கமான சுய அறிமுகத்திற்குப் பிறகு கேட்பவை. சுய அறிமுகத்திற்கு சில உதாரணங்கள்:

'நான் ஆறு கொலை செய்தேன்.'

'நான் இரண்டு பெண்களை கற்பழித்தேன்.'

'நான் டோரியோ மாவட்டத்தின் தாதா. என்மேல் 70 வழக்குகள் உள்ளன. 12 வருடங்களாக இங்கே இருக்கிறேன். ஏதாவது வேண்டும் என்றால் என்னிடம் சொல்லுங்கள் – எது வேண்டும் என்றாலும்'

'நீங்கள் டாக்டர். நிறைய பணம் வைத்திருப்பீர்கள் அல்லவா? ஹி... ஹி...'

'கஞ்சா அடிக்க வேண்டுமா? என்ன, வேண்டாமா? அப்படியானால் பால் கொண்டு வரச் சொல்லட்டுமா? ஹி...ஹி... ஹி

'வீட்டில் யாரெல்லாம் இருக்கிறார்கள்? வீட்டில் எத்தனை கார்கள் உள்ளன?'

'வெளியில் போய் பேசுவோம். இங்கிருந்து வீட்டிற்குப் பேச வேண்டுமா? எங்களால் உதவ முடியும்.'

ஏதோ புதிய விடுதியில் ராகிங் செய்யப்படுவதுபோல் இருந்தது. ஆனால் இவர்கள் பற்றி யாரிடமும் புகார் கூற முடியாது.

இரவு வரை இதே கேள்விகள்தான். எனக்கு ஒதுக்கப்பட்ட இடம் கழிப்பறைக்கு அருகில் இருந்தது. இதை எல்லாம் அங்கு நீண்ட காலமாக இருக்கும் கைதிகள்தான் முடிவு செய்வார்கள். யாருக்கேனும் ஜாமீன் கிடைத்து, ஓர் இடம் காலியானால், அது நல்ல இடம் என்றால், அதற்குப் பணம் கொடுத்தால் நமக்கு கிடைக்கும். எனக்கென்று நிரந்தர இடம் ஒதுக்கப்படாததால், பகல் முழுக்க என் உடைமைகளை கையிலேயே வைத்திருந்தேன். எங்கேனும் வைத்தால் நமது பேஸ்ட், வாளி, சோப், துண்டு, போர்வை எல்லாவற்றையும் யாரேனும் எடுத்துப் பயன்படுத்த ஆரம்பித்து விடுவார்கள்.

இரவும் பகலும் கஞ்சா பிடித்துக்கொண்டு, போதை மருந்துகளை பயன்படுத்திக் கொண்டிருந்தார்கள். பேரக்கை மூடிய பிறகும் கூட, சிறைக்காவலர்கள் முன்பே எல்லோரும் புகைத்தார்கள். இவர்கள் புகைக்கும் உரிமைக்காகப் பணம் கொடுத்தவர்கள். காவலர்கள்தான்

இவற்றை எல்லாம் வாங்கித் தருவபவர்கள் எனும்போது, யார் தம்மைத் தடுக்க முடியும்? என்று கேட்டார்கள் அவர்கள். இது ஒரு வியாபாரம். பணம் எல்லோர் பைக்கும் சென்றது. குளோனஜிபாம், அல்ப்ரஜோனம், ட்ரமடால், அமிட்ரிப்டிலின் என்று எல்லா மருந்துகளும் சிறை மருத்துவமனையிலிருந்து வந்தன. ஒவ்வொரு பேரக்கிலும் சர்க்கிள் அதிகாரியோ அல்லது ரைட்டரோ இவற்றைக் கொள்ளை விலையில் விற்றார்கள்.

எனக்கு 'தம் மரே தம்' திரைப்படத்தின் ஒரு காட்சிக்குள் நுழைந்ததுபோல் இருந்தது.

ஆனால் அங்கு தினமும் மாலை இரண்டு மணிநேரம் பஜனை பாடல்கள் பாடுபவர்களும் இருந்தார்கள்.

சிறையின் உள்பக்கமாக பேரக்குகளில் இருப்பதில் வேறு சில சாதகங்களும் இருந்தன. உள்ளே பிரட், வெண்ணெய், டீ சமயங்களில் சமோசா கூட எந்த நேரமும் விற்கப்படும் ஒரு பெரிய கேண்டீனே இருந்தது. கற்பழிப்பு வழக்கில் சிக்கிய டாக்டர் ஒருவர் இந்த கேண்டீனை நடத்தினார்.

ஆனாலும், அறிமுகமில்லாத நபர்கள் உங்களை எப்போது வேண்டுமானாலும் மிரட்டலாம், பணம் பறிக்கலாம், உங்கள் பொருட்களை எடுத்துச்சென்று விடலாம் என்ற புதிய சூழலில் இருக்கும்போது, இந்த சாதகங்களால் என்ன பயன்? அதில் என் கதையை திரும்பவும் புதிதாய் பலருக்குச் சொல்ல நேர்ந்தது மேலும் மனச்சோர்வைத் தந்தது. இங்கே கழிப்பறைகள் மிக மோசமாக இருந்தன. இந்தப் பேரக்கில் அதிகமாக இருக்கும் கைதிகளான சமையல் வேலைக் கைதிகள் கரி அடுப்புகளில் தினமும் 10,000 ரொட்டிகள் செய்ய வேண்டும். மிக மிகக் கடுமையான வேலை. சமயங்களில் அவர்கள் களைப்பில் மயங்கி விழுந்தார்கள்.

தங்கை ஃபாரோ, இளைய தங்கையின் கணவர் சமர் இருவரும் ஹஜ் பயணத்திலிருந்து திரும்பியதும் என்னைப் பார்க்க வந்தார்கள். அம்மா இன்னும் லக்னோவில் தங்கை வீட்டில்தான் இருந்தார். அவரிடம் நான் சிறையில் இருப்பதைச் சொல்லவில்லை. விசாரணை நடப்பதாகச் சொல்லியிருக்கிறார்கள். மெதுவாக அவரிடம் சொல்லலாம் என்று இருக்கிறார்கள். அண்ணன் அடீல் மும்பை போயிருக்கிறார். பொய் குற்றச்சாட்டுகளால் அடுத்து யாரைத் தாக்குவார்களோ என்று குடும்பமே பயந்திருந்தது.

அண்ணனை சந்தித்ததைவிட தங்கையை சந்தித்தது உணர்ச்சிவயமானதாக இருந்தது. ஃபாரோ ஓடி வந்து, சிறு

குழந்தைபோல் என்னைக் கட்டிக்கொண்டாள். கண்ணீரோடு, 'அண்ணா! இது எப்படி நடக்கும்? நீ எப்படி சமாளிக்கிறாய்? உன் வேதனையை என்னால் கற்பனை செய்துகூடப் பார்க்க முடியவில்லை' என்றாள்.

நானும் அழுதேன். எங்கள் பக்கமாக இருந்தவர்கள் கூட இதைப் பார்த்துக் கலங்கினார்கள். சிறுவயதிலிருந்தே எனக்கும், ஃபாரோவிற்கும் நெருக்கம் அதிகம். எங்களது ரகசியங்களை எல்லாம் பகிர்ந்துகொள்ளும் நல்ல நண்பர்கள். என்னைவிட இரண்டு வயது சிறியவள். அடீல் பாய் பெரியவர். இளையவர்கள் மூவரும் ஒரு கோஷ்டியாக இருப்போம்.

ஏன், எதற்கு என்ற விசாரிப்புகளில் அவள் நேரத்தை வீணடிக்கவில்லை. இயன்ற அளவு என்னை ஆறுதல்படுத்தினாள். 'அல்லா! என் அண்ணனுக்கு இது எப்படி நடந்தது? மெதினாவில் எல்லோரும் உனக்காக பிரார்த்தனை செய்தோம். எல்லோரும் நீ பாராட்டப்பட வேண்டியவன் என்று சொன்னார்கள்' என்று சொல்லிக் கொண்டே இருந்தாள்.

நான் நன்றாக இருப்பதாகச் சொல்லி, அவளை சமாதானம் செய்ய முயற்சி செய்தேன்.

'உன் தங்கை என்று தெரிந்தால், உடனே உன்னைப் பற்றி நல்லவிதமாகச் சொல்கிறார்கள்' என்றாள். அவளது அன்பை, அவள் எங்கள் குடும்பத்தினர் அனைவர் சார்பாகவும் பேசுவதை நான் உணர்ந்தேன்.

சமர் பாய் ஷபிஸ்தா, ஜாப், அம்மா பற்றியெல்லாம் கவலை வேண்டாம் என்றார். 'நாங்கள் பார்த்துக்கொள்கிறோம், ' என்றார். அவர்களையும் சிறப்பு அதிரடிப் படையினர் திரும்பத் திரும்ப விசாரித்து, துன்புறுத்தியிருக்கின்றனர். அவர்களுக்கு குழந்தைகளிடம் விஷயத்தை மறைப்பது கடினமாக இருந்தது. மருமகள் ரித்தின் வகுப்புத் தோழர்கள், 'உங்கள் மாமா திருடன்!' என்று சொல்லியிருக்கிறார்கள். அவள் அழுது கொண்டே இருந்தாளாம். பின்னர் சமரும், ஜுனத்தும் வகுப்புத் தோழர்களின் பெற்றோரிடம் போய் விஷயங்களை விளக்கியிருக்கிறார்கள்.

என்னை புது பேரக்கிற்கு மாற்றிவிட்ட தகவலைச் சொன்னேன். அடீல் பாயால் என்னை மீண்டும் மில்லேனியம் அல்லது நேரு பேரக்கிற்கு மாற்றிவிட முடியுமா என்று கேட்கச் சொன்னேன்.

'இப்போதும் போலீசார் வீட்டுக்கு வருகிறார்களா?' என்று சமரிடம் கேட்டேன்.

'ஆமாம், ஆனால் அடிக்கடி வருவதில்லை. ஊடகங்களில் ஏதேனும் செய்தி அடிப்பட்டால் வருகிறார்கள். வந்து வினோதமான கேள்விகளைக் கேட்டு, பல மணிநேரங்கள் துன்புறுத்திவிட்டுப் போவார்கள். நீங்கள் சீக்கிரம் வெளியே வரவேண்டும் என்று பிரார்த்தனை செய்துவருகிறோம். அம்மாவிற்கு விஷயம் தெரியாமல் பார்த்துக்கொள்கிறோம்' என்றார்.

ஃபாரோ ஷபிஸ்தா, மருமகள்கள் ஜாரா, ரித் அஹமது பாய் ஆகியோரின் கடிதங்களைக் கொண்டுவந்திருந்தாள். நான் ஷபிஸ்தாவை எங்கள் ஊரிலேயே வேறு பகுதியான பிபிகஞ்ச்சில் இருந்த அவளது தாய் வீட்டில் சென்று சில காலம் இருக்குமாறு சொல்லி ஒரு கடிதம் எழுதி, ஃபாரோவிடம் கொடுத்துவிட்டேன். ஃபாரோ என் நிலை பற்றி மிகவும் வருத்தமாக இருந்ததால், நான் அவளிடம் பல விஷயங்களைச் சொல்லவில்லை. போகும்போது எனக்கு கொஞ்சம் பணம் தந்தாள். அடுத்த முறை அவள் இந்தியா வரும்போது, நான் அவளை டெல்லிக்கு வந்து வரவேற்க வேண்டும் என்றாள். அவள் மீண்டும் செப்டம்பர் 25ம் தேதி கிளம்ப வேண்டும்.

பார்வையாளர் நேரம் முடிந்தது. நான் காவலர்களுக்கு வழக்கமான மாமூல் தரவேண்டும். இங்கு மூன்று சோதனைச் சாவடிகள். ஒவ்வொன்றிலும் ரூ.50 தர வேண்டும். ஓர் இடத்தில் ஓர் அதிகாரி ரூ.100 கேட்டார். நான் மறுத்தேன். கடுமையாக திட்டி, மிரட்டி அனுப்பினார்.

மதியம் 3 மணிக்கு தேநீர் சாப்பிட வெளியே வந்தேன். அந்த சிறைக்காவலர் என்னை கம்பால் அடிக்க ஆரம்பித்தார். 'உனக்கு வெளியே போக அனுமதி இல்லை. மற்றவர்கள் போகலாம். பிஆர்டி கைதிகளை சுதந்திரமாக சுற்ற அனுமதிக்க முடியாது' என்று கத்தினார். நான் ரூ.100 தரவில்லை என்ற கோபம். முதுகில் விழ இருந்த அடியைத் தடுத்ததில் மணிக்கட்டில் சரியான அடி. விண்விண்ணென்று தெறிந்தது.

சிறைக்கு வந்ததிலிருந்து இதுவரை அனுபவித்திராத மிக மோசமான மனச்சோர்வு என்னை ஆக்கிரமித்தது. அன்று பகலில் இருந்ததைப்போல் என் வாழ்வு என்றுமே அவ்வளவு இருண்டு இருந்ததில்லை. ஒரு மூலையில் உட்கார்ந்தேன். என்னை சமாதானம் செய்ய முயற்சி செய்த சக கைதிகளிடம் எதுவும் பேசவில்லை. அஸர் தொழுகைக்காக பேரக்கில் நுழைந்தேன். பிறகு மாலை 6 மணி வரை என்னை நானே திட்டிக்கொண்டு வெளியில் உட்கார்ந்திருந்தேன். எண்ணுவதற்காக அழைத்தபோது, போய் வரிசையில் நின்றேன்.

உள்ளே, கழிப்பறைக்கு அருகில் இருந்த எனது இடத்தில் போர்வை விரித்துப் படுத்தேன். போர்வையால் முகத்தை மூடிக் கொண்டு மணிக்கணக்காக அழுதேன்.

ஃபஜர் தொழுகைக்குத்தான் எழுந்தேன். அல்லாவிடம் வெகுநேரம் பிரார்த்தனை செய்தேன். 'தயவு செய்து என் மீது இரக்கம் காட்டுவீராக!' என்று கெஞ்சினேன். 'இறந்து கொண்டிருந்த குழந்தைகளைக் காப்பாற்றத்தானே போனேன்? எனக்கு ஏன் இந்த தண்டனை?' என்று முறையிட்டேன்.

முற்றிலும் நம்பிக்கையிழந்த நிலையில், அந்தப் புதிய பேரக்கை எந்த அளவிற்கு வெறுத்தேன் என்பதை உணர்ந்தேன். மக்கள் புகைத்துக்கொண்டு, மிக மோசமான கெட்டவார்த்தைகள் பேசிக் கொண்டிருந்தார்கள். இந்த செயல்கள் அனைத்திலும் ரைட்டரும் கூட்டு. அவர் பணவெறி பிடித்தவர். யாரை சந்திக்க யார் வருகிறார்கள். அவர்கள் என்ன கொண்டு வருகிறார்கள் என்று கவனிப்பார். அவரே போதைப் பொருள் பயன்படுத்துபவர், என்பதால் அவரால் யாரையும் தடுக்க முடியவில்லை.

அன்று மதியம் சைலேஷ் என்னைப் பார்க்க வந்தார். எனக்கு பரோட்டா கொண்டு வந்தார். அந்த இரண்டு நாட்களில் அப்போதுதான் நான் சாப்பிட்டேன். நான் அவரை அணைத்துக் கொண்டேன். என்னை இடம் மாற்றுவதாக உறுதியளித்தார்.

மறுநாள், கழிப்பறை சுத்தம் செய்யும் பணியோடு நாளைத் துவக்கினேன். இதை காலை, மாலை என இரு வேளைகளிலும் செய்ய வேண்டும். இதே பணி மேலும் இரு கைதிகளுக்கும் வழங்கப்பட்டிருந்தது. அவர்கள் அதை கடனுக்குச் செய்வார்கள். இரண்டு வாளித் தண்ணீரை ஊற்றுவார்கள். புகை பிடிப்பார்கள். சிறிது நேரம் பேசிக்கொண்டு இருந்து விட்டுப் போய்விடுவார்கள்.

யாருக்காவது ஜாமீன் கிடைத்ததால், அவரது இடத்தை எனக்குத் தருவதாக ரைட்டர் சொன்னார். நல்ல இடம் கிடைக்குமா, யாராவது நல்ல செய்தியோடு வருவார்களா என்று காத்திருந்தேன். சிறையில் இப்படித்தான் பொழுதைக் கழிக்க வேண்டும். பார்வையாளர் சந்திப்பு, நல்ல செய்தி என்று எதையாவது எதிர்பார்த்துக் காத்திருக்க வேண்டும்.

இப்படி காத்திருப்பதுதான் நம்மை உற்சாகமாக வைத்திருக்கும். உயிர் வாழ்வதற்காக சாப்பிட வேண்டும், திட்டுகளை, சித்ரவதைகளை சகித்துக் கொள்ள வேண்டும். ஆனால் அப்படிச் செய்வதற்கான உறுதியை எதிர்பார்ப்பு, காத்திருப்புதான் தரும்.

செப்டம்பர் 22 அன்று அடீல்பாய் வந்தபோது, நான் அவரை அணைத்துக்கொண்டு அழுதேன். ‘பாய், எப்படியாவது என்னை மில்லேனியம் அல்லது நேரு பேரக்கிற்கு மாற்றி விடுங்கள்’ என்றேன்.

தான் மருத்துவர்களிடம் பேசி இருப்பதாகவும், மருத்துவமனை போய்விடுகிறாயா? என்றும் கேட்டார். ‘வேண்டாம், நாம் ஏன் சட்டவிரோத வேலையைச் செய்ய வேண்டும்? பேரக்கை மட்டும் மாற்ற முடியாதா?’ என்றேன்.

அவர் எரிச்சலடைந்தார். ‘இது ஹோட்டல் அல்ல, சட் சட்டென்று ரூமை மாற்றிக்கொள்ள. வெளியில் நாங்கள் எப்படித் திண்டாடுகிறோம் என்று உனக்குத் தெரியவில்லை’ என்றார் கோபமாக. நான் பேசாமல் இருந்தேன். அவர் எப்படி உணர்ந்தார் என்பது புரிந்தது. ஆனால் நான் வேறு யாரிடம் புலம்ப முடியும்? யாரிடமாவது நான் சொல்ல வேண்டும். எனது வலியைப் பகிர வேண்டும்.

அவர் கிளம்பும்போது பேரக் மாற்றுதல் குறித்து ஏதாவது செய்ய முயற்சி செய்வதாகச் சொன்னார். ‘ஆனால் வழக்கறிஞர்கள் இப்போது ஜாமீன் மனு தாக்கல் செய்ய வேண்டாம் என்று ஆலோசனை சொல்வதால், ஜாமீன் பெற இன்னும் இரண்டு மாதங்கள் ஆகும்’ என்றார்.

‘இரண்டு மாதங்களா?’ என்று அதிர்ந்து போனேன்.

‘ஆமாம், ஏனென்றால் இதில் பல உயரதிகாரிகள் சம்பந்தப்பட்டுள்ளார்கள். ஜாமீன் தர வேண்டாம் என்று மாவட்ட நீதிபதிக்கு கடுமையான நெருக்கடி இருக்கிறது. ஊடக இரைச்சல் சற்றுத் தணிந்தபிறகு, இல்லை, வேறு யாரேனும் ஜாமீன் பெற்ற பிறகு, விஷயங்கள் நகரும்.’

நான் மனதுக்குள் குமுறினேன். ‘நான் எப்படித் தாக்குப் பிடிப்பேன்? நான் என்ன தவறு செய்தேன்? தவறு எதுவும் செய்யாத போது, ஏன் பயப்பட வேண்டும்? நீதிபதி எனது ஜாமீன் மனுவை நிராகரிக்கட்டும். அதற்கு மேல் உள்ளவர்களிடம் செல்வோம்’

ஆனால் நான் எதுவும் பேசவில்லை.

சிறைவாசத்தில் மிக முக்கியமான ஒரு பாடத்தை மெதுவாகக் கற்றேன். உங்கள் மீதான வழக்கு ஒன்றுமில்லை என்பதால், அதிலிருந்து வெளிவர இரண்டு வாரங்கள்தான் ஆகும் என்று உங்கள் வக்கீல் முதலில் சொல்வார். ஆனால் 15 நாட்களுக்குப் பிறகு, இன்னொரு 15 நாட்கள் என்பார். அதற்குப் பிறகு இன்னும்

15 நாட்கள். இது இப்படியே போய், கைதிகூண்டிலிருந்து வெளியே வர மாதக்கணக்கில், வருடக் கணக்கில்கூட ஆகும். புதிய கைதி ஒருவர் தன் வக்கீல் இரண்டு வாரங்களில் ஜாமீன் வாங்கித் தருவதாகச் சொல்லியிருக்கிறார் என்று கூறும்போது மற்ற கைதிகள் சத்தமாகச் சிரிப்பதில் வியப்பேதும் இல்லை. இப்போதுதான் அது ஏன் என்று புரிகிறது.

விஷயங்கள் நடந்தேறுவதைப் பார்க்க வினோதமாக இருக்கிறது. முதல் நாள் நான் உள்ளே வரவே விரும்பவில்லை. நேரு பேரக்கை வெறுத்தேன். இப்போது எவ்வளவு சீக்கிரம் முடியுமோ அவ்வளவு சீக்கிரம் நேரே பேரக் போக விரும்பினேன்.

இரண்டே வாரங்களில், மனித இயல்பு பற்றி நிறைய தெரிந்து கொண்டு விட்டேன். மிக மோசமான நிலைமைகளிலும் தாக்குப் பிடிப்பது சாத்தியம்தான். கடவுள் மனிதனுக்கு ஏராளமான பொறுமையைக் கொடுத்திருப்பதால், அவன் மிக மோசமான தண்டனையை எதிர்கொள்ளும்போதும், வாழ்வதற்கான விருப்பம் அணைந்து விடுவதில்லை. தூக்குத்தண்டனை கைதியும் உச்ச நீதிமன்றத்தில் மேல்முறையீடு செய்கிறார். குடியரசுத் தலைவரிடம் கருணை மனு செய்கிறார்.

சிறையில், உயிர் பிழைப்பதற்காக ரோஷமின்றி இருக்கப் பழகிக் கொண்டேன். முன்பெல்லாம் யாராவது என்னை, 'நீ', 'வா' 'போ' என்று பேசினால் பொறுத்துக்கொள்ள மாட்டேன். இப்போது சிறைக்காவலர் என் அம்மா, சகோதரியைக் குறிக்கும் கெட்டவார்த்தைகளால் என்னை அழைத்தாலும், தாங்கிக் கொள்கிறேன். முன்பு யாராவது தள்ளிவிட்டால்கூட கோபம் வரும். இப்போது, கம்பை வைத்து அடித்தாலும், வாங்கிக் கொள்கிறேன்.

முன்பு தட்டை நன்கு கழுவி, துடைத்து வைத்தால்தான் அதில் சாப்பிடுவேன். இப்போது, சேறும் சகதியுமான நீரில் கழுவிய தட்டில் உணவை வைத்து தரையில் உட்கார்ந்து சாப்பிடுகிறேன். முன்பெல்லாம் சிறையில் தரப்படுவது போன்ற சுகாதாரமற்ற உணவை ஒருபோதும் சாப்பிட்டதில்லை. இப்போது மதிய உணவு, இரவு உணவு நேரத்திற்கு ஆவலாய் காத்துக்கொண்டு, அதற்காக மணிக்கணக்கில் வரிசையில் நிற்கிறேன். விடுதிகளில் எல்லாம் முதலில் கழிப்பறைகள் சுத்தமாக உள்ளனவா என்று பார்த்து விட்டுத்தான் தங்குவேன். இப்போது கழிப்பறைளை நான் சுத்தம் செய்கிறேன். கழிப்பறைக்கு அருகிலேயே படுத்துத் தூங்குகிறேன்.

அடீல் பாய் வந்து போன பிறகு ஒரு திடீர் ஞானோதயமாக, நான் இறந்துகொண்டிருக்கவில்லை, மாறாக, தாக்குப் பிடிக்கிறேன் என்பது புரிந்தது.

அடீல்பாயின் முயற்சியா, சைலேஷின் முயற்சியா என்று தெரியவில்லை. மறுநாள் மதியம், என்ன காரணத்திற்கோ, சிறை தலைமைக் காவலர் சூர்யா பாண்டே வந்து 'உங்கள் அட்டை எங்கே?' என்றார். நான் அட்டையைத் தந்ததும், 'உங்கள் பொருட்களை எடுத்துவைத்துக் கொள்ளுங்கள்' என்றார்.

எடுத்து வைத்து கொள்ள பெரிதாக என்ன இருக்கிறது? எல்லா பொருட்களையும் எடுத்து வாளியில் போட்டுக் கொண்டேன். ஒரு மணி நேரம் கழித்து, பாண்டே திரும்பி வந்தார். அதற்குள் மருத்துவமனைகள், நேரு பேரக்கிற்கா இல்லை வேறு ஏதாவது தெரியாத பேரக்கிற்கா... என்று என்னுள் பல யோசனைகள்.

அவர் என் அட்டையைத் திருப்பித் தந்துவிட்டு, தன்னோடு வரச் சொன்னார். எங்கே என்று கேட்டதும், 'மில்லேனியம் பேரக்' என்றார்.

முதல் முறையைப்போலவே இம்முறையும் டி.ராம்தான் முதலில் பார்த்தார். இரு கை நீட்டி வரவேற்றார். டாக்டர். சதீஷும், மணீஷும் அதே பேரக்கில் தான் இருந்தார்கள். நான் கேள்விப்பட்டது சரிதான். எப்படி திரும்ப இங்கு வந்தீர்கள் என்று டாக்டர் சதீஷிடம் நான் எதுவும் கேட்டுக்கொள்ளவில்லை. சைலேஷ் தனக்குப் பக்கத்தில் இடம் தந்தார். அவரோடு மணிக்கணக்காகப் பேசினேன். தான் ஜெயிலரிடம் வேண்டுகோள் வைத்ததாகவும், அவர் ஒப்புக்கொண்டதாகவும் சைலேஷ் கூறினார்.

சில நிமிடங்களில் நான் மீண்டும் மருத்துவராக நேர்ந்தது. உயர் நீதிமன்ற தேர்வுகளில் மோசடி செய்த வழக்கில் பிடிபட்ட முபாரக் அலி மற்றும் அவரது கோஷ்டியை போலீஸ் காவலில் சித்ரவதை செய்திருக்கிறார்கள். அதில் ஒருவரான ஷியாம் பிஹாரிக்கு கையில் புண்ணில் சீழ் வைத்துவிட்டது. 'அடுத்த ஏழு நாட்களுக்கு அமிக்கேசின் தர வேண்டும், ஒரு நாள்விட்டு ஒருநாள் புண்ணை சுத்தம் செய்து கட்டுப்போட வேண்டும்' என்றேன். செஃப்ட்டிரியாக்ஸோன் ஊசி போட்டேன். மீண்டும் சிறைவாசிகள் என்னை மரியாதையோடு நடத்த ஆரம்பித்தார்கள்.

இப்படியாக, ஒரு சமயத்தில் ஒருநாள் என்ற கணக்கில், ஒவ்வொரு நாளாக வாழ்க்கை கழிந்தது.

பாகம் மூன்று

கண்டுபிடிப்பு

15

முடிச்சுகள் அவிழ்கின்றன

ஓரளவு மகிழ்ச்சியான மருத்துவர் வாழ்க்கையிலிருந்து, சக கைதிகளுக்கு மருத்துவம் பார்க்கும் நிலையில் அநியாயமாக சிறையில் அடைக்கப்பட்டது வரையிலான எனது நீண்ட பயணம் பல விஷயங்களை எனக்குப் புரிய வைத்தது.

கோரக்பூர் சிறையில் இருந்த நாட்களில் என் சக குற்றவாளிகளோடும், பிற கைதிகளோடும் பிஆர்டி ஆக்சிஜன் துயரச் சம்பவத்தின் ஒவ்வொரு விவரத்தையும் பற்றி விவாதித்தால், பல முக்கியமான கண்ணிகளை என்னால் அடையாளம் காண முடிந்தது. இவை இந்த சோக சம்பவங்கள் எப்படி நடந்தன என்பதையும், அவற்றை எவ்வாறு தடுத்திருக்கலாம் என்பதையும் புரிந்துகொள்ள உதவின.

2013க்கு முன்பு வரை பிஆர்டி மருத்துவமனை மோடி கேஸ் லிமிடெட் இடமிருந்து ஆக்சிஜன் வாங்கி வந்தது. இது உள்ளூர் நாடாளுமன்ற உறுப்பினருக்கு வேண்டப்பட்ட நிறுவனம். திரவ ஆக்சிஜன் வழங்கும் ஏற்பாடு செய்யப்பட்ட பின்பும் இது மருத்துவமனைக்கு மாதம் தோறும் 300 முதல் 500 சிலிண்டர்கள் வரை சப்ளை செய்து வந்தது. ஆனால் புது முதல்வர் டாக்டர். ராஜீவ் மிஸ்ரா பொறுப்பேற்றதும், 2017 ஏப்ரலில் இந்த ஒப்பந்தத்தை அலகாபாத்தில் இருந்த ஐஜிஎல் நிறுவனத்திடம் தந்தார். இந்த நிறுவனத்திற்கும், அலகாபாத்தைச் சேர்ந்த கேபினட் அமைச்சர் ஒருவருக்கும் இருந்த தொடர்புதான் இதற்குக் காரணம் என்று சிலர் சொல்கிறார்கள். இயல்பாகவே மோடி கேஸ் உரிமையாளர் கோபமடைந்தார். வெகு தொலைவில் உள்ள நிறுவனத்திற்கு ஒப்பந்தம் தருவது பெரிய மடத்தனமான தவறு. ஆக்சிஜன் மிக அத்தியாவசிமயான ஒன்று. தேவை ஏற்பட்டதும் உடனடியாக சப்ளை செய்யப்பட வேண்டிய ஒன்று. உள்ளூர் நிறுவனத்திற்குத்தான் ஒப்பந்தம் தந்திருக்க வேண்டும்.

பிஆர்டி மருத்துவமனைக்கான ஆக்சிஜன் சப்ளை 2013ல் போடப்பட்ட ஒரு முத்தரப்பு ஒப்பந்தத்தால் நிர்வகிக்கப்பட்டது.

இந்த ஒப்பந்தம் ஐனாக்ஸ், (டீலர்) புஷ்பா சேல்ஸ் (இடைத்தரகர்), பிஆர்டி மருத்துவமனை (வாங்குபவர்) ஆகியோரிடையே போடப்பட்டது. புஷ்பா சேல்ஸ் ஆக்சிஜன் சப்ளைக்குரிய அமைப்புகளை நிறுவுதல், பராமரித்தல், மருத்துவமனை தர வேண்டிய தொகைக்கு பில் அனுப்புதல், மருத்துவமனையில் பணம் பெறுதல், தனது கமிஷனை எடுத்துக்கொண்டு, ஐனாக்சிற்கு பாக்கிப் பணத்தை அனுப்புதல் ஆகிய பணிகளைச் செய்தது.

இப்படி ஒரு இடைத்தரகருக்கு என்ன அவசியம் என்ற கேள்விகள் இப்போது எழுந்தன.

இது ஒரு புதிய விசாரணைக்கான வழியைத் திறந்து வைத்தது. திரவ ஆக்சிஜன் டெண்டர் விடப்பட்டபோது, அது மூளையழற்சி நோய்க்காகப் புதிதாய் திறக்கப்பட்ட 100வது வார்டுக்காகத்தான் விடப்பட்டது. அப்படியானால் முன்னாள் முதல்வர் அந்த ஆக்சிஜனை ஏன் 6 ,8 ,14 ,12 வார்டுகளுக்கும், விபத்துப் பிரிவிற்கும் விரிவுபடுத்தினார்? திரவ ஆக்சிஜனின் மொத்த நுகர்வை 20,000 லிட்டரிலிருந்து 1.5 லட்சம் லிட்டராக அதிகரிப்பதற்கான அனுமதியைத் தந்தது யார்? இதனால் மாதா மாதம் திரவ ஆக்சிஜனுக்கான செலவு அதிகரித்திருக்கும் அல்லவா?

2017 ஆகஸ்ட் 3ம் தேதி, முதலமைச்சர் வருகை தருவதையொட்டி அதற்கான ஆயத்தக் கூட்டம் நடத்தப்பட்டது. லக்னோவிலிருந்த மருத்துவக் கல்வி டைரக்டர் ஜெனரல் அலுவலகத்திலிருந்து முதன்மைச் செயலாளரும், கோரக்பூர் மாவட்ட நீதிமன்ற வளாகத்திலிருந்து மாவட்ட மாஜிஸ்திரேட்டும், மருத்துவக் கல்லூரி முதல்வரும் காணொளி மூலம் அந்தக் கூட்டத்தை நடத்தினார்கள். 2017 ஜூலை 30 அன்று புஷ்பா சேல்ஸிடமிருந்து ஒரு வக்கீல் நோட்டீஸ் வந்திருப்பதாக அதில் முதல்வர் குறிப்பிட்டார். தனக்கு வழங்கப்பட வேண்டிய தொகையை 15 நாட்களுக்குள் வழங்காவிட்டால், தாம் திரவ ஆக்சிஜன் சப்ளையை நிறுத்தப்போவதாக அதில் புஷ்பா சேல்ஸ் கூறியிருக்கிறது. ஒப்பந்தப்படி, பிஆர்டி பதினைந்து நாட்களுக்கு ஒருமுறை பணப்பட்டுவாடா செய்ய வேண்டும். நிலுவைத் தொகை ரூ.15 லட்சத்திற்குமேல் இருக்கக் கூடாது. 2017 ஆகஸ்ட் 9 அன்று முதலமைச்சர் மருத்துவமனைக்கு வருவதற்கு முன்பாக இத்தொகையை வழங்கும்படி மாவட்ட மாஜிஸ்திரேட்டும், முதல்வரும், மருத்துவக் கல்வித் துறையின் அந்த இரண்டு அதிகாரிகளிடம் வேண்டினார்கள்.

இந்த நுணுக்கமான தகவல்களை எல்லாம் தெரிந்துகொண்ட நான் எனது அடிப்படையான பிரச்சனைக்கு வந்தேன். பணியில் சேர்ந்து ஒருவருடமே ஆன, மிக ஜூனியரான நான், இன்னமும் தகுதிகாண் பருவத்தில் இருந்த நான், ஆக்சிஜன் சப்ளை பற்றி எதுவுமே தெரியாத நான், எனது புரிதலுக்கு அப்பாற்பட்ட ஒரு பிரச்சனைக்கு எப்படிப் பொறுப்பாக முடியும்?

ஆனால், அதற்கான விடை மிகத் தெளிவானது என்று எனக்குத் தெரிந்தது.

நான் ஏன் தண்டிக்கப்படுகிறேன் என்ற கேள்வியை விண்ணையாளும் வேந்தரை என்னால் தினமும் பலமுறை கேட்க முடியும். எனினும் இந்த மண்ணாளும் வேந்தர்களுக்கு அவர்களுக்கே உரித்தான காரணங்கள் இருந்தன. அவற்றை கேள்வி கேட்க முடியாது.

ஒரு பிரச்சனையின்போது மனிதாபிமானத்தோடு நடந்து கொண்டதற்காக அதீதமான பாராட்டை, கவனத்தைப் பெற்றதற்காக நான் சிறையில் இருக்கிறேன்.

மாநில அரசு இயந்திரம் முழுமையும் என்னைக் குறிவைத்த போது, இரண்டு விஷயங்கள் நடந்தன. ஒன்று, பெரும்பான்மைவாத ஊடகம், அரசாங்கத்தின் ஆதரவைப் பெறுவதற்காக, நான் ஒரு முஸ்லிம் என்பதையும், அதனால் நான் தீவிரவாதி, தவறிழைக்கக் கூடியவன் என்பதையும் காட்டுவதுபோல் சித்தரிக்க ஆரம்பித்தன. இரண்டாவது, மதச்சார்பற்ற உணர்வு கொண்டோர், நான் ஒரு முஸ்லிம் என்பதற்காக எவ்வாறு பழி வாங்கப்படுகிறேன் என்பதை எதிர்த்து, தம் கோபத்தை வெளிப்படுத்த ஆரம்பித்தார்கள்.

ஆனால் இந்த இரண்டு போக்குகளுமே, 2017 ஆகஸ்ட் 10-11 துயரச் சம்பவங்களை திசை திருப்பவே உதவின.

நான் கபில் ஜானாகவோ, கபில் சிங்காகவோ அல்லது கபில் பாண்டேயாகவோ, எவ்வாறிருந்தாலும் ஒரே மாதிரிதான் நடத்தப்பட்டிருப்பேன் என்று நம்புகிறேன். அதைப் பல மேடைகளிலும் கூறியிருக்கிறேன். அதாவது நான் கிறிஸ்துவனாக, சீக்கியனாக, இந்து டாக்டராக இருந்திருந்தாலும், கோரக்பூர் சம்பவத்திற்கு என்னால்தான் அதிகமான கவனம் கிடைத்தது என்று அதிகார வர்க்கத்தின் கோபத்திற்கு ஆளாகித்தான் இருப்பேன்.

எனது மதம் காரணமாக நான் துன்புறுத்தப்படுகிறேன் என்ற கோபம் இவ்விஷயத்தில் வெளிப்பட்ட ஊழலை, கவனக்குறைவை மறைத்து, திசை திருப்ப உதவின. என்னை ஏன் குறி வைத்தார்கள் என்பது இப்போது நன்றாகப் புரிந்தது. தொலைக்காட்சியில் செய்திகளை கவனிப்பவர்கள், நாட்டின் முக்கிய அறிவுஜீவிகளின் பேச்சுகளை கவனித்து வருபவர்கள் எனது கௌரவத்தைக் காப்பதிலோ அல்லது தாக்குவதிலோ ஈடுபட்டிருந்தபோது குழந்தைகளை இழந்த பெற்றோர்களின் வாழ்க்கை நாசமடைந்துதான் இருந்தது. இறந்த குழந்தைகளின் பெயர்கூட யாருக்கும் தெரியாது. அவர்கள் குடும்பத்தினர் பட்ட வேதனையும் யாருக்கும் தெரியாது.

நான் சிறை வாழ்வில் உணர்ந்த மிகப் பெரிய உண்மை இது. இப்படி யோசிக்கவும் சிறைவாசத்தில் நிறைய நேரமிருந்தது.

செப்டம்பர் இறுதிவாக்கில் சிறையில் நான் எனக்கான ஒரு அன்றாட வேலைகளுக்கான நியதியை கடைப்பிடிக்க ஆரம்பித்து விட்டேன். காலையில் ஃபஜர் தொழுகையை முடித்து, 6 மணிக்கு எண்ணிக்கைக்கான வரிசையில் நிற்பேன். பிறகு கழிப்பறைக்கான வரிசையில் நின்று, அதை சுத்தம் செய்து, பயன்படுத்துவேன். பல் தேய்த்துவிட்டு, பேரக்கை கூட்டி, சுத்தம் செய்துவிட்டு, உட்கார்ந்து டீ குடிப்பேன். காலை உணவு பெரும்பாலும் பழங்கள் தான். பிறகு ஒரு மணிநேரம் செய்தித்தாளைப் படிப்பேன். செவ்வாய், வியாழன், ஞாயிறுகளில் சந்திப்பிற்கான நாள் என்பதால் தாதி காகாவின் வருகைக்காகத் தயாராக இருப்பேன். இல்லாவிட்டால், வெறுமனே பேரக்கில் சுற்றித் திரிந்து, டாக்டர்.சதீஷ் அல்லது மணீஷுடன் பேசுவேன். குளித்து, துணி துவைத்து சாப்பிடுவேன். பிறகு ஜோஹர் தொழுகை. 3 மணிக்கு பேரக்கை அடைப்பதற்குள் உள்ளே சென்று விடுவேன். பிறகு பேரக்கை சுத்தம் செய்வேன். ஏன்? என்ற அதே கேள்வியோடு சுற்றிச் சுற்றி வருவேன். அஸர் தொழுகை முடித்து, மாலை 6 மணிக்கு மீண்டும் எண்ணிக்கைக்காக வரிசையில் நிற்பேன். அதன் பிறகு பேரக்கை மூடி விடுவார்கள். பிறகு சககைதிகளோடு சேர்ந்து கங்கா அல்லது பாபிஜி கர் பர் ஹை! போன்ற தொலைக்காட்சித் தொடர்களைப் பார்ப்பேன். பிறகு மக்ரிப் தொழுகை. இஷா தொழுகைக்கான நேரம் வரை நாவல்கள் படிப்பேன். பிறகு ஹதீஸ் படிப்பேன். திரும்பவும் மணிக்கணக்காக புத்தகங்கள் படித்துவிட்டு, சமயங்களில் நள்ளிரவு 2-3 மணிக்குத்தான் தூங்குவேன்.

வெக்கையும், கசகசப்பும்தான் என்னைப் பாடாய்ப் படுத்தின. நிறைய தண்ணீர் குடித்தேன். தினமும் பலமுறை முகத்திலும், தலையிலும் தண்ணீரை தெளித்துக்கொண்டேன். ஆனால், முன்பு எப்படி இருந்தோம், இப்போது இப்படி இருக்கிறோமே என்ற எண்ணம் எப்போதும் இருந்தது. கோடை காலத்தில் வீட்டில், காரில் மருத்துவமனையில், வகுப்பறையில் என எல்லா இடங்களிலும் ஏஸிதான். இப்போது வெப்பத்தோடு, சிறையின் ஆள் நெருக்கடியும் சேர்ந்து தாங்கமுடியாதபடி இருந்தது. எப்போதும் சுற்றிலும் மனிதர்கள்.

விரைவில் சிறையில் அனைத்துப் பண்டிகைகளையும் கொண்டாடும் காலம் வந்தது.

அந்த வருடம் தசரா, செப்டம்பர் 30ம் தேதி வெள்ளிக்கிழமையில் வந்தது. அது அரசு விடுமுறை நாள் என்பதால் பார்வையாளர்கள் வந்து சந்திக்க அனுமதி கிடையாது. சிறை மருத்துவமனையில், உள் பேரக்குகளில் சிறிய கொண்டாட்டங்கள் நடந்தன. எங்கள் பேரக்கில் சிலர் பூஜை செய்தனர். ஆனால் மொத்தத்தில் சற்று அமைதியாகத்தான் இருந்தது. மறுநாள் மொஹரம். அதற்கு மறுநாள் காந்தி ஜெயந்தி தொடர்ந்து நான்கு நாட்கள் அரசு விடுமுறை நாட்கள் என்பதால், வெளி உலகில் நடப்பதே எங்களுக்குத் தெரியவில்லை.

எல்லோரும் அடுத்து வரவிருந்த பெரிய பண்டிகையான தீபாவளிக்குத் தயாராகிக் கொண்டிருந்தார்கள். அக்டோபர் 18ம் தேதி எங்கள் பேரக்கில் மட்டும் வெள்ளையடிக்கப்பட்டது. சைலேஷ் ரைட்டரானதிலிருந்து, பேரக்கில் ஆண்டுதோறும் வெள்ளையடிப்பதை உறுதிப்படுத்தி இருந்தார். பெரிய சாக்குப்பையில் சுண்ணாம்பு வாங்கி வந்தார். வெள்ளையடிக்கும் பணியில் எல்லோரும் ஈடுபட்டார்கள். ரோஹீ தலைமையில் ஒரு குழு ஒரே நாளில் காலையிலிருந்து இரவு வரை நிறுத்தாமல் வேலை பார்த்து பேரக்கின் உள்ளேயும், வெளியேயும் வெள்ளையடித்தது. தன் பேரக்கிற்கு வெள்ளையடிக்க மந்திரிஜி தனியாகப் பணம் கொடுத்தார்.

நாங்கள் எங்கள் பொருட்களை எல்லாம் எடுத்துக்கொண்டு, நாள் முழுக்க வெயிலில் கிடந்தோம். நான் அன்று முழுக்க கென்ஃபாலெட்டின்தி பில்லர்ஸ் ஆஃப் தி எர்த்தைப் படித்தேன். அன்று பார்வையாளர் வருகை கிடையாது என்பதால் பரபரப்பு

இல்லை. அதிகாரிகள் பலரும் விடுப்பில் போய்விட்டார்கள். காவலர்களும் குறைவு. புதுக் கைதிகளும் வரவில்லை.

மறுநாள் தீபாவளி. காலை முழுவதும் சைலேஷ் பரபரப்பாக மாலை கொண்டாட்டத்திற்கு வசூல் செய்துகொண்டிருந்தார்.

விளக்குகள், மெழுகுவர்த்திகள் கொண்டு எங்கள் பேரக்கை அலங்கரித்தோம். மாலை மந்திரிஜி தலைமையில் பூஜை. லட்டு பிரசாதம். இரவு உணவிற்கு ஹல்வா பூரி (ரவையில் செய்யப்படும் இனிப்புப் பூரி – மொழிபெயர்ப்பாளர்), பனீர் சப்ஜி. நான்தான் பரிமாறினேன். எல்லோரும் வெளியே உட்கார்ந்து சாப்பிட்டோம். வெகு நாட்களுக்குப் பிறகு மனதில் மகிழ்ச்சி. நல்ல விருந்து.

எல்லோரும் ஒருவரையொருவர் தழுவிக்கொண்டு தீபாவளி வாழ்த்து கூறினார்கள். சிறைக் காவலர்கள் தம் மாமூலை வசூல் செய்துகொண்டுவிட்டதால், நன்றாகக் குடித்துவிட்டு, கூச்சலிட்டபடி ஆடிக் கொண்டிருந்தார்கள். அந்தக் கணத்தில்,என்னால் அவர்களைக் கூட மன்னிக்க முடிந்தது.

சில வாரங்கள் கழித்து, குற்றப்பத்திரிகை தரப்பட, நவம்பர் 25 அன்று நான் நீதிமன்றம் அழைத்துச் செல்லப்படும்போது எனக்கு வேறொரு தீபாவளி நடக்க இருப்பது அப்போது தெரியாது. அன்று காலை, வழக்கமாக நீதிமன்றம் செல்லும்போது அணியும் ஜீன்ஸ், டி சர்ட் அணிந்து கிளம்பினேன். உடன் முதல்வர் ராஜீவ் மிஸ்ரா வந்தார்.

வேடிக்கை பார்ப்போர் வெறித்துப் பார்க்க, கை விலங்கோடு நீதிமன்றம் செல்லும் கொடுமையான அனுபவத்திற்கு தயாராகவே சென்றேன். என் மீதான பல குற்றச்சாட்டுகள் கைவிடப்படுவதாக நீதிபதி கூறியபோது வியப்பாக இருந்தது. ஊழலில் ஈடுபட்டது, தனியாக மருத்துவமனை நடத்தியது, வருமான வரிச் சட்டத்தை மீறியது என்ற குற்றச்சாட்டுகளுக்குத் தகுந்த ஆதாரங்களை போலீஸால் திரட்ட முடியவில்லை போலும்.

‘ஊழல் தடுப்புச் சட்டம் (பிரிவு 7, 13), ஐபிசி 420ன்கீழ் மோசடி, இந்திய மருத்துவக் கழக சட்டத்தின்படி தனியாக மருத்துவமனை நடத்தியது (பிரிவு 15), வருமானவரிச் சட்டம் (பிரிவு 66A) ஆகியவற்றின் படி உங்கள் மீது சுமத்தப்பட்ட, குற்றச்சாட்டுகளை நிரூபிக்க முடியாததால், அவை கைவிடப்படுகின்றன’ என்றார் நீதிபதி.

'மைலார்ட், எல்லா குற்றச்சாட்டுகளையும், ஏன் கைவிடக் கூடாது? நான் மூன்று மாதங்களாக சிறையில் இருக்கிறேன்.'

'இங்கே நீங்கள் மேலும் நேரத்தை வீணாக்காமல் இருப்பது நல்லது' என்றார் நீதிபதி பெருமூச்சோடு.

ஏமாற்றம் என்னை பெரிதாகத் தாக்கியது. அப்படியே மூழ்குவது போல் உணர்ந்தேன். அந்த 800 பக்க குற்றப் பத்திரிகையைப் படித்த போது, புலனாய்வு அதிகாரி பதிவு செய்திருந்த பெற்றோர்களின் வாக்குமூலங்களைப் பார்த்து அதிர்ச்சியடைந்தேன். எல்லா வாக்குமூலங்களும் ஒன்றுபோல் இருந்தன. ஒரே கையெழுத்தில் இருந்தன. 'ஆக்சிஜன் பற்றாக்குறையால் இறப்பு நிகழவில்லை. மருத்துவம் நடந்துகொண்டிருக்கும்போதே அவர்களது உடல்நிலை மோசமானதால் மரணம் நிகழ்ந்தது' என்று எழுதப்பட்டிருந்தது. அன்றிரவு நான் பல சிலிண்டர்களை ஏற்பாடு செய்தேன் என்பதை அவர்கள் ஏற்றுக்கொண்டார்கள் என்பதுதான் ஒரே ஆறுதல். குற்றப்பத்திரிகையைப் படிக்கும் போது தமக்கான பணத்தை பட்டுவாடா செய்ய உயரதிகாரிகள் 10 சத கமிஷன் கேட்டார்கள் என்று புஷ்பா சேல்ஸ் நிறுவனத்தினர் வாக்குமூலம் கொடுத்திருப்பது தெரிந்தது.

கைதிகளுக்கான அழுக்கான காத்திருப்பு அறைக்கு வந்தேன். அங்கு மாலை 5.30 வரை இருக்க வேண்டும். கடும் பசி, வயிற்று வலி. நெரிசலான சிறை வாகனத்தில் சிறைக்குத் திரும்ப வரும் போது, நீதியின் ஒரு கீற்றைக் காண்பதற்குள் இன்னும் எவ்வளவு துன்பப்பட நேருமோ என்று வேதனைப்பட்டுக் கொண்டே வந்தேன்.

16

முக்கியமான கடிதங்கள்

கோரக்பூர் சிறையில் அடைக்கப்படும் வரை நான் கடிதங்களின் சக்தியை உணர்ந்ததில்லை. மெக்கானிக்காக இருந்தவரான ஒரு கைதி நீண்ட காலமாக எதுவும் எழுதாமல் இருந்ததால், தன் சொந்தக் கையெழுத்தைப் போடுவதே கஷ்டமாக இருந்ததாக என்னிடம் கூறினார். பத்து நாட்களுக்குமுன் தன்னை சந்திக்க வந்திருந்த மனைவியின் சோகமான முகம் அவருக்கு நினைவுக்கு வந்தது. அதற்குக் காரணம், தான் மனைவிக்குக் கடிதம் எழுதாததுதான் என்பதை உணர்ந்ததும், எழுதுவது எவ்வளவு கடினம் என்றாலும் எழுதி விடுவது என்று அவர் முடிவு செய்தார்.

சமூக ஊடகங்களில், குறுஞ்செய்திகளில் சின்னதாகவே எழுதிப் பழகிவிட்ட எனக்கு, ஒரு கடிதம் எவ்வளவு விஷயங்களைக் கூறக் கூடியது. அதை எந்த அளவிற்கு பொக்கிஷமாய் பாதுகாத்து, திரும்பத் திரும்பப் படித்தது அனுபவிக்கலாம் என்பதை அறிய வியப்பாக இருந்தது. அனைத்தையும்விட வீட்டிலிருந்து கடிதங்கள் வருவது, அவர்களுக்கு நாம் எவ்வளவு முக்கியம், அந்த உறவுமுறைகள் என் வாழ்வில் எவ்வளவு மதிப்பு மிக்கவை என்று காட்டின.

30.11.2017

அன்பு மாமாவிற்கு,

எப்படி இருக்கிறீர்கள்? நலமாக இருக்கிறீர்கள் என்று நினைக்கிறேன். உங்கள் உடல்நிலை பற்றி விசாரிக்கத்தான் இதை எழுதுகிறேன். என் அம்மா உங்களுக்கு உடம்பு சரியில்லை என்றார்கள். உடல் நலத்தைப் பார்த்துக்கொள்ளுங்கள். நீங்கள் விரைவில் நலம் பெற இறைவனை பிரார்த்திக்கிறேன். உங்களைப் பார்க்க ஆவலாக இருக்கிறேன். உங்களை சந்திக்கும்போது செய்வதற்கு நிறைய திட்டங்கள் வைத்திருக்கிறேன்.

இப்படிக்கு,
உங்கள் அன்பு மருமகள்
ஜாரா

டிசம்பர் 3ம் தேதி மைத்துனர் அஹ்மர் பாயும், காஃசீப்பும் என்னைப் பார்க்க வந்தார்கள். என் தம்பி காஃசீப் இப்போதுதான் முதல்முறையாக வருகிறான். நாங்கள் தழுவிக்கொண்டோம். அண்ணன் என்பதால் அமைதியாக இருக்க முயற்சி செய்தேன். நான் வழக்கமான புலம்பல்கள், புகார்களை ஆரம்பிக்கும்போது அவன், ' உன் சகோதரர்கள், மனைவி, குழந்தைகளுக்கு ஒன்றும் நேராததற்கு நன்றியுள்ளவனாக இருக்க வேண்டும்' என்றான்.

இந்த வார்த்தைகள் என்னை ஆழமாகத் தாக்கின. ஒவ்வொரு முறையும் மனம் சோர்ந்து போகும்போது. நான் இதை நினைத்து ஆறுதல் கொள்வேன். 'குறைந்த பட்சம் குடும்பத்தினராவது பிரச்சனை இல்லாமல் இருக்கிறார்களே.'

அடுத்து ஃபாரோவின் கடிதம் வந்தது.

அஸ்ஸலாமு அலைக்கும்!

நீ நலமா என்று கேட்கமாட்டேன். ஒவ்வொரு நாளையும், ஒவ்வொரு மணிநேரத்தையும் கடப்பது உனக்கு எவ்வளவு கடினம் என்பது எனக்குப் புரிகிறது. தூங்கும் நேரம் தவிர மற்ற நேரங்களில் எல்லாம் நான் உனக்காக பிரார்த்தனை செய்கிறேன். ஏதோ எனது உடலின் ஒரு பாகத்தில் வலிப்பதுபோல் அழுகிறேன். அஹ்மர் பாய் எனக்கு நல்ல ஆதரவு. அவரும் வேதனையில்தான் இருக்கிறார். நீ எந்தத் தப்பும் செய்யவில்லை. ஊழல் குற்றச்சாட்டுகள் கைவிடப்பட்டது போல் மற்ற குற்றச் சாட்டுகளும் கைவிடப்பட்டு, நீ விரைவில் வந்து விடுவாய் என்று உறுதியாக நம்புகிறேன். ஊழல் புகார்கள் கைவிடப்பட்டதில் எல்லோருக்கும் சற்று நிம்மதி. அல்லாவிற்கு நன்றி சொன்னோம். நீ நிரபராதி என்று மக்களுக்குத் தெரியும். ஆனாலும் பலரும் அதற்கு மதச்சாயம் பூச முயற்சி செய்வதுதான் சோகம். தம் மாமா எவ்வளவு நல்ல காரியங்களைச் செய்துள்ளார் என்பதை ஜாராவிற்கும், ஜசீருக்கும் விளக்கினேன்.

அண்ணா, நான் மிகவும் பதட்டமாக இருக்கிறேன். எதுவும் பிடிக்கவில்லை. அடுப்பில் எதையாவது வைத்துவிட்டு, மறந்து விடுகிறேன். நான் மிகவும் தனிமையாக இருப்பதாக குழந்தைகள் கூறுகிறார்கள். என் நண்பர்கள்தான்

குழந்தைகளைப் பார்த்துக் கொள்ள உதவுகிறார்கள். இதையே நினைத்து, நினைத்து பைத்தியம் பிடித்துவிடுமோ என்று பயமாக இருக்கிறது. சமயங்களில் கத்தி அழ வேண்டும் போலிருக்கும். ஆனால் நம்பிக்கை இழப்பது தவறு. உற்சாகமாக இருக்க முயற்சி செய்ய வேண்டும்.

2018 ஜனவரி 9 இந்தியா வருவதற்கு டிக்கெட் வாங்கியிருக்கிறேன். என்னை வரவேற்க நீ வருவாய் என்று நம்புகிறேன். இன் ஷா அல்லா.

திரும்பவும் சிறைக்கு வந்து உன்னைப் பார்க்க எனக்கு சக்தியில்லை. என் இதயம் நொறுங்கிவிடும்.

நான் நன்றாக இருப்பதாகவும், விரைவில் வெளியே வந்து விடுவேன் என்றும் பதில் எழுதினேன்.

உன் மாமா திருடன் என்று நண்பர்களால் துன்புறுத்தப்பட்ட மருமகள் ரித்துக்கு கடிதம் எழுதினேன். ஊடகங்களில் அவிழ்த்து விடப்பட்ட விஷப் பிரச்சாரம் எத்தனை குழந்தைகளின் மனதைப் பாதித்ததோ என்பது கடவுளுக்கே வெளிச்சம்.

அன்பு ரித்,

அஸ்ஸாலாமு அலைக்கும்!

எப்படி இருக்கிறாய்? நலமாக இருப்பாய் என்று நம்புகிறேன். பள்ளிக்கூடம் எப்படி இருக்கிறது? நீ உன் மாமாவிற்காக வாதம் செய்ததை அறிந்தேன். இனிமேல் யாருடனும் சண்டை போடாதே. அல்லா அனைத்தையும் பார்த்துக் கொண்டிருக்கிறார். உன் மாமா எந்தத் தவறும் செய்யவில்லை. எனவே அவமானப்பட ஒன்றுமில்லை.

பிரார்த்தனை செய். நீ கிறிஸ்துமஸ் விடுமுறைக்கு வீட்டுக்கு வரும் போது உன்னை வரவேற்க நான் இருப்பேன் என்று உறுதியாகக் கூறுகிறேன். நாம் தினமும் வாட்டர் பார்க் போகலாம்.

உனக்கு என் அன்பு. உன் அம்மா, அப்பா, பாட்டி, குட்டி ரஹீல் ஆகியோரைப் பார்த்துக் கொள்.

அல்லா ஹஃபீஸ்

மறுநாள் 2017 டிசம்பர் 7 அன்று, சமர் பாயும், ஷபிஸ்தாவும் வந்தார்கள். ஜாப் சுறுசுறுப்பின்றி இருந்தாள். உடனே 'என்ன ஆனது என்று கேட்டேன். ஷபிஸ்தா எதையோ மறைக்க முயற்சி செய்தாள்.' ஜாப்பிற்கு மூன்று நாட்களாக காய்ச்சல், மூச்சுத்திணறல் என்று சமர் சொன்னார். ஷபிஸ்தா அழ ஆரம்பித்தாள். 'எனக்கு பயமாக இருக்கிறது, கஃபீல்!'

மிக வேதனையான கணம் அது. குழந்தை நல மருத்துவரான நான் என் குழந்தைக்கு மருத்துவம் செய்ய முடியாத நிலை. குழந்தையை என் மனைவி வேறு ஒரு மருத்துவரிடம் தூக்கிச் செல்ல வேண்டும். இது என்ன தண்டனை?

நான் குழந்தைக்கு இன்ஹேலர் தரச் சொன்னேன். குழந்தையின் எடையும் அதிகரிக்காமல், எட்டு கிலோவிலேயே நிற்கிறது. குழந்தையை இறுக்கி அணைத்துக்கொண்டேன். அந்தக் கணத்தில் இருந்தது போல் சிறையின் சுவர்கள் என்றும் அத்தனை உயரமாக, கனமாக இருந்ததில்லை.

2017 கிறிஸ்துமஸ் ஒரு திங்கட்கிழமை வந்தது. அப்போது வீட்டிற்கு வந்து விடுவேன் என்று ரித்துக்கு அளித்த வாக்குறுதியை என்னால் நிறைவேற்ற முடியவில்லை.

பல வருடங்களாக நான் கிறிஸ்துமஸை கொண்டாடும் வகையில் இந்த ஆண்டு கொண்டாட முடியவில்லை. வழக்கமாக டிசம்பர் 25 அன்று நான் ஒரு ஆதரவற்றோர் இல்லத்தில் மருத்துவ முகாம் நடத்துவேன். அங்குள்ள குழந்தைகளோடு அன்று முழுக்கக் கழிப்பேன். சாண்டா கிளாஸ்போல் வேடமிட்டு, பரிசுகள், பெரும்பாலும் புத்தகங்கள், எழுதுபொருட்கள் போன்றவை – தருவேன். அவர்களோடு நிறைய கேக் சாப்பிடுவேன்.

விரைவிலேயே, ஆண்டின் கடைசி நாள் வந்து விட்டது. அது ஒரு ஞாயிற்றுக்கிழமை. எங்கும் கொண்டாட்டம். உள்ளே இருந்த பெரிய மாஃபியா தாதா ஒருவர் சிறை முழுவதற்கும் உணவளிக்கும் பொறுப்பை ஏற்றிருந்தார். பனீர், பூரி, ஸ்வீட்கள். சிறையில் ஈத், ஹோலி என்று எந்தப் பண்டிகை என்றாலும் இவைதான் தரப்படும். இரவு 1 மணி வரை டிவி பார்க்க அனுமதித்தார்கள். பேரக்கிற்கு உள்ளே ஆஸாதும், விஷ்வாவும் நடனமாடினார்கள். அன்று சைலேஷ் மகிழ்ச்சியாக இருந்தார். இந்தக் கொண்டாட்டங்களை ரசித்தார்.

தனிப்பட்ட முறையில் நான் மனமுருகி தொழுதேன். ‘இந்த பயங்கரமான வருடம் முடிந்தது. புது வருடம் நல்லபடியாக இருக்கும். 2018ல் நான் வீடு திரும்புவேன்’ என்று நினைத்துக் கொண்டேன்.

2018ல் வந்தது. விரைவில் குடியரசு தினம் வந்தது. ஜனவரி 26 ஒரு வெள்ளிக்கிழமை. சிறையின் மையப் பகுதியில் கொடியேற்றம். அதற்கு கிர்தா என்று பெயர். ஆனால் அதில் கலந்துகொள்ள எங்களுக்கு அனுமதியில்லை. மாறாக, நாங்களே தேசிய கீதம் பாடிக் கொண்டு, இனிப்புகள் கொடுத்தோம்.

நல்ல பனி, இரவு தூங்கும்போதும் ஜாக்கெட் அணிந்தேன். பெரிய ஜன்னல்கள் வழியே வந்த குளிர் காற்றில் உடல் நடுங்கியது. சூடாக டீ சாப்பிட வேண்டும்போல் இருந்தது. பேரக்சின் கூட்டத்தால் இப்போது கசகசப்பு இல்லை. தொழுகைக்கு முன்பு கை, கால் சுத்தம் செய்துகொள்வது கூட கடினமாக இருந்தது.

பிப்ரவரி 14ம் தேதி சிலர் மஹாசிவராத்திரி கொண்டாடினார்கள். விரதம் இருந்த கைதிகளுக்கு ஒரு வாழைப்பழமும், 250 மில்லி பாலும் தந்தார்கள். அதற்கு முன்னரே பெயரை பதிவு செய்திருக்க வேண்டும். பகலில் அவர்களுக்கு ஒரு வேக வைத்த உருளைக்கிழங்கு தந்தார்கள். மஹாசிவராத்திரியை முன்னிட்டு முழு சிறையும் பக்திப் பரவசத்தில் ஆழ்ந்திருந்தது. பெரும்பாலான கைதிகள் காலையில் ஒரு மணிநேரமும், மாலையில் ஒரு மணிநேரமும் பிரார்த்தனை செய்தார்கள். ஜெயிலரும், மற்ற அதிகாரிகளும்கூட விரதம் இருந்தார்கள்.

நான் வளர்ந்த பகுதியில் எங்கள் வீட்டு வாசலில் ஒரு கோஷ்டியோடு நான் ஹோலி கொண்டாடுவேன். இம்முறை ஹோலி மார்ச் 2ம் தேதி வந்தது. சிறைக்குள் கலர் பொடிகளுக்கு அனுமதி இல்லை. சிவப்பு பொடி மட்டும்தான் அனுமதிப்பார்கள். அதை தண்ணீரில் கலந்து எல்லோர் மீதும் ஊற்றினார்கள். என் பை, உடைகள், புத்தகங்கள் எல்லாம் நனைந்தன. நான் ஓடிப் போய் கழிப்பறையில் ஒளிந்துகொண்டேன். ஆனால் அதன் அறைக்கதவு என்னைக் காப்பாற்றவில்லை. முழுக்க கலர் நீரால் நனைந்து போனேன். மந்திரிஜி எல்லோருக்கும் குஜ்ஜியா ஸ்வீட் (நம் ஊர் சந்திரகலா ஸ்வீட் போன்றது – மொழிபெயர்ப்பாளர்) வாங்கித் தந்தார். இரவு உணவிற்கு பழைய படி ஹல்வா – பூரி,

பனீர் சப்ஜியும்தான். ஒருவரையொருவர் தழுவி, ஹோலி வாழ்த்து சொல்லிவிட்டு தூங்கச் சென்றோம்.

இந்த கொண்டாட்டங்களுக்கு மத்தியில், குடும்பத்தாரிடமிருந்து சில கடிதங்கள் வந்தன.

மார்ச் 20 அன்று நான் எதிர்பாராத பார்வையாளர்கள். நான் அடிக்கடி நினைத்த, ஆனால் பார்க்கவும் பயந்த பார்வையாளர்கள்.

தங்கை ஜீனத் வந்திருந்தாள். ஆனால் தனியாக வரவில்லை. அவளோடு அம்மாவும், என் அத்தையும் (அப்பாவின் அக்கா).

மூன்று பெண்களும் என்னை நோக்கி வந்தார்கள். என் கண்களையே என்னால் நம்பமுடியவில்லை. வயது முதிர்ந்த என் அத்தை சக்கர நாற்காலியில் வந்தார். அம்மா, துக்கமும், பெருமையும் கலந்த கம்பீர நடையில் வந்தார். கைதுக்குப் பிறகு அவரை இப்போதுதான் பார்க்கிறேன். இத்தனை மாதங்களாக என்னைப் பற்றிய செய்திகள் அவரை எப்படிப் பாதித்திருக்குமோ என்றுதான் கவலைப்பட்டுக் கொண்டிருந்தேன்.

நீண்டநேரம் அணைத்துக்கொண்டோம். இருவரும் உணர்ச்சி வசப்பட்டதால் பேச்சு வரவில்லை. கடைசியில் அம்மா பேசியது எனக்குப் பெரிய பலத்தைத் தந்தது. ‘மகனே! எனக்கு மிகவும் பெருமையாக இருக்கிறது’ என்றார் அவர். ‘உன் சிறு வயதில் நானும், அப்பாவும் உனக்குக் கற்றுத் தந்தவை எல்லாம் சரியானவைதான் என்று நிரூபித்து விட்டாய். என் மகன் நிரபராதி, அவனை வேண்டுமென்றே சிக்க வைத்துவிட்டார்கள் என்று முதலமைச்சரிடமே நான் சொல்லி விட்டேன்’ என்றார்.

அவர் முதலமைச்சரைப் பார்த்தாகச் சொன்னதைக் கேட்க அதிர்ச்சியாக இருந்தது. ‘நான் சிறையில் இருப்பது உங்களுக்கு எப்போது தெரியும்?’ என்று கேட்டேன்.

‘ஹஜ் பயணத்தின்போதே தெரியும்’ என்றார் அவர். ஆக, முழு குடும்பமும் அவரிடம் தகவலை மறைக்க முயற்சி செய்து கொண்டிருக்க, அவர் ஏற்கெனவே தெரிந்து வைத்திருக்கிறார். தான் கோரக்நாத் கோவிலுக்குச் சென்று, முதலமைச்சரை ஜனதா தர்பாரில் பார்த்ததாகச் சொன்னார். என் இதயம் அன்பால், பெருமையால் பூரித்தது. எத்தனை வீரமான பெண்மணி!

அத்தையும் சக்கர நாற்காலியில் இருந்தவாறே என்னை அணைத்துக் கொண்டார்.

'தாடியை எடுத்து விடு' மிகவும் நீளமாக வளர்ந்து விட்டது' என்றார். எல்லோரும் சிரித்தோம். நீண்ட நாட்கள் கழித்து குடும்பத்தினரோடு சேர்ந்து சிரித்தது அவ்வளவு நன்றாக இருந்தது.

அம்மா வந்து பார்த்ததில் நான் சற்று உற்சாகமடைந்தேன். ஆனால், சந்தோஷத்திற்கு எப்போதும் ஆயுள் குறைவு என்பார்களல்லவா?

அம்மா வந்து சென்றதற்குப் பிறகு ஒருநாள் காலை எனக்கு வயிற்றுவலி. உடனடியாக கழிப்பறை போக வேண்டும் என்பதால், வரிசையில் என்னை முன்னால் விடும்படி வேண்டினேன். பேரக் கதவுகள் திறந்ததும், கழிப்பறைக்கு ஓடினேன். உள்ளே நுழைந்ததும் பக்கத்திலிருந்த தேன் கூட்டிலிருந்து வந்த தேனீக்கள் முகத்தில் கொட்டின. நான் வலியில் அலறினேன். தேனீ கொட்டிய வலியில் வயிற்றுவலி மறந்து போனது. சைலேஷ் சட்டென்று கடிபட்ட இடங்களில் பற்பசையைத் தடவினார். தாடி இருந்ததும் நல்லதுதான். இல்லாவிட்டால், என் வீங்கிய முகம் படுபயங்கரமாக இருந்திருக்கும். இதில் கொடுமை என்னவென்றால், கழிப்பறை செல்ல நான் காத்திருக்க நேர்ந்ததுதான்.

மறுநாள் என்னைப் பார்க்க வந்த ஷபிஸ்தா பயந்து போனாள். நான் தேனீ கொட்டியது என்றாலும்கூட, என்னை யாரோ அடித்து விட்டார்கள் என்றே நினைத்தாள். அவளை நம்ப வைப்பது கஷ்டமாக இருந்தது.

அடுத்து ஒருநாள், சந்திப்பிற்குத் தயாராகிக்கொண்டிருக்கும் போது, கழிப்பறையை சுத்தம் செய்யும்போது வழுக்கி விழுந்தேன். தலை பயங்கரமாக தரையில் மோதியது. எல்லோரும் ஓடிவந்து, தூக்கி, அந்த அசிங்கமான கழிப்பறைத் தரையிலேயே படுக்க வைத்தார்கள். எழ முடிந்ததும், வலியை மறந்து, துண்டைக் கட்டிக்கொண்டு, 20-15 நிமிடங்கள் நன்றாக சோப்பு போட்டுக் குளித்தேன். மறுநாள், நடந்ததை நினைத்தாலே, வாந்தி குமட்டிக் கொண்டு வந்தது. காலில் நல்ல அடி. 2-3 நாட்கள் நொண்டி, நொண்டி நடந்தேன். இது மாதிரி நடக்கும்போதெல்லாம் 'எனக்கு மட்டும் ஏன் இப்படி?' என்ற தவிர்க்க முடியாத கேள்வி என்னைக் குடைய ஆரம்பித்து விடும்.

இச்சமயம் எனது அடுத்த வாய்தா வந்து விட்டது. முதல்முறையாக நீதிமன்றத்தில், இது ஒரு கொடுமையான

அனுபவம் என்று கேள்விப்பட்டிருக்கிறேன். ஆனால் சில கைதிகள் வெளியில் போக, வீட்டு சாப்பாடு சாப்பிட வாய்ப்பு என்று சொல்வார்கள்.

முதல் நாள் பெசி ரைட்டர் வந்து எல்லோர் பெயரையும் வாசித்தார். எனவே அன்று இரவு முழுவதும் 'பெசியில் என்ன செய்யலாம், செய்யக்கூடாது' என்ற வகுப்புதான். 'கையில் செய்தித்தாளும், தண்ணீர் பாட்டிலும் வைத்துக் கொள்ள வேண்டும். அழுக்குத் தரையில் உட்கார வேண்டும் என்பதால் ஜீன்ஸ் அணிந்து செல்ல வேண்டும்' என்றார்கள். நான் அன்றிரவு முழுக்க தூங்கவில்லை. பலரும் அறிவுரை சொன்னாலும், என்னோடு வரப்போகிறவர்கள் யார் என்று தெரியவில்லை. போகும் வழியில் உடன் வரப்போகும் பயங்கரக் குற்றவாளிகள் என்னை சீண்டுவார்களோ என்று பயமாக இருந்தது. எப்படியோ இந்த சுவர்களைத் தாண்டி வெளியே போகப்போகிறோம். குடும்பத்தினர் யாரையாவது பார்க்க வாய்ப்பு இருக்கும் என்று ஒரு மகிழ்ச்சி.

காலையில் 7 மணிக்கு சீட்டு வந்து விட்டது. 9 மணிக்கு நான் தயாராக வேண்டும். காலை உணவாக இரண்டு ஆப்பிள்கள் சாப்பிட்டேன். 10 மணிக்கு சைலேஷ் என்னை அழைத்துச் சென்றார். 'அங்கு போய் காத்திருப்பதற்கு இவ்வளவு சீக்கிரம் கிளம்ப வேண்டுமா? என்று தோன்றியது.

நீதிமன்றம் செல்ல பல பேரக்குகளிலிருந்தும் 12-10 பெண்கள் உட்பட சுமார் 200 பேர் காத்திருந்தார்கள்.

என்னோடு வரும் சிறைக்காவலர்களிடம், உடன் வரும் கைதிகளிடமிருந்து என்னைக் காப்பாற்றும்படி சொல்லி அனுப்புங்கள் என்று உதவி ஜெயிலரிடம் வேண்டினேன். நான் கிறுக்குத்தனமாக ஏதோ சொன்னதுபோல் அவர் என்னைப் பார்த்தார்.

ரைட்டர் ஒவ்வொருவராக பெயர் சொல்லி அழைத்தார். முதலில் பெண்களும், சுமார் 30 ஆண்களும் சென்றனர். மூன்றாவது வண்டிக்கு என் பெயர் அழைக்கப்பட்டது. அதில் 15-20 பேர் போகலாம். ஆனால் அதில் 50 பேரை அடைத்து கதவை வெளியில் பூட்டினார்கள். அதன் சிறிய ஜன்னலில் வலை அடித்திருந்தது. அதைப் பூட்டவில்லை. அல்லாவிற்கு நன்றி. ஆனாலும் கடும் நெருக்கடி. இருபது நிமிடப் பயணம் ஒரு மணி நேரம்போல்

இருந்தது. வேனில் ஏறியதும் என் மகிழ்ச்சி காணாமல் போனது.

மற்ற கைதிகள் இப்படி பாதிக்கப்பட்டதுபோல் தெரியவில்லை. சிலர் சிரித்துக்கொண்டிருந்தார்கள். சிலர் சாலையில் செல்வோரைப் பார்த்துக் கத்தினார்கள். அவர்கள் எங்களை வெறுப்போடு பார்த்தார்கள். 'வேனில் திருடர்கள்' என்று எங்கள் வேனைப் பார்த்து சிறு குழந்தைகள் கை தட்டி கேலி செய்தார்கள்.

சீக்கிரமாக நீதிமன்றத்தை அடைந்து விட்டோம். இது கச்சேரி எனப்படும் கோரக்பூரின் மாவட்ட நீதிமன்றம். நான் அதே ஊர்க்காரன்தான் என்றாலும், என் வாழ்வில் அந்த நீதிமன்றத்தின் படியை மிதிக்கும் அவசியம் வந்ததில்லை.

வேன் பழைய ஒற்றை மாடிக் கட்டிடத்தின் முன்னால் நின்றது. எங்களில் சுமார் 70 பேரை கீழ்த்தளத்தில் இருக்கச் சொன்னார்கள். பாக்கி கைதிகள் முதல் மாடிக்குச் சென்றார்கள். கீழ்த் தளத்தில் இரண்டு கூடங்கள் இருந்தன. ஒரு பக்கம் பெண்களுக்குத் தனி அறை இருந்தது.

முதல் மாடி என்றால் புகை பிடிக்கலாம், சீட்டாடலாம், வெளியே வேடிக்கை பார்க்கலாம். கட்டிடத்திற்கு வெளியே நிற்கும் குடும்பத்தினருடன் சத்தமாகப் பேசலாம் என்று பல சாதகங்கள் இருப்பதாகச் சொன்னார்கள். ஆனால், நான் கீழ்த்தளத்தில் இருக்க விரும்பினேன்.

அது மிகவும் அழுக்காக இருநத்து. 70 ஆண்டுகளில் ஒருமுறை கூட சுத்தம் செய்யவில்லை போலும். கழிப்பறைக் கதவும், கோப்பையும் உடைந்திருந்தன. சுவர் முழுக்க வெற்றிலை போட்டு துப்பிய கறை. அந்த அறை முழுக்க மூத்திர நாற்றம்.

ஒரு போலீஸ்காரர் பெயரை அழைப்பார். உங்கள் பெயரை அழைத்ததும் இரண்டு போலீஸ்காரர்கள் சம்பந்தப்பட்ட மாஜிஸ்திரேட்டின் நீதிமன்ற அறைக்கு உங்களை அழைத்துச் செல்வார்கள். வருகையை பதிவு செய்துவிட்டு, அடுத்த வாய்தா தேதி தரப்பட்டதும், இரண்டு போலீஸ்காரர்களும் உங்களை திரும்ப அழைத்து வருவார்கள். மிக மோசமான குற்றவாளிகளை மட்டுமே விலங்கிட்டு, நான்கு ஐந்து போலீஸ் பாதுகாப்போடு அழைத்துச் செல்வார்கள். பொதுவாக இதற்கு ஒரு மணிநேரம் ஆகும். சமயங்களில் 3-4 மணி நேரங்கள் ஆகலாம்.

உங்களை அழைத்துச்செல்லும் போலீஸ்காரர்கள் தெரிந்தவர்கள் என்றால், வீட்டில் இருந்து வந்த உணவை சாப்பிட அனுமதிப்பார்கள். பிளாஸ்டிக் பாட்டிலில் ஊற்றி விஸ்கியோ, ஓட்காவோ குடிக்கலாம். இந்த மாதிரியான தகவல்களை எல்லாம் எனக்கு முதல் நாள் இரவே சக கைதிகள் தந்தார்கள். ஆனால், அங்கிருந்த நேரம் முழுக்க, புதிய காற்றை சுவாசிக்க நான் ஜன்னல் அருகிலேயே நின்றேன். மதியம் 2 மணிக்கு மேல் என் பெயரை அழைத்தார்கள். அதற்குள் ஒரு வேன் சிறைக்குத் திரும்பிப் போய்விட்டது.

என்னோடு நான்கு போலீசார் வந்தார்கள். இருவர் என் கைகளைப் பிடித்துக்கொண்டார்கள். முகத்தை கைக்குட்டையால் மூடிக் கொண்டேன். ஆனாலும் எல்லோரும் என்னையே பார்ப்பது போல் ஒரு உணர்வு. அடீல் பாய் மாஜிஸ்திரேட் அறை வாசலில் நின்றிருந்தார். ஒருவரையொருவர் பார்த்துக்கொண்டாலும், பேச முடியவில்லை. பின்னர், என்னை உள்ளே அழைத்துச் சென்றார்கள். கையெழுத்திட ஒரு நிமிடம்தான்.

வழியில் என் அண்ணன் எனக்கு வீட்டிலிருந்து கொண்டுவந்த உணவைக் கொடுத்தார். ஆனால், ஒரு போலீஸ்காரர் அதை பறித்து, குப்பைத் தொட்டியில் போட்டு விட்டார். அது எனக்குப் பிடித்த பரோட்டாவும், வெண்டைக்காய் சப்ஜியும் என்றார் அண்ணன்.

திரும்பவும் அந்த நாற்றம் பிடித்த அறையில் காத்திருப்பு. எவ்வளவு சீக்கிரம் முடியுமோ, அவ்வளவு சீக்கிரம் எனது பேரக்கிற்குத் திரும்பிப் போனால் போதும் என்றாகிவிட்டது.

அடீல்பாய் வாசலில் சுற்றி நடந்து கொண்டிருப்பதைப் பார்க்க முடிந்தது. அவர் காத்திருக்கும் நேரத்தில் என்னிடம் பேச நினைத்தார். ஆனால், போலீஸ்காரர்கள் அனுமதிக்கவில்லை. பல கைதிகள் ஜன்னல் வழியே வெளியில் நின்றிருந்த குடும்பத்ினருடன் சத்தம் போட்டுப் பேசினார்கள்.

5 மணியளவில் நாங்கள் போகலாம் என்றார்கள். எங்களை எண்ணிப் பார்த்துவிட்டு 50க்கும் மேற்பட்டோரை அந்த சின்ன வேனில் திணித்தார்கள். வழி நெடுக ஒருவரையொருவர் இடித்துக் கொண்டு, துப்பிக் கொண்டு, வியர்வை வாடையோடு வந்தார்கள். எனக்கு குமட்டியது. இது மிகக் கொடூரமான அனுபவம் என்று எல்லோரும் சொல்வது சரிதான்.

பேரக்கிற்கு வந்ததும், டி.ராம் ‘முதலில் போய் குளி’ என்றார். வாளியையும், துண்டையும் தூக்கிக்கொண்டு ஓடினேன். 6 மணிக்கு எண்ணுவதற்காக அழைக்கப்படும் வரை குழாயடியிலேயே இருந்தேன்.

உள்ளே எல்லோரும் வந்து, என் வெளியுலக அனுபவம் பற்றி விசாரித்தார்கள்.

என்ன காரணத்தாலோ, ஆகஸ்ட் 10-11 சம்பவங்கள் நினைவிற்கு வந்தன. பெற்றோரின் முகங்கள், நீலம் பாரித்த குழந்தைகள், ஒவ்வொரு படுக்கையாக ஓடியது, ஆக்சிஜன் வாங்கி வர பயன்படுத்திய வேன் எல்லாம் காட்சிகளாய் ஓடின. ஒன்று மட்டும் உறுதி. ஒரே ஒரு குழந்தையைக் காப்பாற்ற அந்த அத்தனை கஷ்டங்களையும் பட வேண்டும் என்றாலும், அதற்கு நான் தயார். அதற்காக அப்போதும் நான் வருந்தவில்லை. இப்போதும் வருந்தவில்லை.

17

வெளிச்சத்தின், நம்பிக்கையின் கீற்று

டாக்டர். ராஜீவ் மிஸ்ராவின் மனைவியான டாக்டர். பூர்ணிமா சுக்லாதான் ஜாமீன் மனுதாக்கல் செய்த முதல் நபர். சிலகாலம் ஒதுங்கி இருப்பது நல்லது என்று பலரும் கூறியதை மீறி மனு செய்தார். ஏற்கெனவே, உண்மையான அதிகாரம் அவரிடம்தான் இருந்தது என்று ஏகப்பட்ட கூச்சல். எங்கள் ஜாமீன் மனுக்களை கீழ் நீதிமன்றத்தில் தாக்கக் செய்ய வேண்டும். அதில் பிஆர்டி சம்பவம் தொடர்பான வழக்குகளை விசாரிக்க நீதிபதி சிவானந்த் சிங் நியமிக்கப்பட்டிருந்தார்.

நீதிமன்றத்தில் அவரது வழக்கறிஞர், அவர் பிஆர்டியின் பேராசிரியர் அல்ல, கல்லூரி நிர்வாகத்தில் தலையிடும் எந்தப் பொறுப்பிலும் அவர் பணியாற்றவில்லை என்று வாதிட்டார். பொதுமக்களின் பேச்சிற்கு நீதிமன்றத்தில் எந்த மதிப்பும் இருக்கக் கூடாது என்று வாதிட்டார். புலன் விசாரணை நடக்கிறது, அவருக்கு ஜாமீன் தந்தால் சாட்சிகளை மிரட்டுவார், ஆதாரங்களை அழிப்பார் என்று கூறி, துரதிர்ஷ்டவசமாக, அவரது ஜாமீன் மனு 2017 அக்டோபர் 3 அன்று மறுக்கப்பட்டது.

அடுத்து ஜாமீன் மனு தாக்கல் செய்தவர் மணீஷ் பண்டாரி. அவர் மீது ஜாமீனில் விடக்கூடிய 406,1203 பிரிவுகளில்தான் வழக்கு. அவருக்கு ஜாமீன் கிடைக்கும் வாய்ப்பு அதிகம், விரைவில் வெளியே சென்று விடுவார் என்று அனைவரும் நினைத்தனர். அவரும் நம்பிக்கையாக இருந்தார்.

ஆனால், அவரது வாய்தா தேதிக்கு இரண்டு நாட்களுக்குமுன், மாவட்ட நீதிபதி ஏதோ சில விளக்க முடியாத காரணத்திற்காக, வழக்கை சிவானந்த் சிங்கிடமிருந்து ராக்கேஷ் துபே என்ற நீதிபதிக்கு மாற்றிவிட்டார்.

தன் வாதத்தில், மணிஷ் உபி அரசாங்கம் ஆக்சிஜன் பற்றாக்குறையால் மரணங்கள் நிகழவில்லை என்று உயர் நீதிமன்றத்தில் பிரமாண பத்திரம் தாக்கல் செய்திருப்பதைக் குறிப்பிட்டார். ஆனால், புலன் விசாரணை நடக்கிறது என்ற

காரணத்தால் அவரது மனுவும் 2017 அக்டோபர் 12 அன்று நிராகரிக்கப்பட்டது. மறுநாள் அதே போன்ற உத்தரவால், நீதிபதி துபே சுதீரின் மனுவையும் தள்ளுபடி செய்தார்.

2017 நவம்பர் 7 அன்று அதே காரணத்திற்காக அவர் முதல்வர் மிஸ்ராவின் மனுவை நிராகரித்தார்.

எனது மனு கடைசியாகத் தாக்கல் செய்யப்பட்டது. நான் ஏற்கெனவே ஊடகங்களின் விசாரணையை சந்தித்தவன், சற்று ஆறப் போடுவது நல்லது என்று ஆளாளுக்கு சொன்ன அறிவுரைகளைக் கேட்டதால், இவ்வாறு செய்தோம். நான் 'நாம் தாக்கல் செய்வோம். நிராகரிக்கப்பட்டால் உயர் நீதிமன்றம் செல்வோம். தேவைப்பட்டால், உச்ச நீதிமன்றம்...' என்றேன். யாரும் கேட்கவில்லை. எல்லோரும் 'வக்கீல் வேண்டாம் என்கிறார்' என்று ஒன்றையே சொல்லிக்கொண்டிருந்தார்கள். எனக்கு வெறுப்பாக இருந்தது.

என் மொத்தக் குடும்பமும் அச்சத்தில் வாழ்ந்து வந்தது. என்னைப் பார்க்க சிறைக்கு வரும்போதெல்லாம், 'உலகம் எப்படி எங்களை நடத்துகிறது என்று உனக்குத் தெரியாது. எங்களை சமூகத்திலிருந்தே ஒதுக்கி விட்டார்கள். தொழில் நாசமாகி விட்டது. யாரும் எங்களிடம் பேசக்கூட விரும்புவதில்லை. போன் செய்தால் எடுப்பதில்லை. பார்த்தாலே ஓடுகிறார்கள். எனவே, நீ வாயை மூடிக்கொண்டு, பேசாமல் இரு' என்பார்கள்.

இதனிடையே, கீழ் நீதிமன்றத்தில் நிராகரிக்கப்பட்ட அடுத்த கணமே மணீஷ் பண்டாரி உயர் நீதிமன்றத்தில் ஜாமீன் மனு தாக்கல் செய்தார். நேரத்தை வீணடிக்காது, மிக மூத்த வழக்கறிரை தனக்காக நியமித்தார். அவர் நமக்காக நீதிமன்றம் வரும் போதெல்லாம் ரூ.5 லட்சம் தர வேண்டும். அவருக்குத் துணையாக டெல்லி, லக்னோவில் சில வக்கீல்களும் நியமிக்கப்பட்டார்கள். எங்கள் மீதெல்லாம் ஊழல், கொலை முயற்சி என கடுமையான பிரிவுகளில் வழக்கு. அப்படி இல்லாமல் அவர் மீது லேசான குற்றச்சாட்டுகள்தான் என்றாலும் பெரிய வக்கீல் படையை ஏற்பாடு செய்திருந்தார். இதில் எந்த வாய்ப்பையும் தவற விட்டுவிடக்கூடாது என்பதில் தெளிவாக இருந்தார். 'ஒரே வாரத்தில் நான் செலவு செய்வதைப் போல பல மடங்கு சம்பாதித்து விடுவேன். எனவே மிகச் சிறந்த வக்கீலை ஏற்பாடு செய்ய நான் ஏன் தயங்க வேண்டும?' என்று என்னிடம் சொன்னார்.

அவர் சொன்னது சரிதான். ஆனால், ‘கோர்ட்டுக்கும், வக்கீலுக்கும் இப்படி லட்சக்கணக்கில் செலவு செய்ய நான் எங்கே போவது?’ என்று யோசிக்க ஆரம்பித்தேன்.

எனது ஜாமீன் மனு 2018 ஜனவரி 17 அன்று ஊழல் தடுப்பு நீதிமன்றத்தால் நிராகரிக்கப்பட்டது. பிரிவு 409ன்படியான குற்றத்திற்கு புலனாய்வு அதிகாரி சமர்ப்பித்துள்ள ஆதாரங்கள் போதுமானவை அல்ல என்று நீதிபதி குறிப்பிட்டதுதான் எனக்குக் கிடைத்த ஒரே நிவாரணம். விஷயத்தின் கடுமை கருதி மட்டுமே மனு நிராகரிக்கப்படுவதாகவும் அவர் குறிப்பிட்டிருந்தார்.

மனு நிராகரிக்கப்பட்டாலும், இதற்கு ஏன் இவ்வளவு நாள் காத்திருந்தோம்? நிராகரிக்க ஏன் இத்தனை காலம் ஆனது என்று அது என்னை யோசிக்க வைத்தது. அப்போதும்கூட, உயர் நீதிமன்றத்தில் மனு செய்தவுடன் ஜாமீன் கிடைத்துவிடும் என்றுதான் நினைத்திருந்தேன். அந்தக் காத்திருப்பும் மிக நீண்டதாக, கடினமானதாக இருக்கும் என்று நான் ஒருபோதும் நினைக்கவில்லை.

மெல்ல மெல்ல சிறை வாழ்க்கை வேறொரு உருவம் எடுத்தது. பெரும் எதிர்பார்ப்போடு நான் எனது அல்லது எனது சக குற்றவாளிகளின் வாய்தா தேதிக்காக காத்திருக்க ஆரம்பித்தேன்.

நீதிபதி அடுத்த வாய்தா மார்ச் 3 என்று கூறிவிட்டார். நான் மேலும் 18 நாட்கள் காத்திருக்க வேண்டும்.

நமது குற்றவியல் நீதி நடைமுறை இயங்கும் விதம் நம்மை களைப்படையச் செய்துவிடும். எனக்கு இது பற்றி முன் அனுபவம் கிடையாது. செய்தித்தாள்களில், சினிமாக்களில் பார்த்ததோடு சரி. ஆனால் யதார்த்தம் வெறுப்படையச் செய்யும்- அதுவும் அது நமக்கு நேரும் போது.

இப்படி நாட்கள், வாரங்கள், மாதங்கள் எனக் காத்திருந்ததில் நல்ல வாசிப்புப் பழக்கத்தை மேம்படுத்திக் கொண்டேன். கிடைத்தவற்றையெல்லாம் படித்தேன். குறிப்பாக, கென்ஃ பாலெட், ராபின் சர்மா, மரியோ புஸோ, டான் பிரவுன் போன்றோரது நாவல்கள். வாசிப்பு நேரத்தைப் போக்கவும் உதவியது. சிறையின் மதில்களுக்கு வெளியே அப்போதும் இயங்கி வந்த உலகம் பற்றிய ஒரு பார்வையையும் தந்தது.

விஷயங்கள் 'புலனாய்வில்' இருக்கும்போதே ஆகஸ்ட் 2017 முதல் பிஆர்டி மருத்துவமனையில் ஐந்து முறை நிகழ்ந்த தீ விபத்துகள் பற்றி நாங்கள் செய்தித்தாள்களில் படித்தோம். ஒன்று முதல்வர் அறை, அதன் அடுத்த அறையில், இதில் கடந்த ஆண்டுகளின் பல ஆவணங்கள் அழிந்தன. சிறையில் இந்த சம்பவங்கள் பற்றி நாங்கள் விவாதித்தோம். இதற்கு யார் காரணமாக இருக்கலாம் என்று யோசித்தோம். இத்தனை தீ விபத்துகள், அதுவும் குறிப்பாக இந்த சோக சம்பவத்திற்கு பிறகு எவ்வாறு நடந்தன? ஒவ்வொரு முறையும், இந்த தீ விபத்து பற்றி விசாரிக்க ஒரு விசாரணைக் குழு அமைக்கப்படுவது பற்றியும் அறிந்தோம். ஆனால் இதில் எந்தக் குழுவின் அறிக்கையும் பொது வெளியில் வைக்கப்படவில்லை.

தனது ஜாமீன் மனு அலகாபாத் உயர்நீதிமன்றத்தில் நிராகரிக்கப்பட்டதும் 2018 ஏப்ரலில் மணீஷ் உச்ச நீதிமன்றத்தில் ஜாமீன் மனு தாக்கல் செய்தார். தன் சார்பாக வாதாட முகுல் ரோஹத்கியை நியமித்தார். இவர் நரேந்திரமோடி ஆட்சியில் அட்டர்னி ஜெனரலாகப் பணியாற்றிய மூத்த வழக்கறிஞர்.

உச்சநீதி மன்ற வரலாற்றில், 406 பிரிவின் கீழ் குற்றம் சாட்டப்பட்டவர் உச்சநீதி மன்றத்தில் ஜாமீன் கேட்பது மிக அபூர்வம். உச்சநீதி மன்றத்தின், 'ஜாமீன் தான் விதி, சிறை என்பது விதிவிலக்கு' என்ற வழிகாட்டுதலின் படி, இப்பிரிவில் குற்றம் சாட்டப்பட்டவருக்கு பொதுவாக, போலீஸ் ஸ்டேஷனிலேயே ஜாமீன் கிடைத்து விடும். அந்த வழிகாட்டுதல் ஏழாண்டுகளுக்குக் குறைவான சிறை தண்டனைக்கு ஆளாகக் கூடிய குற்றச்சாட்டுகள் உள்ளவர்களுக்கு மாஜிஸ்திரேட் மட்டத்திலேயே ஜாமீன் தர வேண்டும், சிறைக்கு அனுப்ப வேண்டிய அவசியம் இல்லை என்று கூறுகிறது.

உச்ச நீதிமன்றத்தில் ஒரு மனு ஏற்கப்படுவதே கடினம். முதலில் உச்ச நீதிமன்றம் ஏற்கத்தக்கதுதானா என்று அதன் பதிவாளர் அலுவலகம் பரிசீலிக்கும். ஏற்கத்தக்கது என்றால் உச்ச நீதிமன்ற தலைமை நீதிபதி அதை ஒரு குறிப்பிட்ட நீதிபதி அல்லது அமர்விற்கு விசாரணைக்கு ஒதுக்கீடு செய்வார். நடைமுறையில் மனுதாரரின் வழக்கறிஞர் மிகவும் பெரிய வழக்கறிஞர் என்றால் மட்டுமே பதிவாளர் அலுவலகம் அதை ஏற்கும்.

மனீஷின் முதல் வாய்தாவில் முகில் ரோஹத் இது ஜாமீனில் விடப்படக்கூடிய குற்றம், இதற்காக தனது கட்சிக்காரர் உச்ச

நீதிமன்றம் வரை வர வேண்டிய அவசியமே இல்லை என்று கடுமையாக வாதாடினார். இது ஒரு தவறான முன்னுதாரணத்தை ஏற்படுத்திவிடும் என்றார். தலைமை நீதிபதி வழக்கை விசாரிப்பதாக ஏற்றுக்கொண்டு உபி அரசாங்கத்திற்கு நோட்டீஸ் அனுப்பினார். அடுத்த விசாரணை 2018 ஏப்ரல் 9ம் தேதி என்று அறிவிக்கப்பட்டது.

எங்கள் அனைவரது ஜாமீன் மனுக்களும் உயர் நீதிமன்றத்தில் முடிவு செய்யப்படாமல் இருந்தன. வழக்கு விசாரணைக்கு வரும் போதெல்லாம் காவலை 14 நாட்கள் அல்லது 28 நாட்கள் என நீடித்து வேறு தேதியை கொடுத்து விடுவார்கள். இப்படி வழக்கு தேங்கி நின்றது வேதனையாக இருந்தது.

இப்படி தாமதம் பற்றி வருந்திய நேரத்தில் உயர் நீதிமன்ற நீதிபதிகளிடம் நான் கேட்க விரும்பிய கேள்விகள் மனதில் எதிரொலித்துக்கொண்டே இருந்தன.

நீதித்துறையைப் பார்த்து இக்கேள்விகளை கேட்கமுடியாத நிலையில், என் உணர்வுகளை கடிதங்களில் கொட்டினேன். ஏப்ரல் மாத துவக்கத்தில், இந்திய மருத்துவக் கழகம் என் விஷயத்தில் தலையிட்டு, உதவ வேண்டும் என்று அவர்களுக்குக் கடிதம் எழுதினேன்.

அனுப்புனர்: டாக்டர் கஃபீல்கான், இந்திய மருத்துவக் கழகத்தின் ஆயுள் கால உறுப்பினர், பிஆர்டி மருத்துவக் கல்லூரியின் இடைநீக்கம் செய்யப்பட்ட விரிவுரையாளர்.

பெறுனர்: தலைவர், இந்திய மருத்துவக் கழகம், கோரக்பூர்

மரியாதைக்குரிய ஐயா,

தாங்கள் நலம் என்று நம்புகிறேன்.

நான் செய்யாத தவறுக்காக, கடந்த எட்டு மாதங்களாக கோரக்பூர் சிறையில் வாடுகிறேன். பிஆர்டி மருத்துவமனையில் திரவ ஆக்சிஜன் / ஆக்சிஜன் சிலிண்டர்களை வாங்குதல், அவற்றை வாங்க உத்தரவிடுதல், அவற்றின் சப்ளை, அவற்றிற்கான பணப்பட்டுவாடா என்று எதற்கும், எனக்கும் எவ்விதத் தொடர்பும் கிடையாது என்பது தெளிவு. இப்பணிகள் எதிலுமே எனக்குத் தொடர்பில்லாத போது, நிகழ்ந்த அசம்பாவிதத்திற்கு என்னை எவ்வாறு பொறுப்பாக்க முடியும்?

தகவல் தெரிந்த கணமே, நான் ஒரு மனிதனாக, மருத்துவனாக, அந்தக் குழந்தைகளின் உயிரைக் காக்க இயன்றவை அனைத்தையும் செய்ய ஓடினேன். நான் எந்தத் தவறும் செய்யவில்லை. என்னால் இயன்ற அனைத்தையும் செய்தேன். நாங்கள் மனிதாபிமானத்தோடு இவ்விஷயத்தை கவனித்து, இந்த தவறான குற்றச்சாட்டுகளிலிருந்து நான் வெளியே வர உதவுமாறு வேண்டுகிறேன்.

தங்களிடமிருந்து நல்ல தகவலை எதிர்பார்க்கிறேன்.

நன்றியுடன்...

ஏப்ரல் 4ம் தேதி எனது மூன்றாவது திருமண நாள். மனைவி அருகில் இல்லாதது பெரும் வேதனையாக இருந்தது. நாங்கள் சேர்ந்து இருந்த ஒவ்வொரு கணத்தையும் நினைவுகூர்ந்து, மீண்டும் அவளோடு சேர்ந்து இருக்க ஏங்கினேன். வாழ்வதற்கான சக்தியைத் தந்தவள் அவளே. என் உணர்வுகள் அனைத்தையும் கொட்டி அவளுக்குக் கடிதம் எழுதினேன்.

தங்கையிடமிருந்து அந்த சமயத்தில் கடிதம் வந்தது.

அஸ்ஸலாமு அலைக்கும் கைஃப்...

பதில் தெரிந்தாலும்கூட, எப்படி இருக்கிறாய் என்று கேட்கிறேன். நீ மிகவும் தைரியமானவன், பொறுமைசாலி, விடாமுயற்சி உள்ளவன் என்பது தெரியும். ஆனால், இந்தத் துன்பத்தை தாங்க முடியாது நீ உடைந்து போவாய் என்று நினைத்தோம். நாங்கள் நினைத்தது தவறு என்று நிரூபித்து விட்டாய். குழந்தைகளுக்கு சேவை செய்வதைத் தொடருவேன், என்ற உன் உறுதி, அன்று ஏன் மருத்துவமனை போனோம் என வருத்தப்படாமல் இருப்பது ஆகியவை நீ எந்தத் தவறும் செய்யவில்லை என்பதைக் காட்டுகின்றன.

வெளியே சமூக ஊடகங்களில் பலரும் உன்னைப் பற்றி எழுத ஆரம்பித்து விட்டார்கள். அவர்களில் 90 சதமானோர் இஸ்லாமியர் அல்லாதோர் என்பது மிக முக்கியமானது. அவர்கள் நீ உடனடியாக விடுதலை செய்யப்பட வேண்டும் என்று கோருகிறார்கள். நீ இதை நம்ப மாட்டாய். ஆனால் வெளியே வந்ததும், ஏராளமான மக்கள் உன் மீது அன்பும், மரியாதையும் வைத்திருப்பதைப் பார்த்து வியந்து போவாய். அண்ணா! அல்லாவின் அருளால் நீ உன் வாழ்வில் நிறைய

வெற்றிகள் பெற்று சாதிக்க வேண்டும். அது ஒரு புது வாழ்வாக இருக்கும். நான் நல்லது செய்தும், அல்லா ஏன் எனக்கு தண்டனை தந்தார் என்று பலமுறை நீ கேட்டுக் கொண்டே இருப்பதற்கு அப்போது விடை கிடைக்கும்.

நீ இளைத்துப் போய், பலவீனமாக இருப்பதாக அம்மா சொன்னார்கள். உன் உடம்பைப் பார்த்துக் கொள். நானே சில சமயங்களில் பொறுமை இழந்து, கத்தி விடுகிறேன். சில சமயங்களில, தலை வெடித்து விடுவதுபோல் கடுமையான தலைவலி வருகிறது.

ஷபிஸ்தா எப்படியோ சமாளித்து வருவதைப் பாராட்ட வேண்டும். பாவம், குழந்தையையும் பார்த்துக்கொண்டு, கோர்ட்டுக்கும், அதிகாரிகளைப் பார்ப்பதற்கும் அலைகிறாள். முதலமைச்சரைப் பார்க்கக்கூடப் போயிருக்கிறாள்! விரைவில் இருவரும் இணைவீர்கள் என்று நம்புகிறேன்.

உடம்மைப் பார்த்துக் கொள், என் அன்பே!

அல்லா ஹபீஸ்.

ஷபிஸ்தா வரும்போது அவளிடம் தந்த விடலாம் என்று நான் அவளுக்கு பதில் எழுதினேன்.

அஸ்ஸலாம் அலைக்கும்!

நீ நன்றாக இருக்கிறாய் என நினைக்கிறேன். அனைவரிடமும் எனது சலாமைத் தெரிவிக்கவும்.

நான் உணர்ச்சி வசப்படுபவன் என்று நீ சொல்வது சரிதான். இந்த எட்டு மாதங்களை எப்படிக் கழித்தேன் என்று எனக்கே தெரியவில்லை. நான் தைரியமானவன் அல்ல. என் தைரியம் முழுவதும் பாறைபோல் உறுதியாய் நின்ற நம் குடும்பத்தினரிடமிருந்து வந்ததுதான். நாம் எல்லோரும் சேர்ந்ததுதான் இந்த எட்டு மாதங்களை சமாளித்தோம். ஒவ்வொரு நிமிடத்தையும், ஒவ்வொரு மணிநேரத்தையும் கழிப்பது கடினமாக இருப்பது உண்மைதான். ஆனால் அடீல், காஷிஃப், ஷபிஸ்தா, சமர் எல்லோரும் இங்குமங்கும் ஓடி, நான் விடுதலை பெற இயன்றது அனைத்தையும் செய்வதைப் பார்க்கும்போது, என்னை விட நீங்கள்தான அதிகம் துன்பப்படுகிறீர்கள் என்று தெரிகிறது.

நீ சரியாக சாப்பிடுவதில்லை. இரவு முழுக்க குரான் படித்துக் கொண்டு பிரார்த்தனை செய்துகொண்டிருக்கிறாய். கண்கள் உள்ளே போய் விட்டன. மிகவும் இளைத்து விட்டாய். தற்கொலை பற்றியெல்லாம் பேசுகிறாய் என்றெல்லாம் கேள்விப்பட்டேன்.

தயவுசெய்து, தயவுசெய்து, எனக்காக, உடம்மைப் பார்த்துக் கொள். உனக்கு ஏதேனும் நேர்ந்தால், உதவி செய்ய நான் பக்கத்தில்கூட இல்லை. ஒழுங்காக சாப்பிட்டு, தூங்குவேன் என்று சத்தியம் செய்.

நான் நன்றாக இருக்கிறேன்.

அடீல் பாய் தைரியமானவர். நாம் எப்போதும் சொல்வது போல் அவர்தான் நமக்கு அப்பா போன்றவர். அவர்தான் என் அப்பாபோல் எல்லோரையும் சந்தித்து, 'என் தம்பி நிரபராதி' என்று சொல்லி வருகிறார். அவரது தொழில் அழிந்து போனது. ஆனால் அவர் அதுபற்றி வருந்தவில்லை. ஆனால் அவரும் தன்னை கவனித்துக்கொள்ள வேண்டும். அவரும் மிகவும் பருத்துவிட்டார். ஏற்கெனவே நம் குடும்பத்தில் எல்லோருக்கும் சர்க்கரை நோயும், இதய நோயும் உண்டு. மற்றொன்று, அவரிடம் கோபத்தை சற்று கட்டுப்படுத்திக் கொள்ளச் சொல். போனில்கூட சத்தமாகப் பேசுகிறார், சட்டென்று கோபப்படுகிறார் என்று காஃசிப்பும், சமரும் சொன்னார்கள். கோபம் வந்தால், அவருக்கு என்ன பேசுகிறோம் என்பதே தெரிவதில்லை. 'அரசாங்கத்தோடு நம்மால் மோத முடியாது' என்று அவரே சொல்கிறார். இப்போது அவரே வேறு பல விஷயங்களைப் பேசுகிறார். தயவுசெய்து அவரை கவனமாக இருக்கச் சொல். எனக்குக் கவலையாக இருக்கிறது. போலீஸ் அவரையோ, நம் குடும்பத்தினரையோ ஏதாவது செய்துவிட்டால், நான் நொறுங்கிப் போய் விடுவேன்.

காஃசிப், பாவம் என்னைவிட வயதானவனாகத் தெரிகிறான். தலைமுடி முழுக்கக் கொட்டி விட்டது. மனைவியோடு சந்தோஷமாக இருக்கவேண்டிய நேரத்தில், அவன் இப்படி ஓட வேண்டியதாகி விட்டது.

சமர் பாயின் யோசனை எனக்கு பெரிய உற்சாகத்தை, சக்தியைத் தந்துள்ளது. நடந்ததை முழுக்க மக்களிடம் சொல்லி, நமது போராட்டத்தை வீதிக்கு எடுத்துச் செல்லும் நமது முடிவு சரிதானா என்று தெரியவில்லை. நாம் ஏன் அமைதியாக இருக்க வேண்டும்? என்றுதான் நான் எப்போதும் நினைக்கிறேன். நம் குடும்பத்தை துன்புறுத்துவார்களோ என்ற பயத்தில்தான் பேசாமல் இருக்கிறேன். ஆனால் அதற்குக் கிடைத்த பலன்? எட்டு மாதங்களாகி விட்டன. எப்படியோ, மொத்தக் குடும்பமும் திண்டாடுகிறது. பணக் கஷ்டமும் வந்துவிட்டது. ஷபிஷ்தா, ஜாப், ஆப், அண்ணி, அம்மா, எலோரும் பைத்தியம் பிடித்ததுபோல் ஆகிவிட்டார்கள். எல்லோருக்கும் கஷ்டம்... நமக்கு வேறு வழி இல்லை...

வெள்ளம் தலைக்குமேல் போய்விட்டது. எல்லோருக்கும் மூச்சு விடவே கஷ்டமாக இருக்கிறது. மூச்சுத் திணறி, தினம் தினம் செத்துக் கொண்டிருக்கிறோம்.

ஷபிஷ்தா செய்தியாளர் சந்திப்பு நடத்த வேண்டும். டெல்லி சென்று ஜந்தர் மந்தரில் தர்ணா செய்ய வேண்டியதாக இருக்கும் என்றுகூடச் சொல்கிறார்கள். அவள் கூச்ச சுபாவமுடையவள். இதெல்லாம் அவளுக்குப் பழக்கமில்லை. ஜாப் குட்டிப் பெண். அம்மாவைவிட்டு ஒரு கணம்கூட பிரியமாட்டாள். தயவுசெய்து அவளிடம் அடிக்கடி பேசு. அவளுக்கு நம்பிக்கை கொடு. வழிகாட்டு. பணம் மற்றொரு பிரச்சனை. அஹ்மர் பாயை உதவி செய்யச் சொல்.

எவ்வாறாயினும், நாம் மக்களிடம் சென்று, மனிதனால் ஏற்பட்ட இந்தப் படுகொலை பற்றிய உண்மைகளை உலகிற்கு எடுத்துச்சொல்வது என முடிவு செய்துவிட்டோம்.

உனக்கு என் அன்பு. அஹ்மர்பாயை, குழந்தைகளை, முக்கியமாக உன் உடம்பைப் பார்த்துக் கொள்.

அல்லா ஹபீஸ்!

2018 ஏப்ரல் 9ம் தேதி, தலைமை நீதிபதி தீபக் மிஸ்ரா, நீதியரசர் ஏ.எம்.கன்வில்கர், நீதியரசர் டி.ஒய்.சந்திரசூட் அடங்கிய அமர்வு, மணீஷ் பண்டாரி ஏற்கெனவே ஏழு மாதங்கள் சிறையில் இருந்து

விட்டார் என்பதைச் சுட்டிக்காட்டி, அவருக்கு ஜாமீன் வழங்கியது.

தாமதமின்றி கீழ் நீதிமன்றத்தால் தரப்பட வேண்டிய ஜாமீனுக்காக, உச்ச நீதிமன்றம் தலையிடும் வரை மணீஷ் எவ்வாறு சிறையில் இருக்க நேர்ந்தது என்று பத்திரிகைகள் எழுதின.

ஆக்சிஜனை ஏற்பாடு செய்தபோதும், இன்னும் சிறையில் இருக்கும் எனக்கு, இது என் மௌனத்தைக் கலைக்க வேண்டும் என்ற உறுதியைத் தந்தது.

பாகம் நான்கு

தீர்மானித்தல்

18

நீதிமன்றத்தில் ஒரு கேள்வி

மணிஷ்க்கு ஏற்பட்ட பெரிய திருப்புமுனையை அடுத்து, இந்திய மருத்துவக் கழகம் எட்டுமாத மௌனத்திற்குப் பிறகு நடவடிக்கை எடுத்தது. எனது பல கடிதங்களுக்கு எந்த பதிலும் சொல்லாத அவர்கள், மருத்துவர்களுக்கு ஆதரவாக ஒரு செய்தியாளர் சந்திப்பை நடத்த முடிவு செய்தனர். டாக்டர். சதீஷ், டாக்டர். மிஸ்ரா குடும்பத்தினர் அதில் கலந்துகொள்வதாக இருந்தது. ஆனால் கலந்து கொள்ளவில்லை

அன்று என் மனைவியும், தாயார் மட்டுமே குடும்பத்தினர் சார்பில் கலந்துகொண்டனர். 2018 ஏப்ரல் 10ம் தேதியிட்ட அவுட்லுக் பத்திரிகையில் இது குறித்து விரிவாக எழுதப்பட்டிருந்தது. அது பின்வருமாறு :

> **கோரக்பூர் மருத்துவமனை துயரச் சம்பவம் தொடர்பாக கடந்த ஏழு மாதங்களாக சிறையில் இருக்கும் டாக்டர். கஃபீல்கான் ஒரு சதியில் பலி கடா ஆக்கப்பட்டவர் என்று இந்திய மருத்துவக் கழகம் தெரிவித்தது.**
>
> ஐஎம்ஏ செயலாளரான டாக்டர். ஆர்.பி.சுக்லா ஆக்சிஜன் பற்றாக்குறை சூழல் நிர்வாகக் குளறுபடி, பொறுப்பற்ற தன்மை, ஊழல் ஆகியவற்றால் ஏற்பட்டது என்றார். இதற்கு கோரக்பூரிலிருந்து லக்னோ வரையுள்ள அதிகாரிகள் மீதுதான் பழி சுமத்த வேண்டுமேயன்றி, மருத்துவர்கள் மீதல்ல. மறுபுறம், இந்த நிலை ஏற்படாமல் தவிர்ப்பதற்கான அத்தனை வசதிகளும் அரசாங்கம் வசம் இருந்தன. ஆனால் அவர்கள் செய்யவில்லை. மாறாக, குறைந்த வசதிகளோடு, அசம்பாவிதத்தைத் தடுக்க முயன்ற மருத்துவரை கைது செய்துள்ளார்கள்.
>
> டாக்டர்களுக்கு ஜாமீன்கூட மறுக்கப்படுகிறது, இந்த சம்பவம் பற்றி முழுமையான விசாரணையும் இல்லை என டாக்டர். சுக்லா கூறினார். இது குறித்து உயர்மட்ட விசாரணை வேண்டும் என்றார்.

சிட்டிசன் என்ற இணைய பத்திரிகையிலும் கீழ்கண்டவாறு செய்தி வந்தது.

ஏழு மாதங்களாக சிறையில் இருக்கும் தனது கணவருக்காக தனது மௌனத்தைக் கலைத்தவரான, டாக்டர் கஃபீல் கானின் வீரமான இளம் மனைவி ஷபிஸ்தா, 'அவர்கள் பல நாட்களுக்கு எங்களை அச்சுறுத்தினார்கள். நள்ளிரவு ஒரு பெரிய போலீஸ் பட்டாளம் வீட்டிற்கு வந்து எங்களை எழுப்பி உட்கார வைக்கும். எங்களை கைது செய்யப் போவதாக மிரட்டுவார்கள். என் ஒரு வயதுக் குழந்தை கதறுவாள். அவர்கள் வீடு முழுக்கச் சுற்றுவார்கள். நாங்கள் பட்ட துன்பத்தை எப்படி ஆரம்பித்துச் சொல்வது என்றே தெரியவில்லை' என்றார்.

முதலில், டாக்டர் கான் சிறையில் மயங்கி விழுந்தார் என்று அறிந்தபோது குடும்பத்தினரது கவனம் 'அவர் உயிரைக் காப்பாற்றி' சிறையில் சற்று வசதியான இடத்திற்கு மாற்றுவதில் தான் இருந்தது. செய்வதறியாது அவர்கள் முதலமைச்சர் யோகி ஆதித்யநாத்தைச் சந்தித்தார்கள். அவர் நீதி வழங்கப்படும் என்று வழக்கமாய்ச் சொல்லும் வெற்றுவார்த்தைகளைக் கூறினார். சிறையில் சற்று வசதியான இடத்திற்கு மாற்ற வேண்டும் என்று குடும்பத்தினர் கேட்டது, 'மக்கள் சிறைக்கு ஓய்வெடுக்கச் செல்வதாக நினைக்கிறீர்களா?' என்று கேட்டார் அவர்.

கோரக்பூரில் கானின் வீட்டிற்குள் இஷ்டப்பட்ட நேரத்தில் ஆண் போலீசார் நுழைந்தபோது ஒற்றை விதிமுறைகூட கடைப்பிடிக்கப்படவில்லை. இந்த துன்புறுத்தல் பல நாட்களுக்கு நீடித்தது. எத்தனை நாட்களுக்கு என்று கணக்கு வைத்துக் கொள்ளவே முடியவில்லை. போலீஸ் இவர்களை மிரட்டியது. சிறு குழந்தை பயத்தில் கதறுகிறது. வெளியே செல்லுங்கள் என்ற அந்தத் தாயின் கெஞ்சலைக்கூட அவர்கள் காதில் போட்டுக் கொள்ளவில்லை. மாறாக, வீட்டிற்குள் இங்குமங்கும் இஷ்டத்திற்குத் திரிந்தார்கள்..

இத்தனை நாட்கள் ஏன் மௌனமாய் இருந்தீர்கள் என்று கேட்டபோது, ஊடகத்தில் எது பேசினாலும், சிறையில் உள்ள கானுக்கு பாதகமாகப் போய்விடுமோ என்று அஞ்சியதாகக் கூறினார்கள். எனவே எதுவும் பேசாமல்

அரசாங்கம், நிர்வாகத்திடம் நியாயம் பெற முயன்றார்கள். ஆனால் அது வீணானது.

டாக்டர். கானின் ஜாமீன் மனு பல மாதங்களாக அலகாபாத் உயர் நீதிமன்றத்தில் விசாரிக்கப்படாமல் இருக்கிறது. அரசாங்க வழக்கறிஞர் வரவில்லை, அரசின் பதிலில் கூடுதல் விவரங்கள் தேவை என்று பல விதமான காரணங்கள்.

இப்போது மணீஷ் பண்டாரிக்கு உச்சநீதி மன்றம் ஜாமீன் வழங்கியதைத் தொடர்ந்து, சிறிது நம்பிக்கை எழுந்துள்ளது. அன்று ஆக்சிஜன் ஏற்பாடு செய்ய டாக்டர்.கான் இரவு முழுவதும் பாடுபட்ட போதும், ஆக்சிஜன் பற்றாக்குறைதான் குழந்தைகளின் மரணத்திற்குக் காரணம் என்று சொல்லப்படுகிறது.

உயர்நீதி மன்ற விசாரணை இன்னும் நடக்காததால், கான் உச்ச நீதிமன்றத்திற்கும் செல்ல முடியாது என்பதுதான் சிக்கல். இந்த மருத்துவர்கள் முதல் முறையாக குற்றம் சாட்டப்பட்டு கைதானவர்கள், குற்றவாளிகள் அல்ல என்ற போதும் யோகி அரசாங்கத்தால் ஏன் பழி வாங்கப்படுகிறார்கள் என்று புரியவில்லை என்று உள்ளூர் வழக்கறிஞர் கூறுகிறார்கள்.

மணீஷிக்கு ஜாமீன் கிடைத்ததற்கு இரண்டு நாட்கள் கழித்து, டெல்லியிலிருந்து சமூக செயல்பாட்டாளர்களான நதீம் கானும், மசிஹிசாமா அன்சாரியும் என்னைப் பார்க்க வந்தார்கள். நான் என் குடும்பம் படும் துன்பங்களை எடுத்துக் கூறினேன். எனது சகோதரரின் கடை நாசம் செய்யப்பட்டது, மனைவியின் மருத்துவமனைக்கு சீல் வைக்கப்பட்டது, நான் வேலையின்றி சிறையில் இருப்பது ஆகிய காரணங்களால் பொருளாதார ரீதியாக நாங்கள் படும் துன்பங்களைக் கூறினேன். நாங்கள் உச்ச நீதிமன்றத்தை அணுக வேண்டும் என்று நதீம்கான் கருதினார். அவர் புகழ்பெற்ற வழக்கறிஞரான இந்திரா ஜெய்சிங்கை எனக்காக கட்டணமின்றி ஆஜராக கேட்டுக் கொள்வதாகக் கூறினார். இந்திரா ஜெய்சிங் இந்தியாவின் கூடுதல் சொலிஸிட்டர் ஜெனரலாக இருந்தவர். மனித உரிமைகளுக்காகக் குரல் கொடுப்பவர். எனக்கு ஒரு பற்றுக்கோடு கிடைத்ததாக உணர்ந்தேன்.

நான் நதீமிடம் இந்திரா ஜெய்சிங்கை தொடர்புகொள்ளுமாறு கூறினேன். அன்று நடந்த சம்பவங்கள், அன்றிலிருந்து நான் நடத்தப்படும் விதம் பற்றி மக்கள் உண்மையை அறியும் விதமாக நான் ஒரு பகிரங்கக் கடிதம் எழுத வேண்டும் என்று அவர் கேட்டுக்கொண்டார்.

எங்கள் நிதிநிலை பற்றி அறிந்தவரான அஹ்மர் பாய், நான் வெளிப்படையாக விஷயங்களைப் பேச முடிவு செய்தது பற்றி சற்று சந்தேகப்பட்டார். அச்சமயத்தில் 2018 ஏப்ரலில், ஜம்முவின் கத்துவா மாவட்டத்தின் ஒரு பயங்கரமான வன்புணர்ச்சி வழக்கிற்கான விசாரணை ஆரம்பித்திருந்தது. ஒரு சிறுமியை கூட்டுவன்புணர்ச்சி செய்த அச்சம்பவம் நாட்டையே உலுக்கியது.

அந்த சமயத்தில் எனது வேண்டுகோளுக்கு, இந்த வழக்கில் அரசாங்கம் தரும் நெருக்கடியை சமாளிக்கும் வகையில் மக்கள் ஆதரவு கிடைக்குமா என்பது அவரது சந்தேகம்.

அவர் எனக்கு, கீழ்க்கண்டவாறு எழுதினார்:

‘மக்களுக்கு உங்கள் மீது இரக்கம் உண்டு. பிஆர்டி சம்பவத்தில் உங்கள் பணியைப் பாராட்டுகிறார்கள். அதே சமயம் அவர்களின் கவனம் ஆஃசிபா வழக்கு போன்ற முக்கியமான வழக்குகளின் மீது உள்ளது. அடீலும், காசீஃப்பும் பண விஷயங்களை வேறு சமாளிக்க வேண்டும் என்பதையும் மனதில் கொள்ளவும். இதுபோன்ற போராட்டங்களில் கவனம் செலுத்த, கவலைகள் ஏதுமற்ற நிம்மதியான மனநிலை வேண்டும். ஏதாவது செய்ய வேண்டும் என்ற உங்கள் யோசனை குறித்து, அது எந்த அளவிற்கு உதவிகரமாக இருக்கும் என்று என்னால் உறுதியாகச் சொல்ல முடியவில்லை. இந்த முடிவின் சாதக, பாதகங்களை நாம் நன்கு அளவிட வேண்டும். சம்பந்தப்பட்ட அனைவரும் சரி என்றால், அது குறித்து நாம் மீண்டும் யோசிக்கலாம். இப்போதைக்கு, என்னால் நேரில் வந்து ஆதரவு தெரிவிக்க முடியாத நிலை.

அவர் சொல்வது சரி என்று பட்டது. ஆனால், முடிவு எடுத்த பிறகு, நான் பின்வாங்க விரும்பவில்லை. ‘எந்தத் தவறும் செய்யாதபோது, நான் ஏன் பயன்பட வேண்டும்?’ என்றுதான் இதுபோன்ற சூழல்களில் நான் எப்போதும் சொல்வேன். அதைவிட முக்கியமாக, எட்டுமாதங்கள் பேசாமல் இருந்து நான் என்ன சாதித்து விட்டேன்?

'அல்லா நமக்குப் போதுமானவன். மேலும் பொறுப்பேற்பவர்களில் அவன் சிறந்தவன்' என்று மனதுக்குள் திரும்பத் திரும்ப சொல்லிக் கொண்டே எனது கடிதத்தை எழுதினேன். அலகாபாத் உயர் நீதிமன்றம் விசாரணையை ஒத்தி வைத்துக்கொண்டே இருப்பதால் என் சகோதரர்களோடு டெல்லி சென்று உச்ச நீதிமன்ற வழக்கறிஞர்களோடு ஆலோசிக்கப் போவதாக என் மனைவி 2018 ஏப்ரல் 18 அன்று என்னைப் பார்க்க வந்தபோது சொன்னாள். இதைத் தவிர வேறு வழியில்லை.

நான் ரைட்டரிடம் சில காகிதங்களும், பேனாவும் தருமாறு கேட்டேன். பிஆர்டி மருத்துவமனையில் அந்த 54 மணி நேரங்களில் நடந்த ஒவ்வொரு நிகழ்வையும் விரிவாக, 10 பக்க கடிதமாக எழுதினேன். ஜாமீன் இல்லாமல் எட்டு மாதங்களாக சிறையில் வாடுவது, முதலமைச்சரோடு நடந்த சந்திப்பு, போலீஸ் என் குடும்பத்தினரைத் துன்புறுத்தியது, சிறையில் உள்ள மோசமான நிலைமை, நீதியின் சக்கரம் மிக மிக மெதுவாகச் சுழல்வது என்று எல்லாவற்றையும் எழுதினேன்.

குற்றவாளி யாராக இருக்கக்கூடும்? எழுத எழுத எனக்கு ஆத்திரம் அதிகரித்தது. பொறுமை காத்தது போதும் - எல்லாவற்றையும் பேசி விட வேண்டியதுதான். என்ன நேர்ந்தாலும் சரி, உலகத்திற்கு உண்மையைச் சொல்லிவிட வேண்டும். என் மனைவியும், சகோதர்களும் இதற்கு ஒப்புக் கொண்டார்கள்.

நான் எழுதியது பின்வருமாறு :

8 மாதங்களாக ஜாமீன் இல்லாமல் சிறையில்!

நான் நிஜமாகவே குற்றவாளியா?

எனக்கு ஒவ்வொரு கணமும் நினைவிருக்கிறது. இந்த எட்டு மாத தாங்க முடியாத சித்ரவதைக்குப் பிறகும் ஒவ்வொரு காட்சியும் இப்போதுதான் என் கண்முன் நடந்ததுபோல் தெளிவாகத் தெரிகிறது. சில சமயங்களில் நான் நிஜமாகவே குற்றவாளிதானா? என்று என்னையே கேட்டுக்கொள்கிறேன். இல்லை, இல்லை, இல்லவே இல்லை என்றே என் மனம் சொல்கிறது.

2017 ஆகஸ்ட் 10ம் தேதி இரவு அந்த வாட்ஸ்அப் தகவல் கிடைத்த கணத்தில் இருந்து ஒரு மருத்துவர், ஒரு தகப்பன், ஒரு பொறுப்புள்ள இந்தியக் குடிமகள் என்ன செய்ய வேண்டுமோ, அதைச் செய்தேன்.

திரவ ஆக்சிஜன் திடீரென நின்றுபோனதால் அபாயக் கட்டத்தில் இருந்த ஒவ்வொரு உயிரையும் காப்பாற்ற முயன்றேன். அந்த அப்பாவிக் குழந்தைகளை காக்க என்னால் இயன்றதைச் செய்தேன்.

வெறித்தனமாக எல்லோரையும் அழைத்தேன். கெஞ்சினேன். ஓடினேன். கார் ஓட்டினேன். உத்தரவிட்டேன். கத்தினேன், கதறினேன். அறிவுரை சொன்னேன். ஆறுதல் சொன்னேன். செலவு செய்தேன். கடன் வாங்கினேன். அழுதேன், மனிதனால் சாத்தியப்பட்டது அனைத்தையும் செய்தேன்.

எனது துறைத் தலைவரை, சக மருத்துவர்களை, முதல்வரை, பொறுப்பு முதல்வரை, சுகாதாரத்துறை உதவி இயக்குனரை, தலைமை மருத்துவக் கண்காணிப்பாளரை எல்லோரையும் அழைத்து, ஆக்சிஜன் பற்றாக்குறையால் ஏற்பட்டுள்ள கடுமையான சூழலை விளக்கினேன். (இந்த அழைப்புகளின் ஆவணங்கள் என்னிடம் உள்ளன).

மோடி கேஸ், பாலாஜி கேஸ், இம்பீரியல் கேஸ், மயூர் கேஸ் என அனைத்து ஆக்சிஜன் நிறுவனங்களிடமும் கெஞ்சினேன். எங்களைச் சுற்றியுள்ள அத்தனை மருத்துவமனைகளையும் தொடர்பு கொண்டேன்.

அவர்களுக்கு ரொக்கமாக பணப்பட்டுவாடா செய்தேன். சப்ளை வந்ததும் பாக்கியைத் தருவதாகச் சொன்னேன். (திரவ ஆக்ஸிஜன் வரும் வரையில் ஒருநாளைக்கு, சுமார் 250 சிலிண்டர்களை ஏற்பாடு செய்தோம். ஒரு ஜம்போ சிலிண்டரின் விலை ரூ.216/-).

ஒவ்வொரு படுக்கையாக, வார்டு 100 முதல் வார்டு 12 வரையிலும், அவசர சிகிச்சைப் பிரிவிலும் ஓடி ஓடி ஆக்சிஜன் தடையின்றி கிடைப்பதை உறுதி செய்தேன்.

என் காரில்தான் பக்கத்திலிருந்த மருத்துமனைகளிலிருந்து சிலிண்டர் வாங்கி வந்தேன். அது போதவில்லை. ஷஸ்த்ர சீமா பல் முகாம் சென்று அவர்களது டிஐஜியிடம் எங்கள் நிலைமையை எடுத்துச் சொன்னேன். அவர் உடனடியாக செயல்பட்டார். சிலிண்டர்களை தூக்கி வர ராணுவ வீரர்களோடு பெரிய லாரி ஒன்றை அனுப்பினார்.

அவர்கள் 48 மணி நேரம் தொடர்ந்து வேலை பார்த்தார்கள். அவர்களது உற்சாகம் எங்களுக்கு உத்வேகம் தந்தது. எஸ்எஸ்பிக்கு சல்யூட் அடித்து நன்றி சொல்கிறேன். ஜெய் ஹிந்த்!

என்னுடன் பணிபுரியும் மருத்துவர்களோடு பேசினேன். ஊழியர்களிடமும் பேசினேன். பதட்டப்பட வேண்டாம். மனம் தளர வேண்டாம். பதட்டப்படும் பெற்றோர்களிடம் கோபப்பட வேண்டாம். ஓய்வெடுக்க வேண்டாம். குழுவாக செயல்பட்டால்தான் ஒவ்வொரு உயிரையும் காக்க முடியும் என்று கூறினேன்.

குழந்தைகளை இழந்த பெற்றோர்களுக்கு ஆறுதல் கூறினேன். கோபமடைந்த பெற்றோர்களை அமைதிப்படுத்தினேன். அங்கு பெரும் குழப்பம் நிலவியது. திரவ ஆக்சிஜன் தீர்ந்து விட்டது. ஆனால் நாங்கள் ஜம்போ சிலிண்டர்களை வைத்து சமாளிக்க முயன்று வருகிறோம் என்று கூறினேன்.

உயிரைக் காக்க கவனத்தோடு பணியாற்ற வேண்டும் என்று கத்தினேன். அழுதேன். உண்மையில் எங்கள் குழுவினர் அனைவருமே அழுதார்கள். 2017 ஆகஸ்ட் 13 அன்று நள்ளிரவு 1.30 மணியளவில் திரவ ஆக்சிஜன் டேங்க் வரும் வரை முயற்சியை நிறுத்தவில்லை.

ஆனால் மறுநாள் 2017 ஆகஸ்ட் 13 அன்று முதலமைச்சர் யோகிஜி மஹராஜ் காலையில் வந்ததும் என் வாழ்க்கை தலைகீழாகப் புதைந்தது. 'நீங்கள்தான், சிலிண்டர்கள் ஏற்பாடு செய்த டாக்டர் கஃபீலா? நான் 'ஆமாம் சார்!' என்றேன். அவருக்குக் கோபம் வந்து விட்டது.' இப்படி சிலிண்டர் ஏற்பாடு செய்ததன் மூலம் நீ ஹீரோ ஆகிவிடலாம் என்று நினைக்கிறாய்... பார்ப்போம்' என்றார்.

இந்த சம்பவம் பற்றி ஊடகங்களுக்கு எப்படித் தெரிந்தது? என்று யோகிஜி மிகவும் கோபமாக இருந்தார். அல்லா மீது ஆணையாகச் சொல்கிறேன். அன்றிரவு நான் எந்த மீடியாக்காரரிடமும் பேசவில்லை. அவர்கள் ஏற்கெனவே அங்கு வந்துவிட்டார்கள்.

பின்னர் போலீஸ் எங்கள் வீட்டிற்கு வந்து என் குடும்பத்தை மிரட்டி சித்ரவதை செய்ய ஆரம்பித்தது. என்னை என்கௌண்டரில் கொல்லப்போவதாக மக்கள் எச்சரித்தார்கள்.

என் குடும்பம், அம்மா, மனைவி, குழந்தைகள் எல்லாம் எந்த அளவிற்கு பயந்து போயிருக்கிறார்கள் என்பதைச் சொல்ல வார்த்தைகளே இல்லை.

பல நாட்கள், வாரங்கள், மாதங்கள் கடந்து விட்டன. ஆகஸ்ட் 17லிலிருந்து ஏப்ரல் 18 ஆகிவிட்டது. ஹோலி, தஸரா, கிறிஸ்துமஸ், புத்தாண்டு, தீபாவளி எல்லாம் வந்து போயின. நானும் ஜாமீன் கிடைத்து விடும் என்று நம்பிக் காத்திருந்தேன்.

பகலில் லட்சம் ஈக்களோடும், இரவில் லட்சம் கொசுக்களோடும் அந்த இடநெருக்கடியான சிறையில் 150க்கும் மேற்பட்ட கைதிகளோடு தரையில் படுக்க வேண்டும். உயிர் வாழ உணவை முழுங்க வேண்டும். திறந்த வெளியில் அரை நிர்வாணமாகக் குளிக்க வேண்டும். உடைந்த கதவு கொண்ட கழிப்பறையில் மலம் கழிக்க வேண்டும். ஞாயிறு, செவ்வாய், வியாழக்கிழமைகளில் சந்திக்க வரும் குடுமபத்தினருக்காகக் காத்திருக்க வேண்டும்.

எனக்கு மட்டுமல்ல, என் குடும்பத்தினருக்கும் வாழ்க்கை நரகமாக இருந்தது. போலீஸ் ஸ்டேஷன், நீதிமன்றம், அலகாபாத் என்று நீதிக்காக அவர்கள் ஓடிக்கொண்டே இருந்தார்கள். ஆனால் எல்லாம் வீண்.

என் மகளின் முதல் பிறந்தநாளை என்னால் கொண்டாட முடியவில்லை. அவளுக்கு இப்போது 1 வயது 7 மாதங்களாகி விட்டது. ஒரு குழந்தை நல மருத்துவனாக குழந்தை எப்போது நடக்க ஆரம்பித்தது, பேச ஆரம்பித்தது, ஓட ஆரம்பித்தது என்பவை எல்லாம் மிக முக்கியம் என பெற்றோர்களிடம் சொல்வேன். ஆனால் என் குழந்தை எப்போது நடக்க ஆரம்பித்தாள், பேச, ஓட ஆரம்பித்தாள் என்ற எதுவும் எனக்குத் தெரியாது.

எனவே திரும்பவும் அதே கேள்விதான் என்னை உறுத்துகிறது – நான் உண்மையிலே குற்றவாளியா? இல்லை, இல்லை–இல்லை.

நான் 2017 ஆகஸ்ட் 10 அன்று விடுப்பில் இருந்தேன் (துறைத் தலைவரால் அனுமதிக்கப்பட்ட விடுப்பு). ஆனாலும் கடமை செய்ய ஓடினேன். அது தவறா?

ஊடகங்கள் என்னை துறைத் தலைவராக ஆக்கின. பிஆர்டியின் துணைவேந்தராக ஆக்கின. ஆனால் நான்தான் மிக இளைய மருத்துவர். 2016 ஆகஸ்ட் 8ம் தேதிதான் நிரந்தர ஊழியராகப் பணியில் சேர்ந்தேன். தேசிய ஊரக சுகாதாரத் திட்டத்தில் பணிபுரிந்திருக்கிறேன். குழந்தை நலத் துறை விரிவுரையாளனாக இருக்கிறேன். எனது பணியே மாணவர்களுக்குக் கற்பிப்பதும், குழந்தைகளுக்கு மருத்துவம் பார்ப்பதும்தான்.

திரவ ஆக்சிஜன்/ஜம்போ சிலிண்டர் வாங்குதல்/டெண்டர் / வாங்க உத்தரவிடுதல்/பராமரிப்பு / சப்ளை / அதற்கான பணப்பட்டுவாடா என்று எதிலும் எனக்குத் தொடர்பு இல்லை.

புஷ்பா சேல்ஸ் திரவ ஆக்சிஜன் சப்ளையை நிறுத்தினால், அதற்கு நான் எவ்வாறு பொறுப்பாக முடியும்? மருத்துவத் தொழிலோடு தொடர்பே இல்லாதவர்களுக்குக்கூட டாக்டரின் வேலை மருத்துவம் பார்ப்பது, ஆக்சிஜன் வாங்குவது அல்ல என்று தெரியும்.

தனக்கு வரவேண்டிய 68 லட்சம் நிலுவைத் தொகைக்காக புஷ்பா சேல்ஸ் எழுதிய 14 நினைவூட்டல் கடிதங்களுக்கு எந்த நடவடிக்கையும் எடுக்காத மாவட்ட மாஜிஸ்திரேட், மருத்துவக் கல்வியின் டைரக்டர் ஜெனரல், மருத்துவக் கல்விக்கான முதன்மைச் செயலாளர் ஆகியோர்தான் குற்றவாளிகள்.

இது மேல்மட்டத்தில் நிகழ்ந்த ஒட்டுமொத்த நிர்வாகத் தோல்வி. இதன் ஆழத்தை அவர்கள் உணரவில்லை. தம்மை பாதுகாத்துக்கொள்ள, எங்களை பலிகடா ஆக்கி, சிறையில் தள்ளிவிட்டார்கள்.

மணீஷ் பண்டாரிக்கு ஜாமீன் கிடைத்ததும், எங்களுக்கும் நீதி கிடைக்கும், வெளியே வந்து குடும்பத்தோடு சேர்ந்து வாழலாம் என்று லேசாய் ஒரு நம்பிக்கை வந்தது.

ஆனால், இல்லை - இன்னும் காத்துக்கொண்டிருக்கிறோம்.

ஜாமீன் என்பது உரிமை, சிறை என்பது விதிவிலக்கு என்று உச்ச நீதிமன்றம் கூறுகிறது. அவ்வாறெனில் இது நீதியின் தோல்விக்கு மிகச் சிறந்த உதாரணம்.

நான் விடுதலை பெற்று என் குடும்பத்தோடு, என் மகளோடு வாழும் காலம் வரும் என்று நம்புகிறேன்.

உண்மை வெளியே வரும். நீதி நிலைநாட்டப்படும்.

ஆதரவற்ற, மனமொடிந்த தந்தை / கணவன்/ சகோதரன்/ மகன்/ நண்பனாகிய டாக்டர். கஃபீல் கான்.

2018 ஏப்ரல் 19ல் இந்தக் கடிதம் பல மொழிகளில் மொழி பெயர்க்கப்பட்டு, அதன் ஒலி, ஒளி வடிவங்கள் லட்சக்கணக்கான மக்களால் பகிரப்பட்டு, வாசிக்கப்பட்டன.

ஏப்ரல் 19 அன்று கண் விழித்தபோது ஓர் ஆச்சரியம் காத்திருந்தது. இந்த நாளில் என் வாழ்க்கை மீண்டும் மாறப் போகிறது என்று அப்போது தெரியாது. காலையில் மருத்துவப் பரிசோதனைக்காக மாவட்ட மருத்துவமனைக்கு அழைத்துச் செல்லப்பட்டேன். அங்கு போனதும், உள்ளூர் செய்தியாளர்கள் என்னிடம் பேச முயன்றனர். நான் பதிலளிக்க முயன்றபோது, போலீஸால் முரட்டுத்தனமாக நடத்தப்பட்டேன். இந்த சம்பவத்தின் காணொளி சமூக ஊடகங்களில் வேகமாகப் பரவியது.

மதியம் என் மனைவி, செய்தியாளர் சந்திப்பை நடத்தி, எனது கடிதத்தை வெளியிட்டு நான் நிரபராதி என்று மன்றாடினாள்.

அன்று மாலை, நள்ளிரவு வரை அவள் பல முக்கிய சேனல்களில் தோன்றினாள். உண்மைக் குற்றவாளிகள் சுதந்திரமாய்த் திரிய, எங்கள் குடும்பம் எப்படித் துன்புறுத்தப்பட்டது என்ற முழுக் கதையையும் அவற்றில் கூறினாள். இச்செய்தி பலரையும் வியப்பிலாத்தியது. பலரும் நான் சில நாட்கள் சிறையில் இருந்துவிட்டு, பின்னர் விடுவிக்கப்பட்டதாகவே நினைத்திருக்கிறார்கள்.

இச்செய்தி நாடு முழுவதையும் – சர்வதேச அளவிலும்கூட – அதிர்ச்சியில் ஆழ்த்தியது. குழந்தைகளைக் காப்பாற்றிய டாக்டர் 8 மாதங்களாக சிறையில், அந்தக் காலம் முழுவதும் அவரது குடும்பம் துன்புறுத்தப்பட்டது பெரிய அதிர்ச்சியை ஏற்படுத்தியது. அப்பா எங்கே என்று அழும் என் மகள் பற்றி, தன் மகனின் விடுதலைக்காக முதலமைச்சரை கெஞ்சிய என் தாய் பற்றி, போலீஸ் ஸ்டேஷன், கீழ் நீதிமன்றம், உயர் நீதிமன்றம், இப்போது உச்ச நீதிமன்றம் என ஓடிக்கொண்டிருக்கும் என் மனைவி பற்றி மக்கள் அறிந்தார்கள். ஒரு வழியாக, பல மாத அமைதிக்குப் பிறகு

பெரும் கொந்தளிப்பு ஏற்பட்டது. அரசியல் விமர்சகர்கள், அரசியல்வாதிகள், நடிகர்கள், சமூக ஆர்வலர்கள், தன்னார்வத் தொண்டு அமைப்பினர், விளையாட்டு வீரர்கள் என பலரும் எனக்கு ஆதரவாக காணொளியில் பேசினார்கள். என்னை உடனடியாக விடுவிக்க வேண்டும் என்று கோரினார்கள். ஏப்ரல் 20 அன்று, அலகாபாத் உயர் நீதிமன்றத்தில் எனது வழக்கு விசாரணைக்கு வந்தபோது, முதன்முறையாக எனது கோப்பைப் படித்த மாண்புமிகு நீதியரசர், 'இந்த டாக்டர்.கஃபீல் ஒரு மருத்துவரா?' என்று கேட்டார்.

எட்டு மாதங்களில் முதன்முறையாக இவ்விஷயத்தில் எனது தரப்பு வழக்கறிஞர் நஸ்ருல் ஜாஃப்ரியும், உ.பி அரசின் அட்வகேட் ஜெனரலும் வாதிட்டார்கள்.

முதன்முறையாக நீதிமன்றம் விசாரணையை ஏப்ரல் 25க்கு ஒத்திவைத்து எனது கோரிக்கையின் அடிப்படையில் உ.பி. அரசுக்கு நோட்டீஸ் அனுப்பியது.

முதல்முறையாக, மாண்புமிகு நீதிபதி எனது கோப்பைப் படித்துவிட்டு வியப்புக் தெரிவித்தார். 'பணி அனுபவத்தில் இளையவரான மருத்துவராக இருந்தும், பல உயிர்களைக் காப்பாற்ற முயன்றுள்ளார். பிறகு ஏன் சிறையில் இருக்கிறார்?' என்று உரக்கவே கேட்டார்.

'சரிதான், இதைத்தானே ஐயா நான் ஆரம்பத்திலிருந்து கேட்டுக்கொண்டிருக்கிறேன்' என்று கத்த வேண்டும் போலிருந்தது. நான் மிகவும் பதட்டமாக விடை தேடிக் கொண்டிருக்கும் ஒரு கேள்வியை நீதியரசர் எழுப்புவதற்கு 16.2.2018, 13.3.2018, 30.3.2018, 6.4.2018, 9.4.2018, கடைசியாக 20.4.2018 என்று இத்தனை வாய்தா ஆகியிருக்கிறது.

19

மாறும் சூழல்

ஆக்சிஜன் சம்பவத்தை அடுத்து எனக்கெதிராக ஊடகப் பிரச்சாரம் கவனமாகச் செய்யப்பட்டதற்குப் பிறகு, நான் சிறிது சிறிதாக மக்கள் நினைவிலிருந்து நீங்கி விட்டாலும், பல மாதங்கள் கழித்து, நான் மீண்டும் கண்டுபிடிக்கப்பட்டு, மக்களால் போற்றப்பட ஆரம்பித்தேன். எட்டு மாதங்களாக நான் சிறையில் இருப்பது சமூக ஊடகங்களில் பெரிய கொந்தளிப்பை ஏற்படுத்தியதால், எங்கள் குடும்பம் தொடர்ந்து அனுபவித்து வரும் துயரங்களையும் வெளிக்கொணர்வது நல்லது என நினைத்தோம்.

ஏப்ரல் 21 அன்று டெல்லியில் பிரஸ் கிளப் ஆஃப் இந்தியாவில் நடந்த செய்தியாளர் சந்திப்பில் என் மனைவி, அடீல் பாய், ஜாப் ஆகியோர் கலந்துகொண்டார்கள். இதில் பல முன்னணி அச்சு, மின் ஊடக நிறுவனங்களின் செய்தியாளர்கள் பங்கேற்றிருந்தார்கள். தெற்கு ஆசிய மனித உரிமைகள் ஆவணப்படுத்துதல் மையத்தின் இயக்குனர் ரவி நாயர், டெல்லி எய்ம்ஸின் மருத்துவர்கள் சங்கத்தின் தலைவர் டாக்டர். ஹர்ஜித் சிங் பாட்டி ஆகியோரும் கலந்துகொண்டனர்.

ஒரு நெகிழ்ச்சியான கட்டத்தில், அடீல்பாய் ஜாபிடம், 'உன் அப்பா எங்கே?' என்று கேட்க, நான் வெளியே இருக்கிறேனா என்று பார்ப்பதற்காக, குழந்தை அந்த அறையின் வாசலுக்கு ஓடியது.

ஷபிஸ்தா எனது விடுதலைக்கான சட்ட வழிமுறைகளை ஆராய டெல்லி வந்துள்ளதாகத் தெரிவித்தாள். 'என் கணவர் எந்தக் குற்றமும் செய்யவில்லை. அவர் நினைத்திருந்தால், அன்றிரவு வீட்டிலேயே இருந்திருக்கலாம். பலமுறை அவர் முகக்கவசங்கள், கையுறைகள், கிருமிநாசினிகள் போன்றவற்றை தன் சொந்தப் பணத்தில் மருத்துவமனைக்கு வாங்கிப் போட்டிருக்கிறார். இந்த மரணங்களுக்குக் காரணம் நிர்வாகத் தோல்விதான்...' என்று அழுத்தமாகக் கூறினாள்.

அடுத்த மூன்று நாட்களுக்கு சிறையில் இந்த செய்தியாளர் சந்திப்பு. அது எனக்கு ஜாமீன் கிடைக்கும் வாயப்பை அதிகரித்ததா என்ற பேச்சுதான். டாக்டர். மிஸ்ராவும், சுதீரும் எனக்கு 25ம் தேதி ஜாமீன் கிடைத்துவிடும் என்று நம்பிக்கையாக இருந்தார்கள். இதற்கு முன்பு எனது வழக்கறிஞருக்கு தன் வாதங்களை சமர்ப்பிக்க வாய்ப்பே கிடைக்கவில்லை. இம்முறை அந்த வாய்ப்பு கிடைத்தது. நான்கு நாட்களில் அடுத்த வாய்தா என்பதால், நானும் நம்பிக்கையாக இருந்தேன்.

நாடு முழுக்க என்னை விடுதலை செய்யவேண்டும் என்று கோரிய இயக்கம் வேகம் பிடித்தது. வழக்கறிஞர்கள் உள்ளிட்ட, சமூகத்தின் பல்வேறு தரப்பைச் சேர்ந்த பொதுமக்களும் என் குடும்பத்தினரைத் தொடர்புகொண்டு உதவி செய்வதாகக் கூறினர். எனினும், உள்ளே சிறையில் அனுபவம் வாய்ந்த சிறைப் பறவைகளான மந்திரிஜி போன்றோரும், சிறை அதிகாரிகளும் எனது திறந்த கடிதம், எனது மனைவியின் செய்தியாளர் சந்திப்பு ஆகியவை காரணமாக நான் விடுதலை பெறுவது கடினம் என்றனர். ‘நான் நீ வந்த அன்றே சொன்னேன். வாயை மூடிக் கொண்டிருந்தால், விடுதலைக்கு வாய்ப்பு இருக்கிறது, இல்லாவிட்டால், சிறையில் வாடவேண்டியதுதான்’ என்றார் மந்திரிஜி.

‘ஆம், நானும் உங்கள் அறிவுரையின்படி எட்டு மாதங்கள் இருந்தேன்’ என்றேன் நான். ‘ஆனால் தவறேதும் செய்யாத போது, நான் ஏன் பேசாமல் இருக்க வேண்டும்? நானும், என் குடும்பமும் ஏன் கஷ்டப்பட வேண்டும? இனி நான் எதற்கும் கவலைப்படப் போவதில்லை. இனிமேல் பேசாமலும் இருக்க மாட்டேன். மோதிப் பார்த்துவிடப் போகிறேன்.’

டெல்லியில் என் அண்ணனையும், மனைவியையும் ஊடகங்கள் தேடி வந்து பேசின. தினமும் எனது கடிதம் பற்றி ஏதோ ஒரு செய்தி வரும். என்னை போலீஸ் முரட்டுத்தனமாக நடத்தும் காணொளியை ஏதேனும் ஒரு சேனலில் எப்போதும் ஒளிபரப்பிக் கொண்டிருந்தார்கள். பல பெரிய வழக்கறிஞர்கள், முன்னாள் நீதிபதிகள், மனித உரிமை ஆர்வலர்கள் குற்றப்பத்திரிகை தாக்கலாகி, ஒரு சக குற்றவாளிக்கு ஜாமீன் கிடைத்த பின்னும் நான் நீண்ட காலம் சிறையில் இருப்பது குறித்து கேள்வி எழுப்பினார்கள்.

23ம் தேதி காஃசீப் என்னைப் பார்க்க வந்தான். இம்முறை சற்று பதட்டமின்றி இருந்தான். நான் இன்னும் சிறையில் இருப்பதை நம்பமுடியாமல் உலகம் வியப்படைவதாகவும், பத்திரிகையாளர் எதிரில் போலீஸ் என்னை முரட்டுத் தனமாக நடத்தியதை கண்டிப்பதாகவும் கூறினான். 25ம் தேதி எனக்கு ஜாமீன் கிடைக்காவிட்டால், பாரத் பந்த நடத்த பல அமைப்புகள் முடிவு செய்துள்ளதாகக் கூறினான்.

2018 ஏப்ரல் 25க்கு முதல் நாள் இரவு நான் அமைதியின்றி, விழித்தே இருந்தேன். காலையில், இன்று ஜாமீன் கிடைக்குமோ, கிடைக்காதோ என்று மனம் படபடத்தது. காலையில் சாப்பிடாமல், ஏதோ சிந்தனையில் பேசாமல் உட்கார்ந்திருந்தேன். சிறை உலகம் வழக்கம் போல் இயங்கிக்கொண்டிருந்தது.

சிறை அலுவலகத்தில் இருக்கும் ரைட்டர் வந்து என்னை மருத்துவப் பரிசோதனைக்காக மாவட்ட மருத்துவமனைக்கு அழைத்துச் செல்லப் போவதாகக் கூறினார். இம்முறை இது பற்றி என் குடும்பத்தினருக்கு, செய்தியாளர்களுக்குத் தெரியாமல் ரகசியமாக வைத்திருந்தார்கள். சைலேஷுக்கே தெரியவில்லை. ஊடகத்தினர் ஏதேனும் கேட்டால் என்ன சொல்லவேண்டும் என மனதில் ஒத்திகை பார்த்துக்கொண்டேன்.

என்னை ஆறு போலீஸ்காரர்கள் காவலோடு ஒரு ஜீப்பில் மாவட்ட மருத்துவமனைக்கு அழைத்துச் சென்றார்கள். முகத்தை மறைத்து விட்டார்கள். வண்டியை மருத்துவமனை வாசலில் நிறுத்திவிட்டு, மருத்துவர் இருக்கிறதா என்று பார்க்க ஒரு போலீஸ் அதிகாரி மட்டும் உள்ளே சென்றார். அவர் வர ஒரு மணி நேரமானது. அதுவரை போலீஸ்காரர்கள் என்னை வெளியே பார்க்கக்கூட அனுமதிக்கவில்லை. நானும் தெரிந்த செய்தியாளர் யாராவது கண்ணில் தட்டுப்படுகிறாரா என்று எட்டிப் பார்க்க முயன்றேன்.

உள்ளே ஒரு இருதய நோய் நிபுணர் - மிகவும் நட்பாகப் பழகினார் - என்னை பரிசோதித்து, முழுமையான ரத்தப் பரிசோதனைக்குப் பரிந்துரைந்தார். வீட்டினருக்குத் தகவல் தெரிவிக்கும்படி யாராவது தென்படுகிறார்களா என்று பார்த்தேன். ஆனால் போலீஸ்கார்கள் எப்போதையும்விட சுதாரிப்பாக இருந்தார்கள். பரிசோதனை முடிந்த அடுத்த கணம், என்னை விரைவாக சிறைக்கு அழைத்து வந்து விட்டனர்.

ஆனால், எனது வழக்கை விசாரணை என்னவானது? ஜாமீன் மனு ஏற்கப்பட்டதா? நிராகரிக்கப்பட்டதா? நிராகரிக்கப்பட்டிருக்க வேண்டும். ஏனெனில் நல்ல செய்தி என்றால் இதற்குள் சிறை முழுக்கப் பரவி இருக்கும். பேரக்கிற்கு வரும் வழியில் துணை ஜெயிலரிடம் விசாரித்தேன். அவருக்கு எதுவும் தெரியவில்லை.

மனம் சரியில்லை. தனிமையாக இருக்கவேண்டும் என கழிப்பறையில் போய் கதவை மூடிக்கொண்டு ஒரு மணிநேரம் இருந்தேன். வேறு சமயங்களில் என்னால் இப்படி இருக்கவே முடியாது. யாராவது கதவைத் தட்டினால், எனக்கு வயிற்றுப்போக்கு என்று கத்தினேன்.

உட்கார்ந்து எல்லா சாத்தியக் கூறுகளையும் விவாதித்தோம். வேறு தேதி கொடுத்துவிட்டார்கள் போலும் என்ற முடிவுக்கு வந்தோம். மறுநாள் பார்வையாளர் தினம். வீட்டிலிருந்து என்னைப் பார்க்க யாராவது வருவார்கள். அதுவரை காத்திருக்க வேண்டியதுதான். சைலேஷ் செய்திகளைப் பார்க்கலாம் என்று டிவியைப் போட்டார். என்னைப் பற்றிய செய்தி எதுவும் இல்லை. மற்றவர்கள் ஏதாவது பொழுதுபோக்கு சேனல் பார்க்க ஆசைப்பட்டார்கள். ‘சிறை அதிகாரி யாருக்காவது 100 ரூபாய் கொடுத்து, போன் செய்து கேட்கிறீர்களா?’ என்றார் சைலேஷ். எனக்கு எதையாவது செய்து மேற்கொண்டு சிக்கலை இழுத்து விட்டுக்கொள்ள விருப்பமில்லை.

முந்தைய நாள் இரவைப் போலவே, இன்றிரவும் தூக்கமின்றிக் கழித்தேன். முன்பாவது ஒரு நம்பிக்கை இருந்தது. ஆனால் இப்போது, நீதிமன்றத்தில் என்ன நடந்தது என்று தெரியவில்லை. மறுநாள் யாராவது சந்திக்க வருவதற்குக் காத்திருக்க வேண்டியதுதான்.

மறுநாள் 2018 ஏப்ரல் 26 காலை, எங்களை எண்ணி முடித்ததும், சைலேஷிடம் செய்தித்தாள் வாங்கிவரச் சொன்னேன். வழக்கமாக அதற்கு காலை 10 வரையில் காத்திருப்போம். சைலேஷ் செய்தித்தாளுடன் ஓடி வந்தார். அதில் அது முதல் பக்கத்தில் இருந்தது.

‘குழந்தைகள் மரண வழக்கு: கோரக்பூர் பிஆர்டி மருத்துவமனை மருத்துவர் கஃபீல் கானுக்கு ஜாமீன். சைலேஷ் மகிழ்ச்சியில் உரக்கச் சிரித்தார். நாங்கள் இருவரும் இறுகத் தழுவிக்கொண்டோம். எத்தனையோ யுகங்களுக்குப் பின் என் மனம் லேசானது போல் தெரிந்தது.

டாக்டர். சதீஷுக்கும், சுதீருக்கும் செய்தி கிடைத்ததும், ஓடி வந்தார்கள். நாங்கள் கூச்சலிட்டோம், சிரித்தோம், அழுதோம். இந்த எட்டு மாதங்களில் நான் எத்தனை முறை அழுதிருப்பேன் என்பதற்குக் கணக்கே கிடையாது. ஆனால் முதன்முறையாக இப்போது ஆனந்தக் கண்ணீர். புதிய கைதிகள் தவிர மற்ற அனைவரும் வந்து வாழ்த்து தெரிவித்தார்கள். மந்திரிஜிக்கு ஓரே மகிழ்ச்சி. என்னை வாழ்த்திவிட்டு, அனைவருக்கும் இனிப்புகள் வாங்கிவரச் சொன்னார்.

எல்லா போலீஸ் அதிகாரிகளும் அன்பளிப்பிற்காக என்னைப் பார்க்க வர ஆரம்பித்தார்கள். மணீஷ் எல்லோருக்கும் ரூ.200 முதல் ரூ.2,000 வரை தந்திருந்தார். அவர்கள் என்னிடமும் அதையே எதிர்பார்த்தார்கள். 'அரே பாய்' நான் அத்தனை பணக்காரனல்ல ' என்றேன் சிரித்தபடி. என் குடும்பத்தினர் பார்க்க வரும் வரை காத்திருக்கச் சொன்னேன்.

அந்த நேரத்தில் நான் எவ்வாறு உணர்ந்தேன் என்பதை வர்ணிப்பது கடினம். இதுபோல் நான் மகிழ்ச்சியாக இருந்த மற்ற தருணங்கள் பற்றி யோசித்தேன். ஜாப் பிறந்த அன்று... எம்பிபிஎஸ் படிப்பிற்கு இடம் கிடைத்தபோது... அடீல்பாய், காசிஃப் திருமணம்... பாசில் மருத்துவ நுழைவுத் தேர்வில் தேர்ச்சி பெற்றது... ஜாராவை முதன்முறையாக கையில் ஏந்தியபோது... ஷபிஷ்தா சரி என்று சொன்னபோது... ரித்தின் அறுவை சிகிச்சை நல்லபடியாக முடிந்தபோது... இவை எல்லாமே மிக மகிழ்ச்சியான தருணங்கள். இந்த தருணமும் அவற்றைப் போன்றது... ஆனால் தனித்துவமானது.

திடீரென என் குடும்பம் பற்றி ஏங்க ஆரம்பித்தேன். அம்மாவை அணைத்துக்கொள்ள வேண்டும். அவள் மடியில் தலை புதைத்து அழ வேண்டும். ஃபாரோவைப் பார்க்க விரும்பினேன். அடீல் பாயை, காசிஃப்ப இறுக்க அணைத்துக்கொள்ள வேண்டும். ஷபிஸ்தாவை முத்தமிட வேண்டும்... அவளோடு...

இந்த எண்ணங்கள் மேலோங்க நான் கூச்சலிட, சிரிக்க, ஓட, நடனமாட, அழ, தலையில் சுவரில் மோதிக்கொள்ள ஆசைப்பட்டேன்.

உணர்ச்சிவசப்பட்டு, நன்றி கூறும் தொழுகை செய்ய ஓடினேன்.

தாதி காகா ஜிலேபியுடன் வந்தார். 'உங்கள் சகோதரர் வெளியில் காத்திருக்கிறார்' என்றார்.

விடுதலைக்கான நடைமுறை கடுமையானதாக இருந்தது. 10.30லிருந்து 11.30 வரை நான் பலமுறை பிரதான வாயிலுக்குச் சென்று சந்திப்பிற்கான சீட்டைக் கேட்டேன். அது கிடைத்ததும், சைலேஷை என்னை சந்திக்குமிடத்திற்கு அழைத்துப் போகச் சொன்னேன். 'போய் என்ன பயன்? இன்னும் உத்தரவு வரவில்லை' என்றார் அவர்.

பின்னர் சிரித்தபடியே கிளம்பினார். சிறை அதிகாரியிடம், 'நான் கஃபீலை அழைத்துச் செல்கிறேன். மற்றவர்களை ஜூனியர் ரைட்டருடன் அனுப்புங்கள்' என்றார்.

நான் சந்திப்பிற்கான இடத்தில் சென்று, வாசலைப் பார்த்துக் காத்திருந்தேன்.

துணை ஜெயிலர் வந்து வாழ்த்து சொன்னார். நாற்காலியை என் பக்கம் தள்ளி, உட்காரச் சொன்னார்... 'டீ?' என்றார். எனக்கு அதிர்ச்சியாக இருந்தது. கடந்த எட்டு மாதங்களிலும் இந்த அதிகாரிகள் என்னிடம் மிகக் கடுமையாக நடந்துகொண்டார்கள். இப்போது இவர்களது நடத்தையே மாறிவிட்டது.

'என் மகளுக்கு நீங்கள் தந்த மருத்துவ ஆலோசனை மிகவும் பயனுள்ளதாக இருந்தது. இப்போது நன்றாக சாப்பிட ஆரம்பித்து விட்டாள்.சற்று எடை கூடியிருக்கிறாள். உங்கள் கைபேசி எண்ணைக் கொடுங்கள். அவளை உங்களிடம் அழைத்து வந்து காட்ட வேண்டும்' என்றார்.

மனிதர்கள் எவ்வளவு வேகமாக மாறி விடுகிறார்கள்! என்று நினைத்துக்கொண்டேன்.

அந்தப் பக்கமாக வந்த அலுவலக ஊழியர்கள், கைதிகள் எல்லோரும் வந்து என்னை வாழ்த்தினார்கள். உதயும், கஜானந்தும் ஓடி வந்து, என்னை தழுவிக்கொண்டார்கள். முதல்வரும், அவரது மனைவியும் வந்து வாழ்த்தினார்கள். சிறையில் கழித்த எட்டு மாதங்களில் பிறர் மீதான கசப்புணர்வும், அடுத்தவர் மீது பழிபோடும் முயற்சியும் காணாமல் போய்விட்டன. எல்லோருமே இந்த நகரத்திலிருந்து வெளியே செல்வதை மட்டும்தான் நினைத்தார்கள்.

மற்ற பேரக்குகளில் இருந்து வந்தவர்களும் என்னிடம் பேச வந்தார்கள். என்னைச் சுற்றியிருந்தவர்கள் அனைவருமே என் ஜாமீன் பற்றித்தான் பேசுவதுபோல் இருந்தது.

கடைசியில் காசிஃபும், அவனது நண்பர் பிண்டு குப்தாவும் வருவது தெரிந்தது. இருவரும் பை நிறைய செய்தித்தாள்கள், சமூக ஊடகங்களில் வந்த செய்திகளின் பிரிண்ட் அவுட்களை கொண்டு வந்திருந்தார்கள். நான் ஓடிப்போய் காசீஃபை அணைத்துக் கொண்டேன். அவன் என்னைவிட சின்னவன். அவன் அழவில்லை. ஆனால், நான் அழுதேன். பிண்டுவும் எங்களை அணைத்துக் கொண்டார்.

'கஃபீல் பாய், கிடைத்துவிட்டது! என்றான் காசீஃப், 'திருடன், கொலைகாரன் என்ற பட்டங்கள் எல்லாம் போய் விட்டன. உலகம் உங்களை ஒரு ஹீரோவாகப் பார்க்கிறது. உங்கள் கடிதம் வெளிவந்ததிலிருந்து செய்திகளில் நீங்கள்தான் முக்கிய இடத்தில் இருந்தீர்கள். இப்போது உங்கள் விடுதலை பற்றிய செய்தி பெரிய கொண்டாட்டமாகி விட்டது. நம் வீடு முழுக்க நண்பர்களும், உறவினர்களும்தான். எல்லோரும் அம்மாவிடம் நீங்கள் அவர்களை பெருமைப்படுத்திவிட்டதாகச் சொல்கிறார்கள். டிவி விவாதங்களில்கூட, எந்த அதிகாரியும் உங்களுக்கு எதிராக எதுவும் சொல்வதில்லை. எல்லோருமே நீங்கள் நீண்டகாலம் சிறையில் அடைக்கப்பட்டது பற்றித்தான் பேசுகிறார்கள். கூகுள் தேடலில் நீங்கள்தான் முதலிடத்தில் இருக்கிறீர்கள். சமூக ஊடகங்களில் மக்கள் உங்களைப் பற்றி எழுதுகிறார்கள். உங்களை இன்றே வீட்டுக்கு அழைத்துச்செல்ல ஆசைதான்...'

என் இதயம் சில விநாடி துடிப்பதை நிறுத்திக்கொண்டது. 'இன்று நான் வீட்டுக்குப் போக முடியாதா?' என்றேன்.

என் முகம் போன போக்கைப் பார்த்த காசீஃப், தைரியம் கூறினான். 'இல்லை, கவலைப்பட வேண்டாம், அலுவலக ரீதியாக சில வேலைகள் உள்ளன. இன்று அடீல் பாய் உத்தரவின் சான்றொப்பமிட்ட நகலைப் பெறுவார். நாளை அதை உள்ளூர் நீதிமன்றத்தில் தர வேண்டும். உரிய ஜாமீன் தொகை கட்ட வேண்டும். நாளை மாலை வீட்டுக்கு வந்து விடலாம்.'

'புரிகிறது தம்பி! எனக்கு சீக்கிரமாக எல்லோரையும் பார்க்க வேண்டும்'

காசீஃப் முகம் சற்று மாறியது. 'மற்றொரு விஷயம்' ஊடகங்களிடம் வாயே திறக்கக்கூடாது என்று அடீல் பாய் உன்னிடம் சொல்லச் சொன்னார். நிறைய செய்தியாளர்கள் காத்திருப்பார்கள். வீட்டில் எல்லோரும், நம் வக்கீல்கள் உட்பட, அந்த சமயத்தில் நீ உன் உணர்ச்சிகளையும், வார்த்தைகளையும்

கட்டுப்படுத்திக்கொள்ள வேண்டும் என்று கருதுகிறார்கள். மணீஷைப் பார்-ஒரு வார்த்தை பேசாமல், உடனடியாகக் கிளம்பி விட்டார்.'

'வாருங்கள், நேரமாகிவிட்டது' என்றார்கள் சிறைக் காவலர்கள். ஐந்து நிமிடங்கள் கூடுதலாகக் கேட்டோம். சரி என்ற அவர்கள் காசீஃப்பிடம் 'இவருக்கு பணம் கொடுக்க மறந்து விடாதீர்கள். கிளம்பும்' முன் எங்களுக்கு அன்பளிப்பு தருவதற்கு பணம் வேண்டும் என்றார்கள்.

காசீஃப் கிளம்பும்போது மீண்டும் என்னை அணைத்துக் கொண்டான். இன்று காசீஃப்பும், பிண்டுவும் தூரத்தில் சென்று மறைவதைப் பார்க்க துக்கமாக இல்லை. நான் பேரக்கிற்குப் போய் நண்பர்களைப் பார்த்துவிட்டு காசீஃப் கொண்டுவந்த பத்திரிக்கைகளைப் படிக்க வேண்டும் என்று எண்ணினேன்.

உள்ளே எல்லோரும் என்னைச் சூழ்ந்துகொண்டார்கள். நான் நடந்தவற்றை எல்லாம் கூறினேன். வேறு வேறு பேரக்குகளிலிருந்து பல சிறைக் காவலர்கள் வந்து அன்பளிப்பு கேட்டுக் கொண்டே இருந்தார்கள். இதற்கு 'விடை' என்று சொல்கிறார்கள். (விடைபெறும்போது தரும் பணம் – இதற்கு இந்திச் சொல் 'விடை' என்பது வியப்பளிக்கிறது – மொழிபெயர்ப்பாளர்). எல்லோரும் மரியாதையாகப் பேசினார்கள். முன்பு கடுமையாக நடந்துகொண்ட ஜெயிலர்கூட. ஆனால், அவர்களது நடத்தை மாறியது பற்றி நான் எதுவும் நினைக்கவில்லை. என் உற்சாக மனநிலையில் ஒரே ஒரு எண்ணம்தான் மேலோங்கி இருந்தது. சீக்கிரமாக வீட்டுக்குப் போய்விடலாம்.

மற்ற கைதிகள் பலர் வந்து என் தொடர்பு எண்ணை வாங்கிக் கொண்டார்கள். கோரக்பூரில் யாரையும் தெரியாதவர்கள், பண வசதி இல்லாதவர்களான அவர்கள் என் மூலம் ஏதேனும் சட்ட உதவி பெறலாம் என்று நம்பினார்கள். இப்போது நேரம் வேகமாகச் சென்றது. மணி 6 ஆகிவிட்டது. முன்பு நரகமாகத் தெரிந்த பேரக் இப்போது அப்படித் தெரியவில்லை.

சக கைதிகளோடு, பிஸ்கெட், பழங்கள், பலகாரங்கள் சாப்பிட்டுக்கொண்டு இரவு நீண்ட நேரம் பேசிக்கொண்டிருந்தேன். பேரக்கின் சூழ்நிலையே மாறிவிட்டது. சைலேஷ் மிக மகிழ்ச்சியாக இருந்தார். நான் அவரை என்றும் மறக்க மாட்டேன். அவர் ஜாமீன் பெற என்னால் இயன்றதைச் செய்வேன் என்று உறுதியளித்தேன். எல்லோருமே நல்ல மனநிலையில் இருந்தார்கள். தற்சமயத்திற்கு

தம் சொந்த சோகங்களை பொருட்படுத்தாது இருக்க முடிவு செய்ததுபோல் இருந்தது.

என் சிறைவாசத்தின் போது என்னை விட்டுச்சென்ற டி. ராம், முபாரக் கோஷ்டி, ரோஹீ, ஆஸாத் மற்றும் பலரை நினைத்துக் கொண்டேன். போன பிறகு ஒருமுறைகூட வராதவர்களைப் பற்றிப் பேசுவதுண்டு. சிலர் ஆரம்பித்தில் ஓரிரு முறை வருவார்கள். பிறகு வரமாட்டார்கள். இங்கு ஒருவருக்கொருவர் தந்துகொள்ளும் உறுதிமொழிகள் வெற்று வார்த்தைகள் தான் போலும். ஆனால் எனது சிறைவாசத்தின்போது உதவிய நண்பர்களான நான் என்றும் மறக்க மாட்டேன் என்று உளமார நினைத்துக்கொண்டேன்.

எல்லோரும் தூங்கச் சென்றபின் காசிஃப் கொண்டுவந்த செய்தித்தாள்களைப் படித்தேன். என் வலிக்கு அவை அருமருந்தாக இருந்தன. 'தி சிட்டிசன்' என்ற இணைய இதழ் 'உ.பி முதலமைச்சர் யோகி ஆதித்ய நாத்தின் அரசாங்கம் உற்பத்தி செய்த ஒரு 'குற்றத்திற்காக' நான் எட்டு மாதங்களுக்கு மேலாக சிறையில் அடைக்கப்பட்டதாக 'எழுதியிருந்தது' 'குவிண்ட்' அலகாபாத் நீதிமன்றம் 'டாக்டர்.கஃபீலுக்கு எதிராக எந்த ஆதாரங்களும் இல்லை, விசாரணையே நடத்தப்படவில்லை.' என்று கூறியதை மேற்கோள் காட்டியிருந்தது. கோரக்பூர் போலீஸ் என் மீதான ஊழல், தனியாக மருத்துவமனை நடத்தியது ஆகிய குற்றங்களை கைவிட்டு விட்டதாலும், குற்றப் பத்திரிகை தாக்கல் செய்யப்பட்டு விட்டதாலும், சிறையில் வைக்க வேண்டியதை அவசியம் இல்லை என நீதியரசர் யஷ்வந்த் வர்மா கூறியதை பல பத்திரிகைகள் மேற்கோள் காட்டியிருந்தன. முக்கியமாக, 'மனுதாரர் மீது மருத்துவத் தொழிலில் கவனமின்மை என்பதை நிரூபிக்க போதுமான சாட்சியம் இல்லை' என்று குறிப்பிட்டிருந்ததை மேற்கோள் காட்டியிருந்தன. 'ஆக்சிஜன் சப்ளைக்குப் பொறுப்பான நிறுவனத்திற்கு ஒப்பந்தம் அளிக்கும் செயல்முறைக்கும் டாக்டர். கஃபீலுக்கும் தொடர்பில்லை' என்று நீதிபதி கூறியிருந்ததும் குறிப்பிடப்பட்டிருந்தது.

அப்போதுதான் எனக்கு முழுமையாகப் புரிந்தது. நாளை நான் விடுதலையாவேன். தப்பி விட்டேன். பல மாதங்களாக அந்தப் போர்வையில் புரண்டு கொண்டிருந்தவன், ஒரு வழியாக அன்று அமைதியாகத் தூங்கினேன்.

20
வீடு திரும்புதல்

'வாய்மை வெல்லும். உண்மையை ஒரு போதும் தோற்கடிக்க முடியாது.' பல பேரக்குகளில் இருந்தும் என்னைப் பார்க்க வந்த சக கைதிகள் சொன்ன சக்திமிக்க வார்த்தைகள் இவை.

அன்று என்னிடம் தரப்பட்ட பார்வையாளர் சீட்டில் ஷபிஸ்தா, அடீல் பாய், சமர் பாயின் பெயர்கள் இருந்தன. காலை 10 மணிக்கு நானும், டாக்டர் சதீஷும் சிறை மருத்துவர்களான டாக்டர். கோயல், வர்மா ஆகியோரை சந்திக்க வேண்டும் என்றார்கள். மருத்துவர்கள் எங்களுக்கு சூடான தேநீரும், பக்கோடாவும் தந்து 'நீங்கள் நிரபராதிகள் என்று எங்களுக்குத் தெரியும். வெளியே போனதும் எங்களுக்கு பார்ட்டி வைக்க வேண்டும்' என்றார்கள்.

என் குடும்பத்திற்கு ஒரு தகவலை சொல்லச் சொல்லி அல்லது எனக்கு உயர் ரத்த அழுத்தத்திற்கு மாத்திரை தரச் சொல்லி நான் அவர்களைக் கெஞ்சிய நாட்கள் நினைவிற்கு வந்தன. ஏதாவது சாக்குபோக்கு சொல்வார்கள் அல்லது முரட்டுத்தனமாக நடந்து கொள்வார்கள். ஆனால், இப்போது அவற்றை எல்லாம் மறந்து விட முடிவு செய்தேன். முகத்தில புன்னகையோடு, வீட்டில் யார் யாரிடம் என்ன பேச வேண்டும் என்று யோசித்துக்கொண்டிருந்தேன்.

பேரக்கிற்கு வந்து சைலேஷுடன் நீண்ட நேரம் பேசிக் கொண்டிருந்தேன். என்னைக் குறித்த தனது உணர்வுகளில், செயல்களில் மிக உண்மையோடு நடந்துகொண்டவர். என் குடும்பத்தினர் அனைவரும் அவரைத் தெரிந்துகொள்ள வேண்டும்.

பிறகு எனது சந்திப்பிற்கான நேரம் வந்தது. ஜாப்தான் முதலில் என்னைப் பார்த்து ஓடி வந்தாள். காலம் எவ்வளவு விரைவாக ஓடி விட்டது! நான் கைது செய்யப்பட்டபோது, அவள் நடக்க ஆரம்பிக்கவில்லை. இப்போதோ ஓடுகிறாள். நான் கேட்பதற்கு முன்பே, அடீல் பாய்,'இன்று வீட்டுக்குப் போய்விடலாம்' என்றார்.

அந்த கணம் ஜாமீன் கிடைத்ததை அறிந்தபோத வந்த உற்சாகம் மீண்டும் வந்தது. காற்றில் மிதப்பதுபோல் உணர்ந்தேன். ஏராளமான செய்தியாளர்கள் கூடியிருந்த நீதிமன்றத்தில் நிலவிய பதட்டமான சூழல் பற்றி அடீல் பாய் கூறினார். நீதியரசர் யஷ்வந்த் வர்மா, ‘இன்னமும் அவர் உங்களுக்கு எதற்கு வேண்டும்? புலன் விசாரணை முடிந்து விட்டது அல்லவா? எட்டு மாதங்களில் அவருக்கு எதிரான ஆதாரங்களாக என்ன கண்டுபிடித்தீர்கள்? ஒன்றுமில்லை. அவருக்கு ஜாமீனை மறுக்க ஏதாவது ஒரு நல்ல காரணத்தைச் சொல்லுங்கள்’ என்றாராம். அரசாங்க வழக்கறிஞரால் பதில் சொல்ல முடியவில்லை. பேசாமல் நின்றாராம்.

‘ஜாமீன் வழங்கப்படுகிறது.’

தீர்ப்பு சொல்லப்பட்டது. அந்த அறை முழுக்க உற்சாகம்.

ஷபிஸ்தா என்னிடம் ரகசியமாக, ‘என்னையும், ஜாபையும் மீண்டும் விட்டுவிட்டுப் போகமாட்டேன் என்று இப்போது வாக்குக் கொடுங்கள்’ என்றாள்.

‘சத்தியமாக’ என்றேன். சந்தோஷக் கண்ணீரில் அவளது கண்கள் பளபளத்தன. ‘உங்களுக்கு ஒரு ஆச்சரியம் காத்திருக்கிறது’ என்றாள். நான் புன்னகைத்தேன்.

என்னிடம் பேச சிறைவாயிலில் செய்தியாளர்கள் காத்திருப்பது பற்றி அடீலும், சமரும் சொன்னார்கள். ‘பெரிய திருவிழாபோல் இருக்கிறது. ஆனால் நீ அமைதியாக இருக்க வேண்டும். இன்று யாரிடமும் பேச வேண்டிய அவசியமில்லை. பேசாமல் காரில் ஏறி உட்கார். நாம் வீட்டிற்குப் போய் விடுவோம், ’ என்றார் அடீல் பாய்.

சமர் பாய்க்கு இதில் இஷ்டமில்லாததுபோல் தெரிந்தது. எனக்கும்தான். என் தரப்புக் கதையைச் சொல்ல ஒரு வாய்ப்பு கிடைக்கும் போது, நான் ஏன் பேசாமல் இருக்கவேண்டும்?

சந்திப்பு முடிந்து, பேரக்கிற்கு வந்ததும், எனது பொருட்களை மற்றவர்களுக்குத் தர ஆரம்பித்தேன். முதலில் என் போர்வையும், ஜாக்கெட், ஜீன்ஸ், டி சர்ட், பிறகு எனது ஷு, ஸ்வெட்டர், பெட்ஷுட், வாளி, மக், பற்பசை, சோப், ஷாம்பு, துண்டு, பழங்கள், பிஸ்கெட் வைத்துக்கொள்ளும் பை. பின்னர் எனது பெட்டிகள், லூடோ, சதுரங்க செட்டுகள்... உண்மையிலேயே நான் இவ்வளவு பொருட்களையா சேர்த்துவைத்திருக்கிறேன்?

என் புத்தகங்களை ஒரு பையில் போட்டுக்கொண்டேன். டீ சர்ட்டையும், அரை டிராயரையும் அணிந்தேன்.

போகும்போது சிறையில் எதையும் விட்டுவிட்டுப் போகக் கூடாது. அவ்வாறு செய்தால், திரும்ப வர நேரிடும் என்பது சிறை நம்பிக்கைகளுள் ஒன்று. ஆனால் இந்த மூடநம்பிக்கை என்னைப் பாதிக்கவில்லை. நான் உடுத்தியிருந்தவை, என் புத்தகங்கள் தவிர மற்ற அனைத்தையும் அங்கேயே விட்டு விட்டேன். எல்லோரும் வாழ்த்து தெரிவித்தார்கள். மணி 5.30 ஆகக் காத்திருந்தேன். அப்போதுதான் ஜாமீன் பட்டியல் வரும். நீதிமன்றம் சென்ற கைதிகள் திரும்பி வரும் போது. இந்தப் பட்டியலும் சேர்ந்து வரும்.

ஒருவர் வந்து பட்டியலில் பெயர்களை படிக்க ஆரம்பித்தார். என் பெயருக்காகக் காத்திருந்தேன். ‘உங்கள் பெயர் பட்டியலில் இல்லை’ என்றார் அவர்.

என்னது? இன்று விடுதலை ஆகிவிடலாம் என்று அடீல் பாய் சொன்னாரே...

மூளையின் ஒரு பகுதி அமைதியாக இரு என்றது. மணீஷுக்கு 9ம் தேதி ஜாமீன் கிடைத்தது. ஆனால் அவர் 13ம் தேதிதான் வெளியே செல்ல முடிந்தது. ஆனால் மற்றொரு பகுதி வேறு ஏதாவது பிரச்சனையோ என்று வேண்டாத விஷயங்களை யோசித்தது. பல கைதிகளும் முன்பே என்னிடம் ‘அந்த வாசலைத் தாண்டும் வரை எதுவும் நிச்சயமில்லை’ என்று சொல்லியிருக்கிறார்கள்.

வீட்டில் போய் சாப்பிட்டுக்கொள்ளலாம் என்று நான் எதுவும் சாப்பிடவில்லை. எனவே, இப்போது எங்களை எண்ணி முடித்ததும், திரும்பவும் வரிசையில் போய் நின்றேன். எனது பெட்ஷீட், போர்வையை வாங்கிக்கொண்டவர்கள் அவற்றை திரும்பிக் கொடுத்தார்கள். மற்ற எதையும் நானும் கேட்கவில்லை. அவர்களும் தரவில்லை. நான் அமைதியாக இருந்தேன். ஆனால் சுற்றியிருந்தவர்கள் பேசிக் கொண்டிருந்தார்கள். ‘நாளை நிச்சயமாக வீட்டிற்குப் போய்விடலாம்’ என்று சைலேஷ் ஆறுதல் சொன்னார். நான் சங்கடத்தோடு சிரித்தேன்.

மறுநாள், ஏப்ரல் 28 – மாற்றுத்துணிகள் இல்லாததால் அரைக்குளியல் குளித்தேன். ஏதேனும் அலுவலக ரீதியான ஆவணங்கள் தொடர்பான வேலைகளால் தடங்கல் போலும் என்று

நினைத்துக்கொண்டேன். அன்று நாள் வேகமாகக் கழிந்தது. பலரும் வந்து என்னிடம் பேசிவிட்டுச் சென்றார்கள். கைபேசி எண்களை பரிமாறிக்கொண்டோம். தழுவிக்கொண்டோம். வெளியில் சந்திக்கலாம் என்றோம். நான் பேரக்கில் ஒவ்வொருவரையும் சந்திக்க முயன்றேன். அவ்வப்போது அங்கு நான் பட்ட சித்ரவதைகள், அவமதிப்புகள் மனதில் பளிச்சிட்டன. ஆனால் கடந்த பல மாதங்களின் வலி போய்விட்டது.

மனதுக்குள் நான் திட்டமிட ஆரம்பித்தேன். நீண்ட விடுமுறை, குடும்பத்தோடு சுற்றுப்பயணம், சில நாட்களுக்கு தினமும் இரண்டு வேளை அசைவ உணவு. தூக்கம், உடற்பயிற்சி, சிரிப்பு, சினிமா பார்த்தல். வேறு எதையும்விட குடும்பத்தோடு நேரம் செலவழிப்பதை அதிகமாக விரும்பினேன். நான் சிறையில் இருந்த எட்டு மாதங்களில் எட்டு வருடங்கள் வயது அதிகமாகி விட்டது போல் இருந்தது. முகத்தில் சுருக்கங்கள் விழுந்துவிட்டன. தலைமுடி கொட்டி விட்டது. நரைக்க ஆரம்பித்து விட்டது. கை, கால்கள் குச்சிபோல் ஆகி விட்டன. வயிறு பெரிதாகி விட்டது.

மாலை 5 மணிக்கு, அலுவலக ரைட்டர் வந்து விடைபெறும் மாமூலான 'விடை' கேட்டார். எனது 'விடை' எப்போதுதான் நடக்கும்?' என்றேன்.

'முதலில் மாமூலை வெட்டுங்கள்' என்றார் அவர். நான் அவர் கையில் பணத்தைத் திணித்தேன்.

'இன்று கிளம்பி விடலாம். ஆவணங்கள் தயாராகி விட்டன. உங்கள் குடுமபத்தினர் வெளியில் இருக்கிறார்கள்' என்றார் அவர்.

மனதில் சொல்ல முடியாத ஒரு நிம்மதி. நண்பர்கள் என்னைச் சூழ ஆரம்பித்தார்கள். பல சக கைதிகளையும் தழுவிக் கொண்டேன்.

பேரக்கிற்கு வெளியே கீழ்கண்டவாறு சிறு உரை ஆற்றினேன்:

> 'எனக்கும், எனது குடும்பத்திற்கும் வாழ்வு மிகக் கடுமையானதாக இருந்தது. ஆனால், உண்மை வென்றது. உங்களோடு இங்கு இருந்த காலத்தில் நான் நிறைய கற்றுக் கொண்டேன். உங்கள் மேல நம்பிக்கை கொள்ளுங்கள். கெட்ட செய்திகளால் மனம் தளராதீர்கள். குடும்பத்தினருக்கு முக்கியத்துவம் கொடுங்கள். காரணம் அவர்கள் உங்களைவிட அதிகம் துன்பப்படுகிறார்கள். நீங்கள் நேர்மையானவர்

என்றால் கடவுள் உங்களையும், உங்கள் குடும்பத்தையும் பார்த்துக் கொள்வார். குற்றத்தை வெறுக்க வேண்டும். ஆனால் குற்றவாளியை அல்ல. புத்தகங்கள் தாம் நமது சிறந்த நண்பர்கள் என்பதை நினைவில் கொள்ளுங்கள். எல்லோரையும் மதிக்க வேண்டும். வாழ்க்கை ஒரு பள்ளிக்கூடம். உங்களைச் சுற்றி இருப்பவர்கள் உங்களை சோதித்து, பாடம் கற்றுத் தருபவர்கள். அந்தப் பாடத்தை நாம் கற்றதும், நாம் அடுத்த வகுப்பிற்கு உயர்கிறோம். என்னைப் பொருத்தவரை அன்றிரவு மருத்துவமனைக்குச் சென்றது பற்றி வருந்தவில்லை. ஏழைகளுக்கு சேவை செய்வதையும் என்றும் நிறுத்தமாட்டேன். இதுபோன்றதொரு பேரிடர் மீண்டும் வந்தால், பின்விளைவுகளைப் பற்றி யோசிக்காது, நான் மீண்டும் அங்கு போய் நிற்பேன். அதற்காக தண்டனை கிடைத்தாலும் பரவாயில்லை. ஒன்றை மட்டும் நினைவில் கொள்ளுங்கள் – ஒருநாள் எல்லோரும் இந்த சுவர்களைத் தாண்டி வெளியே செல்லத்தான் போகிறீர்கள்.'

காத்திருக்கும் இடத்திற்கு அழைத்துச் சென்றார்கள். என்னைப் போல் ஜாமீன் கிடைத்த சுமார் இருபது பேர் விடுதலைக்காக அங்கு காத்திருந்தார்கள்.

கண்காணிப்பாளர், ஜெயிலர், மூன்று உதவி ஜெயிலர்கள், அலுவலக ஊழியர்கள் என அனைவரும் அங்கு இருந்தார்கள். பொதுவாக ஒரே ஒரு உதவி ஜெயிலர் தான் இருப்பது வழக்கம், என்பதால் இது மிக அபூர்வ நிகழ்வாக இருந்தது.

தாங்கள் இதுவரை பார்த்திராத அளவிற்கு சிறை வாசலில் ஏராளமான பொதுமக்களும், செய்தியாளர்களும் குவிந்திருப்பதாக சிறை அதிகாரிகள் கூறினார்கள். கண்காணிப்பாளர் தானி சார், என்னை அழைத்து வாழ்த்துத் தெரிவித்தார். 'இங்கே உங்களுக்குக் கிடைத்த மோசமான அனுபவங்களை தயவு செய்து மறந்து விட்டு, புதிய வாழ்வைத் துவங்குங்கள். சில நாட்களுக்கு ஊடகங்களை எல்லாம் தவிர்த்து விட்டு, எங்காவது வெளியூர் சென்று, உங்கள் குடும்பத்தோடு நேரத்தை செலவழியுங்கள்' என்று அறிவுரை கூறினார். பின்னர் திடீரென்று என் உடையை கவனித்தார். 'என்ன அரை டிராயர் போட்டிருக்கிறீர்கள்? தயவு செய்து ஜீன்ஸ் அணிந்து கொள்ளுங்கள். வெளியே நூற்றுக்கணக்கான மக்கள் இருக்கிறார்கள்' என்றார்.

'உடைகள் எல்லாவற்றையும் மற்ற கைதிகளுக்குக் கொடுத்துவிட்டேன்' என்றேன்.

'பையில் என்ன இருக்கிறது?'

'புத்தகங்கள்' என்றேன் அவர் என்னை நம்ப முடியாமல் பார்த்தார்.

ஜெயிலரும், துணை ஜெயிலர்களும் தமது நடத்தைக்கு மன்னிப்புக் கேட்டார்கள். பின்னர் உள்ளே வந்தபோது நடந்த அத்தனை சடங்குகளும் (உடைகளை அவிழ்ப்பது தவிர) மீண்டும் நடந்தன. பெயர், தந்தை பெயர், மனைவி பெயர், இரு அங்க அடையாளங்கள் எல்லாம் உறுதி செய்யப்பட்டன. கையெழுத்து, கைரேகை பெறப்பட்டன.

உள்ளங்கையில் 'வாஸ்தே ரஹே' என்று ஹிந்தியில் வட்டமாக சீல் வைத்தார்கள். இதற்கு விடுதலை என்று அர்த்தம். அதில் தேதியோடு துணை ஜெயிலரின் கையெழுத்தும் போடப்பட்டது. அதைக் காட்டினால் அரசுப் பேருந்தில், பயணச்சீட்டு வாங்க வேண்டாம் என்று சொன்னார்கள்.

இன்னும் பல வழியனுப்புகள், பார்ட்டி தருவது பற்றிய வாக்குறுதிகளோடு மற்ற கைதிகளுக்கு இந்த சடங்குகள் நடக்க ஒரு மணிநேரம் காத்திருக்க நேர்ந்தது. குடும்பத்தினர் காத்திருக்கிறார்கள். தயவு செய்து என்னை செல்ல அனுமதியுங்கள்', என்று துணை ஜெயிலரிடம் சொன்னேன். 'இல்லை, எல்லோரையும் ஒன்றாக விடுதலை செய்ய வேண்டும் என்பதுதான் விதிமுறை', என்றார் அவர். சைலேஷ் வேண்டுமென்றே தாமதிக்கிறார்கள். வெளியே நிற்கும் கூட்டத்தை போலீஸ் விரட்டுவதற்காகக் காத்திருக்கிறார்கள்' என்றார்.

கடைசியில் இரவு 8 மணிக்கு என் பெயர் அழைக்கப்பட்டது. கையெழுத்தும், கைரேகையும் பெற்றுக்கொண்டு, ஜெயிலர் என் உள்ளங்கையில் சிவப்பு பேனாவால் கையெழுத்திட்டார். இதே போல் மற்ற கைதிகளின் உள்ளங்கைகளிலும் அவர் கையெழுத்திட்டதும், அந்த பிரம்மாண்டமான சுவர்களைத் தாண்டி பெரிய கதவு நோக்கி நடக்க வரிசையில் நின்றோம்.

நான் சைலேஷையும், தாதி காகாவையும் தழுவிக்கொண்டேன். அனைவருக்கும் நன்றி சொன்னேன். மீண்டும் சந்திப்பதாகச் சொல்லிவிட்டு, முதல் கதவைக் கடந்தேன்.

இரண்டு பெரிய கதவுகளுக்கு நடுவில், என் உடைமைகளை சோதித்தார்கள். அங்கு மேலும் ஒரு பதிவேட்டில் கையெழுத்திடச் சொன்னார்கள். என் கையில் உள்ள முத்திரையை சோதித்தார்கள். வாழ்த்து சொன்னார்கள். மாமூல் கேட்டார்கள். கடைசி முறையாக எங்களை எண்ணினார்கள். தரையில் குத்தவைத்து உட்கார்ந்து காத்திருக்கச் சொன்னார்கள். நான் மறுத்து, நின்று கொண்டே இருந்தேன்.

சில நிமிடங்களுக்குப் பிறகு, ஒரு வழியாக வெளியே வந்து, சுதந்திரக் காற்றை சுவாதித்தேன். அல்லாவிற்கு நன்றி சொன்னேன். அந்த சுவர்களை, சிறைக் கதவை திரும்பிப் பார்த்து, இங்கு கொண்டு வரப்பட்ட அந்த கணத்தை மீண்டும் வாழ்ந்தேன். அந்த நினைவுகளும், காயமும் இப்போதும் மனதில் அப்படியே வலியோடு உள்ளன.

நோய்த் தொற்றுகளுக்கு பயந்து நான் அங்கு முடிவெட்டிக் கொள்ளவில்லை. தாடியை எடுக்கவில்லை.

காசிஃப்பும் என் நண்பர்கள் அஃப்தாபும், மஹ்தாபும் என்னை நோக்கி வந்தார்கள். செய்தியாளர்களுக்கும், போலீஸாருக்கும் நடந்த தள்ளுமுள்ளிலிருந்து என்னைக் காக்க, ஒரு பாதுகாப்பு வளையம் அமைக்க முயன்றார்கள். 'கஃபீல் சார், கஃபீல் பையா', ' என்று மக்கள் கத்தினார்கள்.

நான் பேசலாம் என்று முடிவு செய்தேன். காசிஃப் பேசாதே என்று கண் ஜாடை செய்தான்.

போலீஸ் விரட்டுவதை மீறி மக்கள் திமிறிக்கொண்டு என்னருகே வந்தார்கள். 'டாக்டர் சாஹீப், தயவு செய்து பேசுங்கள்' என்று செய்தியாளர்கள் கெஞ்சினார்கள். சுற்றிலும் பெரிய அமளி.

அந்த ரகளையில் நான், 'என்னைப் பேச விடுங்கள் - இரண்டு நிமிடங்கள் கொடுங்கள்' என்று கத்தினேன்.

எல்லோரும் அமைதியானார்கள்.

'நான் மிகவும் களைத்துப் போயிருக்கிறேன். தயவு செய்து புரிந்து கொள்ளுங்கள். மனரீதியாக களைப்பாக, உடல்ரீதியாக களைப்பாக, உணர்வுரீதியாக வெறுமையாக உணர்கிறேன். நான் கண்டிப்பாகப் பேசுவேன். ஆனால் இரண்டு, மூன்று நாட்களுக்குப் பிறகு நான் இந்த அநியாய சிறைவாசத்தை என்றும் மறக்க

மாட்டேன். ஆனால் இப்போது நான் வீடு செல்ல வேண்டும். என் அம்மாவை அணைத்துக்கொள்ள வேண்டும். தூங்க வேண்டும். என் குடும்பத்திற்காக உண்மையாகவே ஏங்குகிறேன். சமூக ஊடகங்களிலும், வேறு வகைகளிலும் என்னை ஆதரித்த அனைவருக்கும் எனது நன்றி... நன்றி... அனைவருக்கும் நன்றி.

'இத்தனை நாட்களுக்குப் பிறகு ஜாமீன் பெறுவது உங்களுக்கு எவ்வளவு கடினமாக இருந்தது?' என்று ஒரு செய்தியாளர் கத்தினார்.

'அது பயங்கரக் கொடுமை. அந்த மோசமான நிலைமையை என்னால் என்றும் மறக்க முடியாது. எஃப்ஐஆர் பதிவு செய்தவர்களை, விசாரணைக்கு தலைமை தாங்கியவர்களைத் தான் குற்றம் சாட்டி விசாரிக்க வேண்டும். நாங்கள் பழி வாங்கப்பட்டோம். அது எதற்காக என்று எனக்குத் தெரியவில்லை. நான் எந்தத் தவறும் செய்யவில்லை. ஒரு தகப்பன்,ஒரு மருத்துவன், ஒரு இந்தியன் செய்திருக்க வேண்டியதைத்தான் நான் செய்தேன். தயவு செய்து என்னை 'ஆக்சிஜன் விவகார குற்றவாளி' என்ற அழைப்பதை நிறுத்துங்கள். நீதிமன்றம் எனக்கு எதிராக ஒரு சிறு ஆதாரத்தைக்கூட உ.பி அரசால் தர முடியவில்லை என்று உறுதிபடக் கூறியுள்ளதை தயவு செய்து தெரிந்துகொள்ளுங்கள்.

'டாக்டர் சாஹிப், நீங்கள் குற்றவாளி இல்லை என்றால், உண்மையான குற்றவாளி யார் என்று நினைக்கிறீர்கள்?' என்று யாரோ கத்தினார்கள்.

'நான் ஏற்கெனவே ஒரு கடிதம் எழுதியிருக்கிறேன். நீங்கள் படித்திருக்கிறீர்கள். அதை நான் திரும்பத் திரும்ப சொல்ல வேண்டிய அவசியம் இல்லை.'

இப்போது போலீசார் எங்களை தள்ள ஆரம்பித்தார்கள். உடனடியாக அங்கிருந்து செல்லாவிட்டால், எங்கள் மீது வழக்குப் போடப் போவதாக மிரட்டினார்கள். என் குடும்பத்தினரும், நண்பர்களும் என்னை வெளியில் தள்ளிக்கொண்டு வந்தார்கள்.

கதவு திறந்த அடுத்த கணம், என் தங்கை ஜீனத் என்னிடம் ஓடி வந்தாள். அவளை இறுக்கமாகப் பிடித்துக்கொண்டேன். திடீரென மக்கள் பலரும் என்னிடம் ஓடிவந்து கை குலுக்கினார்கள். தழுவிக் கொண்டார்கள். மருமகன் ரஹீல் கூட்டத்தில் சிக்கி நசுங்குவதைப் பார்த்து, அவனை தூக்கிக்கொண்டேன். பின்னர் நிமிர்ந்து பார்த்தேன்.

ஆயிரக்கணக்கான மக்கள் போஸ்டர்கள், பேனர்கள் ஏந்தி நின்றிருந்தார்கள்.

'நம் ஹீரோ வந்து விட்டார்!' 'டாக்டர் கஃபீல் வந்து விட்டார்!' அந்தக் காட்சியைப் பார்த்தபோது நான் அடைந்த மகிழ்ச்சியை சொல்ல வார்த்தைகள் இல்லை. நண்பர்கள், உறவினர்கள், அக்கம் பக்கத்து வீட்டுக்காரர்கள், மருத்துவமனை சக ஊழியர்கள், ஊர்க்காரர்கள், முகம் பரிச்சயமான ஆனால் அறிமுகம் இல்லாதவர்கள் எனப் பலரும் அங்கு கூடியிருந்தார்கள்.

நான் மருத்துவம் பார்த்த குழந்தையின் பெற்றோர்களும் வந்திருந்தனர். தம் குழந்தைகளை இழந்த பெற்றோர்கள் கூட என்னை வரவேற்கும் பேனர்களை வைத்துக்கொண்டு நின்றார்கள்.

அவர்களோடு கை குலுக்கி, நன்றி சொல்லும்போதே, இத்தனை பேரும் இந்த எட்டு மாதங்களில் என்னைப் பார்க்க வராதது ஏன்? என்று வியந்தேன்.

திடீரென்று நான் ஷபிஸ்தா வந்திருப்பதைப் பார்த்தேன். ரஹிலை ஜீனத்திடம் கொடுத்துவிட்டு, ஜாப்பைத் தூக்கி அவள் முகம் முழுவதும் முத்தமிட்டேன். ஒரு கணம் ஷபிஸ்தாவை அணைத்துக்கொண்டேன். மக்கள் நெருக்க ஆரம்பித்தார்கள். என்னோடு செல்ஃபி எடுத்துக்கொள்ள முயன்றார்கள். பெரும் தள்ளுமுள்ளாக ஆகி விட்டது. அடீல் பாய், சமர், மற்ற நண்பர்களும் என்னைச் சுற்றி பாதுகாப்பு வளையம் அமைத்து, காருக்கு அழைத்துச் சென்றார்கள். பலரும் கையசைத்தார்கள். என்னைத் தொட்டார்கள். நான் புன்னகையுடன் 'நன்றி, அனைவருக்கும் நன்றி என்று கத்தினேன். காசீஃப் என்னை உள்ளே தள்ளி, கதவை மூட, டிரைவர் காரை நகர்த்தினார்.

உள்ளே அண்ணியும், ரித்தும், ஆபும் இருந்தார்கள். ரித் கடந்த சில மாதங்களின் விஷயங்களைச் சொல்ல ஆரம்பித்தார். ஃபாரோ அழைத்தபோது, பேச்சே வராமல் அழுகைதான் வந்தது. அவளது மகிழ்ச்சியை, நிம்மதியை என்னால் உணர முடிந்தது. திடீரென ஏதோ மூச்சுத் திணறுவதுபோல் வந்து, இருமல் வந்தது. மூச்சுத் திணறியது. காரை நிறுத்த நேர்ந்தது. சாலையோரமாகப் போய் வாந்தி எடுத்தேன். பக்கத்துக் கடைக்காரர் தண்ணீர் கொடுத்தார். வாய் கொப்பளித்து, முகம் கழுவினேன்.

ஷபிஸ்தா என்னைக் கவலையோடு பார்த்தாள். 'நான் நன்றாக இருக்கிறேன்' என்றேன்.' ஒன்றுமில்லை. என் உடல் சிறையின் நெருக்கடியான சூழலுக்குப் பழகி விட்டதுபோல' என்றேன்.

'ஏதோ வியப்பான செய்தி என்றாயே! என்ன? என்றேன். அவள் புன்னகையோடு பிறகு சொல்கிறேன்' என்றாள். பின்னர் தன் கைகளை நீட்டினாள். எங்கள் மணநாளன்று இருந்ததுபோல, கைகளிலும், கால்களிலும் மருதாணி இட்டிருந்தாள். அத்தனை அழகாக இருந்தாள். அந்த இடத்திலேயே அவளை முத்தமிட வேண்டும் போலிருந்தது. ஆனால், குழந்தைகள் பக்கத்தில் இருந்தார்கள். அண்ணி வேறு புன்னகை செய்கிறார்.

காரின் ஜன்னலைத் திறந்தேன். காற்று புத்துணர்வைத் தந்தது. சாலைகள் தெரிந்தவைகளாக இருந்தன. வழி அழகாக இருந்தது. இதே வழியில்தான் போலீஸ் ஜீப்பில் சிறைக்கு அழைத்துச் சென்றார்கள். இப்போது, சுதந்திரமாக என் பெயரிலிருந்து கொலைகாரன் என்ற அடைமொழி நீக்கப்பட்டு, வீடு செல்கிறேன். மிக உற்சாகமாக இருந்தது.

எங்கள் வீடு இருக்கும் சந்து மக்களால் நிரம்பி வழிந்தது.

வீடு இனியது. அதன் முழு அர்த்தம் அன்றுதான் புரிந்தது. ஒரு கணம் கண்களை மூடிக்கொண்டேன். கார் நின்றது. கதவைத் திறந்த கணத்தில் என் மீது மலர் மாரி பொழிந்தது. 'கைஃப், கைஃப்' என்று கூப்பிடப்படுவதைக்கேட்டு, அம்மாவிடம் ஓடினேன். வாசலில் அவருடன் பெரிய அத்தையும், சின்ன அத்தையும் இருந்தார்கள். அம்மா என்னை அணைத்துக் கொண்டார். நான் அழுதுகொண்டே கரைந்து போனேன்.

'மகனே! மகனே!' என்று அம்மா திரும்பத் திரும்ப சொல்ல, 'அம்மா நான் வந்துவிட்டேன். உயிரோடு வந்து விட்டேன்' என்றேன்.

வீட்டிற்குள் சென்றபின்பும், அம்மா அழுதுகொண்டே இருந்தார்கள். அம்மா அழுது நான் பார்த்ததில்லை. என் தந்தை இறந்தபோதும், மகள்களை மணம் முடித்து அனுப்பியபோதும் அழுததில்லை. 'நான் ஆறு குழந்தைகளைப் பார்த்துக்கொள்ள வேண்டும். அவர்கள் என்னைவிட வலிமையோடு இருக்க வேண்டும்' என்று சொல்வார்கள். ஆனால், இன்று கட்டுப்படுத்த முடியாமல் அழுகிறார்கள். 'உன்னை என் மனதில் பூட்டி மறைத்து

வைத்துக் கொள்ள வேண்டும்' என்கிறார்கள். என்னை மீண்டும் இழக்க நேருமோ எனப் பயந்து இறுக்கப் பிடித்துக் கொண்டார்கள். 'திரும்பவும் பார்க்க முடியாதோ? உன்னைக் கொன்று விடுவார்களோ?' என்று பயந்தேன் என்றார்கள்.

அத்தைகள் அவரை சமாதானம் செய்தார்கள்.

அடீல் பாயுடனும் இதேபோல்தான். என்னைவிட இரண்டு வயதுதான் பெரியவர் என்றாலும், அப்பா இறந்த பிறகு எங்களை பார்த்துக்கொள்வது தனது பொறுப்பு என்று ஏற்றுக்கொண்டவர். பலரும் வாழ்த்த வந்தார்கள். கை குலுக்கவே ஒரு மணிநேரத்திற்கு மேல் ஆனது.

'நியூஸ் கிளிக்'கின் தாரிக் அன்வர், மிரர் நௌவின் ஐஷ்வர்யா பாலிவால், 'என்டிடிவியின் கமால் கான் ஆகியோர் என்னிடம் பேசினார்கள். ஆக்சிஜன் துயர சம்பவத்தில் அவர்கள் செய்திருந்த ஆய்வை அடீல் பாய் பாராட்டினார். இப்படி பரபரப்பாக இருந்தபோது, வீடு வந்து நான் முதலில் சாப்பிடப்போகும் ஒன்றை அண்ணி ஒரு கிண்ணத்தில் தந்தார்கள். அற்புதமான கேசரி!

இந்த பிரமாதமான வரவேற்பு என்னை உற்சாகப்படுத்தியது.

இரவு 1.30 வாக்கில் பெரும்பாலானவர்கள் போய்விட்டார்கள். மிக நெருங்கிய உறவினர்கள், நண்பர்கள்தான் இருந்தார்கள்.

எல்லோருடனும் சாப்பிட உட்கார்ந்தேன். ஷீர்மால் ரொட்டி, மட்டன் குழம்பு, சிக்கன் வறுவல் என்று எல்லாமே சுவையாக இருந்தன. ஒவ்வொரு துண்டையும் ரசித்துச் சாப்பிட நீண்ட நேரம் எடுத்துக்கொண்டேன். சிலவற்றை அம்மாவே சமைத்திருந்தார்கள். நாடெங்கிலும் ஏற்பட்ட எதிர்வினை பற்றி பேசியபடி சாப்பிட்டோம். அரசியல், ஜாதி, மத வேற்றுமைகளைத் தாண்டி அனைவரும் என் விடுதலைக்கு மகிழ்ச்சி தெரிவித்திருந்தது வியப்பாக இருந்தது. நம் அருகில் வரவே அஞ்சிய சிலர் இப்போது ஆதரவு அளிப்பதையும் கவனித்தோம். இத்தனை துன்பங்களையும் முழு குடும்பமும் ஒற்றுமையாக நின்று சமாளித்த விதம் பற்றி மிக விவரமாகச் சொன்னார்கள். குடும்பத்தில் ஒவ்வொருவரும் அதில் ஒரு பங்காற்றி இருக்கிறார்கள்.

என் மனைவி என்னைப் பார்த்தாள். குழந்தையைத் தூக்கிக் கொண்டு, 'இவளை தூங்கவைக்கிறேன்' என்று எழுந்தாள். மற்றவர்களும் எழுந்தார்கள். அம்மாவுடன் சிறிது நேரம்

உட்கார்ந்திருந்தேன். நான்கு மணிக்கு, நான் தூங்கச் சென்றபோது, அம்மா, ‘குளித்து விட்டுப் போய் தூங்கு’ என்றார்கள்.

சிறுவயதிலிருந்து நான் பயன்படுத்தும் குளியலறைக்குள் நுழைந்தேன். இப்போது அது மாறிவிட்டதுபோல் இருந்தது. பாத்டப், ஷவரோடு பெரியதாகத் தெரிந்தது. சோப், ஷாம்பு, கண்டிஷனர் எல்லாம் போட்டு நீண்ட நேரம் குளித்தேன். சிறையின் வாடையை விரட்ட அழுத்தி அழுத்தித் தேய்த்துக் குளித்தேன்.

மெல்லிய குர்தா – பைஜாமா அணிந்து, ஷுக்ரானா நமாஸ் செய்து என் அறைக்குச் சென்றேன்.

இத்தனை நாட்களுக்குப் பிறகு என் அறைக்குள் செல்வது வினோதமாக இருந்தது. எனது அறையை எவ்வளவோ ஆண்டுகளுக்குப் பிறகு பார்ப்பதுபோல் இருந்தது.

அவளது வாசனை தெரிந்தது. எங்கே அவள்?

அவள் சொன்ன ஒரு பெரிய ஆச்சரியம் என்னவென்று தெரிந்தது. நான் அதை முற்றிலும் எதிர்பார்க்கவில்லை. அறை முதலிரவு அறை போல் அலங்கரிக்கப்பட்டிருந்தது. ஷபிஸ்தா மணப்பெண்கள் அணியும் சிவப்பு உடையில் பேரழகோடு இருந்தாள்.

வாழ்க்கை முழு வட்டம் அடித்துவிட்டதாக உணர்ந்தேன். இம்முறை நல்ல வாய்ப்புகளோடு முன்னேற வேண்டும். அந்த கணத்தில் என் வாழ்வையும், என் அன்பான குடும்பத்தையும் எவ்வளவு நேசிக்கிறேன் என்பதை உணர்ந்தேன்.

21

மீண்டும் சிறை

வீடு திரும்பியதற்கு இதமான வரவேற்பு இருந்தாலும், வீட்டு வாழ்க்கைக்கு இயல்பாகத் திரும்ப சற்று தாமதமானது.

விடுதலையாகி வந்த இரவில் என் அறையின் சொகுசில் என்னால் உறங்க முடியவில்லை. என் படுக்கை எனக்கு வேறுமாதிரி தெரிந்தது. மொட்டைமாடிக்குச் சென்று, சற்று தனிமையில் இருந்தேன். ஜில்லென்ற காற்றை சுவாசித்தபடி, ஆகாயத்தைப் பார்த்துக்கொண்டு இது சிறையல்ல என்பதைப் புரிந்துகொள்ள முயன்றேன். பின், இறங்கி வந்து, ஒரு வழியாகத் தூங்கினேன்.

பெரும் அழுகைச் சத்தம் கேட்டு விழித்தேன். ஜாப்தான். தன் பக்கத்தில் யாரோ புதியவர் படுத்திருக்கிறார் என்று பயந்து அழுதிருக்கிறாள். ஷபிஸ்தா அவளை சமாதானம் செய்ய முயன்றாள். நீண்ட தலைமுடியும், தாடியுமாக, தன் தந்தையையே குழந்தைக்கு அடையாளம் தெரியாமல் போனதே என்று மிகவும் வேதனையுற்றேன். அவளைப் பிரிந்திருந்த அந்த மாதங்கள் வாழ்வில் என்றுமே திரும்பக் கிடைக்கப்போவதில்லை என்பது அப்போது திடீரென உறைத்தது.

சிறிது நேரத்தில் கீழே வந்து அம்மா, சமர் பாயுடன் டீ சாப்பிட்டேன். அடீல் பாய் முடிதிருத்துனரை வீட்டிற்கு வரச் சொல்லியிருந்தார். ஒன்பது மாத தலைமுடியும், தாடியும் போனது நிம்மதியாக இருந்தது. ஜாப் என்னைப் பார்த்து, 'அப்பா வந்துவிட்டார்' என்று தன் குட்டிக் கைகளை நீட்டினாள்.

அப்பாவின் கல்லறைக்குச் சென்று பாத்திஹா ஓதினோம். என் தந்தை நாங்கள் டாக்டர் ஆக வேண்டும் என்று விரும்பினார். 'நல்லவேளையாக நீங்கள் என்னை சிறையில் பார்க்கவில்லை, அப்பா! ஆனால் நீங்கள் என்னைப் பற்றி பெருமைப்பட்டிருப்பீர்கள் என்பது நிச்சயம்' என்று மனதுக்குள் சொல்லிக்கொண்டேன்.

அடுத்த சில நாட்கள் எனது குடும்பத்தினர் என் கூடவே இருந்து நான் இயல்பு வாழ்க்கைக்குத் திரும்ப உதவினார்கள்.

சிறையிலிருந்து திரும்பிய அந்த ஆரம்ப நாட்களில், நான் சிறைப் பழக்கம் காரணமாக காலையில் 5.30க்கே எழுந்து விடுவேன். இரவிலும் கூட சிறைக்காவலன் அழைப்பது போல் இருக்கும். யாரோ என் மேல் காலைத் தூக்கிப் போடுவது போல் இருக்கும். யாரோ கத்துவதுபோல் இருக்கும். நிம்மதியாகத் தூங்காமல் நடுநடுவே எழுந்து விடுவேன். யாரோ மேலே கையைப் போடுகிறார்கள் என்று தள்ளி விடுவேன். அது ஜாபின் கையாக இருக்கும். சமயங்களில் படுக்கையை விட்டு விட்டு, தரையில் படுத்துக்கொள்வேன். ஏஸி ஓடினால் குளிரில் நடுங்கியது. யாரோ பேசுவது போல், இருமுவது போல் இருக்கும். எழுந்து பார்த்தால் அருகில் யாரும் இருக்க மாட்டார்கள்.

கொடூரமான கனவுகளும் துன்புறுத்தின. நீதிபதி ஜாமீனை நிராகரிக்கிறார். நான் திரும்ப சிறை செல்கிறேன். எண்ணுவதற்காக சைலேஷ் அழைக்கிறார். சதீஷ் சார் 'போகாதே' என்று தடுக்கிறார். யாரோ ஒரு கைதி என்னைக் கொல்ல வருவது போல் இருக்கும். அலறிக்கொண்டு கண் விழிப்பேன்.ஷபிஸ்தா மென்மையாகப் பேசி, என் தலையை, தோளை தடவிக் கொடுத்து சமாதானப்படுத்துவாள். ஒரு கையில் அவளையும், மறுகையில் ஜாபையும் பிடித்துக் கொண்டு தூங்குவேன். தாதிகாகா 'பார்வையாளர் வந்திருக்கிறார் ' என்று கத்துவது கேட்கும்.

கண் விழித்ததும் என்னையறியாமல் ஒரு இயந்திரம் போல் அறையை விட்டு வெளியே செல்வேன். பிறகு தான் இது பேரக் அல்ல. நம் படுக்கையறை என்று புரியும். செருப்பை அறைக்கு வெளியே கழற்றி வைப்பேன். கழிப்பறை போக வேண்டும் என்றால், மூளைக்குள் ஒரு குரல், 'போய் வரிசையில் நில்' என்று சொல்லும். கழிப்பறையில் உள்ளே தாளிட்டுக்கொள்ள மாட்டேன். இஷ்டப்பட்ட அளவிற்கு நீண்டநேரம் குளிக்கலாம் என்பது பெரிய விஷயமாகத் தெரியும். ஆனால் சிறையில் செய்ததைப்போல, குளித்ததும், அப்படியே துணிகளை துவைக்க ஆரம்பிப்பேன். சாப்பிட்டதும் தட்டைக் கழுவி வைப்பேன்.

சிறையின் நேரத்திற்குப் பழகியதால் காலை 11 மணிக்கும் மாலை 5 மணிக்கும் பயங்கரமாகப் பசிக்கும். மதியம் முதல் 3 மணி வரை நல்ல தூக்கம் வரும். சமயங்களில், சிறைக்காவலர்கள்

யாரையோ அழைத்து 'நாளை உனக்கு வாய்தா' 'உனக்கு ஜாமீன் கிடைத்துவிட்டது' என்று சொல்வது போல் இருக்கும்.

அம்மா மட்டன், சிக்கன், வெண்டைக்காய், பீர்க்கங்காய், ரொட்டி, பாஸ்மதி சோறு, கேசரி என்று எனக்குப் பிடித்ததாக சமைத்தார்கள். நான் நிறைய சாப்பிட்டேன். நிறைய சிரித்தேன். தினமும் நண்பர்கள் வந்தார்கள். மெல்ல மெல்ல அக்கறையான கவனிப்பால், இயல்பு வாழ்க்கைக்குத் திரும்பினேன்..

நான் செய்யவேண்டியவற்றைப் பற்றி யோசித்தேன். என் முதல் முன்னுரிமை குடும்பத்தோடு சில காலம் மகிழ்ச்சியாகக் கழிப்பது. பிறகு மருத்துவக் கல்லூரி வேலைக்குத் திரும்புவது. அப்போதுதான் அந்த விஷயம் உறைத்தது. அரசாங்கம் பணியில் சேர்த்துக்கொள்ளாவிட்டால், என்ன செய்வது?

உண்மையில், பின்னர் நடந்த சம்பவங்களின்படி, எனக்கு வேலை கிடைக்காதது மட்டுமல்ல, என் குடும்பம் பல்வேறு விதங்களில் துன்புறுத்தப்பட்டதும் தொடர்ந்தது.

2018 மே வாக்கில், நான் அதிகம் பேசியதாலும், சமூக ஊடகங்களிலும், நேரிலும் மக்கள் எனக்கு ஆதரவு அளித்ததாலும், போலீஸ் திரும்பவும் என்னை வட்டமிட ஆரம்பித்தது. நான் சென்ற இடங்களில் எல்லாம் மக்கள் என்னோடு கை குலுக்கினார்கள். என்னோடு செல்ஃபி எடுத்துக்கொண்டார்கள். ஊடகங்கள் தொடர்ந்து எனது நியாயமற்ற சிறைவாசம், யார் உண்மையான குற்றவாளி என்பது பற்றியெல்லாம் பேசி வந்தன.

போலீஸ் மீண்டும் குடும்பத்தினரை கேள்விகள் கேட்க ஆரம்பித்த நிலையில், மே முதல் வாரத்தில் அடுத்து என்ன செய்யலாம் என்று நாங்கள் முடிவு செய்யவேண்டியதாக இருந்தது. எங்களது நீண்ட துயரம், பயந்து போய் பேசாமல் இருப்பதில் பயனில்லை என்பதை உணர்த்தியிருந்தது. எனவே நாங்கள் முதல் தாக்குதல் தொடுக்கலாம் என்று, தற்போதைய நிலை பற்றி மக்களுக்குச் சொல்ல லக்னோவிலும், டெல்லியிலும் செய்தியாளர் சந்திப்பு நடத்த முடிவு செய்தோம். அதில் நாங்கள் குழந்தைகளின் மரணத்திற்கு இட்டுச்சென்ற சூழல் பற்றி விசாரிக்க சிபிஐ விசாரணை அல்லது சுதந்திரமான விசாரணை கோரினோம். எனக்கு மீண்டும் கல்லூரியில் வேலை தராவிட்டால் என்ன செய்யப் போகிறேன் என்பது பற்றியும் கூறினேன். உ.பி.பீஹாரின் வறுமையான பகுதிகளில் குழந்தைகளின் உயிருக்குப் பெரும்

சவாலாக உள்ள நோய்களை எதிர்த்துப் போராட கோரக்பூரில் 500 படுக்கை கொண்ட இலவச மருத்துவமனையை உருவாக்க விரும்புவதாகக் கூறினேன்.

2018 மே 9 அன்று தி சிடிசனின் ஆசிரியர் சீமா முஸ்தபா ஒருங்கிணைத்த பத்திரிகையாளர் சந்திப்பு, பிரஸ் கிளப் ஆஃப் இந்தியாவில் நடந்தது. 'நான் கோரக்பூரை விட்டுப் போக மாட்டேன். இந்தியாவை விட்டுப் போக மாட்டேன். இது எனது வீடு. எனது ஆன்மா இந்த மண்ணில்தான் இருக்கும்' என்று நான் கூறியபோது பலத்த கரவொலி.

2018 மே 19 அன்று பிஆர்டி மருத்துவக் கல்லூரி சென்று, புதிய முதல்வர் டாக்டர். கணேஷ் குமாரை சந்தித்தேன். உயர் நீதிமன்றம் மருத்துவ கவனமின்மை, ஊழல் ஆகிய குற்றச்சாட்டுகளில் இருந்து விடுவித்துவிட்டதால், எனக்கு மீண்டும் பணி வழங்க வேண்டும் என்று கோரி கடிதம் அளித்தேன். பிறகு, லக்னோ சென்று விசாரணை அதிகாரி ஹிமன்ஷுகுமாரை சந்தித்தேன். அவர் உணவுப் பாதுகாப்பு, மருந்து நிர்வாகத் துறையின் முதன்மைச் செயலாளர். அவர் 'விசாரணை நேர்மையாக நடக்கும், ஒரு மாதத்திற்குள் முடிந்து விடும்' என்று உறுதியளித்தார்.

அந்த மே மாதம் கேரளாவின் சில பகுதிகளை நிபா வைரஸ் கடுமையாகத் தாக்கியது. நான் கேரளா சென்று மருத்துவ உதவிகள் அளிக்க விரும்பினேன். நான் மாநில அரசு ஊழியர் என்பதால், வேறு மாநிலத்தில் எனது சேவையை அளிக்க முடியாது என்று உ.பி.அரசாங்கம் எதிர்த்தது. கேரளாவிற்கு உதவுவதாக நான் கூறியது பற்றி விளக்கம் அளிக்குமாறு மருத்துவக் கல்லூரி டைரக்டர் ஜெனரல் நோட்டீஸ் அனுப்பினார்.

ஆனால் நான் உறுதியாக இருந்தேன். எங்கு மிக அதிகமாகத் தேவையோ அங்கு எனது அறிவை, திறமையை பயன்படுத்த விரும்பினேன். ஏற்கெனவே அரசாங்கம் என்னை வேலைக்குத் திரும்பவும் விடவில்லை. ஊதியமும் தரவில்லை. நான் என்னதான் செய்வேன்?

ஜூன் மாதம், நான் ஒழுங்காக இல்லாவிட்டால் என் குடும்பத்தின் மீது எந்த மாதிரியான நடவடிக்கைகள் கட்டவிழ்த்து விடப்படும் என்பதை எடுத்துக்காட்டும் ஒரு சம்பவம் நடந்தது.

அந்த மாத ஆரம்பத்தில், அங்கித் சாக்சேனாவின் தந்தை டெல்லியில் தன் வீட்டில் கொடுத்த இஃப்தார் விருந்தில் நான்

கலந்துகொண்டேன். அங்கித் என்ற இளைஞர் தான் காதலித்த முஸ்லிம் பெண்ணின் குடும்பத்தாரால் சுட்டுக் கொல்லப்பட்டவர். தனது மகனின் மரணம் மேலும் வெறுப்பை வளர்த்துவிடக் கூடாது என்று நினைத்துதான் அவரது தந்தை இஃப்தார் விருந்துக்கு ஏற்பாடு செய்திருந்தார்.

அதற்குப் பிறகு இந்தியா முழுவதும் பல்வேறு பல்கலைக்கழகங்களும், மற்ற அமைப்புகளும் என்னை இதுபோன்ற நிகழ்வுகளுக்கு அழைத்தன. ஈத் பெருநாளுக்கு சில நாட்களுக்குமுன் ஒரு அரிய பரிசு கிடைத்தது... ஃபாரோ வீட்டிற்கு வந்தாள். அதுவரை நான் விடுதலையாகி வீட்டில் இருந்தபோதும், ஏதோ ஒன்று குறைவது போன்ற உணர்வில் இருந்தேன். அது என்ன என்று தெரியாமலேயே இருந்தது. ஃபாரோவைப் பார்த்த அந்தக் கணத்தில்தான் தெரிந்தது... அது அவளைச் சந்திக்காத குறைதான் என்பது... நான் அவளைத் தழுவிக்கொண்டேன். அவள் அழுதாள். நானும் அழுதேன். ஒரு வழியாக என் தங்கையும், இனிய ஸ்நேகிதியுமான ஃபாரோ வந்துவிட்டாள். வழக்கமான நாட்களைப் போலவே, நாங்கள் பேசினோம். சிரித்தோம். ஈத்திற்காக ஷாப்பிங் சென்றோம்.

2018 ஜூன் 10 அன்று 'மூளையழற்சி நோய் – சவால்களும், தீர்வுகளும்' என்ற கருத்தரங்கில் கலந்து கொண்டேன். மாலையில் அடீல் பாயுடன் நண்பர் இர்ஃபான் ஷேக் கொடுத்த இஃப்தார் விருந்திற்காக குஷி நகர் சென்றேன். குஷி நகரின் மிகப் பெரிய மசூதியில் தாராவி நமாஸ் செய்துவிட்டு இரவு 10 மணிக்கு வீடு திரும்பினோம். நான் குளிக்கப் போனேன். அடீல் பாய், 'கஃபீல், சீக்கிரம் வெளியே வா' என்று கத்த, விரைவாக வெளியே வந்தேன்.

என் தம்பி காசிஃப்பை யாரோ சுட்டு விட்டார்கள். கோரக்நாதர் கோவிலுக்கு 500 மீட்டர் தள்ளி, முதலமைச்சர் தங்கியிருந்த அதிகப் பாதுகாப்பு நிறைந்த இடத்தில் இது நடந்திருக்கிறது.

அடுத்த சில நிமிடங்கள் என்ன நடந்தது என்றே தெரியவில்லை. பெரும் அதிர்ச்சியோடு காசிஃப்பை அழைத்துச் சென்றிருந்த ஸ்டார் மருத்துவமனைக்கு நானும், அடீலும் போனோம். கார் ஓட்ட முடியாமல் என் கைகள் நடுங்கின. 'அல்லா! இரக்கம் கொள்வீர்... அவனைக் காப்பாற்றுங்கள்' என வேண்டியபடி தெருக்களில் பறந்தேன். நாங்கள் அங்கு சென்றபோது காசிஃப் அவசர சிகிச்சைப் பிரிவில் இருந்தான். மருத்துவமனை அதிகாரி அதை சட்டம் சார்ந்த மருத்துவம் என்று பதிவு செய்திருந்தார்.

காஸீஃப் உயிரோடு இருந்தான். வலியில் கதறிக்கொண்டிருந்தான். மூன்று குண்டுகளும் பாய்ந்திருந்தன. ஒரு குண்டு மார்பின் ஒரு பக்கத்திலிருந்து மறுபக்கம் வரை துளைத்திருந்தது. அங்கிருந்த மருத்துவர் காயங்களை சுத்தம் செய்து கட்டு போட்டுக் கொண்டிருந்தார். நான் போய் ஐவி லைனை போட்டு விட்டேன். கொத்வாலி போலீஸ் ஸ்டேஷனிலிருந்து ஒரு ஆய்வாளர் வந்து, தகவல்கள் சேகரித்துக்கொண்டிருந்தார். மருத்துவமனை உரிமையாளரான டாக்டர் வஜாஹத் கரீம் வந்தார். அவரத ஆலோசனையின்படி சிடி ஸ்கேன் எடுத்தோம். அது காஸீஃப்பின் இடது கரோடிட் தமனிக்கு அருகே ஒரு குண்டு சிக்கியிருப்பதைக் காட்டியது. கழுத்தில் அறுவை சிகிச்சை செய்து அந்த குண்டை எடுக்க வேண்டும். அறுவை சிகிச்சையை நரம்பியல் அறுவை சிகிச்சை நிபுணரான டாக்டர் ரன்விஜய் துபே செய்வதாக இருந்தது. அவருக்கு என் வயதுதான். எனது நண்பர்.

அப்போதுதான் பிரச்சனைகள் ஆரம்பித்தன. கொத்வாலி ஆய்வாளர் போய் ஒரு சர்க்கிள் அதிகாரியுடன் திரும்பி வந்தார். ஷாஜன்வாவில் ஒரு விருந்தினர் விடுதியை சிறப்பு அதிரடிப்படை ஒரு அதிகாரியிடம் ஒப்படைத்ததே, அதே அதிகாரிதான். அப்போதே அவர் என்னை மோசமாக நடத்தினார். ஒரு மாதத்திற்குப் பிறகு ஜூலை 28 அன்று அவர் சீருடையில் முதலமைச்சர் யோகி ஆதித்யநாத்தின் காலில் விழும் புகைப்படம் தீபோல் பரவப் போகிறது.

‘இது மிகப் பரபரப்பான சட்டம் சார்ந்த மருத்துவ கேஸ். எனவே உங்கள் சகோதரரை மாவட்ட மருத்துவமனைக்கு எடுத்துச் செல்ல வேண்டும்’ என்றார் அவர்.

‘முதலில் அவர் கழுத்திலிருந்து குண்டை எடுக்க வேண்டும். நாங்கள் இப்போது அறுவை சிகிச்சை செய்ய வேண்டும்‘ என்று வேண்டினேன்.

‘இல்லை, இவர் கோரக்நாத் கோவிலுக்கு அருகில் சுடப்பட்டிருக்கிறார். முதலமைச்சர் இரவு கோவிலில் இருப்பதால், இது பெரிய பாதுகாப்புக் குறைபாடு. நாங்கள் அனைத்து விதிமுறைகளையும் பின்பற்ற வேண்டும்.’

நானும் டாக்டர் ரன்விஜயும், அறுவை சிகிச்சையைத் தாமதப்படுத்துவதில் உள்ள அபாயங்களை எடுத்துக்கூறியும், அவர் பிடிவாதமாக இருந்தார்.

இரவு 12.45 வாக்கில் நாங்கள் மாவட்ட மருத்துவமனையை அடைந்தோம். அங்கு பணியில் இருந்த டாக்டர். அஷ்வினி குப்தா, 'இது மிக அவசரக் கேஸ். குண்டை உடனடியாக கழுத்திலிருந்து எடுக்க வேண்டும். இங்கு நரம்பியல் அறுவை சிகிச்சை நிபுணர் இல்லை. நீங்கள் அவரை மருத்துவக் கல்லூரிக்கு எடுத்துச் செல்லுங்கள்' என்றார்.

'அங்கும் நரம்பியல் அறுவை சிகிச்சை நிபுணர் கிடையாது என்பது எனக்குத் தெரியும்!' என்றேன். 'மேலும் இங்கேயே ஒரு நரம்பியல் அறுவை சிகிச்சை நிபுணர் இருக்கும்போது, ஏன் மேலும் பன்னிரண்டு கிலோமீட்டர் செல்ல வேண்டும்?' என்றேன். ஆனால் சர்க்கிள் அதிகாரி மருத்துவக் கல்லூரிக்குத் தான் போக வேண்டும் என்று வற்புறுத்தினார். டாக்டர் குப்தாவின் போன் அடித்துக்கொண்டே இருந்தது. அவர் 'சரி சார்' 'சரி, சார்!, 'நீங்கள் கவலைப்பட வேண்டாம்' என்பது போல் சொல்லிக்கொண்டே இருந்தார்.

தம்பிக்கு ரத்தம் போய்க்கொண்டே இருந்தது. அவன் அபாயக் கட்டத்தை நோக்கி சென்றுகொண்டிருந்தான். அவன் எந்த நேரத்திலும் இறந்து விடுவான் என்று ஒரு மருத்துவராக எனக்குத் தெரிந்தது. நான் சர்க்கிள் அதிகாரியிடம், நான் மருத்துவக் கல்லூரிக்குச் செல்லப் போவதில்லை. என் தம்பியை ஸ்டார் மருத்துவமனைக்குத்தான் தூக்கிச்செல்லப் போகிறேன்' என்றேன். அவர் தடுக்க முயன்றார். நாங்கள் கடுமையாக வாதம் புரிந்தோம். இப்போது சற்று கூட்டம் கூடிவிட்டது. எனது ஆதரவாளர்களுக்கும், போலீசுக்குமிடையே லேசாக மோதல் ஏற்பட்டது. நான் டியூட்டி டாக்டரிடமிருந்து கடிதம் வாங்கிக் கொண்டு, தம்பியை ஆம்புலன்ஸில் ஏற்றி, வேகமாக ஸ்டார் மருத்துவமனைக்குப் போகச் சொன்னேன். பின்னால் போலீஸ் விரட்டி வந்துகொண்டிருக்க நாங்கள் கோரக்பூரின் தெருக்களில் பறந்தோம். போலீஸ் ஏதோ நாங்கள்தான் காசீஃப்பை கொல்ல முயன்றவர்கள் போல் எங்களை நடத்தினார்கள்.

நாங்கள் ஸ்டார் மருத்துவமனை போனபோது, பல போலீஸ் ஸ்டேஷன்களிலிருந்தும் சுமார் இருபத்தியைந்து போலீஸ்காரர்கள் அங்கு காத்திருந்தார்கள். மாவட்ட கண்காணிப்பாளரும் இருந்தார். அவர் என் தம்பிக்கு 'அரசு மருத்துவமனயில் மட்டுமே சிகிச்சை தர வேண்டும்' என்றார். நான் எதிர்த்தேன். பின் அவர்கள் டாக்டர் வஜஹத் கரீமுடன் தனியாகப் பேசினார்கள். பின்னர் வெளியே

வந்த டாக்டர் கரீம் எங்களை மருத்துவக் கல்லூரி போகச் சொன்னார். டாக்டர் ரன் விஜய் தானும் உடன் வருவதாகச் சொன்னார். நான் ‘வேண்டாம்’ என்றேன். ‘அங்கு நரம்பியல் அறுவை சிகிச்சை நிபுணர் கிடையாது. சாலை மிக மோசம், 12 கி.மீக்கும் அதிக தூரம் என்று தெரிந்தும் ஏன் போக வேண்டும்?’ என்றேன்.

அவர்கள் நான் சொன்னதைக் கேட்காமல், என் தம்பியை மீண்டும் ஆம்புலன்ஸில் ஏற்றினார்கள். நானும் தாவி ஏறிக் கொண்டேன். என் மூளை பரபரவென்று வேலை செய்தது. அவன் நாடித்துடிப்பு குறைவதைக் கவனித்தேன். அவனுக்கு டிரிப்ஸ் ஏற்றினேன். அவன் ஏராளமான ரத்தத்தை இழந்துவிட்டதால், கோமாவில் செல்வது போல் இருந்தான். வலியில் கத்துவதை நிறுத்திவிட்டான். மிகவும் கவலையோடு வண்டியை நிறுத்துமாறு வேண்டினேன். நான் சொல்வதை யாரும் கேட்பதாக இல்லை. ஏராளமான போலீசோடு நான்கைந்து போலீஸ் வாகனங்கள் உடன் வந்தன.

நான் அடீல் பாயை அழைத்து நிலைமையைச் சொன்னேன். டெல்லியில் உள்ள மக்களுக்கு அனுப்ப புகைப்படங்கள் எடுத்து அனுப்பச் சொன்னார்.

சில நிமிடங்களில் இது தேசியச் செய்தியாகி விட்டது. டிவியில் ஃப்ளாஷ் செய்தி. ‘முதலமைச்சர் தங்கி இருந்த இடத்தில் பிஆர்டி ஆக்சிஜன் துயரச் சம்பவக் குற்றவாளி டாக்டர்.கஃபீலின் தம்பி சுடப்பட்டார்.’

மேடும்பள்ளமுமான சாலையில் பிஆர்டி மருத்துவமனை சென்றோம். ஒரே நல்ல விஷயம் அப்போது போக்குவரத்து நெரிசல் இல்லை என்பதுதான். போலீஸார் எங்களை இரவு 2 மணியளவில் அங்கு கொண்டுசேர்த்தார்கள். அங்கிருந்த மருத்துவரிடம் போலீஸ் கண்காணிப்பாளர் காஃசிப்பிற்கு இங்குதான் சிகிச்சை தர வேண்டும் என்று மேலிடத்து உத்தரவு என்று விளக்கினார்.

‘சார்! ஆனால் இங்கே நரம்பியல் அறுவை சிகிச்சை நிபுணர் கிடையாதே’ என்றார் மருத்துவர். ‘அறுவை சிகிச்சை நிபுணர் காலையில் தான் வருவார். இப்போது எங்களால் எதுவும் செய்ய முடியாது.’

'அப்படியானால் அவரை லக்னோ அனுப்ப பரிந்துரை செய்யுங்கள்' என்றார் கண்காணிப்பாளர்.

இல்லை சார்! அப்படிச் செய்தால், நோயாளி இறந்து விடுவார். கழுத்தில் குண்டோடு, இந்த நேரத்தில் அவர் லக்னோ செல்லும் நிலையில் இல்லை என்றார் மருத்துவர்.

நான் சொன்னதையே அவரும் சொன்னதும், நான் எப்படியோ தைரியத்தை வரவழைத்துக்கொண்டு போலீசிடம் சத்தம் போட்டு வாதம் புரிந்தேன். 'நீங்கள் எங்களை போக அனுமதிக்காவிட்டால், நான் தர்ணா செய்வேன்' என்றேன். அப்போது சர்க்கிள் அதிகாரி கண்காணிப்பாளரிடம் வந்து, 'சார்! உங்களுக்கு போன்' என்றார். அவர் பேசினார். 'சரி சார், சரி சார், ஓகே சார்!'

சட்டென்று, அவரது அணுகுமுறை மாறியது. சரி, உங்கள் விருப்பப்பட்ட இடத்திற்கு உங்கள் தம்பியை அழைத்துச் செல்லலாம்' என்றார் கண்காணிப்பாளர். எனக்கு சரியான ஆத்திரம். அடக்கிக்கொண்டேன். தம்பியை அழைத்துக்கொண்டு உடனடியாகக் கிளம்பினேன். செய்தியாளர்கள் பின்தொடர்ந்தார்கள். காசிஃபிற்கு தேவையான மருந்துகள் தந்து, அவனது நிலையை கண்காணித்துக்கொண்டே இருந்தேன். குறைந்த பட்சம் நான்கு லிட்டர் வழக்கமான சலைனும், ரிங்கர் லாக்டேட் திரவங்களும் தந்திருப்பேன். டாக்டர்.கரீமை அழைத்து, அறுவை சிகிச்சை அறையை தயார் நிலையில் வைக்கச் சொன்னேன்.

நாங்கள் அங்கு சென்றபோது, காசிஃபின் மனைவி கலீதா அண்ணியோடு வந்திருந்தாள். ஆறுதல் படுத்தமுடியாதபடி அழுதாள். நான் உள்ளூர நடுங்கினாலும், அவளுக்கு தைரியம் சொன்னேன். டாக்டர்.ரன்விஜய் நம்பிக்கையோடு இருந்தார். 'எனக்கு பத்தே பத்து நிமிடங்கள் போதும்' என்றார். ஆனால் அவர் மிக விரைவாக ஆறே நிமிடங்களில் தோட்டாவை வெளியே எடுத்து விட்டார். ஏதோ மாயாஜாலம் போலிருந்தது.

இந்த அவசர அறுசை சிகிச்சை இரவு 10.30க்கு செய்யப்பட்டிருக்க வேண்டும். ஆனால் இரவு 2.30க்குத்தான் செய்ய முடிந்தது. பொன்னான நான்கு மணிநேரங்கள் வீணாகின. போலீஸ் ஏன் தாமதப்படுத்தினார்கள். பிறகு ஏன் தனியார் மருத்துவமனை செல்ல அனுமதித்தார்கள் என்பதற்கு எங்களிடம் விடை இல்லை. தேவையற்ற பல தடங்கல்கள் நேர்ந்தபோதும், தம்பி காசீஃப் எப்படியோ தப்பிப் பிழைத்தான்.

அம்மா அதிகாலை 3.30 மணியளவில் எழுந்தார்கள். தினமும் அப்போதுதான் எழுவார்கள். சஹர் உணவிற்காக எல்லோரையும் அழைப்பார்கள். அன்று வீட்டில் யாரையும் காணாது திகைத்தார்கள். எல்லோரும் தூங்குகிறார்களோ? ஆப் தூங்கிக்கொண்டிருக்க, அடீலையும், அண்ணியையும் காணவில்லை. காசிஃப் அறையில், காசிஃப், கலீதா இருவரும் இல்லை. ஷபிஸ்தா அறையைத் தட்டி 'கஃபீல் எங்கே?' என்று கேட்க, அவள் அழுதபடி 'எல்லோரும் ஸ்டார் மருத்துவமனையில் இருக்கிறார்கள்' என்று சொல்லியிருக்கிறாள். பிறகு அம்மாவிடம் அனைத்து விபரங்களையும் கூறியுள்ளாள்.

அம்மா அதிர்ச்சியடைந்தாலும், மன உறுதி உள்ளவள். உடனே புர்காவைப் போட்டுக் கொண்டு கிளம்பி விட்டார். அந்த இரவில் தனியாக ஓரிரு கிலோமீட்டர் நடந்து, ஒரு ரிக் ஷாவைப் பிடித்து அதிகாலை 4 மணிக்கு ஸ்டார் மருத்துவமனை வந்துவிட்டார். யாரையும், எதுவும் கேட்காமல் நேராக தீவிர சிகிச்சைப் பிரிவிற்கு வந்துவிட்டார். காசிஃபின் உதடுகளில் சில சொட்டுகள் தண்ணீரை வைத்துவிட்டு அங்கேயே உட்கார்ந்தார். பிரார்த்தனை செய்தார். எழுந்து ஃபஜர் தொழுகை செய்துவிட்டு, வெளியில் காத்திருந்த செய்தியாளர்களைச் சந்தித்துப் பேசினார். 'இதுவரை நடந்தவை போதும். எங்கள் குடும்பத்தை துரத்துவதை நிறுத்துங்கள். எங்களுக்குப் பாதுகாப்பு கொடுங்கள். என் மொத்த குடும்பமும் ஆபத்தில் இருக்கக் கூடும். ஆனால் நாங்கள் கோழைகள் அல்லர்' என்றார்.

என் மனதிலும் அதே எண்ணம்தான், உள்ளே ஒரு குரல், 'நான் வளைந்து கொடுக்க மாட்டேன்' என்றது.

ஒரு ஸ்கூட்டரிலிருந்து என் தம்பியை சுட்டுவிட்டுத் தப்பிச் சென்ற 'அடையாளம் தெரியாத கொலைகாரன்' மீது ஒரு எஃப்ஐஆர் போடப்பட்டது. ஜூன் 29 காசிஃப் மருத்துவமனகையிலிருந்து வீடு திரும்பியதும், அடீல் பாய் கோரக்பூரில் ஜனதா தர்பாரில் (மக்கள் சந்திப்பில்) முதலமைச்சரைச் சந்தித்து போலீஸ் மெத்தனம் பற்றி புகார் தெரிவித்தார் அதோடு செய்தியாளர்களிடமும் பேசினார். இது பரபரப்பான செய்தியானது.

சில நாட்கள் கழித்து, அடீல் பாய் முதலமைச்சரை சந்தித்ததற்கு மறுநாள் ஒரு எஃப்ஐஆர் போடப்பட்டதாக அறிந்தோம். இது கொத்வால் போலீஸ் நிலையத்தில் போடப்பட்டது. அவர் 2009ல்

போலி ஆவணங்களை வைத்து வங்கிக் கணக்கை ஆரம்பித்ததாக அந்த எஃப்ஐஆர் கூறியது.

இதனிடையே நான் ஏழை, விளிம்புநிலை குழந்தைகளுக்காக இலவச மருத்துவ முகாம்களை நடத்த ஆரம்பித்தேன். இது எனக்கு பெருமகிழ்ச்சி அளித்தது.

2018 ஆகஸ்ட் 10 அன்று பிஆர்டி ஆக்சிஜன் துயரச் சம்பவத்தின் முதலாண்டு தினம் என்பதால், உயிரிழந்த குழந்தைகளுக்கு கோரக்பூர் மஹாத்மா காந்தி சிலை அருகே மெழுகுவர்த்தி ஏற்றி அஞ்சலி செய்ய அழைப்பு விடுத்தேன். இதில் ஆயிரக்கணக்கானோர் கலந்து கொண்டார்கள். இது உள்ளூர் நிர்வாகத்தைபதற வைத்தது. நிகழ்ச்சி நடக்கும் இடத்திற்குப் போகும் வழியிலேயே போலீஸ் என்னைத் தடுத்து நிறுத்தியது.

மறுநாள் நான் எனக்குரித்தான வழியில் அஞ்சலி செலுத்தும் விதமாக, கோரக்பூர் மாவட்டத்தின் பிப்ராலியில் இலவச மருத்துவ முகாம் நடத்தினேன். இதில் 182 ஏழைக் குழந்தைகளை பரிசோதித்து, மருத்துவம் செய்தோம்.

மூன்று நாட்களுக்குப் பிறகு 2018 ஆகஸ்ட் 14 அன்று தகவல் அறியும் விசாரணை ஒன்று அரசாங்கம் எவ்வாறு பெரிய தவறுகளை மூடி மறைக்கப் பார்த்தது என்பதை வெளியிட்டது. திலாஜிகல் இந்தியனில் இது குறித்து வந்த கட்டுரை கீழ்வருமாறு:

> 2017 கோரக்பூர் மருத்துவமனை துயரச் சம்பவம் தொடர்பாக தாக்கல் செய்யப்பட்ட தகவல் அறியும் மனுவிற்குக் கிடைத்துள்ள பதில், அந்த 2017 ஆகஸ்ட் 11 அன்று ஆக்சிஜன் பற்றாக்குறை இருந்தது உண்மைதான். அதனால் அந்த மருத்துவமனையில் 63 குழந்தைகள் இறந்தார்கள் என்பதைக் காட்டுகிறது.
>
> இந்த அறிக்கை, விஷயத்தை மூடி மறைக்க முயற்சி நடந்ததையும், தனது சொந்த முயற்சியில் ஆக்சிஜன் சிலிண்டர்களை ஏற்பாடு செய்து, சில உயிர்களைக் காப்பாற்றிய டாக்டர்.கஃபீல்கான் தவறாக சிறையில் அடைக்கப்பட்டதையும் காட்டுகிறது.
>
> 2018 ஏப்ரல் 19 அன்று லக்னோவைச் சேர்ந்த சமூக செயற்பாட்டாளர் சஞ்சய் சர்மா தாக்கர் செய்த தகவல்

அறியும் மனுவிற்கு வந்த பதில் டாக்டர். கஃபீல் கூறி வருபவற்றின் உண்மைத் தன்மையைச் சுற்றியுள்ள விவாதங்கள் குறித்து ஒரு தெளிவை ஏற்படுத்துகிறது. மருத்துவமனை கோரக்பூர் ஆனந்த் லோக் மருத்துவமனையிடமிருந்து ஆறு ஆக்சிஜன் சிலிண்டர்கள் வாங்கியதையும். 2017 ஆகஸ்ட் 11 அன்று டாக்டர் கஃபீல்தான் இந்த சிலிண்டர்களுக்கு ஏற்பாடு செய்தார் என்பதையும் இந்த பதில் தெளிவாகச் சுட்டிக்காட்டுகிறது. உ.பி. அரசாங்கம் கூறிவரும் விஷயங்களுக்கும், இந்த தகவல் அறியும் மனுவிற்கான பதில்களுக்கும் உள்ள முரண்பாடுகள், மாநில அரசாங்கம் இந்த விஷயம் தொடர்பாக நடத்திய பல புலனாய்வு விசாரணைகளும் முழுமையான தோல்விகள் என்பதைக் காட்டுகின்றன.

ஆகஸ்ட் 26 அன்று முதலமைச்சர் இந்த செய்திகளுக்கு எதிர்வினையாற்றினார். மருத்துவமனையின் உள் அரசியல் காரணமாக மருத்துவமனை ஆக்சிஜன் மரணப் பிரச்சனை அளவிற்கு அதிகமாய் ஊதிப் பெரிதாக்கப்படுவதாகவும், ஆக்சிஜன் பற்றாக்குறை இல்லை என்றும் கூறினார். மறுநாள் நான் அவரது அறிக்கை ‘தவறு’ என்றேன். சம்பவம் முழுவதுமே ‘உள் அரசியல்’ ‘ஆக்சிஜன் பற்றாக்குறை இல்லை’ என்றால், நாங்கள் ஏன் கிட்டத்தட்ட ஒரு வருடம் சிறையில் வாட நேர்ந்தது?

இப்போது நாடெங்கிலும் பல நிகழ்ச்சிகளுக்கு, பள்ளி, கல்லூரி மாணவர்களிடையே உரை நிகழ்த்துவதற்கு அழைத்தார்கள். இவற்றையெல்லாம் உயரதிகாரிகள் கவனித்துக் கொண்டுதான் இருந்தார்கள். நான் இந்தியா முழுவதும் இலவச மருத்துவ முகாம்களை நடத்துவதைத் தொடர்ந்தேன். இது எனக்கு மன அமைதி பெறும் வழிமுறையாக இருந்தது. குழந்தைகளோடு இருக்கும் போது, அவர்களுக்கு மருத்துவம் பார்க்கும் போது, பெற்றோர்களுக்கு குழந்தை நலன் பற்றி ஆலோசனை வழங்கும் போது, அவர்களுக்கு நல்ல பழக்க வழக்கங்களைக் கற்றுத் தரும்போது, உடல்நலம் பற்றி காணொளிகள் தயாரிக்கும் போது, கடும் நோயால் பாதிக்கப்பட்ட குழந்தையை குணமாக்கும்போது, எனக்கு திருப்தியாக இருக்கும். அன்றிரவு நிம்மதியாக உறங்குவேன். குஷி நகர், கலீலாபாத், மஹாராஜ் கஞ்ச் ஆகிய இடங்களில் முகாம் நடத்தியபோது, 2017 ஆகஸ்டில் மருத்துமனையில் இறந்த

குழந்தைகளின் குடும்பத்தினரை சந்திக்க நேர்ந்தது. என்னால் அவர்களை மறக்கவே முடியவில்லை.

முகாம்களுக்கு நடுவில் நான் நீதிமன்றங்களுக்கும், விசாணைக் குழுக்களுக்கும் சென்று ஆஜரானேன். ஹிமான்ஷு குமாரிடம், முன்னாள் முதல்வர் டாக்டர். ராஜீவ் மிஸ்ரா, டாக்டர். பூவேந்திர சர்மா, டாக்டர். மஹிமா மிட்டல், மருத்துவக் கல்வி டைரக்டர் ஜெனரல் ஆகியோரை குறுக்கு விசாரணை செய்யவேண்டும் என்று கோரினேன். உள் அரசியல்தான் சர்ச்சையை ஏற்படுத்தியுள்ளது என்று முதலமைச்சர் கூறியிருப்பதைச் சுட்டிக்காட்டினேன். உண்மையில் முதலமைச்சர் மருத்துவமனையில் ஆக்சிஜன் பற்றாக்குறை இல்லை, அதனால் மரணங்கள் நிகழவில்லை என்று கூறியிருந்தார். பற்றாக்குறையை ஏற்று அலகாபாத் உயர் நீதிமன்றத்தில் அரசாங்கம் தாக்கல் செய்திருந்த பிரமாணப் பத்திரத்தை இணைத்து நான் ஒரு மனுவை சமர்ப்பித்தேன். தம் குழந்தையை இழந்த பெற்றோர்கள் அந்தக் கொடுமையான 54 மணி நேரத்தில் நடந்தவை பற்றி ஊடகங்களில் பேச ஆரம்பித்தார்கள். நான் ஆவணங்களை புதிதாய் தாக்கல் செய்தது தேன்கூட்டைக் கலைத்தது போலானது. இதற்கு கடுமையான பாதிப்புகள் நிச்சயம் இருக்கும்.

விரைவிலேயே போனில் அநாமதேய அழைப்புகள் மூலம் எனக்கு கொலை மிரட்டல்கள் வர ஆம்பித்தன.

'இப்போது உன் முறைதான். நீ தப்ப முடியாது' என்ற மிரட்டல்.

நான் இதுகுறித்து கவலைப்படாது, இதுபற்றி விசாரிக்குமாறு மாவட்ட போலீஸ் கண்காணிப்பாளரிடம் மனு கொடுத்துவிட்டு, என் பணிகளைத் தொடர்ந்தேன்.

இவற்றோடு 2018 ஜூலை, ஆகஸ்டில், என் குடும்பத்தின் மீதும் மோசமான ஒடுக்குமுறைகள் நடந்தன. கெட்ட காலம் முடியவே முடியாது போலும். ஒவ்வொரு நாளையும் அச்சத்தோடு கழித்தோம். அடீல் பாயை கைது செய்வார்களோ? குடும்பத்தினர் யாரையாவது தாக்குவார்களோ? குழந்தைகள் சிரிப்பதை, விளையாடுவதை மறந்து போனாரகள். வீட்டில் யாருமே இல்லாததுபோல் ஒரு நிசப்தம். அம்மாவிற்கு உடல்நிலை சரியில்லாமல் போனது. ஏதேனும் நோய் வந்து படுத்தால், அது சரியாக மாதக்கணக்கில் ஆனது.

மக்கள் திரும்பவும் எங்களைத் தவிர்க்க ஆரம்பித்தார்கள். தொழில் சுத்தமாக நின்று போனது. அடீல் பாய்க்கு பொருட்களை சப்ளை செய்தவர்கள் சப்ளையை நிறுத்திக்கொண்டார்கள். விநியோகஸ்தர்களும் அவரிடம் வாங்குவதை நிறுத்திக் கொண்டார்கள். ஏற்கெனவே பொருட்களை வாங்கியவர்கள் பணம் தராமல் நிறுத்திக்கொண்டார்கள். மக்கள் எங்களை இரக்கத்தோடு பார்க்க ஆரம்பித்தார்கள். இதனிடையே நாங்கள் வழக்கறிஞர்கள், நண்பர்கள் தந்த அத்தனை ஆலோசனைகளையும் கடைப்பிடித்தோம்.

ஒரு எளிய, படித்த, சட்டத்தை மதிக்கும் குடிமகன்களாக எங்களுக்கு இதுபோன்ற கொடிய அரசியல் புதிதாய் இருந்தது. போலீஸ் இத்தனை இரக்கமின்றி இருக்கும் என்பதோ, மக்கள் மத அடிப்படையில் இத்தனை வெறுப்பைக் கக்குவார்கள் என்பதோ எங்களுக்குத் தெரியாது. ஒவ்வொரு நாளும் ஒரு புதிய அனுபவத்தைத் தந்தது. பெரும்பாலும் எல்லாமே மோசமான அனுபவங்கள்தான். மக்கள் பலரும் எங்களை பயன்படுத்திக் கொள்ள நினைத்தார்கள். ஒரு கோஷ்டி போராட்டத்தைத் தொடர எங்களைத் தூண்டிவிட்டது. மற்றொரு கோஷ்டி எங்களை பைத்தியம் என்றது. மற்றொரு கோஷ்டி பணம் கேட்டது. வேறொன்று வெறுமனே வேடிக்கை பார்த்து, எங்களைப் பார்த்துச் சிரித்தது.

வீட்டின் பொருளாதார நிலைமை மோசமானது. பிழைப்பிற்காக, பொருட்களை விற்க ஆரம்பித்தோம். அடீல் பாய் தனது வேன்களை ஒவ்வொன்றாக விற்க ஆரம்பித்தார். இரண்டாண்டுகளுக்கு முன்பு அவர் வாங்கியிருந்த இன்னோவாவை வெறும் 5 லட்சத்திற்கு விற்றார். தம் செலவுகளைக் குறைத்து கொண்டார்.

பணத்தின் மதிப்பை உணர்ந்தது நாங்கள் கற்றுக்கொண்ட முக்கியமான பாடம். நாங்கள் இறங்கியிருந்த போருக்கு ஏராளமான பணம் தேவைப்பட்டது. எங்கள் போராட்டத்திற்கு உதவிய ஒவ்வொரு நிபுணருக்கும் பணம் தரவேண்டியதாக இருந்தது. நீதிமன்றங்களில் ஒவ்வொன்றிருக்கும் பணம் – முத்திரைத்தாள், பதிவிற்குக் கட்டணம், வழக்கறிஞர் கட்டணம். மின் கட்டணம் செலுத்தப்படாமல், வீட்டின் மின்னிணைப்பு துண்டிக்கப்பட்டது. தினமும் வீட்டில் எந்தெந்த செலவுகளை குறைத்துக்கொள்ளலாம் என்றுதான் பேசுவோம். கடன் தந்தவர்கள் வீட்டு வாசலில் நின்றார்கள். எங்களது பர்வீன் பிளாசா மற்றும் எங்களது ஒரே சொத்தான நிலத்தை ஏலம் போட வங்கிகள் நோட்டீஸ் அனுப்பின.

எங்கள் தந்தை எங்கள் தாயார் நுஷத் பர்வீன் பெயரில் கட்டியிருந்த 100 கடைகள் கொண்ட வணிக வளாகம் அது. 2003ல் அவர் இறந்தபின், குடும்ப ஓய்வூதியத்தோடு இந்த வணிக வளாகத்தின் வருமானத்தில்தான் நாங்கள் எல்லோரும் படித்து வளர்ந்தோம்.

கார்கள், வேன்களை விற்றதைத் தொடர்ந்து, இரு சக்கர வாகனங்களை விற்க நேர்ந்தது. கடைசியில் அம்மா, ஷபிஸ்தா, அண்ணி, ஜீனத், ஃபாரோவின் நகைகளையும்கூட அடகு வைத்தோம். மிக சங்கடமான விஷயம் என்றாலும், வேறு வழியில்லை. பணமின்றித் திண்டாடிய நேரத்தில் அவர் டெமாக்ரசி அமைப்பின் பிலால் ஜைதி எங்கள் உதவிக்கு வந்தார். கெட்டோ அமைப்பின் மூலம் நிதி திரட்ட அறைகூவல் விடுத்தார். அறுபது நாட்களில் 20 லட்சம் திரட்டுவது என்ற இலக்கு வைத்திருந்த போதும், மூன்றே நாட்களில் 22 லட்சம் சேர்ந்தது.

ஒருபுறம், இவ்வளவு மக்கள் நமது போராட்டத்தை நம்புகிறார்கள். நமக்கு நேர்ந்தவற்றை எதிர்க்கிறார்கள் என நான் மிகுந்த நன்றியுடையவனாக இருந்தேன். மறுபுறம் இன்னோவாவிலும், ஃபார்சூனரிலும் பறந்தவர்கள் இப்போது மக்களிடம் பணம் வாங்குகிறார்கள் என்ற விமர்சனம் எழுந்தது. சில அமைப்புகள், தன்னார்வ நிறுவனங்கள் அவர்களோடு எங்களை சேர்ந்து கொள்ளச் சொல்லி அழைத்தன. நாங்கள் மறுத்தபோது, எங்கள் மீது வருத்தம் ஏற்பட்டது.

நம்மைப் பற்றி வெளி உலகத்திற்குத் தெரிந்தது இன்னும் நல்லவிதமாக சமுதாயத்திற்கு சேவை செய்யவே அல்லா எங்களுக்கு இந்த வாய்ப்பைத் தந்ததாக நம்பினோம். எனவே ஏதோ ஒரு அமைப்பிற்கு, காரியத்திற்கு தூதுவராக ஆகாமல், எங்களது சேவையை மட்டுமே தொடர்ந்தோம்.

இப்போது, போலீஸ் எங்கள் குடும்பத்தினரை தொல்லை செய்ய ஆரம்பித்தது. போலீஸ் ஸ்டேஷன் வரச் சொல்லி, மாலை வரை உட்கார வைப்பார்கள். வீட்டில், அடீல் பாய் கடையில் சோதனை நடத்துவார்கள். ஆவணங்கள், கணினிகள், மடிக்கணினிகள், கைபேசிகள் எல்லாவற்றையும் எடுத்துச் செல்வார்கள்.

ஆக்சிஜன் சம்பவம் அல்லது காஃசிப் மீதான தாக்குதல் எதுவாகினும், செய்தி தெளிவாக இருந்தது. பேசாமல் இரு. எதையும் கேள்வி கேட்காதே. இல்லாவிட்டால் உள் துன்பங்கள் தொடரும்.

2018 செப்டம்பரில் கேரளாவில் கடும் வெள்ளம் பெரிய சீரழிவை ஏற்படுத்தியது. நான் கேரளா சென்று திருச்சூர், வயநாடு, கோழிக்கோடு மாவட்டங்களில் மருத்துவ முகாம்களில் ஒரு வாரம் பணியாற்றினேன். நான் சென்ற தலித் பகுதிகளில் பெரியவர்களிடையே காசநோயும், குடிப்பழக்கமும் அதிகமாக இருந்தன. குழந்தைகளிடம் ஊட்டச்சத்துக் குறைவு அதிகமாக இருந்தது. சுதந்திரம் பெற்று 70 ஆண்டுகள் ஆன பின்பும் ஏன் மக்கள் இப்படி மோசமான நிலையில் வாழ வேண்டும்? கடும் வறுமையில், மோசமான சுகாதார நிலையில் வாழும் பழங்குடியினர் மீது விசேஷ கவனம் செலுத்தும்படி நான் அரசிடம் வேண்டினேன். மாநிலத்தில் மூன்றில் ஒரு பங்கு மக்கள் தம் சக குடிமக்களை விட சமூக, பொருளாதார ரீதியாக பல மடங்கு பின்னால் இருப்பதால், வெள்ளத்திற்குப் பிறகு இயல்பு வாழ்க்கைக்குத் திரும்ப மிகவும் சிரமப்படுவது குறித்தும் அரசுக்கு எழுதினேன்.

ஊர் திரும்பியதும், உபியில் பகராயிச் மாவட்ட மருத்துவமனையில் ஒரு மாதத்திற்குள் எழுபதிற்கும் மேற்பட்ட குழந்தைகள் இறந்ததை அறிந்தேன். அரசு இந்த மரணங்களுக்குக் காரணம் ‘மர்ம நோய்’ என்றது. எதிர்கட்சிகளும், மக்களும் கடும் கோபத்தில இருந்தனர். இதன் காரணம் மூளையழற்சி நோயாக இருக்கலாம் என்று நான் சந்தேகித்தேன். உண்மையறியும் மருத்துவர் குழு ஒன்றை அழைத்துக்கொண்டு அங்கு செல்ல முடிவு செய்தேன். எனக்குத் தெரிந்த மருத்துவர்களை அழைக்க, பலரும் வர ஒப்புக் கொண்டார்கள். உள்ளூர் மருத்துவர் மூலம் பகராயிச்சின் தலைமை மருத்துவர் டாக்டர். பாண்டேயுடன் பேசினேன். அவர் நாங்கள் வர ஒப்புக்கொண்டார். 2018 செப்டம்பர் 21 அன்று சில மருத்துவர்களோடு நான் அங்கு செல்வது பற்றி சமூக ஊடகங்களில் அறிவித்தேன்.

காலையில் கிளம்பினோம். நாங்கள் அங்கு சென்று சேர்வதற்கு முன், வழியில் சென்று கொண்டிருக்கும்போதே, டாக்டர். பாண்டே மாற்றப்பட்டு விட்டதாகவும், அவருக்கு பதிலாக டாக்டர். சிங் என்பவர் வந்திருப்பதாகவும் தகவல் வந்தது. நான் இதை உறுதி செய்ய டாக்டர்.பாண்டேயிடம் பேசினேன். அவர், ‘கவலை வேண்டாம், புதியவர் திங்கட்கிழமையிலிருந்துதான் பொறுப்பு’ என்றார். டாக்டர். பாண்டேயை எனக்கு அறிமுகப்படுத்திய மருத்துவரிடம் பேசினேன். அவரும் பாண்டேயிடம் பேசிவிட்டதாகவும், நாங்கள் போகலாம் என்றும் சொன்னார். ஆனால் எனக்கு என்னவோ சந்தேகமாகத் தெரிந்தது.

அடுத்து, பகராயிச்சின் சர்க்கிள் அதிகாரி என்னை அழைத்து, எங்கே இருக்கிறீர்கள்? என்றார். நான் ‘மதியம் அங்கு வந்துவிடுவோம்’ என்றேன். எங்கே இருக்கிறோம் என்பதை சரியாகச் சொல்லவில்லை. ஒரு உள்ளூர் அரசியல்வாதி என்னை அழைத்து அங்கு வரக்கூடாது என்று மிரட்டினார். கடைசியாக, கோரக்பூர் போலீஸ் ஸ்டேஷனிலிருந்து ஒருவர் அழைத்தார். நாங்கள் போகக்கூடாது என்று எச்சரித்தார். கண்காணிப்பாளர் என்னையும் என் சகோதரரையும் கைது செய்ய உள்ளதாகவும் கூறினார்.

மதியம் நாங்கள் பகராயிச்சை அடைந்தோம். சில உள்ளூர் மருத்துவர்கள் எங்களுக்காகக் காத்திருந்தார்கள். முதலில் வெளி நோயாளிகள் பிரிவைப் பார்த்தோம். அங்கிருந்த டியூட்டி மருத்துவரிடம் நோயாளிகளின் பெற்றோர்களை பேச அனுமதி கேட்டோம். பெற்றோர்களிட பேசியதில் எல்லோருமே காய்ச்சல், வலிப்பு ஆகியவற்றோடு மயக்க நிலையில் அங்கு வந்தது தெரிந்தது. இது மூளையழற்சி நோயின் அறிகுறிதான்.

மருத்துவமனை ஊழியர் ஒருவர், ‘இந்தப் பெற்றோர்கள் ஏழைகள், சார் இங்கே வெண்டிலேட்டர் கிடையாது. நல்ல தீவிர சிகிச்சைப் பிரிவு வசதி கிடையாது. நாங்கள் இவர்களை லக்னோ மருத்துவமனைக்கு போகச் சொன்னால், அது தொலைவு என்று போக மாட்டார்கள்’ என்றார்.

இப்போது எனக்கு பிரச்சனை தெளிவாகப் புரிந்தது.

எங்கள் அறிக்கையை தயார் செய்துகொண்டு, செய்தியாளர் சந்திப்பை நடத்தச் சென்றபோது, திடீரென சில போலீஸ்காரர்கள் வந்து என்னைக் கைது செய்தார்கள். குழந்தை நலப் பிரிவிற்குப் பொறுப்பான மருத்துவர், நான் குழந்தைகள் தீவிர சிகிச்சைப் பிரிவில் அத்துமீறி நுழைந்து ரகளை செய்ததாக, நோயாளிகளுக்கு வலுக்கட்டாயமாக சிகிச்சையளித்தாக புகார் செய்திருக்கிறார். உண்மையில் நான் அந்தப் பிரிவிற்குள் நுழையவே இல்லை. நாங்கள் மருத்துவமனை சென்றபோது, அந்த மருத்துவரும் அங்கு இல்லை.

இந்த சம்பவத்தால், 2019 ஜூலை 31 அன்று, ‘நோயாளிகளுக்கு வலுக்கட்டாயமாக சிகிச்சையளித்தது, அரசாங்கக் கொள்கைகளை விமர்சித்தது’ என்ற குற்றச்சாட்டுகளின் பேரில் எனக்கு இரண்டாவது பணி இடைநீக்க உத்தரவு வழங்கப்பட்டது. இரண்டு

ஆண்டுகளாக நடந்த முடிவற்ற விசாரணைகளுக்குப் பிறகு, 2021 செப்டம்பர் 9 அன்று அலகாபாத் உயர் நீதிமன்றம் அந்தப் பணி நீக்கத்திற்குத் தடை விதித்தது.

அன்று மருத்துவமனையிலிருந்து, போலீசார் என்னை பகராயிச்சிற்கு வெளியே இருந்த ஒரு விருந்தினர் மாளிகைக்கு அழைத்துச் சென்றார்கள். அங்கு ஒரு மாஜிஸ்திரேட் எனது வாக்குமூலத்தை பதிவு செய்துகொண்டார். ஐபிசி 151 பிரிவின் கீழ் ஒரு சலானை வழங்கினார். ஆனால் அவர்கள் என்னை விடுவிக்கவில்லை. விடுவிக்கும் உத்தரவிற்காகக் காத்திருப்பதாகச் சொன்னார்கள். சப்- டிவிஷனல் மாஜிஸ்திரேட் என்னை விடுவிக்க உத்தரவிட்ட பிறகும், என்னை விடுவிக்கத் தயங்கினார்கள். மாஜிஸ்திரேட் கோபத்தோடு போய்விட்டார்.

பிறகு உள்ளூர் போலீசார் என்னை வேறொரு காரில், மஃப்டி போலீசுடன் மற்றொரு ஊருக்கு அழைத்துச் சென்றார்கள். அங்கிருந்து வேறொரு காரில் என அடுத்த 16 மணிநேரங்களுக்கு அலைக்கழித்தார்கள். என் கைபேசியை பறித்துவிட்டதால் குடும்பத்தினரைத் தொடர்புகொள்ள முடியவில்லை.

அந்த இரவு போலி என்கவுன்ட்டரில் தான் சாகப்போகிறோம் என்று நினைத்தேன். முதலமைச்சர் ஊரைவிட்டு கிளம்பிச் சென்ற பின் மாலை 4 மணிக்குமேல் நான் விடுவிக்கப்படுவேன் என்றார்கள். ஒருவழியாக கோரக்பூர் அழைத்து வந்து, கோரக்பூர் போலீசிடம் என்னை ஒப்படைத்தார்கள். நான் பலமுறை, ‘மாஜிஸ்திரேட் விடுவித்தும், நீங்கள் ஏன் என்னை விடுதலை செய்யவில்லை?’ என்று வாதிட்டேன். என்னை கோரக்பூருக்கு வெளியே உள்ள பிச்சியா போலீஸ் ஸ்டேஷனில் ஒரு அறையில் அடைத்து வைத்தார்கள்.

முதலமைச்சர் கோரக்பூரை விட்டுக் கிளம்பியதும், என்னை கண்டோன்மெண்ட் போலீஸ் ஸ்டேஷனுக்கு அழைத்துச் சென்றார்கள். சில காகிதங்களில் கையெழுத்துப் போடச் சொன்னார்கள். நான் மறுத்து விட்டேன். பிறகு என்னை மருத்துவப் பரிசோதனைக்கு அழைத்துச் சென்றார்கள். அங்கு ஒரு அறையில் அடீல் பாய் இருந்ததைப் பார்த்து அதிர்ச்சியடைந்தேன். ‘இங்கே என்ன செய்கிறீர்கள்?’ என்றேன் நம்ப முடியாமல்.

அடீல் பாய் பயந்து போய் பதட்டமாக இருந்தார். அவர் ஜூன் மாதம் எஃப்ஐஆர் போடப்பட்ட மோசடி வழக்கில்தான் கைது

செய்யப்பட்டிருப்பதாகச் சொன்னார். ‘ஆனால் அதில் என் பெயரை ஏன் சேர்த்தார்கள்?’ என்றேன். ‘பகராயிச் மாஜிஸ்திரேட் உனக்கு ஜாமீன் கொடுத்துவிட்டதால் திடீரென அவர்கள் தம் திட்டத்தை மாற்றி விட்டார்கள்’ என்றார்.

இந்த அர்த்தமற்ற குற்றச்சாட்டைப் பார்த்து நான் அதிர்ந்து போனேன். ஆனால், குற்றவாளி நீதிமன்றம் போய், தான் நிரபராதி என்று காட்டி வெளியில் வந்துகொள்ளட்டும் என்று போலீசார் சொல்வதை நான் கேட்டிருக்கிறேன். அதுவரையில் சிறையில் இருக்கட்டுமே! இந்தக் கொடூரமான அபத்தம்தான் யதார்த்தம் – உங்களுக்கு அது பிடித்தாலும், பிடிக்காவிட்டாலும்.

மருத்துவப் பரிசோதனை முடிந்து வெளியே வரும்போது, செய்தியாளர்கள் எங்களை சூழ்ந்துகொண்டார்கள்.

அடீல் பாய், ‘இது அராஜகம், பொய்யாக, ஆதாரமற்ற குற்றச்சாட்டுகளை சுமத்துகிறார்கள்’ என்று கத்தினார்.

‘உண்மையைப் பேசுவதற்கான தண்டனை இது – நாங்கள் அறிவிக்கப்படாத நெருக்கடி நிலையில் வாழ்கிறோம்’ என்றேன் நான்.

அதன் பிறகு நாங்கள் நீதிமன்றம் அழைத்துச் செல்லப்பட்டோம். மாஜிஸ்திரேட் தனது அறையில் இருந்தார். கண்டோன்மெண்ட் போலீஸ் ஸ்டேஷன் ஆய்வாளர் அறைக்குள் சென்றார். பத்து நிமிடங்களில் வெளியே வந்தார். நான் அவரிடம் கோபமாக, ‘சார், தயவு செய்து எங்கள் வக்கீலை அனுமதியுங்கள். அல்லது குறைந்தபட்சம் தங்கள் தரப்பைக் கேளுங்கள்’ என்றேன். ஆனால் எங்களுக்குக் கிடைத்ததோ பதினான்கு நாட்கள் நீதிமன்றக் காவல்.

ஐந்து மாதங்களுக்கு முன்பு வெளியே வந்த அதே வாசல் வழியாக உள்ளே சென்றேன். ஆனால் இம்முறை நான் சோகமாக இல்லை. கோபமாக இருந்தேன். போராட்டத்தைத் தொடர முன்பைவிட உறுதியாக இருந்தேன்.

22

அனைவருக்குமான ஆரோக்கியத்தை நோக்கிய பாதையில்

எனது இரண்டாவது சிறைவாசம், என்னை சைலேஷ் மற்றும் பழைய நண்பர்களோடு சேர்த்து வைத்தது. மந்திரிஜி, ‘நீ சூரியனைப் பார்த்து எச்சில் துப்பினால், அது உன் முகத்தில்தான் கடைசியில் விழும். பாறையில் போய் மோதினால், உன் தலைதான் சிதறும்’ என்ற தனது புகழ்பெற்ற வசனத்தை மற்றொரு முறை சொல்ல வைத்தது. எல்லாவற்றையும் நான் எளிதாக எடுத்துக்கொண்டேன். நான் போனமுறை இருந்தது போல், இம்முறை அடீல் பாய்தான் மிகவும் வேதனைப்பட்டார். ஒப்பீட்டளவில் நான் அமைதியாக இருந்தேன். நல்லவேளையாக, ஒரு மாதம் கழித்து அடீல் பாய்க்கு ஜாமீன் கிடைத்தது. நான் ஒரு நீண்ட சிறைவாசத்திற்குப் பிறகு, 2018 நவம்பர் 3ம் தேதி தீபாவளிக்கு வீடு திரும்பினேன். தீபாவளிக்கு முன்பு நான் விடுவிக்கப்பட்டால் பெரிய சட்டம் ஒழுங்குப் பிரச்சனை உருவாகும் என்று அரசுத் தரப்பு கூறினாலும்கூட நீதிமன்றத்தின் நேரத்தை வீணடிக்கிறீர்கள்’ என்றார்.

சிறையிலிருந்து வெளியே வரும்போது, நான் கீழ்க்கண்ட உறுதிமொழிகளை ஏற்றுக் கொண்டேன்:

‘எப்படி பயப்படுவது என்று எனக்குத் தெரியாது

அவர்கள் எவ்வளவுதான் என்னை பயமுறுத்த முயன்றாலும்

ஒவ்வொரு முறையும் புது வலிமையோடு எழுவேன்

அவர்கள் எவ்வளவுதான் என்னை வளைத்து, மண்டியிட வைத்தாலும்.’

2019 பிப்ரவரியில் எனக்கு மகன் பிறந்தான். 2019 மார்ச்சில் தம்பி காசிஃபிற்கு மகன் பிறந்தான். குடும்பத்தில் சுப நிகழ்வுகள் இருந்தாலும், பொருளாதார சிரமம் தொடர்ந்தது. மனரீதியாய் மிகவும் துன்புற்ற காலகட்டம். மூளை மணிக்கு ஒரு மைல் என்ற

வேகத்தில் ஓடும். இதயம் அதன் உச்சபட்ச வேகத்தில் படபடக்கும். மிகக் கடினமான காலமாக, உதவிக்கு எவரும் இல்லாது, குடும்பமே தாக்கப்பட்ட போதும்கூட், என் ஆழ்மனம், 'நீ சரியான பாதையில்தான் செல்கிறாய்' என்று சொல்லிக் கொண்டே இருக்கும்.

பிஆர்டியில் என் மீதான குற்றச்சாட்டுகள் குறித்த விசாரணையை விரைவில் முடிக்க நீதிமன்றத்தை அணுக முடிவு செய்தேன்.

2019 மார்ச் 7 அன்று, எனது இடைநீக்கத்தை ரத்து செய்யக் கோரி நான் தாக்கல் செய்த ரிட் மனுவில், என் மீதான துறை ரீதியான விசாரணையை 90 நாட்களுள் உ.பி.அரசாங்கம் முடிக்க வேண்டும் என அலகாபாத் உயர்நீதி மன்றம் உத்தரவிட்டது. விசாரணை ஆரம்பித்து ஏற்கெனவே 18 மாதங்கள் ஆகிவிட்ட நிலையில் இது நல்ல உத்தரவல்ல. சட்டப்படி துறைரீதியான எந்த விசாரணையும் 90 நாட்களுக்குள் முடிக்கப்பட வேண்டும். இதனால்தான் நான் உச்ச நீதிமன்றம் செல்ல முடிவு செய்தேன்.

2019 மே 10 அன்று நீதியரசர் சஞ்சய் கிஷன் கௌல், நீதியரசர் இந்திரா பானர்ஜி அடங்கிய டிவிஷன் அமர்வு எனது இடைநீக்கம் பற்றிய விசாரணை உரிய காலத்தில் முடிக்கப்பட வேண்டும் என்றது. எனக்குத் தரப்படாமல் இருந்த சம்பளத்தை வழங்க உத்தரவிட்டது. பொருளாதார ரீதியாக இது மிகப்பெரிய நிவாரணமாகும். இதன் பிறகு அரசாங்கத்திடமிருந்து எனக்கு அரை சம்பளம் வர ஆரம்பித்தது. கடந்த 24 மாதங்களாக தரப்படாது இருந்த அரைசம்பளமும் மொத்தமாகத் தரப்பட்டது.

உச்ச நீதிமன்றம் உயர் நீதிமன்றத் தீர்ப்பை உறுதி செய்தது. உயர் நீதிமன்ற உத்தரவை அரசாங்கம் முழுமையாக நிறைவேற்றாவிட்டால், தன்னிடம் வருமாறும் கூறியது. என் சார்பாக மூத்த வழக்கறிஞர் மீனாட்சி அரோரா கட்டணமின்றி வாதாடினார். ரிட் மனுவை தயாரித்து, தாக்கல் செய்ய ஃபுசைல் அஹமது, அயூபி, இபாத் முஷ்டாக் ஆகிய வழக்கறிஞர்கள் உதவினார்கள்.

இச்சமயத்தில் நான் மிக ஏழ்மையானவர்களுக்கும் மருத்துவ வசதி செய்து தரும் பணியில் என்னை முழுமையாக ஈடுபடுத்திக் கொண்டேன். சமர் பாய் மற்றும் சில நண்பர்களின் ஊக்குவிப்பு ஆதரவுடன் ஹெல்த் ஃபார் ஆல் என்ற இயக்கத்தை 2019 பிப்ரவரி7 அன்று ஹைதராபாத்தில் துவக்கினேன். அஸ்ஸாம், முஸாகஃபர் நகர், கோரக்பூரைச் சுற்றியுள்ள பகுதிகள், ஏன் கேரளாவிலும்கூட,

மருத்துவ முகாம்களை நடத்திய அனுபவத்தின் மூலம் மருத்துவ உதவி அதிகமாகத் தேவைப்படுவோருக்குத் தான் அது குறைவாகக் கிடைக்கிறது என்பதை அறிந்தேன். ஹெல்த் ஃபார் ஆல் இயக்கம் முறிந்து போன சுகாதார நல அமைப்பை சரி செய்யும் ஒரு முயற்சியாகும்.

மருத்துவ முகாம்கள் வேலையாக நாட்டின் பல பகுதிகளுக்கும் பயணித்துக் கொண்டிருக்கும்போதே, மணிப்பால் மேனுவல் ஆஃப் கிளினிகல் பீடியாட்ரிக்ஸ் நூலின் இரண்டாவது பதிப்பை எழுதி முடித்து, பதிப்பாளரிடம் தந்தேன். நாள் முழுவதும் கடுமையான பணி செய்ய நேர்ந்தாலும், நான் முழு உற்சாகத்தோடு மீண்டும் ஓட ஆரம்பித்தேன். நடுநடுவே 14 நாட்களுக்கு ஒருமுறை கோரக்பூர் மாவட்ட நீதிமன்றத்திற்கும், பகராயிச் மாவட்ட நீதிமன்றத்திற்கும் போக வேண்டும். ஒரு வாரம் விட்டு ஒரு வாரம் நான் வழக்கறிஞர்களை சந்திக்க, நீதிமன்றத்தில் ஆஜராக என அலகாபாத்துக்கும், லக்னோவிற்கும் செல்ல நேர்ந்தது.

2019 ஜூனில் முஸாஃபர்பூர் மற்றும் அருகிலிருந்த பீஹார் மாவட்டங்களில் மூளையழற்சி நோய் திடீரென அதிகரித்தது. இதில் 300க்கும் மேற்பட்ட குழந்தைகள் இறந்தார்கள். உடனடியாக பல தன்னார்வ தொண்டு நிறுவனங்கள் என்னை அழைக்க ஆரம்பித்தன.

ஒரு மருத்துவராக எனக்கு உபியின் ஜப்பானி புகார், நௌகி பிமாரி, கேரளாவின் நிபா வைரஸ், பீஹாரின் சம்கி பிமாரி, அஸ்ஸாம், வங்காளத்தின் மோஷ்டிஷ்கோ ஜோர் என பல பெயர்களில் வழங்கப்படும் பலவிதமான மூளைக் காய்ச்சல் நோய்களின் அறிகுறிகள் நன்கு தெரியும்.

நான் நான்கு மருத்துவர்கள், எட்டு நர்ஸ்கள், இரண்டு மருந்தாளுனர்கள், சில தொண்டர்கள் என ஒரு பெரிய குழுவோடு முஸாஃபர்பூர் சென்றேன். ஜூன் மாத நடுவில் சில மருந்துப் பெட்டிகளோடு நாங்கள் கோரக்பூரிலிருந்து கிளம்பினோம். அங்கு மருத்துவமனையின் நிலை கண்டு அதிர்சிசியடைந்தேன். அது பிஆர்டி காலேஜ் போன்றதுதான். அந்தப் பகுதியின் ஒரே மருத்துவமனையான ஸ்ரீகிருஷ்ணா மருத்துவக் கல்லூரி மற்றும் மருத்துவமான வட பீஹார் பகுதி முழுவதற்குமான ஒரே மருத்துவமனையாக இருந்தது.

அதன் குழந்தைகள் நலப்பிரிவு ஒரு சிறிய ஹாலில் இருந்தது. அங்கு 100க்கு மேற்பட்ட குழந்தைகளும், 200 உறவினர்களும் இருந்தனர். ஆண்டின் மிக வெப்பமான மாதமான ஜூனில் வெப்பநிலை 45 டிகிரி வரை செல்லும். மின் விசிறிகள், ஜன்னல்கள் இல்லாத நெரிசலான அந்த ஹாலில் மூச்சு விடுவதே சிரமம். இரு இளம் மருத்துவர்களும், நான்கு நர்ஸ்கள் மட்டுமே அங்கு இருந்தனர். ஒவ்வொரு கட்டிலிலும் 2-3 குழந்தைகள். டிரிப்ஸ் பாட்டில்களை கயிற்றில் கட்டி தொங்கவிட்டிருந்தார்கள். சில குழந்தைகள் தரையில் படுத்திருந்தன. பெரும் குழப்பமான சூழல். இதைவிட கோரக்பூர் சிறையின் ஹால் எவ்வளவோ நன்றாக இருக்கும். 8 படுக்கைகள் கொண்ட தீவிர சிகிச்சைப் பிரிவை தீவிர சிகிச்சைப் பிரிவு என்று சொல்லவே முடியாது.

பலரும் தம் குழந்தைகளை வெகு தொலைவிலிருந்த கிராமங்களிலிருந்து, பல மணிநேரம் பயணம் செய்து அழைத்து வந்திருந்தார்கள். அவசர சிகிச்சைப் பிரிவிற்கு வரும் போதே அவர்களில் பாதிப் பேர் வழியிலேயே இறந்து விடுவார்கள். தனியார் மருத்துவமனைகள் மிகக் குறைவு. அவை அதிக பணம் கேட்பவை. மருத்துவர்களுக்கும் பொதுமக்களுக்குமான முதல் தொடர்பை ஏற்படுத்தும் ஆரம்ப சுகாதார நிலையங்கள் முற்றிலும் சீரழிந்து இருந்தன. அவை ஆவணங்களில் மட்டுமே இயங்கின. முறையான பயிற்சியில்லாதவர்கள்தான் மக்கள் தொகையின் 78 சதத்தினருக்கு மருத்துவம் பார்த்தார்கள்.

சுகாதாரம், கல்வி, தொழில், போக்குவரத்து என அனைத்து விஷயங்களிலும் அந்தப் பகுதி முழுவதுமே பல பத்தாண்டுகள் பின்தங்கியிருந்தது. மின்சாரம் அரிதான ஒன்று. மற்ற பல மாநிலங்களில் இருந்ததைப்போல, இங்கும் மக்கள் பலரும் நாளுக்கு இருவேளை உணவிற்குப் போராடினார்கள்.

பாதிக்கும் மேற்பட்ட குழந்தைகள் ஊட்டச்சத்துக் குறைபாட்டால், வளர்ச்சி குன்றி இருந்தார்கள். பாதிக்குப் பாதி பெண்களுக்கு ரத்தசோகை என்பதை கண்டறிந்தேன். சுத்தமான குடிநீர் இன்மை, மோசமான சுகாதாரம், கடும் வெயில், விழிப்புணர்வு இன்மை, தடுப்பூசி பரவலாகப் போடப்படாதது, திறந்த வெளியில் மலம் கழித்தல் ஆகிய அனைத்தும் சேர்ந்து மூளையழற்சி வைரஸ் எளிதாகப் பரவ உதவின.

2019 மே மாதம் பொதுத் தேர்தல் நடந்ததும் ஒரு காரணம். நாடே தேர்தல் பரபரப்பில் இருந்ததால், பீஹாரில் தடுப்பூசி, விழிப்புணர்வுத் திட்டங்கள் முழுமையாக நடைபெறவில்லை. உள்ளூர் மக்கள் லிச்சிப் பழ நச்சுதான் காரணம் என்றார்கள். பீஹார் தான் அதிக அளவில் லிச்சிபழம் உற்பத்தி செய்கிறது என்பதால் இக்கருத்துக்கு வலு சேர்ந்தது. வயல்களில் வேலை செய்தோரின் குழந்தைகள் சரியாக பழுக்காத லிச்சிப் பழங்களை சாப்பிட்டன. அதில் இருக்கும் மெதிலைன் சைக்ளோப்ரொபைல் அசிடிக் ஆசிட், ஹைப்போகிளைசின் ஏ போன்ற நச்சுப்பொருட்கள் ரத்ததில் சர்க்கரை அளவைக் குறைத்தன. இது மூளை வீக்கம், வலிப்பு ஆகியவற்றைத் தூண்டியது. கோரக்பூரில் இருந்த அதே 'ஏழு?' இங்கும் முக்கிய பங்காற்றியதுபோல் தெரிந்தது.

கடந்த முறை 2015ல் மூளையழற்சி நோய் அதிகமாகப் பரவியபோது, அன்றைய மத்திய சுகாதார அமைச்சர் டாக்டர். ஹர்ஷ்வர்த்தன் 'ஒரு வைரஸ் ஆய்வு மையமும், 100 படுக்கைகள் கொண்ட மூளையழற்சி நோய்க்கான மருத்துவமனையும் திறக்கப்படும் என்றார். அவை திறக்கப்படவே இல்லை. 2019ல் இதே மருத்துவமனைக்கு வந்தபோதும், இதே வாக்குறுதியை அளித்தார்.

அடுத்த இரண்டு மாதங்களை நான் முஸஃபர்பூர் மற்றும் அதன் சுற்றுவட்டாரங்களில் கழித்தேன். உள்ளூர் மக்களின், குறிப்பாக இன்சாஃப் மஞ்சின் துணைத் தலைவர் ஜாஃபர் ஆலமின் உதவியோடு 10,000க்கும் அதிகமான குழந்தைகளுக்கு மருத்துவம் பார்த்தேன். மூளையழற்சி நோயோடு, பல வழக்கமான நோய்களும் குழந்தைகளைத் தாக்கின. வயிற்றுப்போக்கு, நிமோனியா, சருமநோய்கள், கண், காது நோய்களால் பாதிக்கப்பட்ட ஏராளமான குழந்தைகள் வந்தார்கள். ஆண் குழந்தைகளைவிட பெண் குழந்தைகள்தான் அதிகம் பாதிக்கப்பட்டனர். ஹெர்னியா, தோல் நிறமிழத்தல் போன்றவை கூட சர்வசாதாரணமாக இருந்தன.

பல குழந்தைகளுக்கு சிரங்குகளால் முக அழகே பாதிக்கப்பட்டது. காதில் சீழ் வழிவதை சரியாக கவனிக்காமல் விட்டதால் குழந்தைகள் கேட்கும் திறன் இழந்தார்கள். குணப்படுத்த முடிந்த பல நோய்களைக்கூட குழந்தைகளின் பெற்றோர்களிடம் இது குணப்படுத்த முடியாதது என்று கூறப்படுவதைப் பார்த்தேன். பாதிக்குப் பாதி குழந்தைகளுக்கு பல் சம்பந்தமான நோய்கள் இருந்தன.

பல தாய்மார்களும் தங்கள் குழந்தைகளுக்கு 10-15 நாட்களுக்கு ஒருமுறை டைபாயிடு காய்ச்சல் வருவதாகச் சொன்னார்கள். குழந்தைகளையும் காய்ச்சல் அளவை எப்படிப் பார்க்கிறீர்கள்? என்று கேட்டேன். 'வழக்கத்தைவிட தலை சூடாக இருக்கும். உள்ளங்கை, பாதம் சூடாக இருப்பதை வைத்து காய்ச்சல் என்று அறிவோம்' என்றார்கள். குழந்தைகளின் வளர்ச்சி விகிதம் அதிகம் என்பதால், அவர்களது உடல் நமது உடலைவிட சற்று சூடாகத்தான் இருக்கும் என்று விளக்கினேன். 'உடல் வெப்பத்தை தர்மாமீட்டர் வைத்துத்தான் பார்க்க வேண்டும்' என்றேன். விரைவில் ஒவ்வொரு வீட்டிற்கும் ஒரு தர்மாமீட்டர் தர ஆரம்பித்தோம்.

என் குழந்தையின் ஈரல் பாதிக்கப்பட்டுவிட்டது என்பார்கள் பெற்றோர்கள். காரணம் 'ஒவ்வொரு முறையும் சாப்பிட்டதும் மலம் கழிக்கிறது' என்பார்கள். இது குழந்தைகளிடம் இயல்பாக இருப்பது என்று விளக்குவேன். குழந்தை சாப்பிட்டதும், ஏற்கெனவே செரித்த உணவின் கழிவை வெளியேற்ற வேண்டும் என குழந்தையின் ஜீரண உறுப்புகள் அமைக்கப்பட்டிருக்கும்.

ஹைப்போ தைராயிடிசத்தால் குழந்தைகள் குட்டையாக இருப்பார்கள். இதற்கான மருந்துகள் மிக மலிவானவை. தினமும் தைராக்சின் மாத்திரை தந்தால் சரியாகி விடும். ஆனால் இதை கண்டுபிடித்து, மருந்து தர மருத்துவர் அங்கு கிடையாது. குழந்தைகளுக்கு தைராய்டு பிரச்சனை, சர்க்கரை நோய், உயர் ரத்த அழுத்தப் பிரச்சனை என எல்லாம் இருந்தன.

மனநலம் பாதிக்கப்பட்டோர் நிறைய பேர் இருந்தனர். 'பேய் பிடித்துவிட்டது' என்பதுதான் பொதுவான நம்பிக்கை. எந்த நோய்க்கும் மருத்துவரிடம் போனால் செலவு அதிகம் என்று, மந்திரிப்பது போன்ற எளிய வழிமுறைகளை நம்பினார்கள். மாதவிலக்கு காலத்தில் நாப்கின் பயன்படுத்துவது பற்றிக்கூட சொல்லித்தர வேண்டியதாக இருந்தது.

நான் தினமும் காலை 6 மணிக்குத் தயாராகி ஒரு கிராமத்திற்குப் போய் விழிப்புணர்வுப் பிரச்சாரம் செய்வேன். மூளையழற்சி நோயின் அறிகுறிகள், காய்ச்சல் அளவை எப்படிப் பார்ப்பது, குழந்தைகளுக்கு வலிப்பு வந்தால் செய்ய வேண்டியவை, தடுப்பூசிகள், உணவுப்பழக்கம் என அனைத்தைப் பற்றியும் விளக்குவோம். 10 மணிக்கு மற்றொரு கிராமத்தில் மருத்துவ

முகாம் – பள்ளியில் அல்லது கிராம மையத்தில் வைத்து மாலை நான்கு மணிக்கு சாப்பாடு. இரவு 7 மணிக்கு மற்றொரு கிராமத்தில் பிரச்சாரம். எங்கள் அறைக்கு வர இரவு 10-11 மணி ஆகிவிடும். மிகவும் களைத்துப் போயிருப்பதால், படுத்தவுடன் தூங்கி விடுவோம். கடுமையான வேலைதான் என்றாலும், திருப்தியாக இருக்கும்.

தேவைப்பட்டபோது ரத்ததானம் செய்தோம். தேவையெனில் சாப்பிடாமல் இருப்போம். எதுவும் கிடைக்காத இடத்தில் கயிற்றுக்கட்டிலில் படுப்போம். தேவைப்பட்டால் ஆட்டோ, பஸ், லாரியில் பயணிப்போம். போக்குவரத்து வசதியே இல்லாத இடங்களில், கொளுத்தும் வெயிலில் பல மைல் தூரம் நடந்திருக்கிறோம். இந்த ஏதுமறியாக் குழந்தைகளின் துயர் தீர்க்க நாள் முழுவதும் வேலை பார்க்கும் வகையில் அல்லா எனக்கு எப்படி இவ்வளவு சக்தி தந்தார் என்று தெரியவில்லை. மெல்ல மெல்ல பல மருத்துவ செயல்பாட்டாளர்கள் இணைந்தார்கள். மருந்துகளுக்காக சமூக ஊடகங்களில் நான் வேண்டுகோள் விடுத்தபோது, அதற்கு இவ்வளவு பெரிய அளவில் உதவி குவியும் என்று கற்பனை செய்துகூடப் பார்க்கவில்லை. பெங்களூர், கல்கத்தா, அகமதாபாத், டெல்லி என்று பல இடங்களிலிருந்து மருந்துகள் குவிந்தன. மிகப் பெரிய செல்வந்தரான ஒரு பெண்மணி, எனது காணொளியைப் பார்த்து மனம் நெகிழ்ந்து, பல பெட்டிகள் நிறைய மருந்துகளை தனது மேலாளரை விமானத்தில் வந்து தரச் செய்தார்.

2019 ஆகஸ்டில் அஸ்ஸாமில் வெள்ளம். ஆண்டுதோறும் நிகழும் ஒரு சம்பவம். தண்ணீர் வடிந்ததும், காலரா, மலேரியா, சரும நோய்கள், மஞ்சள் காமாலை, கண், காது நோய்கள் என அனைத்துவிதமான தொற்றுநோய்களும் பரவும். நான் எனது குழுவோடு ரயிலில் அஸ்ஸாம் சென்றேன். அங்கு மக்கள் பலர் எவ்வித அடிப்படை வசதிகளும் இல்லாத, பிரம்மபுத்திராவின் தீவுகளில் வசித்தார்கள். நல்ல குடிநீர் கிடையாது. மின்சாரம் கிடையாது. படகு மூலம்தான் போக்குவரத்து. வெள்ளத்தால் ஆரம்ப சுகாதார நிலையங்களும், பள்ளிகளும் அழிந்திருந்தன. கடுமையான பாதிப்பு.

நாங்கள் பல மருத்துவ முகாம்களை நடத்தினோம். படகில் கிராமம் கிராமமாகச் சென்று பல தீவுகளில் தங்கினோம். திறந்தவெளியில் குளித்தோம். மலம் கழித்தோம். ஆற்றங்கரையில்

துணி துவைத்தோம். மீனும், அரிசியும் சாப்பிட்டோம். வெக்கையாக இருக்கும். மின்சாரம் கிடையாது. ஆனால், திருப்தியாக இருக்கும். எனக்கு இயற்கையான சூழல், மழையில் டீ குடிப்பது. உள்ளூர் மக்களோடு பல மைல் தூரம் நடப்பது எல்லாம் பிடிக்கும். உள்ளூர் மக்கள் எங்களை அன்போடு வரவேற்றார்கள். மாலைகளில் பாட்டு பாடி, நடனம் ஆடுவோம். ஆகஸ்ட் 24ம் தேதி ஜாபின் பிறந்த நாளுக்கு தொடர்ந்து மூன்றாம் முறையாக நான் இல்லாமல் இருப்பது பெரிய குற்ற உணர்வைத் தந்தது.

அடுத்த மாதமான 2019 செப்டம்பரிலும் நான் நாட்டின் பல பகுதிகளில் இலவச மருத்துவ முகாம்களை நடத்தினேன். வெள்ளம், புயல், நோய்த் தொற்றுப் பரவல் என பேரழிவு ஏற்பட்ட இடங்களுக்கெல்லாம் நாங்கள் சென்றோம்.

சரி, என் மீதான வழக்குகளின் நிலை? இப்படி மக்களுக்கு சேவை செய்வது மகிழ்ச்சிதான் என்றாலும், எனக்கு மீண்டும் பிஆர்டியில் வேலை கிடைக்காதோ? என்று சந்தேகமாக இருந்தது. இந்தப் புதிருக்கு என்னிடம் விடை இல்லை என்றாலும், எனக்கும் எனது சக குற்றவாளிகளுக்கும் இடையில் இருந்த வேறுபாடு, விஷயத்தை வெளிப்படையாக விளக்கியது. அவர்கள் நீண்ட காலம் சிறையில் இருந்து, எனக்குப் பிறகு ஜாமீனில் வெளியே வந்தார்கள். இந்த நூலை எழுதும் சமயத்தில், அவர்கள் பற்றிய விசாரணை தொடர்ந்து நடந்துகொண்டிருந்த போதும் டாக்டர்கள், எழுத்தர்கள், மருந்தாளுனர்கள் எல்லோருமே பணியில் மீண்டும் சேர்த்துக்கொள்ளப்பட்டு விட்டார்கள். டாக்டர். ராஜீவ் மிஸ்ரா, டாக்டர் பூர்ணிமா சுக்லா, கஜானந்த் ஜெய்ஸ்வால் ஆகியோர் சில மாதங்கள் பணியாற்றிய பிறகு பணி ஓய்வு பெற்றார்கள். டாக்டர். சதீஷ்குமார் மயக்கவியல் துறையின் தலைவரானார். கணக்கர்களும் தமது பழைய வேலைகளைப் பெற்றார்கள். 2018 முதல் ஐநாக்ஸ் ஏர் புரோடக்ட்ஸ் பிஆர்டிக்கு நேரடியாக திரவ ஆக்சிஜன் சப்ளை செய்ய ஆரம்பித்தது.

ஒன்றல்ல, இரண்டல்ல, பல விசாரணைக் குழுக்களாலும் நிரபராதி என்று அறிவிக்கப்பட்ட பின்பும், வழக்கின் ஒன்பது குற்றவாளிகளில் பணிநீக்கம் செய்யப்பட்ட ஒரே நபர் நான் மட்டும்தான். என்னை நிரபராதி என்று அறிவித்த விசாரணைக் குழுக்களின் விவரம் கீழ்வருமாறு :

- கோரக்பூரின் மாவட்ட மாஜிஸ்திரேட் 2017 ஆகஸ்ட் 12ல் சமர்ப்பித்த அறிக்கை.
- மத்திய சுகாதாரத் துறையின் விசாரணை. பேரா.டாக்டர் ஹரீஷ் செலானி (வர்த்தமான் மஹாவீர் மருத்துவக் கல்லூரி, சப்தர்ஜங் மருத்துவமனையின் தலைவர்) 2017 ஆகஸ்ட் 14ல் சமர்ப்பித்த அறிக்கை.
- கோரக்பூர் மண்டல அணையாளரின் 2017 ஆக்ஸ்ட் 16 அறிக்கை.
- லக்னோவின் SP-PGIMS குழு – பேரா (டாக்டர்) ஹேம் சந்திரா தலைமையிலான விசாரணையின் 2017 ஆகஸ்ட் 18 அறிக்கை.
- உயர் நீதிமன்றம் நியமித்த விசாரணைக் குழுவின் 2017 செப்டம்பர் அறிக்கை.
- 2017 நவம்பர் 9 – பால் ஆயோக் விசாரணை அறிக்கை.

துறை ரீதியான அறிக்கை விரைவாக முடிக்கப்படும் என்று எனக்கு உறுதி கூறப்பட்டாலும், அது தமாதித்துக்கொண்டே சென்றது.

2018 டிசம்பர் 20 அன்றும், பின்னர் 2021 ஏப்ரல் 17 அன்றும் எனக்கு மீண்டும் பணி வழங்கக் கோரி உ.பி.முதலமைச்சருக்குக் கடிதங்கள் எழுதினேன்.

இதனிடையே தகவல் அறியும் சட்டம் மூலம் பெற்ற அறிக்கைகள், புலனாய்வு அதிகாரியின் குற்றப்பத்திரிகை ஆகியவற்றிலிருந்து நாங்கள் கீழ்க்கண்ட முக்கியத் தகவல்களை அறிந்தோம். அவற்றை விசாரணையின்போது நான் சமர்ப்பித்தேன்.

- டாக்டர் பூபேந்திர சர்மா என்ற குழந்தைகள் நலப்பிரிவின் இணைப் பேராசிரியர்தான் மூளையழற்சிப் பிரிவிற்கு 2016 மே 11 முதல் பொறுப்பாக இருந்தார். முதல்வரின் 2016 மே 11 தேதியிட்ட உத்தரவுடன், தகவல் அறியும் சட்டம் மூலம் வாங்கிய விளக்கத்தையும் நாங்கள் சமர்ப்பித்தோம்.
- 2017 ஆகஸ்ட் 10-11 தேதிகளில் பிஆர்டி மருத்துவமனையில் 52 மணிநேரங்களுக்கு திரவ ஆக்சிஜன் பற்றாக்குறை இருந்தது. பல குழந்தைகளின் இறப்பைத் தடுக்க, நான் ஜம்போ சிலிண்டர்களை ஏற்பாடு செய்தேன்.

- 2017 ஆகஸ்ட் 10 அன்று மருத்துவமனையில் 23 குழந்தைகளும், 18 பெரியவர்களும் இறந்தார்கள்.
- ஆகஸ்ட் 10 அன்று நான் விடுப்பில் இருந்தேன். எனது விடுப்புக் கடிதம், வருகைப் பதிவேடு ஆகியவற்றின் நகல்கள் ஆதாரமாக சமர்ப்பிக்கப்பட்டன.
- நான் 2016 ஆகஸ்ட் 8 அன்று விரிவுரையாளராக நியமிக்கப்பட்டேன். எனக்கான தகுதிகாண் காலம் 2 ஆண்டுகள். எனக்கு நிதி, நிர்வாக அதிகாரங்கள் கிடையாது. (2016ன் இறுதியில் நான் தேசிய ஊரக சுகாதாரத் திட்டத்தின் தொடர்பு அதிகாரியாக நியமிக்கப்பட்டபோதும், அதிலும் நிதி, நிர்வாக அதிகாரம் கிடையாது)
- தனக்கு சேர வேண்டிய நிலுவைத்தொகையான ரூ.68 லட்சத்தை வழங்கக் கோரி, புஷ்பா சேல்ஸ் 14 கடிதங்கள் அனுப்பியிருந்தது. இதில் உ.பி. முதல்வர், சுகாதார அமைச்சர் ஆகியோருக்கு எழுதிய கடிதங்களும் அடக்கம்.
- அலகாபாத் உயர் நீதிமன்றம் 2018 ஏப்ரல் 30 தேதியிட்ட தனது தீர்ப்பில் திடீரென திரவ ஆக்சிஜன் சப்ளை நின்றுபோனதால், ஆக்சிஜன் பற்றாக்குறை ஏற்பட்டது. திரவ ஆக்சிஜன் சப்ளை நிற்கக் காரணம், அதை வழங்கி வந்த நிறுவனத்திற்கு சேர வேண்டிய தொகைகளைத் தராததுதான் என்று குறிப்பிட்டது.
- உ.பி அரசாங்கம் அலகாபாத் உயர் நீதிமன்றத்தில் 2018 மார்ச்சில் தாக்கல் செய்த ஒரு பிரமாணப் பத்திரம் ஆக்சிஜன் பற்றாக்குறை இருந்ததை ஒப்புக்கொண்டது.
- திரவ ஆக்சிஜன் அல்லது ஜம்போ ஆக்சிஜன் சிலிண்டர்கள் வாங்குவதற்கான டெண்டர்/சப்ளை/பணம் வழங்கல்/ வாங்குவதற்கான உத்தரவு/பராமரிப்பு ஆகியவற்றில் எனக்கு எவ்வித சம்பந்தமும் இல்லை.
- 2017 ஆகஸ்ட் 11 அன்று நான் உதவி கேட்டு வந்ததை எஸ்எஸ்பி ஒப்புக்கொண்டது. பிஆர்டி கல்லூரிக்கு ஆக்சிஜன் சிலிண்டர்களை கொண்டுவர தங்களது லாரிகளையும், வீரர்களையும் இரண்டு நாட்களுக்குத் தந்து உதவியதை ஒப்புக் கொண்டது.
- எனது ஆகஸ்ட் 10-11 தேதிகளுக்கான கைபேசி அழைப்பு ஆவணங்கள் நான் துறைத்தலைவர், முதல்வர், பொறுப்பு முதல்வர், பல்வந்த், கண்காணிப்பாளர், மருத்துவக்

கண்காணிப்பாளர், மாவட்ட மாஜிஸ்திரேட், ஆக்சிஜன் நிறுவனங்கள், பிற மருத்துவமனைகள் என 26 பேரை அழைத்திருப்பதைக் காட்டின.

- நான் வாங்கிய ஜம்போ சிலிண்டர்களுக்கான ரசீது.
- அலகாபாத் உயர் நீதிமன்றம் தனது 2018 ஏப்ரல் 2 உத்தரவில் சில முக்கியமான விஷயங்களைக் கூறியது. தனிப்பட்ட முறையில் என்னிடம் மருத்துவ கவனக்குறைவு இருந்தது என்பதை நிரூபிக்கும் சாட்சியம் இல்லை என்றது. மேலும், ஆக்சிஜன் சப்ளை செய்யும் நிறுவனத்திற்கு ஒப்பந்தத்தை வழங்கும் செயல்முறையிலும் நான் பங்கேற்கவில்லை என்றது. கூடுதலாக, புலன் விசாரணையின் போதே என் மீதான ஊழல் தடுப்புச் சட்டம் 1988ன் பிரிவுகள் 7/13ன்படியான குற்றச்சாட்டுகள் கைவிடப்பட்டதைக் குறிப்பிட்டது.
- ரிட் எண் 3511க்கு 2019 மார்ச் 7 அன்று அளித்த உத்தரவில் அலகாபாத் உயர் நீதிமன்றம் விசாரணை அதிகாரிகள் விசாரணையை விரைவாக, குறிப்பாக மூன்று மாதங்களுக்குள் முடிக்க வேண்டும் என்றது.
- உச்ச நீதிமன்றம் தனது 2019 மே 10 உத்தரவிலும் இதையே குறிப்பிட்டது.

உயர் நீதிமன்றம், உச்ச நீதிமன்றங்களில் உத்தரவிற்குப் பின் ஒருவழியாக விசாரணை அதிகாரியான, முதன்மைச் செயலாளர் ஹுமான்ஷு குமார் தனது விசாரணையை முடித்து 2019 ஏப்ரல் 15ல் அறிக்கை சமர்ப்பித்தார். அதில் கூறப்பட்டவை பின்வருமாறு:

- குழந்தைகள் நலப் பிரிவிலேயே மிக ஜூனியர் மருத்துவர் நான்தான். 2016 ஆகஸ்ட் 8ல் பிஆர்டியில் பணியில் சேர்ந்து, தகுதிகாண் பருவத்தில் இருந்தேன்.
- 2017 ஆகஸ்ட் 10 அன்று விடுப்பில் இருந்தபோதும், கூடிய வரையில் உயிர்களைக் காக்க நேரு மருத்துவமனைக்கு விரைந்தேன். அந்தக் கொடிய 54 மணிநேரத்தில் எங்களது குழு 500 சிலிண்டர்களை ஏற்பாடு செய்தது.
- அன்றிரவு நான், கோரக்பூர் மாவட்ட மாஜிஸ்திரேட், மருத்துவமனை உயரதிகாரிகள் உட்பட 26 பேரை அழைத்துப் பேசியிருக்கிறேன்.

- நான் ஊழலில் ஈடுபட்டதாகச் சொல்ல முகாந்திரம் இல்லை.
- ஆக்சிஜன் சப்ளைக்கு டெண்டர்/வாங்கும் உத்தரவு/பணப்பட்டுவாடா/பராமரிப்பு ஆகிய எதற்கும் நான் பொறுப்பு இல்லை.
- நான் மூளையழற்சி நோய்ப் பிரிவின் தலைவர் அல்ல.
- 2016 ஆகஸ்ட் 8க்குப் பிறகு நான் தனியாக மருத்துவமனை நடத்தி மருத்துவம் பார்ப்பதற்கு ஆதாரம் இல்லை.
- என் மீது சுமத்தப்பட்ட மருத்துவக் கவனமின்மை என்ற குற்றச்சாட்டு ஆதாரமற்றது.

விசாரணைக் குழு 2019 ஏப்ரலில் தனது அறிக்கையை சமர்ப்பித்தாலும் மே 2019 நாடாளுமன்றத் தேர்தலில் அது பாதிப்பை ஏற்படுத்துமோ என்ற அச்சத்தால் அது வெளியிடப்படவில்லை என்று நினைக்கிறேன். அது 2019 செப்டம்பரில் வெளியிடப்பட்டது.

இரண்டு வருடங்களாக பழிச்சொல், தொல்லைகள், என் மரியாதையை குலைக்கும் இழிவுகளை அனுபவித்த பின், நானும் என் குடும்பத்தினரும் எப்படி உணர்ந்தோம் என்று சொல்ல வார்த்தைகள் இல்லை.

நம்பமுடியாத அளவிற்கு நான் மகிழ்ச்சியடைந்தேன். இத்தனை நாட்களும் என் மொத்தக் குடும்பமும் பிரார்த்தனையோடு காத்திருந்த நல்ல செய்தி இது. அறிக்கையின் விவரங்கள் வந்ததும் வீட்டில் கொண்டாட்டமாக இருந்தது. தன் குழந்தைகளை என்றும் கைவிடாதவரான, உறுதிமிக்கவராக என் அம்மா, கம்பீரத்தோடும், பெருமையோடும், 'நீ நிரபராதி என்று நிரூபிக்கப்படுவாய் என்ற நம்பிக்கையை நான் ஒருபோதும் கைவிடவில்லை. என் மகன் தவறு செய்யாத போது, தண்டனை என்ற பேச்சு எப்படி வரமுடியும்?' என்றார். நான் மண்டியிட்டு, அவரை இறுக்கி அணைத்துக்கொண்டேன். என் தாய் எனது நேர்மை மீது ஒருபோதும் நம்பிக்கை இழக்கவில்லை என்பதுதான் நான் பெற்ற மிகப்பெரிய வரம்.

என் சந்தோஷத்தில் நான் ஷபிஸ்தாவை இறுக்கி அணைத்துக் கொள்ள, அவள் வலியில் கத்தினாள். இந்த ரகளையைப் பார்த்து ஜாபும், என் மகள் ஜாயினும் அழ ஆரம்பித்தார்கள். அண்ணியும், கலீதாவும் என் வாயில் இனிப்பைத் திணித்தார்கள். ஜீனத் கண்ணீர்

விட்டாள். சமர் பாய் பாடினார்... ஃபாரோவும், அஹ்மர் பாயும் ஓமனில் கொண்டாடினார்கள். கண் கலங்க அடீல் பாய் என்னை அணைத்துக்கொண்டார். 'கஃபீல்! நாம் ஜெயித்துவிட்டோம். நாம் ஜெயித்து விட்டோம்!'

எங்கள் குடும்பத்தின் மீது குறி வைக்கப்பட்டபோது ரத்தம் சிந்தியவனான காசீஃப் ஓடிப்போய் இனிப்புகளும், வெடியும் வாங்கி வந்தான். சிறிது நேரத்தில் வீடு முழுக்க நண்பர்கள், உறவினர்கள், செய்தியாளர்களும்தான். அது பெரிய கொண்டாட்டம். நாடு முழுவதும் வெளிநாடுகளிலும், 'உ.பி குழந்தைகள் மரணத்திற்கு சிறையில் தள்ளப்பட்ட டாக்டர். கஃபீல் கான் நிரபராதி' என ஊடகங்கள் செய்தி வெளியிட்டன.

இந்த விசாரணை அறிக்கை வெளி வந்த பிறகு, 2017 ஆகஸ்ட் சமயத்தில் என்னைப் பற்றி தவறாக எழுதியதற்காக பல பிரபலமான செய்தியாளர்கள் என்னிடம் மன்னிப்புக் கோரினார்கள்.

நடிகரும், முன்னாள் பாஜக நாடாளுமன்ற உறுப்பினருமான பரேஷ் ராவல் 2017 ஆகஸ்ட் 14 அன்று என்னைப் பற்றி தவறாக ட்வீட் செய்திருந்தார். இப்போது அவர் ட்வீட்டரில் மன்னிப்புக் கோரினார். 'தவறு செய்து விட்டபோது மன்னிப்புக் கேட்பதில் அவமானம் எதுவுமில்லை. நான் கஃபீல் கானிடம் மன்னிப்புக் கோருகிறேன்' என்று ட்வீட் செய்தார்.

உ.பி.அரசின் விசாரணைக் குழு நிரபராதி என்று கூறியதில் தனிப்பட்ட திருப்தி இருந்தாலும், இந்தப் பிரச்சனையில் விடுபட்டவை அனைத்தும் சரிசெய்யப்படவில்லை என்று கவலையாக இருந்தது. எனவே நான் கீழ்க்கண்ட் கோரிக்கைகளை வைத்தேன் :

- கூடிய விரைவில் உ.பி. அரசு எனது இடைநீக்கத்தை ரத்து செய்து உரிய கௌரவத்தோடு, ஊதிய நிலுவையைத் தந்து பணியை திரும்பத்தர வேண்டும்.
- இது போன்ற சம்பவங்களில் மாநில அதிகாரிகள் உடந்தையாக இருப்பதைத் தவிர்க்க பிஆர்டி ஆக்சிஜன் சம்பவத்தை சிபிஐ விசாரிக்க வேண்டும்.
- குழந்தைகளை இழந்த பெற்றோர்களிடம் அரசு பகிரங்கமான மன்னிப்புக் கேட்க வேண்டும். அவர்களுக்கு இழப்பீடு வழங்க வேண்டும்.

அறிக்கை வெளியிடப்பட்டதுமே ஹிம்ஷுகுமார் உயர்கல்விக்காக விடுப்பில் போய்விட்டார். இரண்டாண்டுகள் கழித்து 2021 நவம்பர் 15ல்தான் பணிக்குத் திரும்பினார்.

என்னைப் பொருத்தவரை, விசாரணைக் குழு நான் தனியாக மருத்துவமனை நடத்தியது 2016 ஆகஸ்ட் 8ல் பிஆர்டி பணியில் சேர்வதற்கு முன்புதான் என்று தெளிவாகக் கூறினாலும், நான்கு குற்றச்சாட்டுகளில் இது குறித்த இரு குற்றச்சாட்டுகள் நிரூபிக்கப்பட்டதாகவே கூறினார்கள். அதுவும் போக, இதுவும் தோல்வியுற்றதும், அரசாங்கம் வேறொரு விசாரணையை நடத்தியது. நான் அரசு ஊழியராக இருந்துகொண்டு அரசுக்கு எதிராகப் பேசினேன் என்று கூறி என்னை திரும்பவும் பணி நீக்கம் செய்தது. பகராயிச் சம்பவத்திற்காக ஒரு விசாரணையை ஆரம்பித்தது.

ஏற்கெனவே நான் இடைநீக்கத்தில் இருக்கும் போது என்னை எப்படி மீண்டும் இடைநீக்கம் செய்ய முடியும் என்று நான் யோசித்துக் கொண்டிருந்தேன்.

2021 ஏப்ரலில் கோவிட் 19 இரண்டாவது அலையில் ஏராளமானோர் இறந்தது நம் நாட்டில் ஏற்கெனவே மோசமாக இருக்கும் பொது சுகாதார அமைப்பின் சீரழிவைக் காட்டியது. நாடே கடும் ஆக்சிஜன் பற்றாக்குறையில் திணறியபோது, ஏற்கெனவே அதை சந்தித்த உணர்வு..

டெல்லி, மும்பை, பெங்களூர் போன்ற மெட்ரோ நகரங்களே மோசமான நிலையில் இருக்கும்போது கிராமப்புற இந்தியா எவ்வாறு இருக்கும் என நான், டாக்டர். ஹர்ஜித் சிங் பாட்டி, ஒத்த கருத்துடைய மருத்துவர்கள், சுகாதார செயற்பாட்டாளர்கள் யோசித்தோம்.

2021 ஏப்ரல் 14 அன்று டெல்லியின் புறநகர்பகுதியான வால்மீகி நகரைப் பார்வையிட்டு வந்தபோது, இப்படித்தான் டாக்டர்ஸ் ஆன் ரோடு அமைப்பு உருவானது. நாங்கள் முகக்கவசம், தர்மாமீட்டார், ஆக்சிமீட்டர், அடிப்படையாக தேவைப்படும் மருந்துகள் ஆகியவற்றை விநியோகித்தோம், கோவிட் நடைமுறைகள், பொதுவான நோய்களுக்கு என்ன செய்ய வேண்டும் என்று மக்களுக்குக் கற்றுத் தந்தோம்.

2021 ஜூலை 21ல் டாக்டர்ஸ் ஆன ரோடு தனது நூறாவது நாளை நிறைவு செய்தது. டெல்லி, ஹரியானா, ராஜஸ்தான், பஞ்சாப், உ.பி., பீஹார், ஜார்க்கண்ட், மேற்கு வங்கம், அஸ்ஸாம், தெலுங்கானா ஆகிய மாநிலங்களில் அது பணி செய்திருக்கிறது.

சரியான பாதையை தேர்வு செய்ய நேரும் போதெல்லாம், நான் எப்போதும் என் மனம் கூறுவதைக் கவனிப்பேன். ஆபத்துகளை எதிர்கொண்டு, சக்திக்கு மீறி உழைப்பேன். சரியான பாதையை தேர்ந்தெடுத்துவிட்டதாக நம்பினால், மற்றவற்றை அல்லாவிடம் விட்டுவிடுவேன். ஏதேனும் ஒன்று என்னை உற்சாகப்படுத்தி, மக்கள் சேவையில் என்னை ஈடுபடுத்துகிறது என்றால் அது, எனக்குத் தேவைப்பட்ட காலத்தில் எனக்குக் கிடைத்த மக்களின் அன்புதான். அந்த அன்புதான் எது நேரினும், ஒரு மருத்துவனாக, ஒரு குடிமகனாக என் சேவையைத் தொடர்வதற்கான உறுதியை வலுப்படுத்துகிறது.

முடிவுரை

ஒரு மருத்துவனாக, ஒரு குடிமகனாக

ஓரளவு வசதி படைத்த, எதிலும் அக்கறை காட்டாத மனிதனாக இருந்த நான் என் சக மனிதர்களின் நல்வாழ்வு பற்றி ஆழமாகக் கவலைப்படுபவனாக மாறியதை இந்தப் புத்தகத்தில் ஓரளவு சொல்லியிருக்கிறேன். என் துன்பங்களை ஆரம்பித்து வைத்து, ஒரு மருத்துவராக, குடிமகனாக, மனிதனாக எனது வளர்ச்சிக்கு வித்திட்ட அந்த 2017 ஆகஸ்ட் இரவின் சம்பவங்கள் நடந்து நான்கு நீண்ட ஆண்டுகள் ஆகிவிட்டன.

எனக்கு முன்னால் உள்ள பாதை தடைகள் நிரம்பியது என்பதுதான் இந்தப் பயணத்தில் நான் கற்ற மிக முக்கியமான பாடம். எனது துயரங்கள் தொடர, குழந்தைகளை இழந்தோர் நீதிக்குக் காத்திருக்க, உண்மைக் குற்றவாளிகள் சுதந்திரமாகத் திரிவது எனக்கு வேதனையாக இருக்கிறது.

2019 டிசம்பரில் மத்திய அரசு பிறப்பித்த குடியுரிமை திருத்தச் சட்டத்திற்கு எதிராக அலிகார் முஸ்லிம் பல்கலைக்கழகத்தில் நான் பேசினேன் என்ற குற்றச்சாட்டின் பேரில் நான் 2020 ஜனவரி 29 அன்று தேசிய பாதுகாப்புச் சட்டத்தின் கீழ் மூன்றாவது முறையாகக் கைது செய்யப்பட்டேன். இம்முறை நான் ஏழு மாதங்கள் சிறையில் இருந்தேன். 2021 செப்டம்பர் 1ம் தேதி அலகாபாத் உயர் நீதிமன்றம் இந்தக் குற்றச்சாட்டுகளை ரத்து செய்தது. உச்ச நீதிமன்றமும் இந்த முழு நடவடிக்கையும் சட்ட விரோதம் என்றது. அலகாபாத் நீதிமன்றத்தின் தலைமை நீதிபதி நீதியரசர் கோவிந்த் மாதூர், நீதியரசர் சௌமித்ரா தயாள் சிங் அடங்கிய டிவிஷன் அமர்வு, 'இந்தப் பேச்சை முழுமையாகப் படித்தால் முதல் நோக்கிலேயே, அது வெறுப்பை அல்லது வன்முறையை தூண்டவில்லை என்பது தெரிகிறது... இந்த உரை குடிமக்களிடையே தேசிய ஒருமைப்பாட்டுக்கும், ஒற்றுமைக்கும் அறைகூவல் விடுக்கிறது' என்று குறிப்பிட்டது.

ஆனால் இன்றுவரை என் குடும்பம் துன்புறுவது தொடர்கிறது. நான் வாழப் போராடிக்கொண்டிருக்கிறேன்.

2021 ஜூலை 3 அன்று எனது முதல் இடைநீக்கத்தை எதிர்த்து நான் அலகாபாத் நீதிமன்றத்தில் ரிட் மனு தாக்கல் செய்தேன். ஜூலை 29 முதல் விசாரணையின்போதே நீதியரசர் யஷ்வந்த் வர்மா, 'நான்காண்டுகளாகத் தொடரும் இந்த இடைநீக்கத்தை நியாயப்படுத்துங்கள்' என்றார்.

இதற்கு பதிலளிக்கும் விதமாக மாநிலத்தின் கூடுதல் அட்வகேட் ஜெனரல் 2021 ஆகஸ்ட் 6 அன்று, ஹிமான்ஷிகுமார் விசாரணைக் குழு என்னை விடுவித்ததைத் தொடர்ந்து போடப்பட்ட இரண்டாவது விசாரணையை, அதற்கான 2020 பிப்ரவரி 24 தேதியிட்ட உத்தரவை திரும்பப் பெறுவதாக நீதிமன்றத்தில் தெரிவித்தார். ஒன்பது பேர் மேல்ஆரம்பத்தில் எஃப்ஐஆர் போடப்பட்டாலும், அதில் ஏழு பேருக்கு மீண்டும் பணி வழங்கப்பட்டதைக் குறிப்பிட்ட நீதிமன்றம் தொடர்ந்து நான் இடைநீக்கத்தில் இருப்பதை உ.பி அரசு நியாயப்படுத்த வேண்டும் என்று உத்தரவிட்டது. 2021 ஆகஸ்ட் 10 அன்று நடைபெற்ற அடுத்த விசாரணையில், எனது முதல் இடை நீக்கத்தைத் தொடர்ந்து பலசம்பவங்கள் நடந்ததாகவும், அவற்றைத் தொடர்ந்து என் மீது தனித்தனி ஒழுங்கு நடவடிக்கைகள் எடுகக நேர்ந்ததாகவும், அவற்றிற்காக தனித்தனியாக மீண்டும் இடைநீக்க உத்தரவுகள் பிறப்பிக்கப்பட்டதாகவும் அரசு வழக்கறிஞர் கூறினார். அந்த மற்ற ஒழுங்கு நடவடிக்கைகள், இடைநீக்கங்கள் பற்றிய விவரங்களை இரண்டு வாரங்களுக்குள் அரசு சமர்ப்பிக்க வேண்டும் என நீதிமன்றம் உத்தரவிட்டது.

இதனிடையே எனது இரண்டாவது பணி நீக்கத்தை எதிர்த்து நான் புதிய ரிட் மனு ஒற்றை தாக்கல் செய்தேன். செப்டம்பர் 9ம் தேதி உயர் நீதிமன்றம் அந்த இடைநீக்கத்திற்கு தடை விதித்தது.

எனது நான்காண்டு கால இடைநீக்கம் குறித்து மொத்தம் பதினைந்து விசாரணைகள் நடந்தன. 2021 ஆகஸ்ட் 10 முதல் நவம்பர் 10 வரை எட்டு முறை நீதிமன்ற விசாரணை நடந்தாலும் அந்த முதல் இடைநீக்கம் பற்றி ஒரு தீர்ப்பும் வரவில்லை.

2021 நவம்பர் 10 அன்று ஏதாவது ஒரு நல்ல செய்தி வரும் என்ற நம்பிக்கையோடு கண் விழித்தேன். என் வீட்டினரும் குறிப்பாக அம்மாவும், மனைவியும், வேலை திரும்பவும் கிடைத்து விட்டால், வாழ்வில் ஓரளவு சகஜநிலை திரும்பிவிடும் என்று நம்பிக்கையாக இருந்தார்கள். நல்ல செய்திக்காக நாங்கள்

நாள் முழுவதும் காத்திருந்தோம். வழக்குக்காக அலகாபாத் போயிருந்த அடீல் பாய்க்கு 10-15 நிமிடங்களுக்கு ஒருமுறை செய்தி அனுப்பியவாறு இருந்தேன்.

ஆனால் ஒன்றும் நடக்கவில்லை. அடுத்த வாய்தா 2021 டிசம்பர் 7 அன்று அவர் தகவல் தெரிவித்தார். திரும்பவும் ஒரு தேதி. ஆனால் அன்று மாலை இதைவிட பெரிய அதிர்ச்சி வரப்போகிறது என்று எனக்கு அப்போது தெரியாது.

மாலை ஆறுமணி வாக்கில் செய்தியாளர்கள் பிஆர்டி கல்லூரி விரிவுரையாளர் பதவியிலிருந்து உ.பி.அரசாங்கம் என்னை பணிநீக்கம் செய்தது பற்றி என் கருத்துகேட்டு தொலைபேசியில் அழைத்தார்கள். பணி நீக்கமா? என்ன கேட்கிறார்கள்? மிக மோசமான ஒன்றிற்கு தயாராகிக்கொண்டே, கனத்த மனதோடு நான் என்ன விஷயம் என்று கண்டுபிடிக்க முயன்றேன். தகவல் இதுதான்: என்னிடம் நேரில் தகவல் சொல்லாமல் அல்லது கோரக்பூர் மருத்துவமனை துயரச் சம்பவத்தில் 'நான் கவனக் குறைவாக' செயல்பட்டதைக் கண்டுபிடித்த அறிக்கையை நீதிமன்றத்தில் தாக்கல் செய்யாமல், மருத்துவக் கல்வியின் முதன்மைச் செயலாளரான அலோக் குமார், செய்தியாளர்களிடம் நான் பணிநீக்கம் செய்யப்படுவதாகக் கூறியிருக்கிறார். 'உத்தரப் பிரதேச சர்வீஸ் கமிஷன் டாக்டர் கஃபீலின் பணி நீக்கத்திற்கு ஒப்புதல் அளித்த பிறகு, மருத்துவக் கல்வித் துறை புதன்கிழமையன்று பணி நீக்க உத்தரவைப் பிறப்பித்தது' என்று மறுநாள் 'ஜாக்ரண்' பத்திரிகையில் செய்தி வந்தது.

ஒரு வாரம் கழித்து, எனது பணி நீக்க உத்தரவு கிடைத்தது. மருத்துவமனை விசாரணை நடத்திய என் மீதான நான்கு குற்றச்சாட்டுகளில், மூன்றில் நான் குற்றவாளி என கண்டுபிடிக்கப்பட்டதாக அந்தக் கடிதம் கூறியது. அவை யாவன : உ.பி. அரசு வேலையில் இருந்தபோதே நான் தனியாகவும் மருத்துவம் பார்த்தேன். இரண்டாவது உ.பி. மருத்துவக் கவுன்சிலில் தேவையான பதிவைச் செய்யாமல் தனியாக மருத்துவமனை நடத்தினேன். மூன்றாவது, 2017 ஆகஸ்ட் 11-10 தேதிகளில் நான் மருத்துவமனையில் இருந்தபோதும், பிரச்சனை குறித்து உயரதிகாரிகளுக்கு எந்தத் தகவலும் தெரிவிக்கவில்லை. முதல்வரோடு சேர்ந்த சதி செய்தேன். ஆகையால் நான் கவனக்குறைவு, ஊழல் குற்றவாளி. மேலும் வார்டு 100க்குப்

பொறுப்பாளராக, ஆக்சிஜன் பற்றாக்குறையின்போது ஊழியர்களுக்கு போதுமான உதவிகள் செய்யவில்லை.

கடிதம் 2014ல் நான் தனியார் மருத்துவமனை நடத்தியதாகச் சொன்னது. ஆனால் அச்சமயம் நான் பிஆர்டியில் வேலைக்குச் சேரவில்லை. நான் 2016 ஆகஸ்ட் 8ல்தான் அங்கு வேலைக்குச் சேர்ந்தேன். இந்திய மருத்துவக் கவுன்சிலில் பதிவு செய்துள்ள யாரும் எங்கு வேண்டுமானாலும் மருத்துவத் தொழில் செய்யலாம். மேலும் பிஆர்டியில் சேர்ந்த பிறகு நான் தனியாக மருத்துவமனை நடத்தியதற்கு எந்த ஆதாரமும் தரப்படவில்லை. மூன்றாவது குற்றச்சாட்டைப் பொருத்தவரை, அன்றிரவு நான் எல்லா உயரதிகாரிகளையும் தொடர்புகொண்டேன் என்பதையும், என் மீது மருத்துவ கவனக் குறைவிற்கோ, ஊழல் பற்றியோ குற்றம் கூற எவ்வித ஆதாரமும் இல்லை என்று உயர் நீதிமன்றம் கூறியதையும் கடிதம் ஒப்புக்கொண்டது. நான் 2017 ஆகஸ்ட் 10 அன்று விடுப்பில் இருந்தாலும், ஒவ்வொரு நோயாளியையும் காப்பாற்ற முயற்சி செய்தேன் என்பதையும் ஏற்றது. நான்காவது குற்றச்சாட்டு – நான் மூளையழற்சி வார்டுக்குப் பொறுப்பு என்பது உண்மைதான். ஆனால் அந்தப் பதவியில் நான் நியமிக்கப்பட்டதற்கு எவ்வித ஆதாரத்தையும் கடிதம் தரவில்லை. என்றாலும், நான் இனிமேலும் மருத்துவமனை ஊழியனல்ல என்பதுதான் யதார்த்தம். அரசிடமிருந்து வந்த அந்த 34 பக்கக் கடிதம் என் தொழில் வாழ்வின் மீது மிகப் பெரிய அடியை கொடுத்து விட்டது.

ஆனாலும் கடந்த சில ஆண்டுகளில் நானும், என் குடும்பத்தினரும், அதிகாரத்தால் நசுக்கப்படும் அனைவருக்காகவும், யாரேனும் ஒருவர் பேசித்தான் ஆக வேண்டும் என்பதை உணர்ந்தோம். அன்று மாலை வந்த செய்தி நிலைகுலைய வைத்தாலும், அந்தக் கணமே, நான் போராட்டத்தை தொடர வேண்டும், முற்றிலும் தவறான அந்தப் பணிநீக்கத்தை எதிர்த்து நீதிமன்றம் செல்ல வேண்டும் என்று முடிவு செய்தேன்.

வினோதமாக இருப்பினும்கூட, என்னை வாய்மூட வைப்பதற்கான முயற்சிகள்தான் இந்த சமூகத்திற்கு நான் செய்ய வேண்டியவற்றைப் பற்றி கூடுதலாக அறிய உதவின. என் வேலையைக் காப்பாற்றிக்கொள்ள நான் வாய்மூடி இருந்திருந்தால், சிறு குழந்தைகள் மரணமடைந்து, அவர்களது பெற்றோர்கள் துயருற்றால், நான் என்னை ஒரு நல்லகுடிமகன் என்று சொல்லிக் கொள்ள முடியுமா? எனது விதியை ஏற்றுக் கொண்டு,

உயரதிகாரிகளுக்கு ஜால்ரா போட்டுக் கொண்டிருந்தால், என்னை தொழில் தர்மம்மிக்க மருத்துவன் என்று சொல்லிக்கொள்ள முடியுமா?

மாறாக, சமூகத்தின் மிகவும் ஒதுக்கப்பட்ட நிலையில் உள்ளவர்களுக்காக வேலை செய்வது, அநீதியை எடுத்துக் குரல் கொடுப்பது ஆகியவை மட்டுமே நான் மனநிம்மதி பெற ஒரே வழி என்பதை அறிந்தேன். அச்சமும், சுயநலமும் நம் கைகளைக் கட்டிவிடுகின்றன. நம்மை கொடுமை செய்வோருக்கு மேலும் கொடுமைகளை, அநீதிகளை இழைக்க உதவுகின்றன என்று உணர்ந்தேன். நாம் துணிந்து நிற்கவேண்டும். நம் குரலை செவிமடுக்கும்படி செய்ய வேண்டும். நம்மைவிட வசதி குறைவானோருக்கு உதவிக்கரம் நீட்ட வேண்டும். வெகு காலமாகவே சமூகத்தின் விளிம்பு நிலையில் வாழும் சமூகங்கள், கற்ற, மேட்டுக்குடி வர்க்கங்களின் கண்களில் படாமலேயே இருக்கின்றன.

எனவே என்னை சிறையில் அடைத்து, உடல்ரீதியாக, மன ரீதியாக சித்ரவதை செய்து என் குரலை ஒடுக்க நினைக்கும் முயற்சிகள் எனது உற்சாகத்தை, என் நாட்டிற்கு, அதன் மதச்சார்பற்ற, ஜனநாயக மாண்புகள் மீதான எனது கடப்பாட்டை குலைத்துவிட முடியாது.

என் குடும்பம் இப்போதும் படும் துன்பங்கள், என் நோக்கங்களை நிறைவேற்ற மேலும் மேலும் எனன்னை உறுதிப்படுத்தவே செய்கின்றன.

பலருடைய உதவியுடன் ஆரம்பிக்கப்பட்ட எனது ‘‘டாக்டர் கஃபீல் கான் மிஷன் ஸ்மைல் பவுண்டேஷன்’’ என்ற அமைப்பில் உள்ள எனது மருத்துவக்குழு நாடெங்கிலும் 250க்கும் மேற்பட்ட இலவச மருத்துவ முகாம்களை நடத்தி, 1,00,000 ற்கும் மேற்பட்ட குழந்தைகளுக்கு சிகிச்சையளித்துள்ளது. 25 மருத்துவ செயல்பாட்டாளர்களுடன் நாங்கள் அனைவருக்கும் மருத்துவ உரிமைக்கான சட்டம் கோரி ‘ஹெல்த் ஃபார் ஆல்’ என்ற அமைப்பை உருவாக்கியுள்ளோம்.

பிஆர்டி மருத்துவமனையில் அப்பாவிக் குழந்தைகள் இறந்த நான்காவது நினைவு நாளில் நான் இந்த நூலின் முதல் வரைவை எழுதி முடித்தேன். இன்றும் சமூகப் படிநிலையின் கடைசித் தட்டில் இருக்கும் கோடிக் கணக்கானோரின் நிலை அப்படியேதான்

இருக்கிறது. பலர் மேலும் மேலும் விளிம்பை நோக்கித் தள்ளப்படுகிறார்கள். தம் குழந்தைகளை இழந்து துக்கத்தில் வாடிய அந்தப் பெற்றோர்களுக்கு அனுதாபமும் கிடைக்கவில்லை. இனி இதுபோல் நடக்காது என்பதற்கு எந்த உறுதிமொழியும் கிடைக்கவில்லை.

இத்துயரச் சம்பவம் நடந்து முடிந்து நான்காண்டுகள் கழித்து 2021ல் கோவிட் 19ன் இரண்டாவது அலையில் ஏராளமானோர் மூச்சுத்திணறி இறந்தபோதும், மயானங்களும், இடுகாடுகளும் இறந்த உடல்களால் நிரம்பி வழிந்தபோதும், இந்திய அரசு ஆக்சிஜன் பற்றாக்குறையால் எந்த மரணமும் நிகழவில்லை என்று அறிவித்தது.

நம் நாட்டின் ஏராளமான குடிமகன்களின் துயரம் கவனிக்கப்படாமலேயே போகிறது.

இந்தப் புத்தகம் விவரிக்கும் எனது வாழ்வின் ஒரு குறிப்பிட்ட கட்டம் முடிந்துவிட்டாலும், இந்திய சுகாதாரத்தின் நிலை குறித்து அதிக விழிப்புணர்வு ஏற்படுத்துவது என்ற எனது உறுதி எப்போதும்போல வலுவாக உள்ளது.

அன்பான வாசகர்களே, இந்தியா முழுவதுமான எனது மருத்துவப் பணியில் களத்தில் நான் கற்ற பாடங்கள், ஒரு மருத்துவரான நான் எப்படி உ.பி. அரசால் குற்றவாளியாக அறிவிக்கப்பட்டேன், ஆனால் எவ்வாறோ ஒரு செயற்பாட்டாளனாக மாறினேன் என்பது பற்றிச் சொல்ல இன்னுமே நிறைய இருக்கின்றன.

அந்தக் கதையை வேறொரு சந்தர்ப்பத்தில் சொல்கிறேன். இப்போதைக்கு நம் உதவி தேவைப்படுவோரின் துன்பத்தைத் தீர்க்க நம்மால் என்ன செய்ய முடியும் என்று நாம் எல்லோருமே யோசிக்கவேண்டும் என்ற ஒன்றை மட்டும் கேட்டுக் கொள்கிறேன். இந்தியாவில் இன்று, இதுதான் இப்போதைய தேவை.

ஆசிரியரின் குறிப்பும், நன்றியும்

சிக்கலான காலகட்டத்தில் என்னுடன் நின்று, எனது நலனுக்காக பிரார்த்தனை செய்து, பல தன்னார்வலக் குழுக்கள், சமூக, சுகாதார செயல்பாட்டாளர்கள் உள்ளிட்ட உலகெங்கும் உள்ள ஒவ்வொருவருக்கும் எனது நெஞ்சார்ந்த நன்றியைக் காணிக்கையாக்குகிறேன். கடந்த நான்காண்டுகளில் எனது பயணத்தில் ஏராளமானோர் எனது மகிழ்ச்சியையும், துன்பத்தையும் பகிர்ந்துகொண்டார்கள். அவர்களது ஆதரவுதான் என் தன்னம்பிக்கையைத் தூண்டியது. நான் மீண்டெழ உதவியது.

சிறைவாசிகளின் குடும்பத்தினரின் துன்பங்கள் வெளியே தெரிவதில்லை. ஒரு நல்ல மனிதனாக என்னை வளர்த்த எனது தாய்க்கு நான் என்றும் நன்றிக் கடன் பட்டவன்.

எனது சகோதரர்கள், சகோதரிகள், அவர்களது இணையர்கள் தான் எனது பலம். பெரும் துன்பத்தை சந்திக்கத் துணை நின்றவர்கள்.

என் வாழ்க்கையே எனது மனைவியும், எங்கள் இரு குழந்தைகளும்தான். இந்தப் பயணத்தின் மிகக் கடினமான, துயரமான பகுதி, அவர்கள் வளர்ந்து வந்ததை அருகில் இருந்து என்னால் பார்க்க முடியாமல் போனதுதான்.

சாரதா துபே, கனிஷ்கா குப்தா, டீஸ்டா குஹா சர்க்கார், இஷா பானர்ஜி, மிமி சௌதுரி, கிரீஷ்மா கிரீஷ், தேவஷீஷ் ராய் சௌதுரி, மிருதுளா பவானி ஆகியோருக்கு விசேஷமான நன்றி!

என் எதிரிகள் என்னை எப்படிப் பார்த்தாலும் சரி, உன்னதமான மருத்துவத் தொழில் பார்ப்பவனாக, ஒரு குழந்தை நல மருத்துவனாக, மருத்துவர் தேவைப்படும் எந்த ஒரு குழந்தை குறித்தும் எனக்கு ஒரு பொறுப்பு உண்டு என்பதைக் கூற விழைகிறேன். இந்நூல் பொதுநலன் கருதி எழுதப்பட்டது. எந்தப் பெற்றோர் அல்லது குழந்தையும் நாம் நேசிப்போரை தேவையின்றி இழந்து விடாதிருக்க, ஒரு எச்சரிக்கை மணியாக இந்நூல் இருக்கும் என்று நம்புகிறேன்.

உலகின் மிகப்பெரிய ஜனநாயக நாட்டின் மக்களாக, வெறுமனே கையைக் காட்டாது, நமக்கு நாமே யோசிப்பதற்கான தருணம் இது. ஒரு தேசமாக நாம் ஏன், எவ்வாறு தோற்றுப் போனோம் என்று புரிந்துகொள்ளவும், முன்னேறுவதற்கான சரியான பாதையை தேர்ந்தெடுக்கவுமான நேரம் இது.

தம் பொருளாதார நிலை, ஜாதி அல்லது மதம் காரணமாக மக்களை ஒதுக்காத, அவர்களும் சமமான சுதந்திரம், உரிமைகள், வசதிகள், குறிப்பாக மருத்துவ வசதிகளை அனுபவிக்கும் ஒரு சமமான இந்தியா பற்றி நான் கனவு காண்கிறேன்.

கோரக்பூர், உத்தரப்பிரதேசம்

10 ஆகஸ்ட் 2021

ஆதாரங்கள் பற்றிய குறிப்புகள்

இந்நூலில் வரும் பல பாத்திரங்களின் பெயர்கள் அவர்களது அந்தரங்கத்தை காப்பாற்றுவதற்காக மாற்றப்பட்டுள்ளன. சில நிகழ்வுகள், உரையாடல்கள் என்னால் இயன்ற அளவிற்கு மறு உருவாக்கம் செய்யப்பட்டுள்ளன. ஒரு தொடர்ச்சி இருக்குமாறும் கவனத்தோடு செய்யப்பட்டுள்ளன. இந்நூலில் குறிப்பிடப்படும் சம்பவங்கள் என் நினைவில் இன்னும் மங்காமல் இருந்த போதும், சில சிறு விபரங்கள் விடுபட்டிருக்கக் கூடும். எனினும் 2017 ஆகஸ்ட் 10 முதல் இந்த சம்பவங்கள் எப்படி நடந்தேறின என்பதை வாசகர்கள் தெளிவாகப் புரிந்துகொள்ளும் வண்ணம் நான் விரிவாகச் சொல்லியிருப்பதாக நம்புகிறேன்.

ஒரு மருத்துவமனையிலிருந்து நான்கு சிலிண்டர்கள் பெற்றது : *Neha shukla and Arjumand Bano, RTi query reveals there was oxygen shortage at BRD Hospital '. Times of India. 14 Augest 2018. Available : https;//times of india.indiatimes.com/city/lucknow/rti-query-reveals-there-was-oxygen-shortage-at-brd-hospital/articleshow/65395029.cms.*

குழந்தை நலப் பிரிவில் இரண்டு எழுத்தர்கள்: தலைமை மருத்துவக் கண்காணிப்பாளர் முதல்வருக்கு எழுதிய கடிதத்தில் குறிப்பிடப்பட்டது.

மாவட்ட மாஜிஸ்திரேட், செய்தியாளர்களிடம் ஆக்சிஜன் பற்றாக்குறை இல்லை என்று கூறியது: *Amar ujala. 12 August 2017.*

நேற்றிரவு முதல் பிஆர்டியில் திரவ ஆக்சிஜன் சப்ளையில் சிரமம்:*30 children deaths in uttar pradesh's Gorakhpur after oxygen supply in hospital diorupted, You Tube, 12 August 2017. Available : https://www.youtube.com/watch? V=OJzqp24FBA4.*

ஆக்சிஜன் பற்றாக்குறை இருந்தது. ஆனால் எஸ்எஸ்பி மற்றும் வேறு சிலர் உதவியுடன் சமாளிக்கப்பட்டது: *Amar ujala, 12 August 2017.*

முதல்வரின் மனைவிக்கு எதிராக எழுதிக்கொடுத்தால் மேற்கொண்டு விசாரணையை தவிர்க்கலாம்: மருத்துவக் கல்வி அமைச்சரிடம் சமர்ப்பித்த பிரமாணப் பத்திரத்தில் கூறப்பட்டுள்ளதன்படி.

சுதீர் இதை ஏற்று புகார் எழுதினார்: மருத்துவமனையில் அவர் சமர்ப்பித்த பிரமாணப் பத்திரத்தின்படி.

மருத்துவமனையின் குழந்தைகள் நல வார்டில் தினமும் சராசரியாக 20 மரணங்கள் நிகழும்: *Gorakhpur Tragedy : Is August the cruellest month for BRD medical college? New Indian Express, 15 August 2017. Available : https://www.newindianexpress.com/nation/2017/aug/15/gorakhpur-tragedy-is-august-the-cruellest-month-for-brd-medical-college-1643274--1.html*.

உள்ளூர் மக்கள் கல்லூரியை பூர்வாஞ்சலின் சவக்கிடங்கு என்று சொல்வது: *shikarni shaurbu, 1 year crone.what about BRD? medium, 17 August 2018.*

ஆகஸ்ட் மே ஹர் சால் பச்சே மர்தே ஹை : *Jansatta, 13 August 2017. Available: https://https://www.janoalta.com/trending-news/health-minister-of-up- sidd- -singh-as-trooled-in-twitter/401471/.*

(என் மகள்) காலைவரை உயிரோடு இருந்தாள்: *Abdul Jadid, 'went to buy medicines, when I returned my 10-day-old son was dead:' Families recourt Gorakhpur Tragedy', Hindustan Times.com/lucknow/went-to-buy-medicines-when-i-retruned-my-10-day-old-son-was-dead-families-recourt-gorakhpur-tragedy/story-Tv Qo iM3L Z PBwyhTvwpywk.html; kripa padhy, ' India's Gorakhpur hospital: The right the children died' BBC News, 1 April 2018. Available: https://www.bbc.com/news/world-asia-india-43482471/*

பீஹாரின் கோபால் கஞ்ச் மாவட்டத்தைச் சேர்ந்தவர் : *PTI, 'Man whose daughter died in Gorakhpur hospital seeks action againt ministers' Outlook, 16 August 2017. Available: https://www.outlookindia.com/newsscroll/man-whose-daughter-died-in-gorakhpur-hospital-seeks-action-against-ministr/1125288*.

11 குழந்தைகளுக்கு மேல் இறப்பு : *ANI Not a tragedy, it's a manacre kailash satyarthi on Gorakhpur hospital dealtes', Our-*

look, 11 August 2017. Available : https://www/outlookindia.com/newscroll/not-tragedy-its-a-masacre-kailash-satyarthi-on-gorakh-pur-hospital dealth/1122160

என்னை 'ஹீரோ என்றார்கள்: Srawan shukla, 'Gorakhpur tragedy: Meet Dr.Kafeel khan, the hero whoe saved the times of courtlen children', DNA, 13 August 2017. Available : https://www.dnaindia.com/india/report-gorakhpur-tragedy-meet-dr-kafeel.khan - the hero-who-saved-the times-of-children-252835. ஹிந்தியில் : Amar Ujala 18 August 2017. Available : https: //www.amarujala.com/national/crime/Gorakhpur-tragedy-dr-kafeel-a hero-or-a-criminal-viral-on social-media.

மற்ற மருத்துவர்கள் நம்பிக்கை இழந்தபோது: Gorakhpur Tragedy : Hero's how 'hero' Dr.khan Saved as many children as he could, 'News Nation, 13 August 2017. Available : https: //www.english.newsnationtv.com/india/news/Gorakhpur-tragedy-hores-how-hero-dr-khan-saved-as-many-children-as-he-could179396-.html

குறைந்தபட்சம் 63 குழந்தைகள் இறப்பு : Atleast 63 kids Have Died in Gorakhpur Hospital In 5 Days, Yogi Govt Admits Oxygen shortage' India Times, 12 August 2017. Available : https: //www.indiatimes.com/news/india/at-least-63-kids-have-died-in-gorakhpur-hosptial-in-5-days-yogi-govt-admints-oxygen-shortage327676-.html.

(கான்) 12 ஆக்சிஜன் சிலிண்டர்கள் சேகரித்தார்: Allahabad High Court Grants Bail to Dr.Kafeel Khan in Gorakhpur Trogedy case.' Libatatemius, 27 April 2018. Available: https: //libertatem.in/law/high-court/Allahabad-high-court-qrents-bail-to-dr-kafeel-khan-in-gorakhpur-tragedy-case/.

பிரச்சனைகள் சில மனிதர்களை நன்கு செயல்பட வைக்கின்றன: Gorakhpur tragedy: How a doctor stepped up in desperate times to save lines, Hurduatan Timer, 13 August 2017. Available: https: //www.hindustatimes.com/india-news/Gorakhpur-hospital-tragedy-a-good-scuraritan-who-responded-to-the-call-of-duty-in-dsperate-times/story-vRsfbGkpjnW260w7UAtySN.html.

உ.பி. கோரக்பூர் மருத்துவமனையில் 36 குழந்தைகள் மரணம் அரசின் செயலற்ற தன்மையை காட்டுகிறது: *'Srawan sukla' Gorakhpur dealtus' DNA.*

முதல்வரும், ஜே.பி.நட்டாவும் காரிலிருந்து இறங்கியது : *C M Yogi Adityanath, J P Nadda visit Gorakhpur BRD Medical college 2 days after death of 37 children, 'ZEE News, 13 August 2017. Available : https: // zeenews.india.com/video/india/up-cm-yogi-aditynath-jp-nadda-visit-gorakhpurs-brd-medical-college-2-days-after-of-37-children. 2032611.html.*

கடந்த 30 வருடங்களாக: *Rajaeshkumar singh, ' UP CM Yogi Aditayanath visits Gorakhpur hospital,. Says gently wont be spored, 'Hindustan Times, 13 August 2017 Available: https: // www.hindustantimes.com/india-news/yogi-adiyanath-visits-gorakhpur-hospital-says-nobody-more-sensitive-to-children-than-him/story-BLKZwt UJQIFUcISFuaRLgM.html.*

நீதான் டாக்டர். கஃபீலா?: *Patrika.com, 24 April 2018. Available: https: //www..patrika.com/Gorakhpur-news-brd-oxygen-the gady-accused-dr-kafeel-wrote-letter-from-jail-2698990/.*

சிலிண்டர் ஏற்பாடு செய்ததால் ஹீரோ ஆகிவிட்டாயா: *Shone satheesh. Gorakhpur doctor jailed for infort dealter claims many adults amy have also died when oxygen rer out, scroll.in, 29 June 2018. Available: https: // scroll.in/pulse/883944/Gorakhpur-doctor-jailed-for-infant.dealtes-claimn-many-adults-may-have-also-died-when-oxygen-ran-out; ' my life 'turned upside down' after Adityanaths visit, Dr.Kafeel wintes from jail, 23 April 2018. Available: https: //www.ummid.com/news/2018/April/23.04.2018/dr-kafeel-khan-writes-from-jail.html. soutik Basu, 'kafeel khan: National threat or symbol of repremion? BBC News, 3 september 2020. Available: https: //www.bbc.com/news/world/asia-india-53995027; was made scape goat by Yogi Adityanath govt.Dr.kafeel khan terms Gorakhpur dealths man-made manacre, 'India Today, 30 September 2019. Available: https: //www.indiatoday.in/india/story/Gorakhpur-tragedy-scapegoat-yogi-aditaynath-govt-dr-kafeel-khan-1604935-2019-09-30.*

ஜப்பானிய மூளையழற்சி நோய், சுகாதாரமற்ற நிலைமை: *kids died due to encephalitis, insanitay couditions: Yogi Aditynath, Times of India, 13 August 2017. Available : https: //times of india.indiatimes.com/city/Allahabad/kids-died-due-to-encephaltis-insanitary-conditious-yogi-adityanath/articleshow/60041544.cms*

அரசு கடும் நடவடிக்கை எடுக்கும்: *Maulsheree selth, 'yogi claims kept in dark on hospital, vows truth: 'Treatment or Manacre", Indian Express 13 August 2017. Available:https:// indianexpres.com/article/india/Gorakhpur-hospital-tragedy-dealtes-up-cm-yogi-aditynath-claims-kept-in-dark-on-hospital-vows-truth-treatment-or-massacre–4795324/.*

கோரக்பூரில் 70 குழந்தைகளின் கொலைகாரன் யார்: *ABP News Hindi, 30 August 2017. Available: https: //www.youtube.com/ watch?v=FeW-djG3uxY.*

சம்பவத்தின் வில்லனாக ஆக்கப்படுதல்: *shashank Bengali and pasth M.N. 'Global development timed to help. So why were they sent to Jail? 'LA Times, 29, June 2018. Available: https: // www.latimes.com/world/asia/la-tg-india-hospital-2018-story.html.*

குழந்தைகளின் உடல்களை சத்தமின்றி எடுத்துச் செல்லுமாறு கூறியது: *Rajeshk singh, Gaurav saigal and Abdul Jadid, ' Gorakhpur tragedy: A sage of negligence, cover-ups, kickbacks; Hindustan Times. 17 August 2017. Available: https: //www. hindustan times.com/lucknow/Gorakhpur-tragedy-a-saga-of-negligance-cover-ups-kickbacks/story-pXycYuFX9Rg6iS1FQTosap. html; Gorakhpur trajedy hightlights: yogi Adityanath calls dealths a 'despicable incident; Anupriya patal to visit hospital fintpost, 12 August 2017. Available: https: //www.firstpost.com/india/Goorakhpur-hospital-tragedy-time-60-children-died-in-5-days-up-govt-faces-kak-from-opposition– 3921401.html/*

முதலமைச்சர் சுகாதார அமைச்சர் பதவி விலக வேண்டும்: *ANI 'Gorakhpur hospital dealths: Gongran dewands respiration of chief minister Yogi, New Indian Express, 12 August 2017. Available: https: //www.newindian express.com/nation/2017/ aug/12/Gorakhpur-hospital-deaths-congress-demands-resignation-of-chief-minister-yogi-1642196-1. Html.*

டாக்டர் கஃபீல்கான் கொலைகாரன்: Amar Ujala, 18 August 2017.

ஆகஸ்ட் 11 அன்று 100 படுக்கைகள் கொண்ட மூளையழற்சி வார்டுக்கு நான் சென்றபோது: Manoj singh, 'A single photograph was all it Took to Drametically alter Dr.Kafeel khan's Life, 'wire. 3 september 2020. Available: https:// the wire.in/righth/dr-kafeel-khan-release-gorakhpur-brd-medical-arest.

டாக்டர்.கஃபீல் மீதான ஊழல் புகார்கள் அப்பட்டமான பொய்கள்: Biswajeet Baverjee, 'Dr.Kafeel: a villain or a victim in a political compuacy, National Herald, 14 August 2017. Available: https: //www.national hotaldindia.com/national/dr-kafeel-a-villain –or-a-victim-in-a-political-couspiracy.

பொது சுகாதாரம் முற்றிலும் புறக்கணிப்பு– 'Gorakhpur hospital dealths: Coupen demands PM Modi's apology in his I – Day address, Indian Express. 14 August 2017. Available: https: // indianexpress.com/article/india/Gorakhpur-hospital-dealtes-tragady-baba-raghav-das-hospital-yogi-aditynath-encephalities-4795907/.

மிக வேதனையோடு இதை சொல்கிறோம்: PTI, Gorakhpur tragedy: Dr.KafeelKhan made scapegoat. Say does at AIIMS, Outlook. 14 August 2017. Available: https: //www.outlookindia.com/newsscroll/Gorakhpur-tragedy-dr-kafeel-khan-made-scapegoat-says-does-at-aiims/1123487.

எஸ்எஸ்பியின் உதவி : Is 'Hero Doctor' Kafeel khan scapegoat in the Gorakhpur hospital Tragedy?' News14 ,18 August 2017. Available: https: //www.news18.com/news/india/is-hero-doctor-kafeel-khan-a-scapegoat-is-the-gorakhpur-hospital-tragedy1491285-.html.

இதுவரை காணாத சிக்கலான சூழல்: மேலது.

ஊடகங்கள் நான் கண்காணிப்பாளர் பதவியை ராஜினாமா செய்ததாகக் கூறியது : Available : https: //www.abplice.com/news/india/doctor/kafeel-khan-sacked-as-brd-medical-colleges-nicu-chief670506-.

ஏற்கெனவே கைவசம் 50 சிலிண்டர்கள் இருக்கும்போது இவர் வாங்கி வந்த 4 சிலிண்டர்களால் என்ன பயன்: K.K.Gupta on Dr.Kafeel Khan, ANI UP, 7:17Pm, 13 August 2017. Available: https: //twitter.com/ANINews UP/status/896729984554811392.

ஆகஸ்ட் 11 அன்று எஸ்எஸ்பி அலுவலகம் சென்றது: Pranshu Mishra, 'Is Hero Doctor Kafeelkhan a scapegoat in the Gorakhpur Hospital Tregedy?' News18, August 2017.

அவர்கள் நேரடியாக கடிதம் எழுதியிருக்கிறார்கள் : Gorakhpur deaths: 'company supplying oxygen says it sent time reminder to hospital for payment, scroll.in. 14 August 2017. Available: https: //scroll.in/latest/847709/Gorakhpur-dealtes –company-suplying-oxygen-says-it-sent-nine-reminder-to-hospital-for-payment.

திரவ ஆக்சிஜன் சப்ளை செய்ய உரிமம் இல்லாதபோதும்: A noo Bhuyan. 'Gorakhpur Dealths. Adityanath Governement Ignorad sos on oxygon payments for months' wire 9 August 2018

ஏன் சுமார் 50 சிலிண்டர்கள் மட்டுமே இருந்தது என்று அரசு விசாரிக்க வேண்டும். Ourar Rashid and Damini Nath, 'Gorakhpur Hospital oxygen supply not out, says UP firm, The Hindu, 18 August 2017. Available: https: //www.thehindu.com/news/national/other-states/Gorakhpur-hospital-oxygen-supply-not-cut-says-up-firm-article 19512475.ece; Gorakhpur tragedy; oxygen supplies say it never stopped supply, suspects cylinder theft led to shortage. First post, 15 August 2017. Available: https: //www.firstpost.com/india/Gorakhpur-tragedy-oxygen-supplier-says-it-never-stopped-supply-suspects-cylinder-thift-led-to-shortage-3932347.html

எங்கள் நிலுவைத் தொகையை வழங்கக்கோரும் கடிதத்தை சுகாதார அமைச்சரிடம் ஆகஸ்ட் 9 அன்று நேரில் கொடுத்தோம்: Piyush srivastava, 'Nothing, nothing, nothing, The Telegraph, 15 August 2017. Available: https: //www.telegraphindia.com/india/nothing-nothing-nothing-cid/1502328

ஆக்சிஜன் சப்ளை பாதிக்கப்பட்டதாக சித்தார்த் நாத் அலகாபாதில் செய்தியாளர்களிடம் கூறியது: Srivastave, 'Nothing, nothing, nothing, The telegraph, 15 August 2017.

இத்தனை பெரிய தேசத்தில், இப்படி நடப்பது சகஜம்தான்: *Harish Upadhya and Snigdha basu, 'Gorakhpur child Deaths.' A Tragedy, A mistake. Says Amit shah 10 points, NDTV, 15 August 2017. Available: https: //www.ndtv.com/india-news/ Gorakhpur-child-deaths-a-tragedy-a-mistake-says-omit-shah-10-points1737551-.*

தேசியப் பேரழிவு: *PM Modi Terms Gorakhpur Tragedy as National calamity, NNIS News, 15 August 2017. Available : https: //www.youtube.com/watch?v=AQNwIFUHL6A 'For modi; Gorakhpur hospital deaths a national calaminty? 'Busimen standard, 15 August 2017. Available: https: //www.businen-stardard.com/article/cunt affain/for-modi-gorakhpur-hospital-dealths-a-national-calamity-117081500137-1. Html.*

பல ஊடகங்களிலும் அறிக்கை: *Jagran 17 August 2017. Available: https: //www.jagran.com/uttar-pradesh/lucknow-city-for-will-be-on-doctors-involned-in-prirate-preactice-16555041.html.*

உயர் அதிகாரிகளுக்கு பல கடிதங்கள் எழுதியது: *Gorakhpur dealths: Company supplying oxygen says it sent nine remiders to hospital for payment, scroll.in 14 August 2017. Available: https: //scroll.in/latest/847209/Gorakhpur-dealths-company-supplying-oxygen-says-it-sent-nine-reminders-to-hospital for–payment; maneka Rao, Gorakhpur hospital dealths: Doctor explains why oxygen payments were delayed, scroll.in, 13 August 2017, Available: https: //scroll.in/pulse/847105/adityanaths-visit-to-gorakhpur/ proved-deadly-as-oxygen-payments-were-delayed-by-a-day-says doctor.*

அரசாங்கம் டாக்டர். குப்தாவை நியமித்தது: *wrote several latters for clearing dues: EX-principal 'Times of India, 14 August 2017. Available: https: //times of india. India times.com/ articleshow/60052869. Cms? utm – source=contentof intrest &utm-medium=text&utm-campair=cppst*

இதுபோன்ற 14 மருத்துவக் கல்லூரிகளுக்கு நிதி ஒதுக்கீடு : *UP government slashed medical education budget by %50. Times of India, 17 August 2017. Available : https: //timesof india.indiatimes. com/city/lucknow/up-govt-slanhed-medical-educatio-budget-by-50/ articleshow/6009209.cms*

சம்பவத்திற்கு உ.பி. அரசு மீது குற்றம் கூறவில்லை. *Gorakhpur probe report says children died due to oxygen crisis blames principal and doctors, Hindustan Times, 17 August 2017. Available: https: //www.hindustantimes.com/india-news/Gorakh-pur-admin-report-says-children-died-due-to-oxygan-crisis-indicts-principal-doctor-and-supplier/story-x9pjt TGR nKe3kAproX8NVJ. html*

ஆக்சிஜன் பிரச்சனை பற்றி உயரதிகாரிகளை எச்சரிக்கவில்லை என முதல்வர் ராஜீவ் மிஸ்ரா மீது குற்றச்சாட்டு: *Srigdha Banu, 2 Doctors blamed for oxygen shortage In Gorakhpur Report : 10 points NDTV, 17 August 2017. Available: https: //www.ndtv. com/india-news/cant-link-gorakhpur-dealths – to lack-of-oxygan-says-centre-team-10-facts-1738262? pfrom= home-lateststores.*

டாக்டர் சதீஷ்குமார் மீது மற்றொரு குற்றச்சாட்டு: மேலது.

ஆக்சிஜன் பற்றாக்குறை என்று சொல்லப்படுவது மரணங்களுக்கான நேரடிக் காரணமாகத் தெரியவில்லை. *SGPGIMS* அறிக்கையில் சொல்லப்பட்டது.

ஆக்சிஜன் சப்ளை தடங்கலுக்கும், மருத்துவமனை மரணங்களுக்கும் தொடர்பில்லை: *Virendra singh Rawat. 'Gorakhpur hospital tragedy: FIR against 9, including oxygen suppter, Businen standard, 25 August 2017. Available: https: // www.businen-standard.com/article/cunat-affairs/Gorakhpur-hospital-tragedy-fir-against -9 -including-oxygan-supplier1-117082400495-. Html*

தலைமைச் செயலாளர் ராஜீவ்குமார் தலைமையிலான குழு அறிக்கை சமர்ப்பித்தது: *Namita Bajpai 'Gorakhpur tragedy: Chief secretions subints report, action follows, New Indian expres.com/mation/2017/aug/22/Gorakhpur-tragedy-chief-secre-tors-submits-report-action-follows-1646796.html*

அனிதா பட்நாகர் ஜெயின் இடமாற்றம்: ABP Live, 23 August 2017. Available: https: //www.abplive.com/news/states/Gorakhpur-tragedy-cm-yogi-adityanath-orders-tirs-againt-college-principal-and-s-others-676090; IANS, Gorakhpur Tragedy: Top uttar Pradesh Bureacrat Removed, NDTV, 23 August 2017. Available: https: //www.ndtv.com/india-news/Gorakhpur-tragedy-top-uttar-pradesh-bureaucrat-anite-bhatnagar-jain-removed – 1740883.

ஏழு பிரிவுகளில் வழக்கு: 'Gorakhpur BRD Tragedy: Arrest of doctors likaly, The Hawk', 27 August 2017. Available: https: //the hawk.in/states/uttar-pradesh/Gorakhpur-brd-tragedy-arrest-of-doctors-likely95372-/cid 3285991.htm; maulshree seth, ' Since BRD case 3 yrs ago, Kafeel khan----- clayer, in and out of jail, 'Indian Expres 2 septamber 2020. Available : https: //indianexpress.com/article/india/since/brd/case-3-yrs-kafeel-tighting-clayes-in-and-out-of-jail6579500-/

முதல்வர் மற்றும் அவரது மனைவி மீது அனைவரும் கோபமாக இருந்தது: Amar ujala, Gorakhpur Bureau, Rashtriya sahana, 21 August 2017 (ஹிந்தி செய்திகள்)

செப்டம்பர் 2 காலையில் : UPSTF arrests Dr.kafeel khan from Gorakhpur, ZEE news, 2 September 2017. Available: https: //www.youtube.com/watch? V=zWOR-7we WFA.

நேபாளம் தப்பிச் செல்ல முயன்ற போது கைது செய்ததாக போலீஸ் கூறியது: Amita verwa, 'Gorakhpur tragedy: Doctor Kafeel khan hold while trying to free to Nepal,' Asian Age, 3 Septamber 2017. Available : https: //www.asiavage.com/india/all-india/0303917/Gorakhpur-doctor-kafeel-khan-held-while-trying-to-free-to-napal.html.

ஷாஜன்வா பஸ் நிறுத்தத்தில் கைது செய்ததாக எழுதிய காகிதத்தில் கையெழுத்து போடச்சொன்னது: Amita verma, Gorakhpur tragedy : Doctor kafeel khan hol while trying to free to Nepal, Asian age, 3 sepamber 2017. Gorakhpur tragedy: UP STF Dr. Kafeel khan, in-change of encephalitis ward of BRD hospital, India Tv, 2 september 2017. Available : https: //www.indiatvnews.com/news/india-gorakhpur-tragedy-up-stf-cerrests-dr-kafeed-khan-in-change-of-encephalitis-ward-of-brd-hos-

pital-399403; Gorakhpur hospital tragedy STF anests accuse doctor kafeel khan, Times of India, 2 september 2017. Available : https : //times of india.indiatimes.com/india/Gorakhpur-hospital-tragedy-stf-anests-accused-doctor-kafeel khan arti 6034009 ams.

வேலை செய்ய விருப்பம் இல்லை என்றால் தினமும் ரூ.200 கச்சி பைதகி: *News India live of June 2021. Available: https: // www.bharkan.com/local/uttarpradesh/gorakhpur/news/seperata recovery for-each-facility-from-prisouers-in-gorakhpur-jail128631088-. Html.*

அவர் பாஜக நாடாளுமன்ற உறுப்பினர்: ஒரு கலவரத்தின் போது பேருந்துகளுக்கு தீ வைத்த வழக்கு: *'Gorakhpur on the boil, BJP MP arrested. Times of India, 30 january 2007. Available: https: //times of india.indiatimes.com/artidesshow/1525851.cms? utm-source=content of interest & utm –medium=test&utm-compaign=cppst*

மாற்றுத் திறனாளி மாணவர்கள் பயணம் செய்த ரயில் பெட்டி: *'what is the yogi Adityanath hate speech case of 2007? Indian Express. Available: https:// www.indianexpress.com/article/whatis/what-is-the-yogi-adityanath-hate-speach-case-of.2007/*

ஷசஞ்சய் திரிபாதி கண்டோன்மெண்ட் போலீஸ் ஸ்டேஷன் அருகில் கைது: *PTI, '6 arrests so far ij Gorakhpur children dealths case, clerk hold, 'Asian Age, 12 september 2017.*

மருத்துவக் கல்லூரியின் முன்னாள் தலைமை மருந்தாளுனர்: *PTI Another BRO Medical college clerk hold in child deaths case, India today. 14 september 2017. Available: https://www.indiatoday.in/pti-feed/story/another-brd-medical college-clerk-hold-in-child-dealth-case14/09/2017/1044582-*

இரவில் சிறைக்கூட நெரிசல் : *Vivek pandey and kurdan Upadhyay, Gorakhpur jail me kaidi do – do shift me so rahe, Hindustan, 4 october 2017.*

இது திரவ ஆக்சிஜனுக்கான செலவை மாதா மாதம் அதிகரித்தது. புஷ்பா சேல்ஸ் பிரமாணப் பத்திரத்தில் குறிப்பிடப்பட்டபடி.

நிலுவைத் தொகையை பட்டுவாடா செய்ய 10 சத கமிஷன்: புஷ்பா சேல்ஸ் நிறுவனத்தினர் உயர் நீதிமன்ற குற்றப்பத்திரிகையின் ஒரு பகுதியாக, புலனாய்வு அதிகாரியிடம் தந்த பிரமாணப் பத்திரத்தில் உள்ளபடி,

அவர் மீதான குற்றச்சாட்டுகள் லேசானவை : manish sahu, 'Gorakhpur treagedy : 7 chargesheeted in BRD hospital dealths, 'Indian Express' 28 october 2017. Available : https : // www.indian express.com/article/india/Gorakhpur-tragedy-seven-charge sheeted-in-brd-hospital-dealths-4910043/

August 2017லிருந்து பிஆர்டி மருத்துவமனையில் ஐந்து தீ விபத்துகள் : BRD Medical college me phis lagi aag, Hindustan, 9 Janurary 2018.

முதல்வர் அறையிலும், ஆவண அறையிலும்தீ: Arujmand Bano, 'Mysterious BRD fere guts files linked to oxygen case' Times of India 9 janvery 2018. Available: https:// www.times of india.indiatimes.com/city/lucknow/mysterious-brd-fire-guts-files-linked-to-oxygen-case/articles how/62422132.cms

ஜாமீன் தான் விதி. சிறைவாசம் விதி விலக்கு: Bail is rule, Jail is exception, Free Prem Journal 22 November 2020. Available: https : // www.freepressjournal.in/analysis/bail/is-rule-jail-is-an-exception.

மணீஷுக்கு ஜாமீன் கிடைக்காதது பற்றி: PTI,'Gorakhpur hospital dealth: supreme court quarts bail to oxygen supplier, 'Indian Express', 9 April 2018. Available: https: // www.indianexpress.com/article/india/gorakhpur-hospital-dealths-supreme-court-grants-bail-to-oxygon-supplier5130597- /; 'A limip Hell for Dr.Kafeel khan's family, The citizen, 10 april 2018/ Available : https : // www.thecitizen.in/index.php/en/newsdetail/index/2/13497/when-adityanaths-cops-turned-into-a-living-hall-for-kafeel-khans-family.

உச்சநீதிமன்றம் தலையிட்டது வரை: PTI, Gorakhpur hospital deathus, supreme court quarts bail to oxygen supplier, 'indian Express', 9 April 2018. Available : https: // www.indianexpress.com/article/india/gorakhpur-hospital-deaths-supreme-court-qraut-bail-to-oxygen-supplier5130597-/

டாக்டர்.கஃபீல்கானுக்கு இந்திய மருத்துவக் கழகம் ஆதரவு: IMA comes out in defence of Dr.Kafeel khan arrested in Gorakhpur Hospital Trazgedy case, calls it conopi outlook, 10 April 2018. Available : https : // www.outlookindia.com/website/story/ima-comes-out-in-defence-of -dr-kafeel-khan-arested-in-gorakhpur-hospital-tragedy/310831

பல நாட்களாக சித்ரவதை: Seven months and no bail hearing for Dr.khan, citizen, 10 April 2018. Available: https:// www.thecitizen.in/index.php/en/news detail/index/2/13497/when.adityanaths-cops-turned-life-into-a-living-hell-for-dr-kafeel-khans-family.

ஜம்முவின் கத்துவா மாவட்டத்தின் கொடூர வன்புணர்ச்சி வழக்கு: Debjani chatterjee, 'kathua Gaug- rape and murder : civil society outraged Dewands Justica, 'NDTV', 12 April 2018. Available: https: // www.ndtv.com/india-news/kathra-gang-rape-and-murder-civil-society-outraged/demands/justice - 1836652

எட்டு மாதங்களாக ஜாமீன் இன்றி சிறையில் : 8 months. No Bail, Am I really guilty : Read Dr.kafeel khan's letter, Quist, 23 April 2018. Available : https: // www.the quint.com/news/india/Gorakhpur/infant/deaths-dr-kafeel-khan-full-letter#read-more.

நான் பதில் சொல்ல முயன்றபோது போலீஸார் முரட்டுத்தனமாக நடந்துகொண்டார்கள். Dr.kafeel: A scapegoat of Adminstrative Failure, Newsclick in, 19 April 2018. Available: https : // www.youtube.com/watch?v=HJLZGurU3nQ.

டாக்டர் கானுக்கு ஜாமீன் கிடைத்தது : Omar Rashid. ' Intauts' death case : Gorakhpur BRD hospital doctor kafeel khan gets bail. The Hindu, 25 April 2018, Available : https : // www.thehindu.com/news/national/olker-states/gorakhpur-brd-hospital-doctor-kafeel-khan-grauted-bail-article 23669929.ece.

எட்டுமாத சிறைவாசம் : Dr.kafeel khan gets bail ! The citizen, 25 April 2018. Available: https: // www.thecitizen.in/index.php/en/newsdeatail/index/13635/2/dr-kafeel-khan-gets-bail; pooja chaudhuri, 'The punishment He did not deserve : Last eight months of Dr.kafeel khan's life' 'Logical Indian', 3 may 2018. Available: https: //thelogicalindian.com/exclusive/dr-kafeel-khan-

life-after-bail/; After more Than 7 months In Jail, Dr.Kafeel khan Gets Bail from Allahabad high court; kractivism. Available: https: // www.kractvist.org/after-more-than-7-months-in-jail-dr-kafeel-khan-gets-bail-from-allahabad-high-court/

டாக்டர். கஃபீலுக்கு எதிராக எந்த ஆதாரமும் இல்லை: *No Evidance Againt Dr.kafeel, No Inquiny War Done: Allahabad HC. Quint, 27 April 2018. Available: https: // www.the quint. com/news/india/Gorakhpur-infant-deaths-dr-kafeel-khan-qranted-bail.*

மருத்துவ கவனக் குறைவிற்கு எந்த ஆதாரமும் இல்லை: *Omer Raslied 'Allahabad High court rules out negligence charges against Gorekhpur doctor kafeel khan. The Hindu, 26 April 2018. Available: https:// www.thehindu.com/news/national/other-states/allahabad-high-court-rules-out-regligence-charges-against-gora-khpur-doctor-kafeel-khan/article 23682129.ece.*

ஒரு தந்தையாக, மருத்துவராக, இந்தியனாக: *My future Depands on yogi Adityanath: Doctor Accused In UP Child Dealthes. NDTV, 29 April 2018. Available : https: // www.ndtv.com/india-news/gorakhpur-baby-dealths-out-of -jail-after-8-monthes-dr-kafeel-khan-days-his-future-epends-in-cm-yogi-a1844393-.*

குற்றம் சாட்டப்பட வேண்டியவர்கள் எஃப்ஐஆர் தாக்கல் செய்கிறார்கள். நூலாசிரியர் இதைச் சொல்லும் ஒலிப்பதிவு இணையத்தில் கிடைக்கிறது.

நான் கோரக்பூரை விட்டு, இந்தியாவை விட்டுப்போக மாட்டேன். இதுதான் என் வீடு. என் ஆன்மா இங்குதான் இருக்கிறது : *Mumtaz Alam, I will not leave Gorakhpur, I will not leave India. This is my home, my soul resides here, in ttis soil. Clarcion India, 9 may 2018. Available: https: // clari-onindianet/i-wont-leave-gorakhpur-nor-india-my-soul-resides-in-this-soil-dr-kafeel-khan/.*

தன் மகனின் மரணம் மேலும் வெறுப்பு அதிகரிக்கக் காரணமாகி விடக்கூடாது: *Sukriti Dwivedi, Father of Man killed By Muslim girl friend's family Hosts Ittaar, NDTV, 5 June 2018. Available : https:// www.ndtv.com/delhi-news/father-of-delhi-man-ankit-saxeva-killed-by -muslim-girlfriends-family-hosts-iftaar1862189-.*

சீருடையோடு முதலமைச்சர் காலில் விழுந்து ஆசி பெற்றது: UP Cop kneels Down at Yogi Adityanath's feet, photo goes viral, 'Quint' 28 July 2018. Available : https: // www.thequint.com/news/india/viral-photos-uttar-pradesh-police-officer-kneels-down-at-cm-yogi-adityanaths feet.

டாக்டர் கஃபீலின் சகோதரர் சுடப்பட்டார் : Anoo Bhuyan, 'kafeel khan's Brother shot at Thrice in Gorakhpur', wire! 11 June 2018. Available: https: // thewire.in/health/kafeel-khan-brother-shot-at-thrice-in-gorakhpur; yusra Husain and Arjumand Bano, 'Dr kafeel's brother shot at in Gorakhpur, Times of India, 11 June 2018. Available: https: // timesofindia.indiatimes.com/city/lucknow/dr.kafeels-brother-shot-at-in-a Gorakhpur/article-show/64534831. Cms; sadiq shabaw, 'How Dr.kafeel khan's brother was shot near high-security Gorakhnath temple, wion News, 11 June 2018. Available: https: // www.wionews.com/india-news/accused-in-gorakhpur-encephalitis-tragedy-kafeel-khans-brother-shot-at-in-gorakhpur-143617.

சகோதரரைச் சுட்ட அடையாளம் தெரியாத நபர்கள் மீது எஃப்ஐஆர்: Owar Roshid. Kafeel khan's brother shot in Gorakhpur. 'The Hindu, 11 June 2018. Available: https: // www.the hindu.com/news/national/other-states/kafeel-khans-brother-shot-at/article 24133149.ece.

கோரக்பூரில் ஜனதா தர்பாரில் அடீல் பாய் முதலமைச்சரை சந்தித்தது: PTI, Kafeel khans brother meats UP CM duing 'janta darbar' seeks CBI probe into attack on family member, business standard 29 June 2018. Available: https: // www.businen-standard.com/article/pti-stories/kafeel-khan-s-brother-meats-up-cm-duing-javata-darbar-seeks-cbi-probe-into-attack-on-family-member-11806290081-1 html.

மருத்துவமனை உள் அரசியலால் பிஆர்டி பிரச்சனை ஊதிப் பெரிதாக்கப்பட்டது, BRO Hospital trgedy blown out of propotion due to internal polities, says yogi Aditynath, News18, News25 ,18 August 2018. Available: https: // www.news18.com/news/india/brd-hospital-tragedy-blown-out-of proportion-due-to-internal-polities say-yogi-aditynaths1856807-.html. Gorakhpur in-

fants deaths: There was no shortage of oxygen at hospital, says Adityanath, scroll.in, 26 August 2018. Available: https: // scroll. in/latest/891969/Gorakhpur-infant-dealths-there-was-no-short-age-of-oxygen-at-hospital-says-adityanath; yogi Adityanath on Gorakhpur infauts deaths: Tragedy a result of internal polities, not shortage of oxygen, Indian Express, 26 August 2018. Available: https: // www.indianexpress.com/article/cities/lucknow/ yogi/adityanath-gorkhpur-hospital-infant-deaths-5325597/.

அவரது அறிக்கை தவறு என்றேன்: Gorakhpur tragedy: yogi Adityanath misteading people, alleges Dr.kafeel khan after CM says there was no shortage of oxygen, Indian express, 27 August 2018.Available : https : //indianexpress.com/article/india/ Gorakhpur-infant-deaths-yogi-adityanath-oxygen-supply-kafeel-khan5327408-/.

உள் அரசியல், ஆக்சிஜன் பற்றாக்குறை இல்லை என்றால், நான் ஏன் கிட்டத்தட்ட ஒரு வருடம் சிறையில் இருந்தேன்? மேலது.

உள் அரசியல் அறிக்கை விவாதத்தை கிளப்பியது : Qazi Faraz ahmed, BRD Hospital Tragedy Blown out of proportion due to Internal polities, says yogi Adityanath, News 18 ,25 August 2018. Available : https : // www.news18.com/news/india/brd/hospital/ tragedy-blown-out-of-proportion-due-to-internal-polities-says-yogi-adityanath1856807-.html

பிஆர்டியில் ஆக்சிஜன் பற்றாக்குறையே கிடையாது: Yogi Adityanath on Gorakhpur infant dealths, 'India Express', 26 August 2018.

இப்போது உன் முறை, நீ தப்ப முடியாது: 'It's your Turn Now": Dealth Threat for Dr.kafeel khan After attempt to shoot umar, news click 14 August 2018. Available: https: // www.newsclick. in/its-your-turn-now-death-threat-dr-kafeel-khan-after-attempt-shoot-umar.

இறப்புகளுக்குக் காரணம் 'மர்ம நோய்' என்றது அரசாங்கம்: 'பகராயிச்: mysterious fever claims lives of 71 kids in 45 days. Times of India, 21 september 2018. Available: https:// www. youtube.com/watch? V=KLnZQIFpIBM; 'Mysterious fever report-

edly claims life of 71 children in 45 days in UP's பகராயிச்,Business standard, 21 september 2018. Available: https:// www.business-standard.com/multimedia/video-gallery/general/myterious-fever-reportedly-claims-life-of-71-children-in-45-days-in-up-s-bahraich-71260. Htm; '75 children dead in 45 day in UP; doctors blame "mysterious fevers", Timesnow news.com, 24 septamber 2018. Available: https: // www.timesnownews.com/videos/news/india/75-children-dead-in-45-days-in-up-doctors-blame-mysterious-fevers/ 10549; 'Bahraich witnenes '71 – childrens-death-because of mysterious fever', One India, 21 September 2018. Available: https: // www.oneindia.com/videos/bahraich-witneres. 71-childrens-death-because-of-mupterious-fever-343256. Html; Bhim manohar and Rahul Yadav, 'Malaria, mystery fever in uttar Pradesh leaves 30 dead in two days: hosptials illequipped to tackle crisis. First port, 21 september 2018. Available: https: // www.tintport.com/india/malaria-mystery-fever-in-uttar-pradesh-leaves-30-dead-in-two-days-hospitals-ill-equpped-to-tackle-crisis-5236141.html; 'Uttarpradesh on high alert ofter 'mystry fever' claims several lives, baneilly worst affect, Times Now news.com, 21 September 2018. Available: https: // www.timesnownews.com/india/article/uttar-pradesh-on-hight-alert-after-mystery-fever-claims-several-lives-bareilly-worst-affect/288165.

மூளையழற்சி நோய் அறிகுறிகள் : Jeevan Prakesh sharma, "UP Police urdresad me, Beat me Badly On My Bum so That I couldn't sit"; kafeel khan, Outlook 7 September 2020. Available: https://www.outlookindia.com/website/story/india-news-i-am-against-nrc-not-caa-dr.kafeel.khan/359942.

இரண்டாண்டு விசாரணைக்குப் பிறகு அலகாபாத் உயர்நீதி மன்றம் 9.9.2021. அன்று இடைநீக்கத்திற்கு தடை விதித்தது: Sparsh Upadhyay, 'Allahabad HC Stays Dr.Kafeel's 2nd suspension order Based on Allagations of forcibly Treating patient, critizip Government policy, 'LIvelawin, 14 September 2021. Available: https: //www.livelaw.in/news-upolater/allahabad-hc-stays-dr-kafeel-2nd-suspension-order-allegations-forcibly-treating-patient-criticizing-govt-policy-181599; PTI 'Allahabad

HC stap second suspension order against kafeel khan, 'The Hindu, 15 September 2021. Available: https: // www.the hindu.com/news/national/other-states/Allahabad-hc-stays-second-suspesion-order-against-kafeel-khan/article 36467088. Ece.

அரை ஊதியம் பெறுதல்: பார்க்க – *Biswar, Kafeel khan: National threat or symbal of repression? 'BBC News', 3 September 2020*ஒவ்வொரு படுக்கையிலும் 3-2 குழந்தைகள்: *'75 children dead in 45 days in UP: Doctor blame 'mysterious fevers' Times Now News.com.*மருத்துவமனையின் நிலைமை கண்டு அதிர்ச்சி: *K.J.Saquib, 'Crisis deepaus as encaphaltis dealth toll in Bihar torcher 128, Hindustan Times, 20 June 2019. Available: https:// www.hindustantimes.com/india-news/crinin-deepam-an-encephalitin-death-toll-in-bihan touches128-/stony-SMckpn bgs U4tvhklwuvtzM.html; 'Death Toll Due to Encephalitin Mounth to 128 in Bihar; supreme count to Hear PIL on Outbreak soon, india.com, 19 June 2019. Available: https:// www.india.com/news/india/death-toll-due-to-encepphalitis-mounts-to-128-in-bihar-supreme-court-to-here-pil-on-out break- soon. 3694013/.100* படுக்கை கொண்டு மூளையழற்சி நோய் மருத்துவமனை குறித்த வாக்குறுதி : *G.S.Mudur, 'Five years later, Harsh Vandhan makes same promise, The Telegraph, 19 June 2019. Available: https: // www.telegraphindia.com/india/five-years-later-harsh-vandhan-makes-same-promise/cid/1692718*

உ.பி. முதலமைச்சருக்குக் கடிதம் எழுதினேன்: *Yusra Husain 'Suspended BRD college Doctor to Uttar Pradesh Chief minister Yogi Adityanath: Reinstte or sack me, Times of India, 21 December 2018. Available: https:// timesofindia.indiatimes.com/city/lucknow/suspended-brd-college-doc-to-cm-reistate-or-sack-me/articleshow/ 67185601. Cms.*

டாக்டர் பூபேந்திர சர்மா, குழந்தைகள் நலப் பிரிவு இணை பேராசிரியர்: *Tarique Anwar, 'Is Dr.Kafeel Being unjuntly Accused in Gorakhpur children's Death case? 'News click, 20 April 2018. Available: https:// www.newsclick.in/drkafeel-being-unjuntly-accused -gorakhpur-children-death-case.*

திரவ ஆக்சிஜன், ஜம்போ ஆக்சிஜன் சிலிண்டர் டெண்டர்... பராமரிப்பில் எவ்வித தொடர்பும் இல்லை: *Omar Rashid, 'Gorakhpur infont dealths: departmetal unginy clears Dr.Kafeel Khan, The Hindu 27 September 2019. Available: https: // www.thehindu.com/news/national/other-states/gorakhpur-infont-dealthus-departmental-inquiny-clears-kafeel-khan/article 29528392.ece.*

2019 ஏப்ரல் 15ல் விசாரணை முடித்து அறிக்கை தரப்பட்டது: *shoaib Daniyal, 'Gorakhpur child dealths: Probe absolves Dr.kafeel khan of all charges, praises him for saving lines, scroll in, 27 septamber 2019. Available : https: // scroll.in/latest/938688/Gorakhpur-child-deathus-probe-absolves-dr-kafeel-khan-of-all. charges-praises-him-for-saving-lines ; ' Huge Relief ' – kafeel-khan on UP Government's decision to withdraw Re-Inqiny.citizen, 8 August 2021. Available : https : // www.thecitizen.in/index/php/en/newsdetail/indes/15/20731/huge-relief-kafeel-khan-on-up-governments-decision-to-withdrow-re-enquiny.*

டாக்டர். கஃபீல்கான் மீதான பழி நீங்கியது: *Nideo available on NDTV, Youtube, https:// www/youtube.com/watch?v=Ajs4hXfgjY4.*

பாஜக எம்.பியின் அவதூறு: *yusra Husain, 'Ex-BJP MP Paresh Rawal apologiseste Dr.Kafeel khan' Times of India, 2 October 2019. Available: https: // www.timesofindia.indiatimes.com/city/lucknow/ex-bjp-mp-paresh-rawal-apologises-t-0dr-kafeel-khan/rticleshow/71407576.cms; "I A pologise': paresh Rawal to Gorakhpur doctor kafeel khan for this Tweet, Out look, 3 October 2019. Available: https: // www.outlookindia.com/website/story/i-apologise-paresh-rawal-to-gorakhpur-doctor-kafeel-khan-for-his-tweat/*

தவறு செய்துவிட்டால் மன்னிப்புக் கேட்பதில் அவமானம் இல்லை: *Twiter. Available:https:// www.twiter.com/sir pareshRawal/ status/11792592155 27006209? Ret-src=twsrc percents Etfw pan cent 7 Ctwcamp percent 5 Etweatem bed pen cart 7ctwterm per cent 5 E 1179259215527006209 per cent 7ctwgr percent SE per cent 7ctwcon per cent 5Esl-& red-url=https per cent 3 A per cent 2 F per cent 2 F www.indiatvnews.com per cent*

2F entertainment per cent 2F celebration per cent 2F paresh-rawat apologiser-to-gorakhpur-doctor-kafeel-khan-after-two-years-554063

மற்றொரு விசாரணை: PTI, Uttar Pradesh govt withdraws re-enging agaust Dr.kafeel khan in Gorakhpur case, The print, 8 August 2021. Available: https:// the print.in/india/uttarpradesh-govt-withdraws-re-inging-againt-dr-kafeel-khan-in-gorakhper-case/711258.

பேச்சை முழுமையாகப் படித்தால்: 'Full text and video:' This is the Speech for which kafeel khan spent saven months in prison' Scroll.in, 1 Septamber 2020. Available: https: // scroll.in/video/971960/full-text-and-video-this-is-the-speech-for-which-kafeel-khan-spent-seven-monthes-in-prison.

நான்காண்டுகளுக்கு மேலாக இருக்கும் இடைநீக்க உத்தரவை நியாயப்படுத்துக: 'Gorakhpur deaths: Justity Dr.kafeel khan's suspension from hospital for over four year, H C tells UP, Scroll.in, 3 August 2021. Available: https: // scroll.in/latest/1001915/Gorakhpur-deaths-jurtity-dr-kafeel-khans-suspension-from-hospital-for-over-four-years-he-tells-UP.

கவனக்குறைவு: Four years after crib deaths, UP sacks kafeel for 'laxity' 'Times of India'. 12 November 2021. Available: https: //timesofindia.indiatimes.com/articleshow/87655986.cms?utm-source=contented interest & utm – medium=text & utm – campaign=cppst.

எந்த இறப்பும் நிகழவில்லை என இந்திய அரசு அறிவித்தது: 'No state has reported dealths due to oxygen shortage: Health Ministry, The Hindu, 10 August 2021. Available: https: // www.thehindu.com/news/national/no-state-has-reported-dealths-due-to-oxygen-shortage-health-minister/article 35840910.ece

சில புகைப்படங்கள்

1

The central liquid oxygen tank which supplied piped medical oxygen across Nehru Hospital at the BRD Medical College.

பிஆர்டி மருத்துவமனையில் திரவ ஆக்சிஜன் சப்ளை செய்யும் டாங்க்.

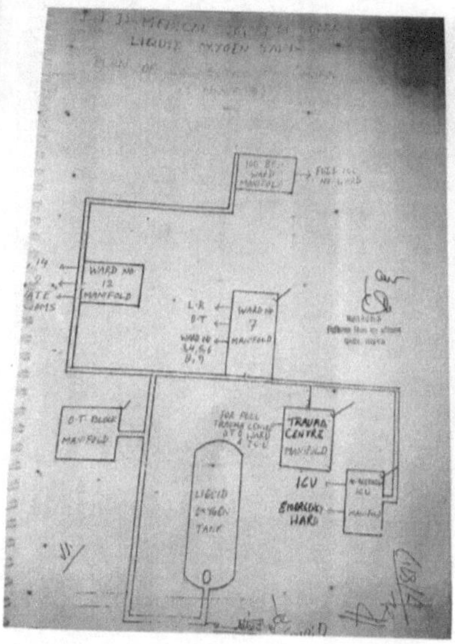

2

A blueprint of the storage and distribution of liquid medical oxygen to various wards.

திரவ ஆக்சிஜன் பல்வேறு வார்டுகளுக்கும் வழங்கப்படுவது குறித்த வரைபடம்.

3

2017 ஆகஸ்ட் 10-11 இரவில், திரவ ஆக்சிஜன் தீர்ந்து போனதை அறிவிக்கும் எச்சரிக்கை மணி.

The alarms of the oxygen delivery system buzzing on the intervening night of 10–11 August 2017 after the supply of liquid oxygen had run out.

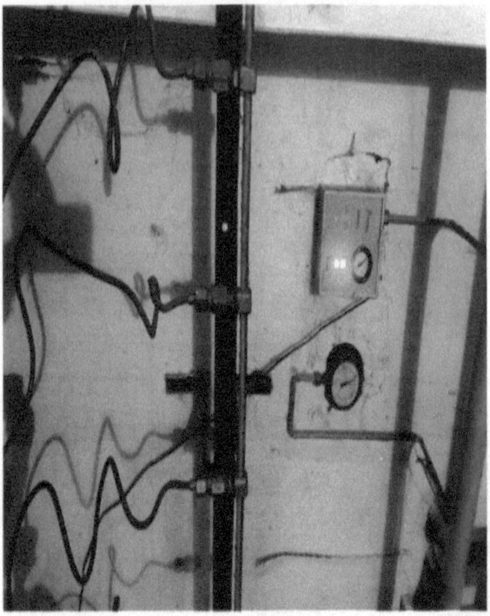

4

The liquid oxygen meter displaying a reading of zero at 10:39 a.m. on 11 August 2017.

2017 ஆகஸ்ட் 11 இரவு 10.39க்கு ஆக்சிஜன் இருப்பு 0 எனக் காட்டும் திரவ ஆக்சிஜன் மீட்டர்.

5

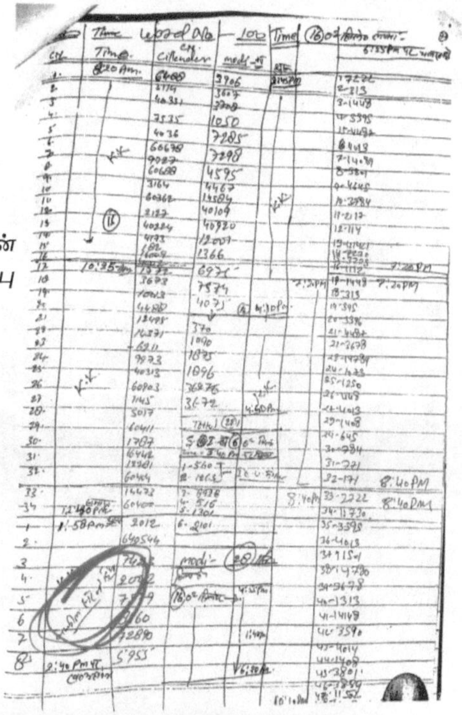

ஜம்போ ஆக்சிஜன் சிலிண்டர் இருப்பு பற்றிய பதிவேடு.

The logbook of the central pipeline operators with records of the jumbo oxygen cylinders.

Below: The fifty jumbo cylinders delivered by IGL at around 2 a.m. on 11 August 2017.

6

2017 ஆகஸ்ட் 11 இரவு 2 மணிக்கு ஐஜிஎல் கொண்டுவந்த 50 ஜம்போ சிலிண்டர்கள்.

2017 ஆகஸ்ட் 11 அன்று வேனில் சிலிண்டர்கள் கொண்டு வருதல்.

7

Jumbo cylinders arrive in a pickup truck outside the hospital on 11 August 2017.

Below: A letter from the chief medical superintendent to the principal of BRD Medical College on 11 August 2017 stating that oxygen had completely run out at the hospital.

8

कार्यालय मुख्य चिकित्सा अधीक्षक,नेहरू चिकित्सालय मेडिकल कालेज,गोरखपुर।
संख्या 1075/**बीआरजी/एमसी/नेचि–17** **दिनांक 11 अगस्त,2017**

सेवा में,

प्रधानाचार्य,
बी0आर0डी0 मेडिकल कालेज,
गोरखपुर।

महोदय,

आपको सूचित करना है कि चिकित्सालय में लगे लिक्वीड आक्सीजन गैस पूर्ण रूप से समाप्त हो गया है तथा आक्सीजन गैस की आपूर्ति करने वाली फर्म द्वारा मॉग पत्र के अनुसार गैस आपूर्ति नही कर रही हैं। उक्त के सम्बन्ध में आज दिनांक 11.08.2017 को वार्ड संख्या 12 के सेमिनार कक्ष में विभागाध्यक्ष बाल रोग/ डा0 बी0एन0शंक्ला,वरिष्ठ परामर्शदाता बाल रोग/उपाधिक्षक आदि की बैठक सम्पन्न हुई जिसमें सर्व सम्मति से यह निर्णय लिया गया कि वस्तुस्थिति से प्रधानाचार्य महोदय को अवगत कराया जाय तथा उनके द्वारा वैकल्पिक रूप से मेडिकल आक्सीजन की व्यवस्था कराये तथा साथ ही साथ मंडलायुक्त महोदय एवं जिला प्रशासन से भी वार्ताकर आक्सीजन गैस की उपलब्धता सुनिश्चित कराये।

अतः आप से अनुरोध है कि बैठक में सर्व सम्मति से हुए निर्णय के कम में जनहित/संस्थाहित में जीवन रक्षक मेडिकल आक्सीजन गैस की आपूर्ति शीघ्रातिशीघ्र कराने की कृपा करें जिससे चिकित्सालय में भर्ती गम्भीर मरीजों की जान बचाई जा सके तथा निर्वाध रूप से अनका निदान किया जा सके।

भवदीय,

11.8.17

मुख्य चिकित्सा अधीक्षक

ஆச்சிஜன் தீர்ந்தது பற்றி 2017 ஆகஸ்ட் 11 அன்று தலைமை மருத்துவக் கண்காணிப்பாளர் முதல்வருக்கு எழுதிய கடிதம்.

9

मुख्य चिकित्सा अधीक्षक डा0 अशोक कुमार श्रीवास्तव से आख्या ली गई जिसके अनुसार स्थिति निम्नवत है(परिशिष्ट-5) –

जम्बो ऑक्सीजन सिलेण्डर की पोजीशन
(08-08-2017 से 12-08-2017 के मध्य)

दिनांक	स्टोर में उपलब्ध सिलेण्डरों की संख्या	100 बेड वार्ड को मैनुफोल्ड के लिये दिये गये सिलेण्डर की संख्या	100 बेड वार्ड से पूर्व से उपलब्ध सिलेण्डर की संख्या	इस्तेमाल किये गये सिलेण्डर की संख्या
08-08-2017	50	32	0	32
09-08-2017	50	32	0	20
10-08-2017	50	40	12	52
11-08-2017	इम्पीरियल-100 मोदी-120 आनन्दलोक से-6 [illegible]-4 कुल-250	225(कई बार में)	0	225
12-08-2017	5 Balance + 440=445	290	0	220 (13-08-2017 को 2.15 एएएम पर लिक्विड ऑक्सीजन की आपूर्ति बहाल की गयी थी)

लिक्विड ऑक्सीजन की पोजीशन
(08-08-2017 से 12-08-2017 के मध्य)

दिनांक	समय	गैस की स्थिति
08-08-2017	03.00 PM	3700 MMCW
09-08-2017	11.20 AM	2200 MMCW
10-08-2017	08.00 AM	900 MMCW
10-08-2017	07.30 PM	150 MMCW Beep Alarm Cylinder supply started
10-08-2017	11.30 PM	150 MMCW restarted
11-08-2017	01.30 AM	Jumbo Oxygen cylinder started and Liquid Oxygen at very Low level
12-08-2017		Liquid Oxygen at very low level and supply continued with Jumbo Oxygen cylinder
13-08-2017	02.15 AM	Liquid Oxygen refiled and started 6600 MMCW

महानिदेशक
चिकित्सा शिक्षा एवं प्रशिक्षण
उ0प्र0

An enquiry report by the chief medical superintendent containing details of the cylinders that were arranged between 10 and 12 August 2017. According to the document, at 7:30 p.m. on 10 August, after the beeping alarms indicated that the pressure of liquid medical oxygen had severely reduced to 150 MMCW, oxygen was supplied using jumbo cylinders. Piped liquid oxygen was eventually restored at 2:15 a.m. on 13 August.

தலைமை மருத்துவக் கண்காணிப்பாளரின் விசாரணை அறிக்கையில் ஒரு பகுதி. 2017 ஆகஸ்ட் 10-12 தேதிகளில் ஏற்பாடு செய்யப்பட்ட சிலிண்டர்களின் விவரம்.

10

Tax Invoice | Cash/Credit | ORIGINAL/DUPLICATE/TRIPLICATE/OFFICE COPY

MAYUR GASES PRIVATE LTD.
AN ISO 9001:2008 CERTIFIED COMPANY
VILL. : SEMERA, P.O. : MAGHAR, DISTT.- SANT KABIR NAGAR
Mob.: 7379099904,5,9453033818, e-mail : mayurgases@gmail.com

GST Number : 09AACCM2267L1Z6
Tax is Payable on Reverse Charge : (Yes/No)
Invoice Serial Number : 563
Invoice Date : 11-08-2017

Transportation Mode : (Apply for Supply of Goods Only)
Veh. No. : UP 70 AT-5107
Date & Time of Supply : 11-08-2017
Place of Supply : Gorakhpur

Details of Receiver (Billed to)
Name : B. R. D. Medical College
Address : Gorakhpur
State : UP State Code : 09
GSTIN/UIN Number :

Details of Consignee (Shipped to)
Name :
Address :
State : State Code :
GSTIN/UIN Number :

S.No.	Description of Goods	HSN Code (GST)	Qty.	UQC	Rate	Total ₹	Discount ₹	Taxable Value ₹
1.	Dissolved Acetylene	29012910						
2.	Compressed Oxy (Other)	28044090						
3.	✓ Medical Grade oxygen	28044010	7 Pc	49.0	21.43	1050.07	–	1050.07
4.	Nitrogen (Other)	28043000						
5.	Nitrogen (Liquid)	28043000						

Invoice Value (In Words)
Rs One Thousand Two Hundred Forty only

Total	₹ 1050.07
CT @ 9%	₹ 95.00
ST/UT @ 9%	₹ 95.00
IT @	₹
Freight Charges	₹
Loading and Packing Charges	₹
Insurance Charges	₹
R/O(–) Other Charges	₹ 0.07
Invoice Total	₹ 1240.00

Amount of Tax Subject to Reverse Charge ₹ ₹ ₹
Certified that the Particulars given above are true and correct
Electronic Reference Number :
For- MAYUR GASES PRIVATE LTD.
Authorised Signatory
Name : D. R. Gupta
Designation : Analytical chemist

A receipt from Mayur Gases Private Ltd dated 11 August 2017 against the supply of seven oxygen cylinders for the sum of ₹1,240 paid by me.

2017 ஆகஸ்ட் 11 அன்று 7 ஆக்சிஜன் சிலிண்டர்கள் சப்ளை செய்ததற்கு ரூ.1240 பெற்றுக் கொண்டதாக மயூர் கேஸஸ் அளித்த ரசீது. நான் பணம் தந்து வாங்கிய சிலிண்டர்.

11

Me holding Bhumika, one of the infants with encephalitis who was in critical condition on 11 August 2017 at the hospital but survived.

என் கைகளில் பூமிகாவை ஏந்தியபடி, 2017 ஆகஸ்ட் 11 அன்று மிக மோசமான நிலையில் இருந்து உயிர் பிழைத்த குழந்தை.

12

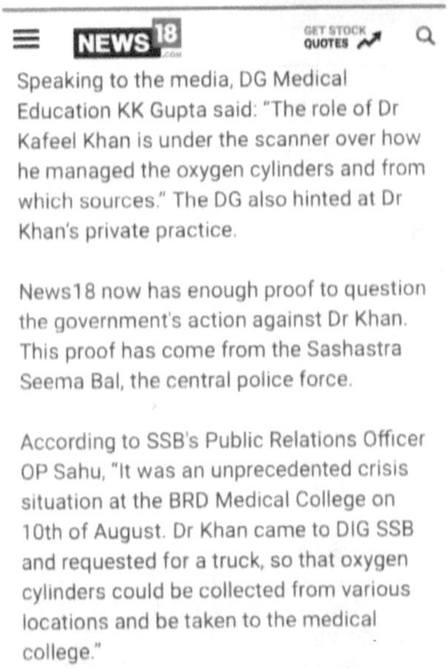

NEWS18 GET STOCK QUOTES

Speaking to the media, DG Medical Education KK Gupta said: "The role of Dr Kafeel Khan is under the scanner over how he managed the oxygen cylinders and from which sources." The DG also hinted at Dr Khan's private practice.

News18 now has enough proof to question the government's action against Dr Khan. This proof has come from the Sashastra Seema Bal, the central police force.

According to SSB's Public Relations Officer OP Sahu, "It was an unprecedented crisis situation at the BRD Medical College on 10th of August. Dr Khan came to DIG SSB and requested for a truck, so that oxygen cylinders could be collected from various locations and be taken to the medical college."

An article in News18 that quotes Sashastra Seema Bal's public relations officer who confirmed that I had arrived at their office requesting for a truck to collect oxygen cylinders from other locations.

News 18 செய்தி–எஸ்எஸ்பி அதிகாரி நான் உதவி கேட்டு வந்ததை உறுதி செய்த செய்தி.

13

दम तोड़ रहे मासूम को बचाने के लिए जूझते रहे डॉ. कफील

गोरखपुर | कार्यालय संवाददाता

गुरुवार रात के दो बज रहे थे। इंसेफेलाइटिस वार्ड के कर्मचारियों ने प्रभारी व बाल रोग विशेषज्ञ डॉ. कफील अहमद को सूचना दी कि अगले एक घंटे बाद ऑक्सीजन खत्म हो जाएगी। इस सूचना के बाद ही डॉक्टर की नींद उड़ गई। वह अपने कार से मित्र डॉक्टर के अस्पताल गए और वहां से ऑक्सीजन का तीन जंबो सिलेंडर लेकर शुक्रवार के तीन बजे सीधे बीआरडी पहुंचे। तीन सिलेंडरों से बालरोग विभाग में करीब 15 मिनट ऑक्सीजन सप्लाई हो सकी।

सुबह साढ़े सात बजे ऑक्सीजन खत्म होने पर एक बार फिर वार्ड में हालात बेकाबू होने लगे। मरीज तड़प रहे थे, तीमारदार व्याकुल होने लगे, वार्ड में तैनात डॉक्टर और कर्मचारी परेशान होने लगे। उधर, ऑक्सीजन सिलेंडर की खेप आने में करीब दो घंटे देर थी। ऐसे में डॉ. कफील ही हर मोर्चे पर जूझते रहे। वार्ड में घूम-घूम कर बेहद ऐसे मरीजों का इलाज किया जिनके दिल की धड़कन मंद हो रही थी। साथ में जूनियर डॉक्टरों को एम्बु बैग चलाने को निर्देशित भी किया।

ऑक्सीजन सिलेंडर मंगाने के लिए जूझते रहे डॉक्टर। डॉक्टर कफील को यह समझते देर न लगी ऑक्सीजन सिलेंडर मिले बगैर उनका यह प्रयास सफल न होगा। उन्होंने जिले में आधा दर्जन ऑक्सीजन सप्लायरों से फोन पर बात की। मयूर गैसेज ऑक्सीजन सिलेंडरों को नकद भुगतान मिलने पर रिफिल करने को तैयार हो गया। डॉ. कफील तुरंत एक कर्मचारी को एटीएम कार्ड देकर रुपये निकालने को भेजा। फैजाबाद से आए इम्पीरियल गैसेज कंपनी के ट्रक चालक को डीजल और दूसरे खर्च की रकम जेब से देकर खलीलाबाद भेजा।

डॉ. कफील अहमद, बाल रोग विशेषज्ञ

अधिकारियों से मांगी मदद : मयूर गैसेज संचालक जब सिलेंडरों को रिफिल करने से मुकरने लगे तब एक बार फिर डॉ. कफील सामने आए। उन्होंने पूरे मामले की जानकारी प्रशासन के आला अधिकारियों को देकर मदद की गुहार लगाई। हालांकि तब तक काफी देर हो गई थी।

नाम को सार्थक कर गए डॉ. कफील। कफील का मतलब मददगार होता है। शुक्रवार को डॉ. कफील ने अपने नाम के अर्थ को सार्थक कर दिया।

An excerpt from an article dated 12 August 2017 in *Hindustan*, a Hindi-language newspaper, which mentions the oxygen cylinders I had arranged during the crisis.

நான் சிலிண்டர்கள் ஏற்பாடு செய்து உயிர்களை காத்தது பற்றி 2017 ஆகஸ்ட் 12 'ஹிந்துஸ்தான்' என்ற ஹிந்தி பத்திரிகையில் வந்த செய்தி.

14

1. पुष्पा सेल्स का लिक्विड अक्सिजन टैकंर खलीलाबाद गोरखपुर बार्डर पार कर रहा है, लगभग दो घण्टों में मेडिकल कालेज गोरखपुर पहुच जायेगा।
2. मोदी कैमिकल ने आज सुबह से छः रात नौ बजे तक 250 सिलेण्डर की अपूर्ति 12.08.2017 को किया।
3. आई0जी0एल फैजाबाद ने 130 सिलेण्डर की अपूर्ति 12.08.17 को किया।
4. वर्तमान समय में हमारे पास 233 सिलेण्डर मौजूद है।
5. मोदी कैमिकल ने 10.30 रात्री दिनांक 12.08.2017 100 सिलेण्डर तथा सुबह 2.30 दिनांक 13.08.17 को 100 सिलेडण्र अपूर्ति करने को कहा है।

The notes made on 12 August 2017 by the authorities about the oxygen crisis of 10–11 August.

ஆகஸ்ட் 10-11 ஆக்சிஜன் பற்றாக்குறை குறித்து 2017 ஆகஸ்ட் 12 அன்று அதிகாரிகள் எழுதிய குறிப்பு.

15

प्रेषक,

प्रधानाचार्य
बी0 आर0 डी0 मेडिकल कालेज,
गोरखपुर।

सेवा में,

महानिदेशक,
पेंशन निदेशालय, उत्तर प्रदेश,
8वाँ तल, इन्दिरा नगर, अशोक मार्ग,
लखनऊ।

संख्याः 1888/बीआरजी/एमसी–17/स्टोनो — दिनांकः 12 अगस्त, 2017

विषय– नैतिकता के आधार पर त्याग–पत्र के सम्बन्ध में।

महोदय,

आपको अवगत कराना है कि बी0आर0डी0 मेडिकल कालेज, गोरखपुर में इन्सेफॅलाइटिस वार्ड न0 100 में 48 घंटे में हुई बच्चों की मृत्यु से मै बहुत आहत हूँ। इन्सेफॅलाइटिस वार्ड में बच्चों की हुई मृत्यु में मेरे द्वारा किसी प्रकार की लापरवाही अथवा कोई गलती नही की गयी है। मैं नैतिकता के आधार पर मेडिकल कालेज, गोरखपुर के प्रधानाचार्य पद से अपना त्याग पत्र दे रहा हूँ।

सूचनार्थ एवं आवश्यक कार्यवाही हेतु प्रेषित।

भवदीय,

(आर0के0 मिश्रा)
प्रधानाचार्य

Principal Dr Rajiv Mishra's letter of resignation, dated 12 August 2017, naming his ethical responsibility for the deaths of children between 10–11 August as the reason.

2017 ஆகஸ்ட் 12ம் தேதியிட்ட டாக்டர். ராஜீவ் மிஸ்ராவின் ராஜினாமா கடிதம். ஆகஸ்ட் 10-11 பிரச்சனைக்கு தாம் தார்மீகப் பொறுப்பு ஏற்பதாக குறிப்பிட்டிருந்தார்.

16

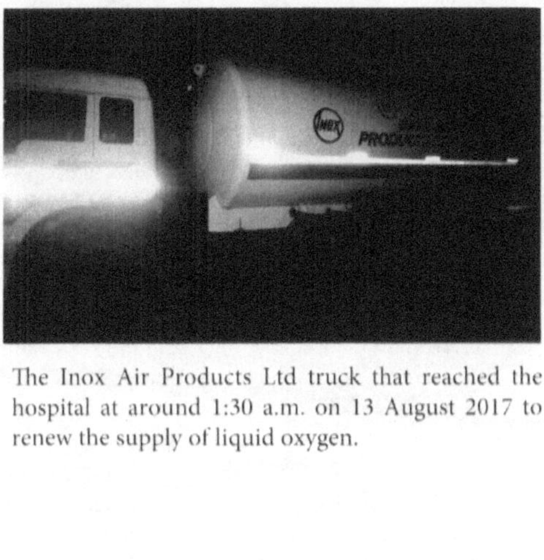

The Inox Air Products Ltd truck that reached the hospital at around 1:30 a.m. on 13 August 2017 to renew the supply of liquid oxygen.

2017 ஆகஸ்ட் 13 இரவு 1.30க்கு வந்த இனாக்ஸ் ஏர் புரோடக்ஸின் திரவ ஆக்சிஜன் டேங்கர் லாரி.

17

आरोपियों पर इन धाराओं में दाखिल हुई चार्जशीट

डा. राजीव मिश्र : 409, 308, 120 बी और 7/13 भ्रष्टाचार निवारण अधिनियम
डा. कफील खान : 409, 308, 120 बी
डॉ. सतीश कुमार : 120 बी, 466, 468, 469, 471, 308 व 7/13 भ्रष्टाचार निवारण अधिनियम
डा. पूर्णिमा : 120 बी व भ्रष्टाचार निवारण अधिनियम की धारा 7/13, (8) (9)
मनीष भण्डारी : 120 बी और 406
उदय प्रताप शर्मा : 120 बी, 7/13 भ्रष्टाचार निवारण अधिनियम
संजय कुमार त्रिपाठी : 120 बी, 7/13 भ्रष्टाचार निवारण अधिनियम
सुधीर कुमार पाण्डेय : 120 बी, 7/13 भ्रष्टाचार निवारण अधिनियम
गजानन जायसवाल : 120 बी, 466, 468, 469, 471, 7/13 भ्रष्टाचार निवारण अधिनियम

डॉ. कफील से तीन धाराएं हटाई

पुलिस की विवेचना में डा. कफील खान को बड़ी राहत मिली है। उनके ऊपर से तीन धाराएं हटाई गई है। भ्रष्टाचार की धारा के अलावा 420 यानी धोखाधड़ी, इंडियन मेडिकल काउंसिल एक्ट 1956 का सेक्सन 15 और आईटी एक्ट 2000 के सेक्शन 66 की धारा में पुलिस को डॉ. कफील के खिलाफ कोई सबूत नहीं मिला। लिहाजा पुलिस ने तीनों धाराओं से डॉक्टर कफील को क्लीनचिट दे दी है। जिस हिसाब से पुलिस डॉ. कफील को मुख्य आरोपी मान रही थी उस हिसाब से इन धाराओं से क्लीनचिट डा. कफील के लिए बड़ी राहत है।

बीआरडी का इंसेफेलाइटिस वार्ड • फाइल फोटो

9 குற்றவாளிகள் மீதான குற்றப்பத்திரிகை விவரங்கள் அடங்கிய செய்தித்தாள் குறிப்பு.

A news clipping carrying details of the charges filed against the nine people named in the chargesheet: Dr Rajiv Mishra (principal), me, Dr Satish Kumar (head of the anaesthesia department), Dr Poornima Shukla (the principal's wife), Manish Bhandari (managing director of Pushpa Sales), Uday Pratap Sharma (junior accountant), Sanjay Tripathi (senior accountant), Sudhir Pandey (the senior-most clerk in the accounts department) and Gajanand Jaiswal (chief pharmacist).

PUSHPA

Pushpa Sales Pvt.
(Healthcare
Lucknow
551 Jha/148, Ram Nagar, A
Lucknow
Ph / Fax 0522 - 4042458, 9935222999, 971
E-mail : manish@pushpasen
TIN : 0991

REMINDER 1

दिनांक–06.04.2017

PSPL/2017-18/006

1. मुख्य मंत्री उ0 प्र0 शासन,लखनऊ।
2. स्वास्थ्य मंत्री, उ0 प्र0 शासन,लखनऊ।
3. प्रमुख सचिव मेडिकल एजुकेशन उत्तर प्रदेश लखनऊ
4. महानिदेशक चिकित्सा एवं स्वास्थ्य सेवायें, उत्तर प्रदेश लखनऊ।
5. एस0आई0सी0, बी0आर0डी0 मेडिकल कालेज गोरखपुर।
6. विभागाध्यक्ष, बाल रोग विभाग, बी0आर0डी0 मेडिकल कालेज गोरखपुर।

Delhi Office : Pushpa Sales Pvt. Ltd.
B 231, Basement Greater Kailash-I, New Delhi-110048
Mobile 9810269435 Ph 011-29232190, 46132516

18

Official letter sent by Pushpa Sal[e]s to the principal of BRD Medical College on 6 April 2017, asking for payment against outstanding dues of ₹52,34,774 that accrued between 23 November 2016 and 3 April 2017. Copies of the letter were marked to the chief ministe[r] and the health minister of Uttar Pradesh.

2017 ஏப்ரல் 6 அன்று தங்களுக்குத் தரவேண்டிய ரூ.52,34,774ஐ வழங்குமாறு கல்லூரி முதல்வருக்கு புஷ்பா சேல்ஸ் எழுதிய கடிதம். இதன் நகலை உ.பி. முதலமைச்சருக்கும், சுகாதார அமைச்சருக்கும் அனுப்பியிருந்தார்கள்.

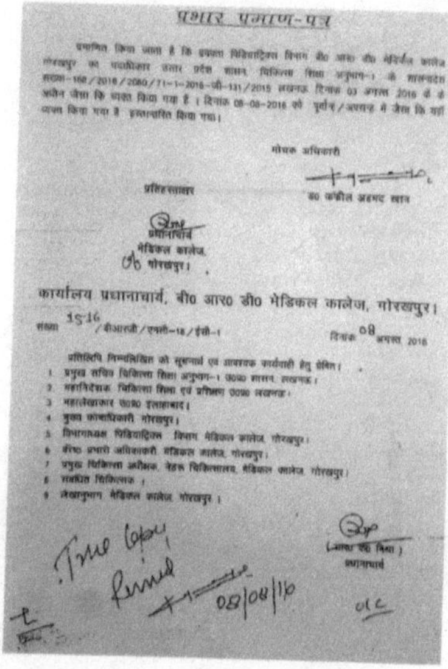
प्रभार प्रमाण-पत्र

कार्यालय प्रधानाचार्य, बी0 आर0 डी0 मेडिकल कालेज, गोरखपुर।

19

My appointment letter from the BRD Medical College, dated 8 August 2016.

2016 ஆகஸ்ட் 8 தேதியிட்ட எனது பணி நியமனக் கடிதம்.

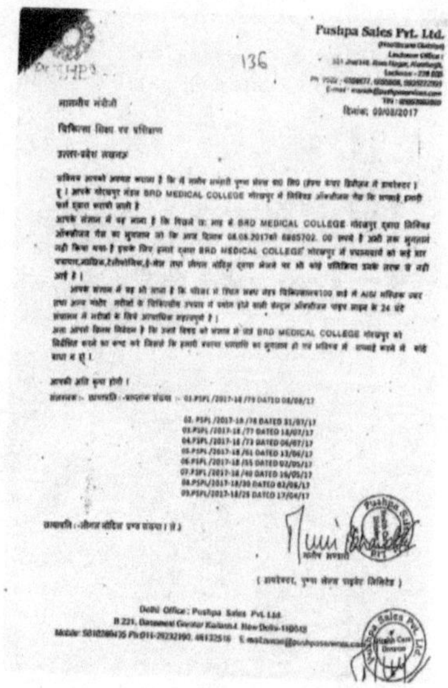
Pushpa Sales Pvt. Ltd.

20

Another letter from Pushpa Sales, dated 9 August 2017, addressed to the state minister of medical education, Ashutosh Tandon, declaring the outstanding amount due to them from BRD Medical College as ₹68,65,702. The letter also mentions that despite repeated oral and written reminders, telephonic communication, emails and legal notices, no payment had been released from the hospital to Pushpa Sales for the supply of liquid oxygen.

தமக்கு சேர வேண்டிய ரூ.6865702ஐ வழங்குமாறு 2017 ஆகஸ்ட் 9 அன்று உ.பி. மாநில மருத்துவக் கல்வி அமைச்சர் அஷுதோஷ் டாண்டனுக்கு புஷ்பா சேல்ஸ் எழுதிய கடிதம். பல கடிதங்கள், நேரடி நினைவூட்டல்கள், தொலைபேசி வேண்டுகோள்கள், மின்னஞ்சல்கள் என பலவிதங்களில் கேட்டும் பணம் தரப்படவில்லை என்று இக்கடிதம் கூறுகிறது.

2017 ஆகஸ்ட் 10-13 சம்பவங்கள் குறித்து சிறையிலிருந்து நான் வெளியிட்ட 10 பக்கக் கடிதத்தின் ஒரு பகுதி.

21

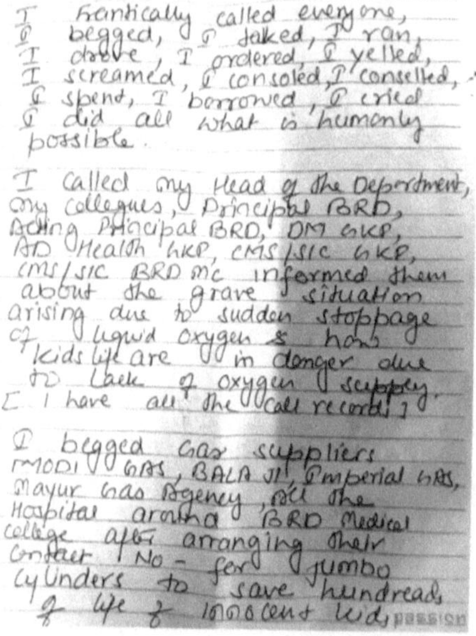

I frantically called everyone,
I begged, I talked, I ran,
I drove, I ordered, I yelled,
I screamed, I consoled, I consellled,
I spent, I borrowed, I cried
I did all what is humanly
possible.

I called my Head of the Department,
my collegues, Principal BRD,
Acting Principal BRD, DM GKP,
AD Health GKP, CMS/SIC GKP,
CMS/SIC BRD MC informed them
about the grave situation
arising due to sudden stoppage
of liquid oxygen & how
kids life are in danger due
to lack of oxygen supply.
[I have all the call records.]

I begged Gas suppliers
MODI GAS, BALA JI, Imperial GAS,
Mayur Gas Agency, All the
Hospital around BRD Medical
college after arranging their
Contact No- for jumbo
cylinders to save hundreads
of life of innocent kids

An excerpt from a ten-page letter I wrote while in prison, describing the details of all the events that transpired at the BRD Medical College during 10–13 August 2017.

Below: A newspaper clipping of a report in *Hindustan Times*, dated 11 April 2018, which carried the Indian Medical Association's official statement that I had been made a 'scapegoat to let go the big fishes'.

22

BRD HOSPITAL TRAGEDY

Doctors made scapegoat to let off big fishes: IMA

HT Correspondent

GORAKHPUR: Almost eight months after the death of 30 children in BRD hospital on August 10 rocked the country, doctors from Indian Medical Associations (IMA) have come out in support of their jailed colleagues, claiming doctors, including ex BRD principal Dr Rajeev Mishra, Dr Sateesh and Dr Kafeel, had been made scapegoat to let go the real culprits.

"On the one hand, the government maintained that deaths were not caused due to disruption in oxygen supply, on the other hand, it sent three doctors to jail. This smacks of a conspiracy to make doctors scapegoat to let go the big fishes," said Dr RP Shukla, secretary IMA Gorakhpur, while addressing a press conference with other office-bearers of Gorakhpur IMA on Monday.

The IMA has questioned why the ministers and officials in Lucknow and Gorakhpur failed to act on repeated reminders by oxygen supplier to pay the dues despite having the sole power and authority to do so.

"This has raised suspicion that such incidents could recur in future if the real culprits are not sent behind bars by conducting a time bound fresh probe into the incident," it said adding, "The failure to bring real culprit to justice and framing innocent doctors, against whom not even a single criminal case was registered, raise serious question over the judicial system and the government."

The IMA officials expressed deep concern over deteriorating health of jailed doctors, denial of bail to them and improper medical treatment provided to them.

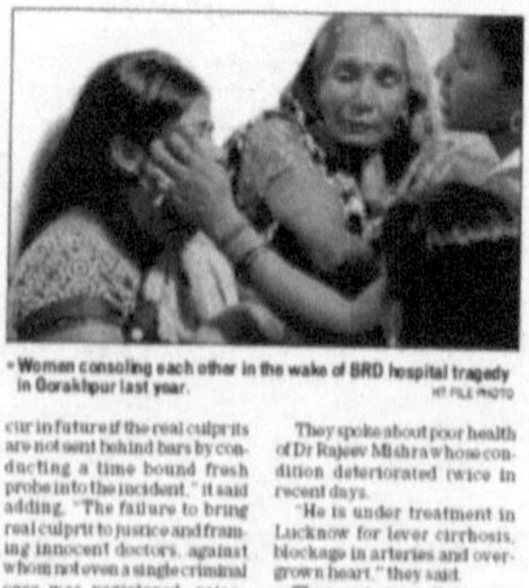

Women consoling each other in the wake of BRD hospital tragedy in Gorakhpur last year. HT FILE PHOTO

They spoke about poor health of Dr Rajeev Mishra whose condition deteriorated twice in recent days.

"He is under treatment in Lucknow for lever cirrhosis, blockage in arteries and overgrown heart," they said.

The association in its 11-point demand letter to the governments has asked it to constitute a fresh time-bound probe to identify and punish the real culprits responsible for the BRD tragedy besides allowing the jailed doctors to re-serve the society by providing them bail.

SC GRANTS BAIL TO OXYGEN SUPPLIER

Press Trust of India

NEW DELHI: The Supreme Court on Monday granted bail to the proprietor of a firm which supplied oxygen to Baba Raghav Das (BRD) Medical College and Hospital in Gorakhpur where scores of children had died last year.

The court noted that he had spent seven months in jail for an offence which entailed maximum punishment of three years imprisonment and a charge sheet had already been filed in the case.

Manish Bhandari had moved the Supreme Court against the Allahabad High Court order rejecting his bail plea.

2018 ஏப்ரல் 11 தேதியிட்ட 'ஹிந்துஸ்தான் டைம்ஸ்', 'பெரிய தலைகளை தப்புவிக்க, நான் பலிகடா ஆக்கப்பட்டதாக இந்திய மருத்துவக்கழகம் வெளியிட்ட அறிக்கை பற்றிய செய்தியை வெளியிட்டது.

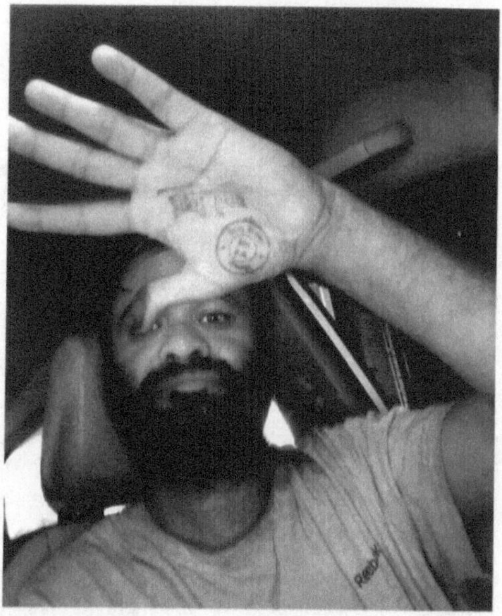

23

எனது விடுதலை அன்று (28.4.2018) என் கையில் விடுதலை என்று சீல் வைத்து, துணை ஜெயிலர் கையெழுத்துப் போட்டது.

The round stamp on my arm, which reads 'WASTE REHAI', signed by the deputy jailor on 28 April 2018, the day of my release from Gorakhpur Jail.

24

Free at last! This photo was taken by my brother Kashif Khan moments after my release from prison.

23. 24. விடுதலை! நான் சிறையிலிருந்து வெளியே வருவதை என் தம்பி காஃசிப் கான் எடுத்த படம்.

25

Reunited with my wife Shabista and daughter Zab outside the prison.

சிறைவாசலில் குடும்பத்தோடு மீண்டும் இணைதல்.

26

At home with my family on the night of 28 April 2018.
From left to right: Shabista holding Zab, me hugging
my mother and my brother-in-law Samar.

2018 ஏப்ரல் 28 இரவு வீட்டில், இடமிருந்து வலமாக ஜாப்பை தூக்கிக்கொண்டு ஷபிஸ்தா, நான் அம்மாவை அணைத்தபடி. பின்னால் தங்கை கணவர் சமர்.

No proof of med negligence by BRD doctor Kafeel: HC

Rohan.Dua@timesgroup.com

Lucknow: The Allahabad high court, while granting bail last week to hero-turned villain Dr Kafeel Khan in Gorakhpur's BRD Hospital tragedy, came down heavily on prosecution and said there was no evidence on record to suggest medical negligence by the doctor.

Khan was nodal officer at state-run Baba Raghav Das Medical College where 32 children had died on August 10-11 last year allegedly due to the shortage of liquid oxygen in the wards.

The court had granted bail on a plea by Khan, who was charged with criminal conspiracy and negligence while on duty at. Khan had shot to fame after it was found that he had arranged a batch of medical oxygen cylinders from a private vendor from his own money on August 10-11 night. He was suspended a day later.

> **Having considered the submissions advanced, the court notes that there is no material on record, which may establish medical negligence against the applicant individually**
> **JUSTICE YASHWANT VARMA**

The court also said that the Uttar Pradesh government, in its affidavit, never 'attributed the deaths to 'shortage of oxygen'. The state government and the UP police have maintained that the kids' death was natural and unrelated to shortage of oxygen, yet it booked doctors and BRD hospital staff for medical negligence.

"Having considered the submissions advanced, the court notes that there is no material on record, which may establish medical negligence against the applicant individually," Justice Yashwant Varma said in his order.

Khan was released from Gorakhpur jail on Saturday and was greeted by his family members and a crowd of local patients. Images of Khan weeping inconsolably and hugging his wife, mother and daughter went viral online. The court further pointed out that Khan 'is a medical practitioner, a government employee with no criminal history'.

The HC also observed that though UP police, in its FIR and chargesheet, showed Khan as head of the ward where the kids allegedly died, he was nowhere involved in the tendering process of medical oxygen.

27

On 30 April 2018, the *Times of India* published this article, which reported the Allahabad High Court as stating that 'there was no material on record, which may establish medical negligence' against me.

Below: My letter dated 19 May 2018, written after my release from prison, requesting the principal of BRD Medical College to revoke my suspension.

27. 'மருத்துவ கவனக் குறைவு இல்லை' என அலகாபாத் உயர் நீதிமன்றம் குறிப்பிட்டது பற்றிய செய்தி 30.4.2018 ''டைம்ஸ் ஆஃப் இந்தியா''வில்.

28

To,

The Principal ,BRD Medical college ,Gorakhpur,UP **Dated -**

From-

Dr KAFEEL AHMAD KHAN

Suspended Lecturer ,Dept Of Pediatrics ,BRD Medical college, Gorakhpur, UP

Subject -Request to revoke suspension order

Respected sir/madam,

With all due respect it is stated that i Dr Kafeel AHMAD KHAN has been suspended on 22/08/2017 (2017) (ref letter no-2372/71-1-2017-G-220/2017) and was languishing in prison since 02 sept 2017.During investigation **charges of corruption 7/13 , Indian medical council act ,420,66 IT act ,have been dropped due to lack of evidence against me**.

H"ble High court in his bail order dated 25 /04/2018 (no 5727 of 2018 court no 59) **noted that there is no material on record ,which may establish medical negligence** and **Dr Kafeel Khan was not slated to be part of the tendering process** that resulted in the enlistment of the entry ,which was charged with the supply of medical oxygen.

So therefore it is requested to forward my request letter to the concerned authority to revoke my suspension and allow me to continue my service as Lecturer, Department of Paediatric,BRD Medical college ,Gorakhpur. Thus enable me to serve poor sick children specially affected with encephalitis.

Thanking you.I would be grateful to you.

(DR KAFEEL AHMAD KHAN)

ATTACHED-

19.05.18

28. எனக்கு மீண்டும் பணி வழங்கும்படி மருத்துவக் கல்லூரிக்கு நான் 19.5.2018ல் எழுதிய கடிதம்.

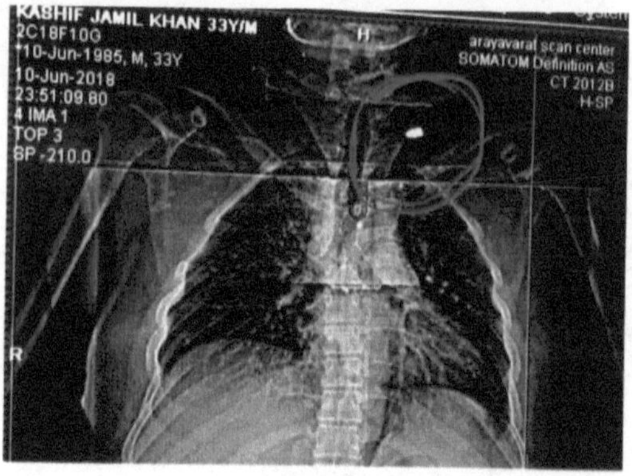

29

A CT scan of my brother Kashif's torso showing a bullet lodged near his carotid artery after he was shot at on 10 June 2018.

10.6.2018 அன்று தம்பி சுடப்பட்டபோது கழுத்தில் இருக்கும் குண்டைக் காட்டும் சிடி ஸ்கேன்.

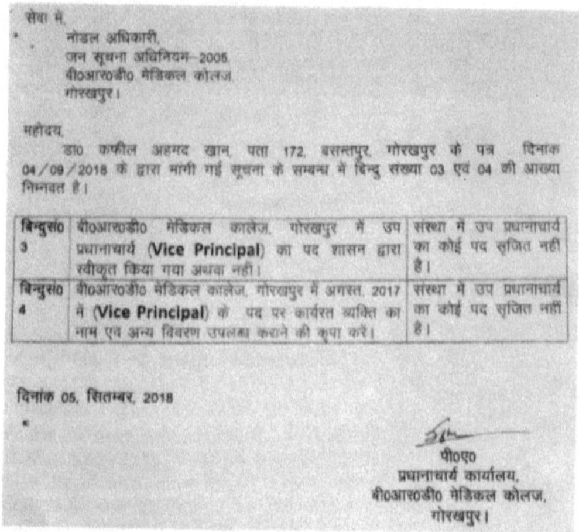

सेवा में,
नोडल अधिकारी,
जन सूचना अधिनियम–2005,
बी0आर0डी0 मेडिकल कोलज,
गोरखपुर।

महोदय,
डा0 कफील अहमद खान, पता 172, बसन्तपुर, गोरखपुर के पत्र दिनांक 04/09/2018 के द्वारा मांगी गई सूचना के सम्बन्ध में बिन्दु संख्या 03 एवं 04 की आख्या निम्नवत है।

बिन्दुसं0 3	बी0आर0डी0 मेडिकल कालेज, गोरखपुर में उप प्रधानाचार्य (**Vice Principal**) का पद शासन द्वारा स्वीकृत किया गया अथवा नहीं।	संस्था में उप प्रधानाचार्य का कोई पद सृजित नहीं है।
बिन्दुसं0 4	बी0आर0डी0 मेडिकल कालेज, गोरखपुर में अगस्त, 2017 में (**Vice Principal**) के पद पर कार्यरत व्यक्ति का नाम एवं अन्य विवरण उपलब्ध कराने की कृपा करें।	संस्था में उप प्रधानाचार्य का कोई पद सृजित नहीं है।

दिनांक 05, सितम्बर, 2018

पी0ए0
प्रधानाचार्य कार्यालय,
बी0आर0डी0 मेडिकल कोलज,
गोरखपुर।

30

An RTI report evidencing there was no vice principal at the BRD Medical College, despite claims made by News Nation and various sections of the public that I held that position in August 2017.

நான் கல்லூரி துணை முதல்வர் என்ற பொய்ச் செய்தி பரவியது. அப்படி ஒரு பதவியே இல்லை என்று தகவல் அறியும் சட்டம் மூலம் பெற்ற பதில்.

31

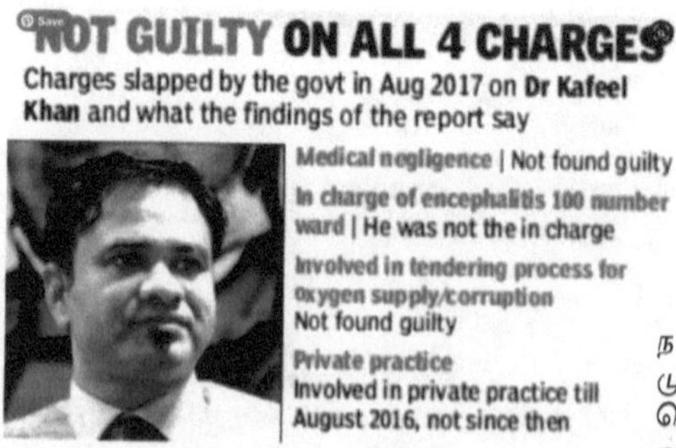

NOT GUILTY ON ALL 4 CHARGES

Charges slapped by the govt in Aug 2017 on Dr Kafeel Khan and what the findings of the report say

Medical negligence | Not found guilty

In charge of encephalitis 100 number ward | He was not the in charge

Involved in tendering process for oxygen supply/corruption
Not found guilty

Private practice
Involved in private practice till August 2016, not since then

A news piece about me in the *Times of India* that said I had been found 'not guilty on all 4 charges'.

நான் கல்லூரி துணை முதல்வர் என்ற பொய்ச் செய்தி பரவியது. அப்படி ஒரு பதவியே இல்லை என்று தகவல் அறியும் சட்டம் மூலம் பெற்ற பதில்.

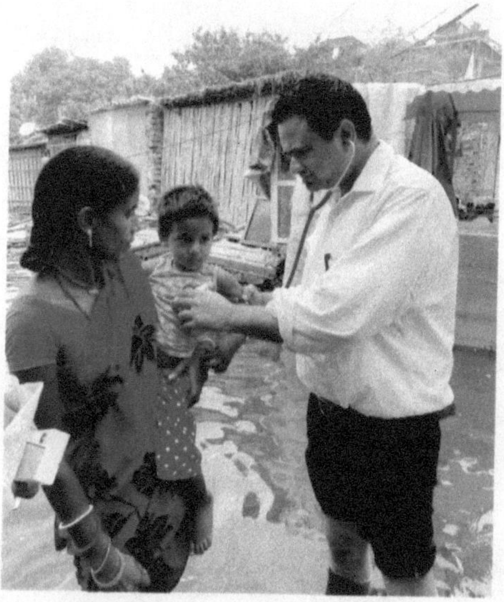

32

At a flood relief camp in Bihar in October 2019.

Below: With a young patient at a flood relief camp in Kerala in September 2018.

2019 அக்டோபரில் பீஹாரில் ஒரு வெள்ள நிவாரண முகாமில்.

33

2018 செப்டம்பரில் கேரளாவில்

வெள்ள நிவாரண முகாமில் ஒரு குழந்தையுடன்.

A protest held on 14 November 2021 at Jantar Mantar, Delhi, organized by members of the non-profit organization Medical Service Centre (MSC), against my termination from BRD Medical College.

எனது பணி நீக்கத்தை எதிர்த்து டெல்லி ஜந்தர் மந்தரில் 2021 நவம்பர் 14 அன்று தொண்டு நிறுவனமான மெடிக்கல் சர்வீஸ் சென்டர் உறுப்பினர்கள் நடத்திய எதிர்ப்பு இயக்கம்.

www.ingramcontent.com/pod-product-compliance
Lightning Source LLC
LaVergne TN
LVHW090256051026
849518LV00005B/1528